सावित्रीबाई फुले पुणे विद्यापीठाच्या जून 2015 च्या सुधारित अभ्यासक्रमानुसार

तृतीय वर्ष वाणिज्य वर्गासाठी

तसेच महाराष्ट्रातील सर्व विद्यापीठांच्या पदवी व पदव्युत्तर स्तरावरील विद्यार्थी व अभ्यासकांसाठी उपयुक्त संदर्भ पुस्तक !

भारतीय आणि जागतिक आर्थिक विकास

INDIAN AND GLOBAL ECONOMIC DEVELOPMENT

*** लेखक ***

प्रा. डॉ. आर. के. दातीर
असोसिएट प्रोफेसर
के. टी. एच. एम. महाविद्यालय,
नाशिक.

प्रा. जी. जे. लोमटे
मा. असोसिएट प्रोफेसर व अर्थशास्त्र विभाग प्रमुख
कर्मवीर रावसाहेब थोरात कला व वाणिज्य महाविद्यालय,
वणी, ता. दिंडोरी, (जि. नाशिक)

प्रा. डॉ. डी. जी. उशीर
असोसिएट प्रोफेसर
के. टी. एच. एम. महाविद्यालय
नाशिक.

प्रा. डॉ. एस. आर. निकम
असोसिएट प्रोफेसर व अर्थशास्त्र विभाग प्रमुख
एस. व्ही. के. टी. कला, विज्ञान व वाणिज्य महाविद्यालय,
देवळाली, कॅम्प (नाशिक)

NIRALI™
PRAKASHAN
ADVANCEMENT OF KNOWLEDGE

N1767

भारतीय आणि जागतिक आर्थिक विकास **ISBN 978-93-5164-763-8**

प्रथम आवृत्ती : जुलै २०१५

© **डॉ. आर. के. दातीर, प्रा. जी. जे. लोमटे, प्रा. डॉ. डी. जी. उशीर, प्रा. डॉ. एस. आर. निकम**

▶ **संपादक : डॉ. आर. के. दातीर**

प्रकाशक

निराली प्रकाशन

अभ्युदय प्रगती, १३१२, शिवाजीनगर,
जे. एम. रोड, पुणे - ४११ ००५
☎ (०२०) २५५ १२३३६/३७/३९
फॅक्स : (०२०) २५५ ११३७९ E-mail : niralipune@pragationline.com

बुक स्टॉल

मुंबई : **प्रगती बुक कॉर्नर**
जैन भुवन, इंदिरा निवास, १११-अ, भवानी शंकर मार्ग, दादर, **मुंबई** - ४०००२८.
☎ २४२२ ३५२६ / ६६६२ ५२५४ E-mail : pbcmumbai@pragationline.com

पुणे : **प्रगती बुक सेंटर**
- १५७, बुधवार पेठ, **पुणे** - २. ☎ (०२०) २४४५ ८८८७ / ६६०२ २७०७.
- ६७६/ब, बुधवार पेठ, जोगेश्वरी मंदिरासमोर, **पुणे** - २. ☎ (०२०) ६६०१ ७७८४ E-mail : pbcpune@pragationline.com
- २८/अ, बुधवार पेठ, अंबर चेंबर्स, अप्पा बळवंत चौक, **पुणे** - २. ☎ (०२०) ६६२८१६६९.

प्रमुख वितरक केंद्रे

निराली प्रकाशन :

- **पुणे :**
  * ११९, बुधवार पेठ, जोगेश्वरी मंदिर मार्ग, **पुणे** - ४११ ००२. ☎ (०२०) २४४५ २०४४, ६६०२ २७०८. फॅक्स : (०२०) २४४५ १५३८.
  * सर्वे नं. २८/२५ धायरी-कात्रज रोड, पारी कंपनीजवळ, **पुणे** - ४११ ०४१. ☎ (०२०) २४६९ ०२०४ फॅक्स : (०२०) २४६९ ०३१६.
- **मुंबई :** ३८५, एस.व्ही.पी. मार्ग, रसधारा को. ऑप. हाउसिंग सोसायटी लि., गिरगाव, **मुंबई** - ४०० ००४. ☎ (०२२) २३८५ ६३३९/२३८६ ९९७६ फॅक्स : (०२२) २३८६ ९९७६. Email : niralimumbai@pragationline.com

इतर वितरक

- **निराली प्रकाशन**

जळगाव : ३४, व्ही. व्ही. गोलानी मार्केट, नवी पेठ, **जळगाव** -४२५ ००१. ☎ (०२५७) २२२ ०३९५

कोल्हापूर : न्यू महाद्वार रोड, केदारलिंग प्लाझा, पहिला मजला, आय.डी.बी.आय. बँकेसमोर, **कोल्हापूर** - ४१६ ०१२. मोबाईल नं. : ९८५००४६१५५ / ९७६७७ १७१९३

नागपूर : **प्रतिभा बुक्स डिस्ट्रिब्युटर्स**
लोकरत्न कमर्शिअल कॉम्प्लेक्स, दुकान नं. ३, पहिला मजला, झांशी राणी स्क्वेअर, सीताबर्डी, **नागपूर** - ४४० ०१२. ☎ (०७१२) २५४७ १२९

www.pragationline.com info@pragationline.com

To Order ☞ E-mail : bookorder@pragationline.com Fax : (020) 24451538

लेखकांचे मनोगत

जगातील अर्थव्यवस्थांची विभागणी विकसनशील आणि विकसित अशी दोन भागांमध्ये केली जाते. सन 1991 नंतर खाजगीकरण, उदारीकरण आणि जागतिकीकरणामुळे भारतीय अर्थव्यवस्थेतील शेती, उद्योग व सेवाक्षेत्रात आमूलाग्र बदल घडून आले आहेत. जागतिकीकरणामुळे विकसित देशांबरोबरची स्पर्धा तीव्र बनली आहे. औद्योगिक क्षेत्रातील मंदी व उद्योगांची पिछेहाट, प्रचंड लोकसंख्या, बेकारी, दारिद्र्य इत्यादी समस्यांमुळे आर्थिक वृद्धीच्या दरात होणारे चढ-उतार अशा कठीण परिस्थितीतून भारतीय अर्थव्यवस्थेची वाटचाल चालू आहे. जागतिक एकात्मता वाढत असल्याने जागतिक अर्थव्यवस्थेच्या स्वरूपात आणि व्यवहारपद्धतीत एकविसाव्या शतकात मोठ्या प्रमाणावर बदल होत आहेत. जागतिक व्यापार संघटना कार्यान्वित झाल्याने व्यापाराचे स्वरूप व रचना यामध्ये बदल होत आहेत. जागतिक अर्थव्यवस्थेशी जुळवून घेण्यासाठी भारतीय अर्थव्यवस्थेला धोरणात्मक बदलांचा अंगीकार करावा लागत आहे. भविष्यात भारतीय अर्थव्यवस्था जागतिक महासत्ता म्हणून उदयास येईल असा तज्ज्ञांचा कयास आहे. या परिस्थितीचे विद्यार्थ्यांना आकलन व्हावे या हेतूने वरील पार्श्वभूमी विचारात घेऊन आम्ही '**भारतीय आणि जागतिक आर्थिक विकास**' (*Indian and Global Economic Development*) या संदर्भ ग्रंथाचे लेखन केले आहे.

आतापर्यंत कला व वाणिज्य शाखेसाठी लिहिलेल्या अर्थशास्त्र विषयाच्या आमच्या अनेक संदर्भ ग्रंथांना विद्यार्थी, प्राध्यापक व वाचक यांच्याकडून प्रचंड प्रतिसाद मिळाला. त्यांच्या आग्रहाखातरच आम्ही '**भारतीय आणि जागतिक आर्थिक विकास**' या संदर्भ ग्रंथाचे लेखन केले आहे. आमच्या इतर पुस्तकांप्रमाणेच वाचक या संदर्भ ग्रंथाचेदेखील उत्स्फूर्तपणे स्वागत करतील अशी आशा नव्हे, खात्री आहे.

'भारतीय आणि जागतिक आर्थिक विकास' या संदर्भ ग्रंथात भारतीय अर्थव्यवस्थेची सद्यःस्थिती व तिची प्रगत अर्थव्यवस्थांशी तुलना, भारतीय शेतीचा विकास, औद्योगिक धोरणे व औद्योगिक विकास, मानव संसाधन विकास निर्देशांक, जागतिक आर्थिक विकास आणि परकीय भांडवल, व्यवहारतोल, आंतरराष्ट्रीय आर्थिक सहकार्य व संघटन इत्यादी विषयांचा सविस्तर आढावा घेतला आहे. सदर पुस्तक अर्थशास्त्राच्या विद्यार्थ्यांमधील आकलनशक्ती विकसित व्हावी व त्यांच्यामध्ये विषयाबद्दल आत्मविश्वास निर्माण व्हावा हा प्रामाणिक हेतू पुढे ठेवून अधिक सखोल व विद्यार्थ्यांना सहज समजेल अशा सोप्या व सुटसुटीत भाषेत लिहिण्याचा प्रयत्न केलेला आहे. विवेचनाला सोपेपणा देताना अर्थशास्त्रीय परिभाषा दुर्लक्षित होणार नाही याकडे कटाक्षाने लक्ष दिलेले आहे. सदर पुस्तक विविध विद्यापीठांच्या परीक्षा, स्पर्धा परीक्षा, नेट-सेट परीक्षा तसेच व्यावसायिक अभ्यासक्रमांच्या परीक्षांना सामोरे जाव्या लागणाऱ्या विद्यार्थ्यांना निश्चितच उपयुक्त ठरेल. सदर पुस्तकाची प्रथम आवृत्ती आपल्या हाती देताना आम्हाला अतिशय आनंद होत आहे.

'भारतीय आणि जागतिक आर्थिक विकास' या पुस्तकाचे लेखन करताना योग्य संदर्भ ग्रंथांबरोबरच इतर दर्जेदार पुस्तकांचाही वापर केलेला आहे. मुद्देसूद विवेचन व परीक्षण ही या पुस्तकाची काही ठळक वैशिष्ट्ये आहेत. सोप्या अर्थशास्त्रीय परिभाषेत केलेल्या सैद्धान्तिक विश्लेषणाचे विद्यार्थ्यांना सहजपणे आकलन होईल याची आम्हाला खात्री आहे. प्रत्येक प्रकरणाच्या शेवटी लघुत्तरी, दीर्घोत्तरी आणि टीपा असे प्रश्न दिलेले असल्यामुळे विद्यार्थ्यांना अभ्यासाची निश्चित दिशा प्राप्त होऊन उज्ज्वल यश मिळण्यास मदत होईल.

सदर पुस्तक अधिक उपयुक्त होण्यासाठी आपण काही सूचना केल्यास त्यांचे निःसंकोचपणे स्वागतच केले जाईल. तसेच पुढील आवृत्तीच्या वेळी आपल्या सूचनांचा आवर्जून विचार केला जाईल.

'भारतीय आणि जागतिक आर्थिक विकास' या पुस्तकाचे प्रकरण एक व दोनचे लिखाण **डॉ. आर. के. दातीर** यांनी केले आहे. **प्रा. लोमटे** यांनी प्रकरण सहा व सातचे लिखाण केले आहे. **डॉ. उशीर** यांनी प्रकरण चार व आठचे लिखाण केले असून **डॉ. सर्जेराव निकम** यांनी प्रकरण तीन व पाचचे लिखाण केले आहे.

आमच्या मराठा विद्या प्रसारक समाजाच्या आदरणीय सरचिटणीस **मा. श्रीमती नीलिमाताई पवार** (संस्थेचे पदाधिकारी आणि कार्यकारिणी सदस्य) यांचे आशीर्वाद पाठीशी होते म्हणूनच हे पुस्तक लिहिणे शक्य झाले; त्यांचे आम्ही आभारी आहोत.

सावित्रीबाई फुले पुणे विद्यापीठाच्या वाणिज्य शाखेचे अधिष्ठाता **डॉ. सुधाकर जाधवर** व व्यापारी अर्थशास्त्र अभ्यास मंडळाच्या सर्व सदस्यांच्या प्रेरणा आम्हाला लाभल्या; त्याबद्दल त्यांचे मनःपूर्वक आभार !

सावित्रीबाई फुले पुणे विद्यापीठाच्या बी. सी. यु. डी. चे संचालक **डॉ. व्ही. बी. गायकवाड**; सटाणा महाविद्यालयाचे प्राचार्य **डॉ. किशोर पवार**; के. टी. एच. एम. महाविद्यालयाचे प्राचार्य **डॉ. दिलीप धोंडगे**; वणी महाविद्यालयाचे प्राचार्य **डॉ. साळी**; देवळाली, कॅम्प महाविद्यालयाच्या प्राचार्या **श्रीमती डॉ. सोनखासकर** या सर्वांची प्रेरणा, मार्गदर्शन व सहकार्य लाभले. तसेच सहकारी प्राध्यापक, विविध महाविद्यालयांचे ग्रंथपाल, मित्र परिवार यांच्या सहकार्याबद्दल आम्ही या सर्वांचे आभारी आहोत.

पुस्तक लिहिण्याची संधी उपलब्ध करून दिल्याबद्दल निराली प्रकाशनचे **श्री. दिनेशभाई फुरिया, श्री. जिग्नेशभाई फुरिया** तसेच **महेश ना. साचणे** (पुस्तकनिर्मिती प्रमुख, मराठी विभाग) व नाशिक विभागाचे प्रतिनिधी **श्री. पराग घमंडी** यांच्या तत्पर सहकार्याबद्दल आम्ही सदैव ऋणी राहू.

निराली प्रकाशनमधील अक्षरजुळणीकार **श्री. नितीन भुतडा** यांनी उत्कृष्ट अक्षरजुळणी केल्याने पुस्तकास सुबक व नीटनेटकेपणा आला. त्यांना साहाय्य म्हणून **सौ. संध्या कोंडे-देशमुख** यांनी मुद्रितशोधनाची जबाबदारी यथोचित पार पाडली. **श्री. रवींद्र वाळोदरे** यांनी आकर्षक मुखपृष्ठ तयार केले. **श्री. दामोदरप्रसाद गौड** यांनी पुस्तकाची आकर्षक छपाई केली.

त्याबद्दल या सर्वांचे मनःपूर्वक आभार !

२७ जुलै, २०१५ (शके १९३७, आषाढी/देवशयनी एकादशी)   - **लेखकवृंद**

SYLLABUS

INDIAN AND GLOBAL ECONOMIC DEVELOPMENT
[Course Code : 303 - A]
(From June 2015)

Term - I

1. INTRODUCTION

1.1. Basic Characteristics of the Indian Economy as an Emerging Economy

1.2 Comparison of Indian Economy with Developed Economies with respect to :

    1.2.1 National Income

    1.2.2 Per Capita Income

    1.2.3 Agriculture

    1.2.4 Industry

    1.2.5 Service Sector

2. AGRICULTURAL DEVELOPMENT IN INDIA SINCE INDEPENDENCE

2.1 Place of Agriculture in the Indian Economy

2.2 Constraints in Agricultural Development

2.3 Rural Indebtedness — Causes and Measures

2.4 Agricultural Marketing — Problems and Measures

2.5 Price Policy — Minimum Support Price (M.S.P.)

3. INDUSTRIAL DEVELOPMENT IN INDIA SINCE 1991

3.1 Role of Industrialization in Economic Development

3.2 Role of Small and Medium and Large Scale Enterprises (SMEs) — Problems and Prospects

3.3 New Industrial Policy (1991)

3.4 Evaluation of Industrial Policy (1991)

4. INFRASTRUCTURE IN INDIA SINCE 1991

4.1 Role of Basic Infrastructure in Economic Development in India

4.2 Private v/s Public Investment in Infrastructure Development

4.3 Role of Private Sector in Infrastructural Development

4.4 Role of Public Sector in Infrastructural Development

∎∎∎

अनुक्रमणिका

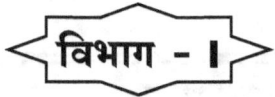

विभाग - II

● ● ●

विभाग - I

1

प्रास्ताविक
INTRODUCTION

प्रास्ताविक

उदयोन्मुख अर्थव्यवस्था म्हणून भारतीय अर्थव्यवस्थेची वैशिष्ट्ये अभ्यासण्यापूर्वी विकसित अर्थव्यवस्था आणि विकसनशील अर्थव्यवस्था या संकल्पना स्पष्ट होणे आवश्यक ठरते. आज जगातील फारच थोड्या देशांचा समावेश विकसित देशांमध्ये केला जातो. बऱ्याच देशांमध्ये विकासाची प्रक्रिया कमी-अधिक वेगाने चाललेली आहे. प्रत्येक देशाचे प्रमुख उद्दिष्ट आर्थिक विकास साध्य करणे हेच असते. आर्थिक विकासाच्या संदर्भात वर्गवारी करताना विविध अर्थशास्त्रज्ञांनी वेगवेगळी वर्गवारी केलेली आहे. त्यानुसार पारंपरिक दृष्टिकोन आणि आधुनिक दृष्टिकोन अशा पद्धतीने विचार केला जातो.

(अ) पारंपरिक दृष्टिकोन : या दृष्टिकोनानुसार जगातील अर्थव्यवस्थांची विभागणी गरीब देश, मागासलेले देश, अविकसित देश, अर्धविकसित देश, विकसनशील देश आणि विकसित देश अशी करण्यात येते.

अलीकडच्या काळात 'अविकसित अर्थव्यवस्था' हा शब्दप्रयोग करण्याऐवजी विकसनशील देश असा केला जातो. साधारणपणे ज्या देशांचे दरडोई उत्पन्न अमेरिका, कॅनडा, ऑस्ट्रेलिया आणि पश्चिम युरोपातील देशांपेक्षा कमी आहे त्या देशांना 'गरीब देश' असे मानले जाते. अशा देशांचा समावेश अर्धविकसित राष्ट्रांमध्ये केला जातो.

(ब) आधुनिक दृष्टिकोन : या दृष्टिकोनानुसार जगातील अर्थव्यवस्थांची विभागणी अल्पविकसित देश, विकसनशील देश व विकसित देश अशी तीन भागात केली जाते. अल्पविकसित देशांना तिसऱ्या जगातील देश मानले जाते.

काही अर्थशास्त्रज्ञ मात्र अर्थव्यवस्थांची विभागणी विकसनशील अर्थव्यवस्था आणि विकसित अर्थव्यवस्था अशी दोन गटात करतात. संयुक्त राष्ट्रसंघानेदेखील अल्पविकसित, विकसनशील आणि विकसित अर्थव्यवस्था अशी विभागणी केलेली आहे.

या प्रकरणामध्ये विकसित आणि विकसनशील अर्थव्यवस्था म्हणजे काय, विकसनशील अर्थव्यवस्था म्हणून भारतीय अर्थव्यवस्थेची कोणती वैशिष्ट्ये आहेत तसेच भारतीय अर्थव्यवस्थेची विकसित अर्थव्यवस्थांशी तुलना लोकसंख्या, दरडोई उत्पन्न, मानवी विकास निर्देशांक, कृषी व औद्योगिक विकास आणि सेवाक्षेत्रांच्या संदर्भात करण्यात आलेली आहे. त्याचबरोबर भारताच्या विकासातील प्रमुख समस्यांचाही आढावा घेतला आहे.

1.1 विकसित आणि विकसनशील अर्थव्यवस्था : अर्थ आणि संकल्पना

DEVELOPED AND DEVELOPING ECONOMY : MEANING AND CONCEPT

1.1.1 विकसित अर्थव्यवस्था (Developed Economy)

ज्या देशाचे दरडोई उत्पन्न सर्वोच्च आहे, राहणीमानाचा निर्देशांक उच्च आहे, साक्षरतेचा उच्चांक गाठलेला आहे आणि सरासरी आयुर्मानदेखील अधिक आहे अशा देशांना 'विकसित देश' समजले जाते. अमेरिका, कॅनडा, ऑस्ट्रेलिया, जर्मनी, फ्रान्स व जपान इत्यादी देश विकसित देशाचे उदाहरण म्हणून सांगता येतील. विकसित देशांत शेतीक्षेत्र, उद्योगक्षेत्र व सेवाक्षेत्राचादेखील विकास झालेला असतो. अशा देशांच्या राष्ट्रीय उत्पन्नात सतत वाढ होत असते. त्याचबरोबर दरडोई उत्पन्नातदेखील वाढ होते. त्या देशांच्या उत्पादन तंत्रातदेखील सुधारणा झालेली असते. त्यामुळे अशा देशांना 'प्रगत किंवा विकसित देश' असे म्हणतात.

जागतिक बँकेने आपल्या विकास अहवालामध्ये दरडोई स्थूल राष्ट्रीय उत्पन्नाच्या आधारावर जगातील देशांची विभागणी अल्प उत्पन्न देश, मध्यम उत्पन्न देश आणि उच्च उत्पन्न देश अशी तीन गटांमध्ये केलेली आहे.

सन 2000-01 च्या विकास अहवालामध्ये जागतिक बँकेने विकसित देशांची व्याख्या पुढीलप्रमाणे केली आहे :

- **"ज्या देशाचे दरडोई स्थूल राष्ट्रीय उत्पन्न हे 10,725 डॉलर्सपेक्षा अधिक आहे असे देश उच्च उत्पन्न गटातील देश म्हणजेच विकसित किंवा प्रगत देश होत."**

या व्याख्येनुसार अमेरिका, जर्मनी, ऑस्ट्रेलिया, स्वीडन, फ्रान्स, बेल्जिअम, संयुक्त राष्ट्रे, नॉर्वे, डेन्मार्क, जपान, स्वित्झर्लंड इत्यादी देशांचा समावेश विकसित देशांमध्ये केला जातो. मागील काही वर्षांत पेट्रोलिअम पदार्थांची निर्यात करणाऱ्या देशांच्या संघटनेने पेट्रोलिअम पदार्थांच्या किमतीत वाढ केल्याने त्या देशांच्या राष्ट्रीय उत्पन्नात आणि दरडोई उत्पन्नात वाढ झाली आहे. परंतु त्या देशांचा समावेश विकसित देशांच्या गटात केलेला नाही. म्हणजेच केवळ दरडोई उत्पन्नातील वाढ हा विकसित देशांचा एकमेव निकष मानला जात नाही.

थोडक्यात, "सर्वच क्षेत्रांमध्ये आर्थिक विकास होऊन देशाचे दरडोई उत्पन्न उच्च पातळीला पोहोचले असेल तर तो देश 'विकसित देश' म्हणून ओळखला जातो.''

1.1.2 विकसनशील अर्थव्यवस्था (Developing Economy)

आर्थिक विकासाच्या संदर्भात जगातील देशांची विभागणी अल्पविकसित, विकसनशील आणि विकसित देश अशा तीन गटांत केली जात होती. अल्पविकसित अर्थव्यवस्था पूर्वी मागासलेल्या (Backward) अर्थव्यवस्था म्हणून ओळखल्या जात होत्या. अलीकडच्या काळात अल्पविकसित अर्थव्यवस्था या विकसनशील अर्थव्यवस्था म्हणून ओळखल्या जातात. अल्पविकसित किंवा विकसनशील देशांची निश्चित स्वरूपाची व सर्वमान्य होईल अशी व्याख्या करणे अवघड आहे. तरीदेखील दरडोई उत्पन्न व विकासाची पातळी यांच्या आधारावर काही अर्थतज्ज्ञांनी अल्पविकसित अथवा विकसनशील अर्थव्यवस्थेच्या पुढील व्याख्या केल्या आहेत.

- ❧   ❉   "ज्या देशांचे दरडोई उत्पन्न अमेरिका, कॅनडा, ऑस्ट्रेलिया आणि पश्चिम युरोपीय देशांच्या दरडोई वास्तव उत्पन्नाच्या तुलनेत कमी आहे अशा देशांना 'विकसनशील देश' असे म्हणता येईल.''

-    ❉   "ज्या देशांचे दरडोई वास्तव उत्पन्न हे अमेरिकेच्या दरडोई वास्तव उत्पन्नाच्या एक-चतुर्थांशपेक्षा कमी आहे, अशा देशांना 'विकसनशील देश' म्हणता येईल.''   – यूनो

जागतिक बँकेने आपल्या सन 1997 च्या जागतिक विकास अहवालात (World Development Report) वास्तव दरडोई उत्पन्नाच्या आधारावर विकसनशील देशांची विभागणी तीन गटांमध्ये केली आहे.

1995 सालानुसार, (i) ज्या देशांचे दरडोई उत्पन्न 875 अमेरिकन डॉलर्सपेक्षा कमी आहे अशा देशांचा समावेश अल्प उत्पन्न गटामध्ये करण्यात येतो. (ii) ज्या देशांचे दरडोई उत्पन्न 766 ते 9,385 डॉलर्स आहे त्यांचा समावेश मध्यम उत्पन्न गटात करण्यात येतो. (iii) ज्या देशांचे दरडोई उत्पन्न 9,382 डॉलर्सपेक्षा अधिक आहे अशा देशांचा समावेश उच्च उत्पन्न गटात करण्यात येतो.

जागतिक बँकेच्या सन 1995 च्या अहवालानुसार, भारताचे वास्तव दरडोई उत्पन्न फक्त 340 डॉलर्स होते. त्यामुळे भारताचा समावेश गरीब देशांच्या गटामध्ये करणे योग्य ठरते. एकूण जागतिक लोकसंख्येपैकी 16.4 टक्के लोकसंख्या भारताची असून जागतिक उत्पन्नात भारताचे उत्पन्न फक्त एक टक्का होते. जागतिक बँकेने दरडोई उत्पन्नाच्या आधारावर केलेल्या वर्गीकरणानुसार भारताचा समावेश अल्प उत्पन्न गटामध्ये करावा लागेल.

- ❧   "विकसनशील देश म्हणजे असे देश की, ज्या देशांकडे भांडवल, मानवी साधनसंपत्ती यांचा अधिक प्रमाणात वापर करण्याची व देशाच्या लोकसंख्येला उच्च पातळीवरचे राहणीमान प्राप्त करून देण्याची क्षमता असते.''   – प्रा. जेकब वायनर

- ❧   "विकसनशील देश किंवा अविकसित देश असे असतात की, जे त्यांची लोकसंख्या आणि नैसर्गिक साधनसामग्रीच्या तुलनेत भांडवली साधनांच्या बाबतीत विकसित देशांच्या मानाने कमी पडतात.''

                                                 – प्रा. रॅग्नर नर्क्स

- ❧   "अविकसित अर्थव्यवस्थेचे वैशिष्ट्य म्हणजे अर्थव्यवस्थेत एका बाजूला कमी-जास्त प्रमाणात न वापरलेले किंवा अपुरा वापर झालेले मनुष्यबळ असते तर दुसऱ्या बाजूला उपयोगात आणता न आलेली नैसर्गिक साधनसामग्री असते.''   – नियोजन मंडळ (भारताच्या पहिल्या पंचवार्षिक योजनेच्या मसुद्यानुसार)

अल्पविकसित किंवा विकसनशील देशांच्या विविध व्याख्यांवरून असे म्हणता येईल की, विकसनशील देशांमध्ये मानवी श्रम व नैसर्गिक साधनसामग्री पुरेशा प्रमाणात उपलब्ध असते. मात्र भांडवलाच्या टंचाईमुळे ही साधनसामग्री पूर्णपणे वापरली जात नाही.

वरील व्याख्यांवरून अल्पविकसित किंवा विकसनशील देशांतील लोकांचे दरडोई उत्पन्न कमी असते. म्हणून राहणीमान पातळीदेखील कमी असते. भांडवलाची टंचाई, मोठ्या प्रमाणावरील दारिद्र्य, जुनाट उत्पादन तंत्र यांसारखी अल्पविकसित देशांची मूलभूत वैशिष्ट्ये सांगितली जातात. ही सर्व वैशिष्ट्ये भारतीय अर्थव्यवस्थेत दिसून येत असल्याने भारतीय अर्थव्यवस्था अल्पविकसित अर्थव्यवस्था आहे असे स्पष्ट होते.

जागतिक बँकेच्या सन 2012 च्या अहवालात दरडोई एकूण राष्ट्रीय उत्पन्नाच्या आधारे जगातील विविध देशांचे पुढीलप्रमाणे वर्गीकरण करण्यात आले. त्यासाठी सन 2009 या वर्षातील स्थूल राष्ट्रीय उत्पन्न आधारभूत मानले.

1. **अल्प उत्पन्न देश** *(Low Income Countries)* : दरडोई स्थूल राष्ट्रीय उत्पन्न 936 डॉलर्स किंवा त्यापेक्षा कमी आहे अशा देशांचा समावेश अल्प उत्पन्न असणाऱ्या देशांच्या गटात करण्यात आला.

2. **मध्यम उत्पन्न देश** *(Middle Income Countries)* : मध्यम उत्पन्न देशांच्या वर्गवारीत ज्या देशांचे दरडोई स्थूल राष्ट्रीय उत्पन्न 936 ते 11,455 डॉलर्स आहे अशा देशांचा समावेश होतो. मध्यम उत्पन्न देशांची उपवर्गवारी निम्नतर मध्यम उत्पन्न गट व उच्चतर मध्यम उत्पन्न गट अशी करण्यात आली. निम्न मध्यम उत्पन्न गटात 906 ते 3,705 तसेच दुसऱ्या गटात 3,706 ते 11,455 डॉलर्स दरडोई स्थूल राष्ट्रीय उत्पन्न असणाऱ्या देशांचा समावेश करण्यात आला.

3. **उच्च उत्पन्न देश** *(High Income Countries)* : ज्या देशांचे दरडोई स्थूल राष्ट्रीय उत्पन्न 11,456 डॉलर्स किंवा त्यापेक्षा अधिक आहे अशा देशांचा समावेश उच्च उत्पन्न देशात केला जातो. हे सर्व देश 'आर्थिक सहकार्य विकासासाठीचे संघटन' (Organization for Economic Corporation and Development – OECD) चे सदस्य आहेत.

अल्प आणि मध्यम उत्पन्न गटातील देशांचा उल्लेख सर्वसामान्यपणे 'विकसनशील देश' *(Developing Countries)* **असा केला जातो.** त्यामुळे या विकसनशील देशात जागतिक लोकसंख्येच्या 81.5 टक्के लोकसंख्या असली तरी या देशांचा जगाच्या एकूण स्थूल राष्ट्रीय उत्पन्नातील हिस्सा केवळ 31.2 टक्के आहे. आशिया, आफ्रिका, लॅटिन अमेरिका या खंडातील बहुतांश देशांबरोबरच युरोप खंडातील काही देशही विकसनशील देशांच्या गटात समाविष्ट होतात.

तक्ता क्र. 1.1 मध्ये अल्प, मध्यम व उच्च उत्पन्न गटातील लोकसंख्या आणि स्थूल राष्ट्रीय उत्पन्न दिलेले आहे.

तक्ता क्र. 1.1 वरून हे स्पष्ट होते की, जागतिक लोकसंख्येपैकी अल्प उत्पन्न गटातील देशांची लोकसंख्या 12 टक्के होती; परंतु स्थूल देशांतर्गत उत्पन्नातील या देशांचा हिस्सा एक टक्क्यापेक्षाही कमी म्हणजे 0.7 टक्के होता. तसेच मध्यम उत्पन्न गटातील देशांचा जागतिक लोकसंख्येतील हिस्सा 69.5 टक्के तसेच जागतिक स्थूल राष्ट्रीय उत्पन्नातील हिस्सा 30.5 होता. याउलट, उच्च उत्पन्न गटातील देशांचा जागतिक लोकसंख्येतील हिस्सा केवळ 18.5 टक्के असला तरी जागतिक स्थूल राष्ट्रीय उत्पन्नातील हिस्सा सर्वाधिक म्हणजे 68.8 टक्के होता.

दरडोई राष्ट्रीय उत्पन्न 1,530 अमेरिकन डॉलर असणाऱ्या भारताचा मध्यम उत्पन्न गटातील देशात सर्वांत खालचा नंबर लागतो. त्यामुळे भारत सर्वाधिक गरीब देश असलेला विकसनशील देश ठरतो. भारताचे स्थूल राष्ट्रीय उत्पन्न हे जागतिक स्थूल राष्ट्रीय उत्पन्नाच्या फक्त 2.6 टक्के एवढेच येते; परंतु एकूण जागतिक लोकसंख्येच्या जवळजवळ 17.6 टक्के लोकसंख्या भारतात आहे. दरडोई राष्ट्रीय उत्पन्नाचा विचार करता, भारताचा समावेश निम्न मध्यम उत्पन्न गटातील देशात होतो. परंतु नवीन आर्थिक धोरणाचा स्वीकार केल्यापासून भारताचा स्थूल राष्ट्रीय उत्पन्नवाढीचा सरासरी वार्षिक वेग 8 टक्क्यांपेक्षा जास्त राहिल्याने भारत लवकरच उच्च मध्यम उत्पन्न गटातील देश बनेल अशी आशा व्यक्त केली जाते.

तक्ता क्र. 1.1 : जागतिक लोकसंख्या व स्थूल राष्ट्रीय उत्पन्न यांची विभागणी (सन 2011)

(अमेरिकन डॉलरमध्ये)

देश/गट	लोकसंख्या		विनिमयदराधिष्ठित स्थूल उत्पन्न		खरेदीशक्ती समतेवर आधारित स्थूल राष्ट्रीय उत्पन्न		दरडोई स्थूल राष्ट्रीय उत्पन्न	
	दशलक्ष	प्रतिशत (%)	दशलक्ष डॉलर्स	प्रतिशत (%)	दशलक्ष डॉलर्स	प्रतिशत (%)	विनिमय दरानुसार (डॉलर्समध्ये)	खरेदीशक्ती समतानुसार (डॉलर्समध्ये)
1. अल्प उत्पन्न	846	12.0	509	0.7	1,174	1.4	583	1,387
2. मध्यम उत्पन्न	48.98	69.5	21,829	30.5	35,469	41.5	4,368	7,242
(अ) अल्प मध्यम उत्पन्न	2,507	35.6	4,716	6.6	9,808	11.5	1,877	3,912
(ब) उच्च मध्यम उत्पन्न	2,391	33.39	17,116	24.0	25,679	30.0	6,987	10,740
3. उच्च उत्पन्न	13.02	18.5	49,186	68.8	49,167	57.5	37,594	37,760
4. जग	7,046	100.0	71,420	100.0	85,463	100.0	9,071	11,068
चीन	8,204	19.2	8,704	11.5	12,435	14.5	5,740	9,210
भारत	1,237	17.6	1,824	2.6	4,749	5.5	1,530	3,840

संदर्भ : *Indian Economy, Datt and Mahajan; 69th Edition, Page 4*

तक्ता क्र. 1.1 वरून असेही स्पष्ट होते की, खरेदीशक्ती समता आधारित उत्पन्नाची गणना केली असता अल्प उत्पन्न गटातील देशांची लोकसंख्या जागतिक लोकसंख्येच्या 12.0 टक्के येते. परंतु स्थूल राष्ट्रीय उत्पन्न केवळ 1.4 टक्के एवढेच येते. तरोच मध्यम उत्पन्न गटातील देशांचा जागतिक लोकसंख्या आणि जगाचे स्थूल राष्ट्रीय उत्पन्न यातील हिस्सा अनुक्रमे 69.5 टक्के व 41.5 टक्के असा येतो. उच्च उत्पन्न गटातील देशांची लोकसंख्या जागतिक लोकसंख्येच्या 18.5 टक्के असली तरी या देशांचा जागतिक स्थूल राष्ट्रीय उत्पन्नातील हिस्सा 57.5 टक्के एवढा म्हणजे सर्वाधिक येतो.

अशा प्रकारे अधिकृत विनिमय दरावर आधारित विविध उत्पन्न गटातील देशांच्या स्थूल राष्ट्रीय उत्पन्नातील टक्केवारीपेक्षा खरेदीशक्ती समतेवर आधारित अशा प्रकारच्या टक्केवारीत तफावत निर्माण झाल्याचे सोबतच्या तक्त्यावरून स्पष्ट होते. तसेच विनिमय दरावर आधारित राष्ट्रीय उत्पन्नाच्या आकडेवारीपेक्षा खरेदीशक्ती समतेवर आधारित स्थूल राष्ट्रीय उत्पन्नाचे मूल्य किंवा आकडेवारी अधिक आहे हेही या तक्त्यावरून स्पष्ट होते. हा खनिज तेलाच्या किमतीतील वाढीचा परिणाम आहे.

नजीकच्या भविष्यकाळात महासत्ता होऊ पाहणाऱ्या चीनचा समावेश उच्च मध्यम उत्पन्न गटात होतो हे दरडोई उत्पन्नाच्या आकडेवारीवरून स्पष्ट होते. जागतिक लोकसंख्येच्या 17.6 टक्के लोकसंख्या भारताची असून जागतिक उत्पन्नामध्ये भारताचा हिस्सा फक्त 2.6 टक्के आहे. चीनची लोकसंख्या जागतिक लोकसंख्येच्या 19.2 टक्के असून जागतिक उत्पन्नात चीनचा हिस्सा 11.5 टक्के आहे. यावरून चीनच्या तुलनेने जागतिक उत्पन्नात भारताचा वाटा फारच कमी असल्याचे स्पष्ट होते.

तक्ता क्र. 1.2 : विविध उत्पन्न गटातील देशांच्या एकूण देशांतर्गत उत्पादनातील वाढीचा दर (टक्केवारीत)

क्र.	प्रकार/गट	स्थूल उत्पादनाचा वार्षिक सरासरी वृद्धिदर	
		1990 - 2000	**2008 - 11**
1.	अल्प उत्पन्न देश	4.8	8.9
2.	मध्यम उत्पन्न देश	3.8	10.9
	(अ) निम्नतर मध्यम उत्पन्न देश	5.3	11.8
	(ब) उच्चतर मध्यम उत्पन्न देश	2.1	10.8
3.	उच्च उत्पन्न देश	2.7	1.9
	चीन	10.6	17.2
	भारत	6.00	14.8

संदर्भ : *(i) Indian Economy : Datt and Mahajan; 69th Edition, Page 4*

तक्ता क्र. 1.2 वरून पुढील निष्कर्ष निघतात :

(1) विकसित आणि विकसनशील देशात स्थूल राष्ट्रीय उत्पादनात विषमता आहे.

(2) विकसित किंवा उच्च उत्पन्न गटातील देशापेक्षा अल्प व मध्यम उत्पन्न गटातील म्हणजेच विकसनशील देशातील स्थूल देशांतर्गत उत्पादनवाढीचा वेग अधिक आहे.

(3) 1990-2000 व 2008-11 या दोन कालावधींचा विचार करता, विकसनशील देशातील स्थूल देशांतर्गत उत्पादन वाढले असून उच्च उत्पन्न गटातील म्हणजेच विकसित किंवा प्रगत देशातील स्थूल देशांतर्गत उत्पादनवाढीचा वेग अल्पशा फरकाने स्थिर राहिला आहे.

(4) भारत व चीन या दोन विकसनशील देशांपैकी भारतापेक्षा चीनच्या देशांतर्गत उत्पादनवाढीचा वेग अधिक आहे. भारतातील प्रचंड दारिद्र्य हे विकासाच्या कमी दराचे कारण व परिणाम दोन्हीही आहेत.

1.2 उदयोन्मुख अर्थव्यवस्था म्हणून भारतीय अर्थव्यवस्थेची ठळक वैशिष्ट्ये

BASIC CHARACTERISTICS OF INDIAN ECONOMY AS AN EMERGING ECONOMY

1. **कृषिप्रधान अर्थव्यवस्था** *(Agricultural Economy)* : अल्पविकसित किंवा विकसनशील अर्थव्यवस्थेत शेतीक्षेत्राला सर्वांत महत्त्वाचे स्थान असते. भारतीय अर्थव्यवस्थेत शेतीला अत्यंत महत्त्वाचे स्थान आहे. सन 2011 मध्ये भारताच्या एकूण लोकसंख्यपैकी 51.1 टक्के लोकसंख्या उपजीविकेसाठी शेतीवर अवलंबून आहे. अमेरिका व इंग्लंडमध्ये 2 ते 3 टक्के, पश्चिम जर्मनीमध्ये 4 टक्के, जपानमध्ये 5 टक्के तर पाकिस्तान व चीनमध्ये शेतीवर अवलंबून असणाऱ्या लोकसंख्येचे प्रमाण अनुक्रमे 48 टक्के व 64 टक्के आहे. राष्ट्रीय उत्पन्नात शेतीक्षेत्राचा वाटा जपान, इंग्लंड व अमेरिकेत फक्त 2 टक्के आहे तर भारताच्या राष्ट्रीय उत्पन्नात शेतीचा वाटा 30 टक्के असल्याचे जागतिक बँकेच्या सन 1997 च्या अहवालावरून स्पष्ट झाले आहे. सन 2005-06 च्या आर्थिक सर्वेक्षणानुसार, भारताची 59 टक्के लोकसंख्या शेतीवर अवलंबून असून भारताच्या एकूण देशांतर्गत उत्पादनात शेतीक्षेत्राचा हिस्सा 20 टक्के आहे. शेतीक्षेत्रावर अवलंबून असणारी लोकसंख्या जवळपास स्थिर असली तरी शेतीचा एकूण देशांतर्गत उत्पादनातील हिस्सा 17.2 टक्के झाला आहे. सन 2008 मध्ये एकूण लोकसंख्येपैकी 58 टक्के लोकसंख्या शेतीवर अवलंबून होती. परंतु इंग्लंड, अमेरिका आणि जपान या प्रगत देशांमध्ये कृषीवर अवलंबून असणाऱ्या लोकसंख्येची टक्केवारी अनुक्रमे 1 टक्का, 4 टक्के आणि 5 टक्के अशी अत्यल्प आहे तर आर्थिक महासत्ता होऊ पाहणाऱ्या चीनमध्ये 47 टक्के लोकसंख्या शेतीवर अवलंबून आहे.

सध्या भारतात शेतीवर 51.1 टक्के लोकसंख्या अवलंबून असल्याने लोकसंख्येच्या अतिरिक्त भारामुळे या क्षेत्राचा राष्ट्रीय उत्पन्नातील हिस्सा घटून 17.2 टक्के झाला आहे. जेव्हा राष्ट्रीय उत्पन्नातील शेतीचा वाटा कमी होऊन इतर क्षेत्रांचा वाटा वाढतो तेव्हा देश विकासाच्या दिशेने वाटचाल करतो असे मानले जाते.

भारतीय अर्थव्यवस्थेत शेतीला जरी महत्त्वाचे स्थान असले तरी शेतीचा फारसा विकास झालेला नाही. जमीनवाटपातील विषमता, भांडवलाचा अभाव, धारणक्षेत्राचा अतिशय लहान आकार, जुनाट उत्पादन तंत्र, पाणीपुरवठ्याच्या अपुर्‍या सुविधा यामुळे शेतीची उत्पादकता कमी आहे. भारताप्रमाणेच इतर मागास देशांत शेतीवर अवलंबून असणाऱ्या लोकसंख्येचे प्रमाण अधिक आहे. उदाहरणार्थ, इजिप्त (59%), बांगलादेश (50%).

2. दरडोई उत्पन्न कमी (*Low Per Capita Income*) : दरडोई उत्पन्न हा आर्थिक विकासाचा एक महत्त्वाचा निर्देशक मानला जातो. दरडोई उत्पन्नाचा निकष भारतीय अर्थव्यवस्थेत लागू केल्यास भारतीय अर्थव्यवस्था अल्पविकसित अर्थव्यवस्था आहे हे स्पष्ट होते.

सन 1997 च्या जागतिक विकास अहवालानुसार, सन 1995 मध्ये भारताचे दरडोई उत्पन्न 620 अमेरिकन डॉलर्स होते. स्वित्झर्लंडचे दरडोई उत्पन्न 40,630 डॉलर्स; जपानचे 39,640 डॉलर्स; अमेरिकेचे 26,940 डॉलर्स; पश्चिम जर्मनीचे 27,510 डॉलर्स; इंग्लंडचे 18,700 डॉलर्स होते. इतर प्रगत देशांशी भारताच्या दरडोई उत्पन्नाची तुलना केल्यास भारताचे दरडोई उत्पन्न अतिशय कमी दिसून येते.

सन 1965 ते 1989 या कालावधीत दरडोई उत्पन्नवाढीचा वेग भारतात फक्त 1.8 टक्के होता तर स्वित्झर्लंड, जपान व चीनमध्ये तो 4 टक्क्यांपेक्षा जास्त होता. सन 1985 ते 1994 या कालावधीत मात्र भारतातील दरडोई उत्पन्नवाढीचा दर अमेरिका, जपान व इंग्लंड या प्रगत देशांपेक्षा जास्त होता. अमेरिका व इंग्लंडमध्ये या कालावधीत दरडोई उत्पन्नात फक्त 1.3 ते 1.4 टक्के वाढ झाली. भारतात दरडोई उत्पन्नात 3.2 टक्क्यांनी वाढ झाली. सन 2006 मध्ये भारताचे दरडोई उत्पन्न 820 डॉलर्स होते तर अमेरिकेचे दरडोई उत्पन्न 44,970 डॉलर्स होते. सन 2010 मध्ये भारताचे दरडोई उत्पन्न सर्वांत कमी म्हणजे 1,270 डॉलर्स होते. सन 2012 मध्ये भारताचे दरडोई उत्पन्न सर्वांत कमी म्हणजे 1,530 डॉलर्स होते तर चीनचे दरडोई उत्पन्न 5,740 डॉलर्स होते. उच्च उत्पन्न गटातील देशाचे दरडोई उत्पन्न 37,594 डॉलर्स होते.

सन 2014 मध्ये भारताचे स्थूल राष्ट्रीय उत्पन्न दोन लाख कोटी डॉलर्सपर्यंत वाढले होते तर दरडोई उत्पन्न 1,610 अमेरिकन डॉलर्स होते. मागील दशकात दरडोई उत्पन्न 8.9 टक्क्याने वाढ झाली असून याच दराने उत्पन्नात वाढ झाल्यास भारत मध्यम व उच्च उत्पन्न गटात प्रवेश करेल. चीनचा सध्याचा 15.6 टक्के उत्पन्नवाढीचा दर कायम राहिल्यास चीन सन 2018 मध्ये उच्च उत्पन्न गटात प्रवेश करेल.

तक्ता क्र. 1.3 मध्ये जागतिक बँकेच्या सन 2012 मधील अहवालानुसार, निवडक देशांचे दरडोई उत्पन्न दर्शविले आहे.

तक्ता क्र. 1.3 : निवडक देशांतील दरडोई स्थूल राष्ट्रीय उत्पन्न (सन 2012)

देश	विनिमय दराधिष्ठित (अमेरिकन डॉलर्समध्ये)	खरेदीशक्ती समताधिष्ठित बाजार-किमतीनुसार दरडोई उत्पन्न (अमेरिकन डॉलर्समध्ये)
1. स्वित्झर्लंड	82,730	56,240
2. अमेरिका	50,120	50,610
3. जपान	47,870	36,290
4. जर्मनी	44,010	41,890
5. इंग्लंड	38,250	36,880
6. भारत	1,530	3,840
7. चीन	5,740	9,210

संदर्भ : *The World Bank, World Development Report, 2013*

वरील तक्ता क्र. 1.3 वरून असे स्पष्ट होते की, सन 2012 मध्ये विनिमय दरानुसार स्वित्झर्लंडचे दरडोई उत्पन्न सर्वाधिक 82,730 अमेरिकन डॉलर्स; अमेरिकेचे दरडोई उत्पन्न 50,120 डॉलर्स; जपानचे 47,870 डॉलर्स; चीनचे 5,740 डॉलर्स तर भारताचे दरडोई उत्पन्न फक्त 1,530 डॉलर्स होते. मात्र क्रयशक्ती समता दरानुसार ते 3,840 डॉलर्स होते.

जागतिक बँकेच्या सन 2014 च्या अहवालानुसार, भारताचे दरडोई उत्पन्न 1,610 अमेरिकन डॉलर्स होते. सन 2014 च्या आर्थिक वर्षात भारताच्या राष्ट्रीय उत्पन्नातील वाढीचा दर 7.4 टक्के म्हणजेच चीनची बरोबरी साधणारा होता. चीनचे स्थूल राष्ट्रीय उत्पन्न 10.4 लाख कोटी डॉलर्सचे; मात्र भारतीय स्थूल राष्ट्रीय उत्पन्न 2.06 लाख कोटी डॉलर्सचे होते. मागील दशकात भारताच्या दरडोई उत्पन्नवाढीचा दर 8.9 टक्के होता. याच दराने दरडोई उत्पन्नात वाढ झाल्यास सन 2026 मध्ये भारत उच्च उत्पन्न गटात प्रवेश करेल.

वरील तक्ता क्र. 1.3 वरून असे दिसून येईल की, सन 2012 मध्ये अधिकृत विनिमय दरानुसार, अमेरिकेचे सरासरी दरडोई राष्ट्रीय उत्पन्न भारताच्या दरडोई राष्ट्रीय उत्पन्नाच्या 32.8 पट होते. परंतु खरेदीशक्ती क्षमतेनुसार ते केवळ 13.2 पट आहे. अधिकृत विनिमय दराऐवजी खरेदीशक्ती क्षमतेनुसार अमेरिका व भारत यांच्या दरडोई उत्पन्नातील दरी किंवा तफावत कमी झालेली दिसत असली तरी भारतीयांशी तुलना करता अमेरिकन नागरिकांचा राहणीमानाचा दर्जा खूपच उच्च आहे हे लक्षात येते.

3. **लोकसंख्येत प्रचंड वाढ** *(Huge Population Growth)* : भारताच्या लोकसंख्येत स्वातंत्र्योत्तर काळात सातत्याने वाढ होत आहे. सन 1911 ते 2011 या कालावधीत दरहजारी जन्मदर 49.2 वरून 22 पर्यंत कमी झाला. परंतु याच कालावधीत दरहजारी मृत्युदर 48.6 वरून 7 पर्यंत कमी झाल्याने लोकसंख्यावाढीचा दर वाढत गेला. त्यामुळे भारताच्या लोकसंख्येत प्रचंड प्रमाणात वाढ झाली होती.

सन 1951 मध्ये भारताची लोकसंख्या 36 कोटी होती. ती सन 1991 मध्ये 84.5 कोटी; सन 2001 मध्ये ती 102.7 कोटींपर्यंत जाऊन पोहोचली. भारताच्या वाढत्या लोकसंख्येचा अर्थव्यवस्थेवर आर्थिक भार पडून तिने अर्थव्यवस्थेसमोर अनेक प्रश्न निर्माण केले आहेत. सन 2011 मध्ये भारताची लोकसंख्या 121 कोटी होती.

4. **प्रचंड बेकारी** *(Huge Unemployment)* : भारतात वाढत्या लोकसंख्येबरोबर श्रमिकांचा पुरवठा वाढत आहे. या सर्व श्रमिकांना रोजगार मिळत नसल्याने बेकारीचे प्रमाण सतत वाढत आहे. प्रगत देशांत जी बेकारी दिसून येते ती उत्पादनाच्या रचनेमध्ये बदल झाल्यामुळे रचनात्मक बेकारी (Structural Unemployment) किंवा मागणीतील कमतरतेने दिसून येणारी बेकारी असते. भारतात उद्योगांचा विकास न झाल्यामुळे शहरी भागात उघड व सुशिक्षितांची बेकारी दिसून येते. ग्रामीण भागात मात्र शेतीक्षेत्रावर आवश्यकतेपेक्षा जास्त मजुरांची संख्या वाढल्याने अदृश्य किंवा छुपी बेकारी (Disguised Unemployment) दिसून येते. तसेच शेतीचा हंगाम संपल्यानंतर शेतमजुरांना काम नसल्याने हंगामी स्वरूपाची बेकारी (Seasonal Unemployment) निर्माण होते.

भारतीय नियोजन मंडळाने केलेल्या सर्वेक्षणानुसार, भारतात सन 1990-91 मध्ये 2.8 कोटी लोक बेकार होते. सन 1990-95 या कालावधीत बेकारी 3.7 कोटींपर्यंत, तर आठव्या पंचवार्षिक योजनेच्या अंदाजानुसार बेकारांची संख्या 6.5 कोटी असल्याचा अंदाज केला होता. देशाच्या वाढत्या लोकसंख्येबरोबरच बेकारांची संख्या वाढल्याने वाढती बेकारी ही सरकारपुढील महत्त्वाची समस्या बनली आहे. सन 2002 ते 2007 या काळात भारताच्या बेकारीत 35 दशलक्ष एवढी भर पडणार होती. अकराव्या पंचवार्षिक योजनेत सुधारित अंदाजानुसार, 82 दशलक्ष लोकांना रोजगार पुरवावा लागेल. सध्या बेकारीचा दर 6.60 टक्के आहे.

5. **भांडवलनिर्मितीचा वाढता दर** *(Increasing Rate of Capital Formation)* : भांडवलनिर्मितीचा अतिशय कमी दर हे भारतीय अर्थव्यवस्थेचे एक महत्त्वाचे वैशिष्ट्य होते. भारतात दरडोई उत्पन्न अतिशय कमी असल्याने बचत व भांडवलसंचय कमी होऊन भांडवलनिर्मितीचा दर कमी राहिला. भांडवलनिर्मितीच्या दरासंबंधी दोन निकष मानले जातात; ते म्हणजे पोलादाचा दरडोई वापर आणि ऊर्जेचा दरडोई उपभोग. जागतिक बँकेच्या सन 2012 च्या विकास अहवालानुसार, (World Development Report) सन 2010 मध्ये ऊर्जेचा दरडोई वापर अमेरिकेत 7,225 कि.ग्रॅ.;

इंग्लंडमध्ये 3,282 कि.ग्रॅ.; जपानमध्ये 3,883 कि.ग्रॅ. होता. भारतात मात्र तो फक्त 560 कि.ग्रॅ. एवढा कमी होता. ऊर्जेचा दरडोई उपभोग सन 1994 मध्ये अमेरिकेत 7,819 कि.ग्रॅ.; इंग्लंडमध्ये 3,772 कि.ग्रॅ.; जपानमध्ये 3,856 कि.ग्रॅ. तर भारतात फक्त 248 कि.ग्रॅ. होता.

देशातील लोकांचे सध्याचे राहणीमान टिकवून ठेवण्यासाठी 4 टक्के अतिरिक्त गुंतवणूक झाली पाहिजे असे मत प्रसिद्ध अर्थशास्त्रज्ञ प्रा. कोलिन क्लार्क यांनी व्यक्त केले होते. भारताची लोकसंख्या प्रतिवर्षी 1.64 टक्के दराने वाढत असल्याने भांडवल गुंतवणुकीचा दर 14 टक्के असला पाहिजे. पोलाद आणि ऊर्जेचा वापर जेवढा अधिक प्रमाणात होतो तेवढ्या प्रमाणात आर्थिक विकासाचा वेग अधिक असतो. परंतु अमेरिका, इंग्लंड, जपान आणि चीन या देशांपेक्षा भारतातील ऊर्जेचा दरडोई वापर खूपच कमी (560 कि.ग्रॅ.) आहे.

तक्ता क्र. 1.4 : स्थूल भांडवलनिर्मिती

देश	स्थूल भांडवलनिर्मिती (टक्केवारीत)		
	1990	2010	2012
1. अमेरिका	18	15	14.9
2. इंग्लंड	20	15.4	14.5
3. जपान	33	20.2	19.9
4. जर्मनी	24	17.3	17.2
5. चीन	35	47.7	48.4
6. भारत	24	36.4	35.6

संदर्भ : *World Development Indicators, 2013*

तक्ता क्र. 1.4 वरून असे स्पष्ट होते की, प्रगत देशांशी तुलना करता, भारतातील स्थूल भांडवलनिर्मिती अधिक आहे. याला फक्त चीनचा अपवाद आहे. आर्थिक विकासाच्या दृष्टीने ही स्वागतार्ह बाब आहे. सन 2012 मध्ये भारताची स्थूल देशांतर्गत बचत 35.6 टक्के आहे. परंतु राजकीय अस्थिरता, प्रतिकूल आर्थिक धोरणे, वाढती महागाई, रेपो रेटमध्ये सातत्याने होणारी वाढ इत्यादींमुळे भांडवलनिर्मिती आणि बचतीचा पुरेशा प्रमाणात व कार्यक्षमपणे वापर होत नाही. सन 2012 मध्ये भारतातील भांडवलनिर्मितीचा दर प्रगत देशापेक्षाही अधिक असल्याचे स्पष्ट होते.

6. तांत्रिक मागासलेपणा (*Technical Backwardness*) : देशाच्या आर्थिक विकासाचा वेग तांत्रिक विकास व संशोधनावर अवलंबून असतो. तांत्रिक शिक्षणाचा अभाव आणि भांडवलाची कमतरता असल्याने भारतातील शेतीव्यवसायात पारंपरिक शेती-अवजारे व बी-बियाणे वापरली जातात. तसेच तांत्रिक शिक्षण घेतलेल्या कुशल कामगारांची कमतरता असल्याने अनेक उद्योगांत जुनाट पद्धतीने उत्पादन केले जाते. जुनाट उत्पादन तंत्रामुळे उत्पादनाचा सरासरी खर्च वाढतो. गुणवत्ता मात्र कमी असल्याने असे उत्पादन स्पर्धेच्या युगात टिकू शकत नाही. तांत्रिक मागासलेपणामुळे उत्पादन कमी होऊन त्याचा प्रतिकूल परिणाम आर्थिक विकासावर होतो.

7. मानवी भांडवलाचा निकृष्ट दर्जा (*Poor Quality of Human Capital*) : मानवी श्रम हा उत्पादन प्रक्रियेतील महत्त्वाचा घटक मानला जातो. भारताच्या वाढत्या लोकसंख्येमुळे मानवी श्रम मुबलक प्रमाणात उपलब्ध आहेत. परंतु शिक्षण व तांत्रिक शिक्षणाच्या पुरेशा सुविधा नसल्याने या घटकाचा दर्जा कमी प्रतीचा राहिला आहे. सन 2011 च्या जनगणनेनुसार, अजूनही 26 टक्के लोक निरक्षर आहेत. या लोकसंख्येवर रूढी, परंपरा, अंधश्रद्धा यांचा पगडा असल्याने ते नवीन तंत्रज्ञान व वैज्ञानिक दृष्टिकोन स्वीकारण्यास तयार होत नाहीत. सन 2003-04 मध्ये स्थूल राष्ट्रीय उत्पन्नाच्या फक्त 3.3 टक्के उत्पन्न शिक्षण व संशोधनावर खर्च झाले होते. अमेरिकेत स्थूल राष्ट्रीय उत्पन्नाच्या 5.9 टक्के उत्पन्न शिक्षण व संशोधनावर खर्च करण्यात येतो. त्यामुळे प्रगत देशांतील मानवी भांडवलाचा दर्जा उच्च प्रतीचा असतो व त्यांची कार्यक्षमतादेखील अधिक असते. भारतात निरक्षरतेचे प्रमाण अधिक असल्याने नवीन वैज्ञानिक दृष्टिकोन लोकांकडून स्वीकारला जात नाही. म्हणून देशाचा आर्थिक विकासाचा वेग कमी दिसून येतो.

हे आपले दुर्दैव आहे की, भारताच्या एकूण देशांतर्गत उत्पादनाच्या केवळ एक टक्का खर्च सार्वजनिक आरोग्यावर होतो.

संयुक्त राष्ट्रसंघ विकास कार्यक्रमांतर्गत (UNDP) आयुष्यमान, प्रौढ साक्षरता प्रवेश, खरेदीशक्ती समताधिष्ठित दरडोई स्थूल देशांतर्गत उत्पादन इत्यादींच्या आधारावर मानव विकास निर्देशांक (HDI) तयार केला जातो. त्यानुसार, भारताचा नंबर 136 तर चीनचा नंबर 101 एवढा आहे.

निवडक देशांचा मानव विकास निर्देशांक तक्ता क्र. 1.5 मध्ये दिला आहे. त्यावरून भारतातील मानवी भांडवलाच्या निकृष्ट दर्जाची कल्पना येईल.

तक्ता क्र. 1.5 : मानव विकास निर्देशांक (सन 2012)

देश	मानव विकास निर्देशांकानुसार क्रमांक
1. कॅनडा	11
2. अमेरिका	5
3. जपान	10
4. फ्रान्स	20
5. इंग्लंड	26
6. चीन	101
7. भारत	136

संदर्भ : *UNDP – Human Development Report, 2013*

8. संपत्तीच्या वाटपात विषमता (*Unequal Distribution of Wealth*) : भारतात संपत्ती व उत्पादन साधनांचे वाटप अतिशय विषम झालेले आहे. भारतीय रिझर्व्ह बँकेने सन 1991-92 मध्ये ग्रामीण मालमत्तेच्या वाटपासंबंधीच्या केलेल्या पाहणीत असे निदर्शनास आले आहे की, देशातील ग्रामीण भागातील 27 टक्के कुटुंबांच्या मालमत्तेचे मूल्य 20 हजार रुपयांपेक्षा कमी होते. 20 ते 50 हजार रुपयांचे मालमत्ता मूल्य असणारी 23.8 टक्के कुटुंबे होती आणि या दोन्ही प्रकारच्या मिळून 50 टक्के कुटुंबांकडे ग्रामीण मालमत्तेपैकी फक्त 9.9 टक्के मालमत्ता होती. 50 हजार ते 1 लाख रुपये मालमत्ता मूल्य असणारी 20.9 टक्के कुटुंबे होती व त्यांच्याकडे एकूण ग्रामीण मालमत्तेच्या 14 टक्के मालमत्ता होती. एक लाख ते अडीच लाख ₹ किमतीची मालमत्ता मूल्य असणारी फक्त 18.8 टक्के कुटुंबे होती व या श्रीमंत कुटुंबांकडे एकूण ग्रामीण मालमत्तेपैकी 27.3 टक्के मालमत्ता होती. अडीच लाख रुपयांपेक्षा अधिक किमतीची मालमत्ता मूल्य असणारी फक्त 9.6 टक्के कुटुंबे होती व त्यांच्याकडे ग्रामीण मालमत्तेपैकी 48.8 टक्के मालमत्ता केंद्रित झाली होती. यावरून ग्रामीण भागातील संपत्ती वाटपातील विषमतेची कल्पना येते.

ग्रामीण मालमत्तेप्रमाणेच शहरी मालमत्तेच्या वाटपातदेखील मोठ्या प्रमाणात विषमता दिसून येते. शहरी भागातील 50.7 टक्के कुटुंबांच्या मालमत्तेचे मूल्य 50 हजार रुपयांपेक्षा कमी होते व त्यांच्याकडे एकूण शहरी मालमत्तेपैकी 5.3 टक्के मालमत्ता होती. अडीच लाख रुपयांपेक्षा अधिक मालमत्ता मूल्य असणाऱ्या 14.2 टक्के कुटुंबांकडे एकूण शहरी मालमत्तेपैकी 66 टक्के मालमत्ता होती. 50 टक्के लोकसंख्येकडे असलेली संसाधने एवढी कमी आहेत की, त्यांना त्यापासून निर्वाहापुरतेच उत्पन्न मिळते. राष्ट्रीय नमुना पाहणी सर्वेक्षणानुसार, 60 टक्के ग्रामीण गरीब कुटुंबांकडे केवळ 9.3 टक्के शेतजमिनीची मालकी होती.

थोडक्यात, भारतात ग्रामीण व शहरी मालमत्तेच्या वाटपात मोठ्या प्रमाणात विषमता असल्याचे स्पष्ट होते.

9. निकृष्ट राहणीमान *(Low Standard of Living)* : इतर प्रगत देशांशी तुलना केल्यास, भारतातील लोकांचे राहणीमान अतिशय निकृष्ट दर्जाचे दिसून येते. सन 1999 मध्ये भारतातील लोकांना दररोजच्या आहारातून सरासरीने 2,496 कॅलरीज मिळत होत्या. प्रगत देशांत मिळणाऱ्या कॅलरीज 3,400 होत्या. किमान राहणीमानासाठी दररोजच्या आहारातून 2,100 कॅलरीज मिळाल्या पाहिजेत. परंतु एवढ्या किमान कॅलरीज मिळत नाहीत असे भारतात 37 टक्के लोक होते व ते दारिद्र्यरेषेच्या खालचे जीवन जगत होते. जागतिक बँकेच्या एका अहवालानुसार, भारतातील 46 टक्के मुले कुपोषित आहेत. भारतीयांच्या आहारात प्रतिदिनी 59 ग्रॅम प्रथिने असतात. याउलट, प्रगत देशात लोकांच्या आहारात दुप्पट प्रथिने असतात.

सन 1998-99 मध्ये प्रतिहजार लोकसंख्येमागे डॉक्टरचे प्रमाण भारतात 0.4 डॉक्टर असे होते. चीनमध्ये 2.0; इंग्लंडमध्ये 1.5; अमेरिकेत 2.5; जपानमध्ये 7.3 डॉक्टर असे प्रमाण होते. भारतात इतर देशांच्या मानाने डॉक्टरांचे प्रमाण कमी असल्याने लोकांचे आरोग्य निरोगी राहत नाही. त्याचा प्रतिकूल परिणाम कार्यक्षमतेवर व उत्पादनावर होतो. भारतातील 60 टक्के माता आजही कुपोषित आहेत तर केवळ 36 टक्के लोकांनाच पिण्यायोग्य पाणी उपलब्ध होते. भारतात आजही 28 टक्के लोकसंख्या दारिद्र्यरेषेखाली आहे. जागतिक बँकेच्या अहवालानुसार, 46 टक्के बालके कुपोषित आहेत. आपल्या देशातील लोकांना प्रगत देशातील लोकांपेक्षा निम्म्याहून कमी प्रथिने आहारात उपलब्ध होतात. तसेच 52 टक्के लोकसंख्या (निम्मी लोकसंख्या) पक्क्या घरात राहत असून 30 टक्के लोक कच्च्या व अर्धपक्क्या घरात राहतात आणि उर्वरित 18 टक्के लोकसंख्या तात्पुरत्या स्वरूपात उभारलेल्या निवाऱ्यात वस्ती करीत आहे.

राहणीमानाची पातळी लोक चैनीच्या वस्तूंचा उपभोग किती घेतात यावरून ठरविली जाते. सन 1998-99 मध्ये प्रतिहजार लोकसंख्येमागे भारतात 69 दूरदर्शन संच हे प्रमाण होते. चीनमध्ये 272 दूरदर्शन संच, जपानमध्ये 707 दूरदर्शन संच तर अमेरिकेत 847 दूरदर्शन संच असे प्रमाण होते. उच्च शिक्षण घेणाऱ्या लोकांचे प्रमाण दरहजारी अमेरिका (628), इंग्लंड (314), पश्चिम जर्मनी (268), जपान (315) तर भारतात दरहजार लोकसंख्येमध्ये उच्च शिक्षण घेणाऱ्यांची संख्या फक्त 4 होती. भारतात केवळ 52 टक्के लोकांनाच पक्की घरे आहेत. भारतात सन 2001 च्या जनगणनेनुसार, 34.5 टक्के लोकांकडे रेडिओ किंवा सायकल नाही असे दिसून आले.

10. लोकसंख्याविषयक वैशिष्ट्ये *(Demographic Characteristics)* : भारतीय लोकसंख्येचा अभ्यास विविध अंगांनी करण्यात येतो. भारतात लोकसंख्येची घनता सन 2011 च्या जनगणनेनुसार 382 होती. अमेरिका, कॅनडा व ऑस्ट्रेलिया या देशांत ती अतिशय कमी दिसून येते. भारतापेक्षा अधिक लोकसंख्या असणाऱ्या चीनमध्ये लोकसंख्येची घनता 134 म्हणजे भारतापेक्षा निम्मी आहे. लोकसंख्येची घनता जास्त असल्याने त्याचा भार नैसर्गिक साधनसंपत्ती व शेतीव्यवसायावर पडतो. तसेच भारतात 0 - 14 या वयोगटांमध्ये 40 टक्के लोकसंख्या बालकांची असून 60 वर्षांपेक्षा अधिक वय असणाऱ्या वृद्धांची संख्या 6.4 टक्के आहे. या दोन्ही वयोगटांतील लोकसंख्या उत्पादनात कसलीही भर टाकत नाही. मात्र उपभोगाचे प्रमाण जास्त असते. ही लोकसंख्या 15 ते 59 वयोगटातील कर्त्या लोकसंख्येवर आपला भार टाकून आर्थिक विकासात हातभार लावण्याऐवजी अडथळा ठरत आहे. सन 2005 मध्ये जगाची लोकसंख्येची घनता प्रति चौ.कि.मी. ला 50 तर भारताची 368 होती. परंतु लोकसंख्येची घनता अमेरिका (33), कॅनडा (3) तर ऑस्ट्रेलिया (4) इतकी आहे.

11. निरक्षरता *(Illiteracy)* : भारतात निरक्षरतेचे प्रमाण अधिक दिसून येते. सन 1981 मध्ये सात वर्षांपेक्षा अधिक वयोगटातील एकूण लोकसंख्येपैकी निरक्षर लोकसंख्येचे प्रमाण 56.3 टक्के होते. ते सन 1991 मध्ये 47.8 टक्क्यांपर्यंत तर सन 2001 मध्ये 34.6 टक्क्यांपर्यंत कमी झाले आहे. निरक्षर लोकसंख्येवर अंधश्रद्धा, रूढी, परंपरांचा पगडा अधिक असल्याने ही लोकसंख्या नवीन दृष्टिकोन स्वीकारण्यास तयार होत नाही. निरक्षर लोकसंख्येत पुरुष 25 टक्के तर स्त्रिया 48 टक्के आहेत. महिला सबलीकरणातील हा महत्त्वाचा अडथळा आहे. सन 2011 च्या जनगणनेनुसार, भारतात 18 टक्के पुरुष व 35 टक्के स्त्रिया निरक्षर होत्या.

12. सदोष आर्थिक संघटन (*Defective Economic Organisation*) : भारतात आर्थिक विकासासाठी आवश्यक असणाऱ्या बँका व वित्तीय संस्थांचा विकास ग्रामीण भागात फारसा झालेला नाही. त्यामुळे शेतकऱ्यांना शेतीचा व कौटुंबिक खर्च भागविण्यासाठी सावकारांकडून अधिक व्याजाने कर्ज घ्यावे लागते. औद्योगिक विकासासाठी देशाचा भांडवलबाजार विकसित असला पाहिजे. परंतु भारतीय भांडवलबाजार विकसित न झाल्याने उद्योगांना भांडवल पुरवठा पुरेशा प्रमाणात होऊ शकत नाहीत. तसेच वाहतूक व दळणवळणाचा विकास न झाल्याने शेतकऱ्यांना आपला शेतमाल स्थानिक बाजारपेठेत कमी किमतीत विकावा लागतो.

13. नैसर्गिक व मानवी साधनसंपत्तीचा अपव्यय (*Wastage of Natural and Human Resources*) : भारतासारख्या खंडप्राय देशात नैसर्गिक साधनसंपत्ती (उदा., खनिजसंपत्ती, जलसंपत्ती, वनसंपत्ती) मोठ्या प्रमाणात उपलब्ध आहे. तसेच वाढत्या लोकसंख्येमुळे मानवी साधनसंपत्तीदेखील मोठ्या प्रमाणात उपलब्ध आहे. परंतु केवळ भांडवलाच्या टंचाईमुळे मानवी साधनसंपत्तीचा पूर्णपणे वापर केला जात नाही. कुशल प्रशासक व प्रामाणिक प्रशासन यंत्रणेचा अभाव असल्याने टंचाई असलेल्या भांडवलाचीदेखील मोठ्या प्रमाणात उधळपट्टी होताना दिसते. म्हणून असे म्हटले जाते की, ''भारत हा नैसर्गिक व मानवी साधनसंपत्तीच्या बाबतीत श्रीमंत असलेला एक दरिद्री देश आहे.''

14. सर्वाधिक लोकसंख्येचा शेतीक्षेत्रावर भार (*Most of the Population Engaged in Agriculture*) : कामकरी लोकसंख्येचा फार मोठा हिस्सा शेतीवर अवलंबून राहणे हे भारतासारख्या विकसनशील अर्थव्यवस्थेचे एक प्रधान वैशिष्ट्य आहे. सध्या भारतात शेतीक्षेत्रावर 58 ते 60 टक्के कामकरी लोकसंख्या अवलंबून असली तरी एकूण देशांतर्गत उत्पादनात शेतीक्षेत्राचा हिस्सा केवळ 14 टक्केच आहे. आशिया, आफ्रिका व मध्य पूर्व देशातील जवळजवळ दोन-तृतीयांश लोकसंख्या शेतीवर अवलंबून आहे.

अशा प्रकारे इंग्लंड, अमेरिका व जपान या प्रगत देशांची खूपच कमी लोकसंख्या शेतीवर अवलंबून आहे. या देशांची अनुक्रमे 99 टक्के, 96 टक्के आणि 95 टक्के लोकसंख्या उद्योग व सेवाक्षेत्रावर अवलंबून आहे. परंतु थायलंड, पाकिस्तान, चीन व भारत या विकसनशील देशांची अनुक्रमे 45 टक्के, 52 टक्के, 47 टक्के व 58 टक्के लोकसंख्या शेतीवर अवलंबून असल्याने उद्योग व सेवाक्षेत्रावर कमी लोकसंख्या अवलंबून आहे. सर्वाधिक लोकसंख्या शेतीवर अवलंबून असणे हे अप्रगत किंवा विकसनशीलपणाचे एक लक्षण मानले जाते.

तक्ता क्र. 1.6 मध्ये निवडक देशांतील शेतीवर अवलंबून असणारी लोकसंख्या व शेतीक्षेत्राचा स्थूल देशांतर्गत उत्पादनातील हिस्सा दर्शविला आहे.

तक्ता क्र. 1.6 : निवडक देशांतील सन 2010 मधील शेतीवर अवलंबून लोकसंख्या आणि शेतीक्षेत्राचा स्थूल देशांतर्गत उत्पादनातील हिस्सा (टक्केवारीत)

देश	शेतीवर अवलंबून लोकसंख्या (टक्केवारीत)	शेती उत्पादनाचा स्थूल देशांतर्गत उत्पादनातील हिस्सा (टक्केवारीत)
1. इंग्लंड	1	0.7
2. अमेरिका	4	1.0
3. जपान	5	1.4
4. थायलंड	45	12.3
5. पाकिस्तान	52	21.1
6. चीन	47	10.1
7. भारत	58	18.9

संदर्भ : *Indian Economy : Datt and Sundharam; 66th Ed. (2012).*

अशा प्रकारे विकसनशील अर्थव्यवस्था म्हणून भारतीय अर्थव्यवस्थेची विविध वैशिष्ट्ये आहेत.

वरील विवेचनावरून असे म्हणता येईल की, कमी दरडोई उत्पन्न, मोठ्या प्रमाणावरील बेकारी व दारिद्र्य, वाढत्या लोकसंख्येचा भार, संपत्ती व मालमत्तेचे विषम वाटप, भांडवलनिर्मितीचा वाढता दर ही विकसनशील अर्थव्यवस्थेची सर्व वैशिष्ट्ये भारतीय अर्थव्यवस्थेत दिसून येतात. म्हणून भारतीय अर्थव्यवस्था अल्पविकसित किंवा विकसनशील अर्थव्यवस्था आहे हे स्पष्ट होते.

1.3 भारतीय अर्थव्यवस्थेची प्रगत देशांशी तुलना
COMPARISON OF INDIAN ECONOMY WITH DEVELOPED COUNTRIES

भारताचा समावेश विकसनशील देशांत केला जातो. जागतिक बँकेने आपल्या सन 2011 च्या जागतिक विकास अहवालात जगातील विविध देशांचे दरडोई उत्पन्नावर आधारित पुढीलप्रमाणे वर्गीकरण केले आहे :

- **अल्प उत्पन्न देश** (Low Income Countries) : सन 2010 च्या दरडोई उत्पन्नाच्या आकडेवारीनुसार, ज्या देशांचे दरडोई उत्पन्न 1,305 डॉलर्स किंवा त्यापेक्षा कमी आहे अशा देशांचा समावेश अल्प उत्पन्न असणाऱ्या देशांमध्ये होतो.

- **मध्यम उत्पन्न देश** (Middle Income Countries) : ज्या देशांचे दरडोई उत्पन्न 1,305 डॉलर्स ते 9,971 डॉलर्स या दरम्यान आहे अशा देशांचा समावेश मध्यम उत्पन्न असणाऱ्या देशांमध्ये केला जातो.

- **उच्च उत्पन्न देश** (High Income Countries) : ज्या देशांचे दरडोई उत्पन्न 9,971 डॉलर्सपेक्षा अधिक आहे अशा देशांचा समावेश उच्च उत्पन्न देशांमध्ये केला जातो. अमेरिका, कॅनडा, ऑस्ट्रेलिया, पश्चिम युरोप इत्यादी देशांचा समावेश या वर्गवारीत होतो. या देशांना 'प्रगत देश' असेही म्हणतात. हे देश सर्वसामान्यपणे आर्थिक सहकार्य आणि विकास संघटनेचे (OECD) सभासद असतात.

सन 2013 मध्ये भारताचे दरडोई उत्पन्न 1,530 डॉलर्स असल्याने भारताचा समावेश उच्च उत्पन्न विकसनशील देशात होतो. अल्प उत्पन्न देशांचा जगाच्या एकूण लोकसंख्येत 11.6 टक्के तर जगाच्या एकूण राष्ट्रीय उत्पन्नात 0.67 टक्के एवढा हिस्सा आहे. परंतु उच्च उत्पन्न असणाऱ्या प्रगत देशांचा जगाच्या एकूण लोकसंख्येत 16.3 टक्के हिस्सा असून जगाच्या एकूण राष्ट्रीय उत्पन्नात सर्वाधिक म्हणजे 69.8 टक्के हिस्सा आहे.

मध्यम उत्पन्न गटातील देशांचा जागतिक लोकसंख्येत 72.1 टक्के हिस्सा असला तरी जागतिक उत्पन्नात फक्त 29.6 टक्के हिस्सा आहे. अल्प व मध्यम उत्पन्न गटातील देशांचा विकसनशील देशात समावेश होत असल्याने विकसनशील देशांचा जागतिक लोकसंख्येत 83.7 टक्के तर जागतिक उत्पन्नात 30.3 टक्के हिस्सा येतो.

पुढील मुद्द्यांच्या संदर्भात भारतीय अर्थव्यवस्थेची प्रगत देशांशी तुलना केली आहे.

1. **लोकसंख्या** (*Population*) : उच्च जन्मदर आणि वेगाने घटणारा मृत्युदर यांमुळे भारतासमोर अतिरिक्त लोकसंख्येची समस्या आहे. सन 1941 ते 1950 या काळात भारतात लोकसंख्यावाढीचा दर 1.31 टक्के एवढा होता. तो सध्या दोन टक्क्यांच्या आसपास आहे. भारताची लोकसंख्या वेगाने वाढत असल्याने राहणीमानाचा दर्जा टिकवून ठेवण्यासाठी विकासाचा वेग वाढता ठेवण्याची आवश्यकता निर्माण होते.

तक्ता क्र. 1.7 मध्ये भारत व इतर प्रगत देशांच्या लोकसंख्येची तुलना केली आहे.

तक्ता क्र. 1.7 : सन 2010 नुसार विविध देशातील लोकसंख्येची तुलना

देश		एकूण लोकसंख्या (००० मध्ये)	स्त्री - पुरुष प्रमाण (प्रत्येक शंभर स्त्रियांमागे पुरुषांची संख्या)
1.	कॅनडा	34,017	86.1
2.	चीन	13,41,335	108.0
3.	फ्रान्स	62,787	94.8
4.	भारत	12,24,614	106.8
5.	न्यूझीलंड	4,163	96.5
6.	रशिया	1,42,958	86.1
7.	इंग्लंड	62,036	96.8
8.	अमेरिका	3,10,384	97.4

संदर्भ : *United Nations Population Division, 2010*

तक्ता क्र. 1.7 वरून असे दिसून येते की, चीन हा देश वगळता कॅनडा, फ्रान्स, न्यूझीलंड, इंग्लंड, अमेरिका इत्यादी प्रगत देशांपेक्षा भारताची लोकसंख्या अधिक आहे. तसेच दर शंभर स्त्रियांमागे पुरुषाचे प्रमाणही अधिक आहे हे स्पष्ट होते. सन 2007 च्या जागतिक विकास अहवालानुसार, सन 2005 मध्ये भारताची लोकसंख्या 1,095 दशलक्ष होती तर चीनची लोकसंख्या 1,305 दशलक्ष होती. जगाच्या एकूण लोकसंख्येत भारताच्या लोकसंख्येचा हिस्सा 17 टक्के तर चीनच्या लोकसंख्येचा 22.2 टक्के हिस्सा होता. सन 2008 च्या जागतिक विकास अहवालानुसार, सन 2006 मध्ये भारताची लोकसंख्या 1,110 दशलक्ष होती तर कॅनडा (33 दशलक्ष), फ्रान्स (61 दशलक्ष), इंग्लंड (60 दशलक्ष), अमेरिका (299 दशलक्ष), स्वित्झर्लंड (7 दशलक्ष), डेन्मार्क (5 दशलक्ष) इत्यादी प्रगत देशांची लोकसंख्या होती. या प्रगत देशांतील लोकसंख्यावाढीचा सरासरी वेग एक टक्क्यापेक्षाही कमी होता तर भारताचा लोकसंख्यावाढीचा वेग 1.5 टक्का एवढा होता. जपान या देशातील लोकांची सरासरी आयुमर्यादा 82 वर्षे होती. परंतु भारतातील लोकांची सरासरी आयुमर्यादा 63.7 वर्षे एवढी होती. याच काळात चीनमधील लोकसंख्यावाढीचा सरासरी दर एक टक्क्यापेक्षा कमी म्हणजे 0.6 टक्के एवढा होता.

सन 2010 च्या यूनोच्या अहवालानुसार, जागतिक लोकसंख्येत भारताचा हिस्सा वाढून 17.06 टक्के झाला आहे. सन 2013 च्या मानव विकास अहवालानुसारही चीन वगळता इतर प्रगत देशांपेक्षा भारताची लोकसंख्या अधिक होती. या अहवालानुसार पुढील देशांची लोकसंख्या (दशलक्षमध्ये) : कॅनडा (34.7), चीन (1,353.6), फ्रान्स (63.5), भारत (1,258.4), न्यूझीलंड (4.5), रशिया (142.7), इंग्लंड (62.8) व अमेरिका (315.8) असून चीनचा जागतिक लोकसंख्येतील हिस्सा घटून 19.4 टक्के झाला आहे.

पुढील तक्ता क्र. 1.8 मध्ये सन 2010 नुसार निवडक देशांतील जन्मदर व मृत्युदर दिला आहे.

तक्ता क्र. 1.8 : सन 2010 मधील निवडक देशांतील ढोबळ जन्मदर व मृत्युदर (दरहजारी)

देश		जन्मदर	मृत्युदर	देश		जन्मदर	मृत्युदर
1.	जर्मनी	8	11	6.	ऑस्ट्रेलिया	13	6
2.	इंग्लंड	13	9	7.	जपान	9	10
3.	अमेरिका	14	8	8.	चीन	12	17
4.	कॅनडा	11	8	9.	भारत	22	8
5.	फ्रान्स	13	8				

संदर्भ : *United Nations Population Division, 2010*

अशा प्रकारे तक्ता क्र. 1.8 वरून असे दिसून येते की, प्रगत देशांपेक्षा भारतात जन्मदर सर्वाधिक आहे. जपानसारख्या प्रगत देशात जन्मदर व मृत्युदर जवळजवळ सारखाच आहे. जर्मनीत जन्मदरापेक्षा मृत्युदर अधिक असल्याने लोकसंख्या घटण्याची प्रवृत्ती आहे. परंतु भारतात 22 - 8 = 14 लोकांची दरहजारी भर पडते; परंतु प्रगत देशांत मृत्युदर आणि जन्मदर यांच्यात अंतर कमी आहे.

चीन व भारत या दोन्ही देशांची मिळून होणारी लोकसंख्या एकूण लोकसंख्येच्या 37 टक्के येते. सन 1970 ते 1980 दरम्यान या दोन देशांमध्ये लोकसंख्यावाढीचा दर 2 टक्के एवढा होता. आज भारतात लोकसंख्यावाढीचा दर 1.64 टक्के आहे. परंतु चीनमधील लोकसंख्या नियंत्रणाच्या प्रभावी उपाययोजनामुळे लोकसंख्यावाढीचा दर घटून 0.6 टक्के झाला आहे. तसेच युरोप व उत्तर अमेरिका या खंडांतील अनेक देश तसेच जपान व इतर प्रगत देशांतील लोकसंख्यावाढीचा दर एक टक्क्यापेक्षाही कमी आहे.

तक्ता क्र. 1.9 : निवडक देशांतील विवाहाचे सरासरी वय

देश	पुरुष	स्त्रिया	देश	पुरुष	स्त्रिया
1. नॉर्वे	28.0	24.4	4. जपान	25.8	23.0
2. पूर्व जर्मनी	27.4	24.7	5. भारत	22.6	18.3
3. फ्रान्स	26.0	22.6			

संदर्भ : *Indian Economy – Datt and Sundharam, 66th Ed., 2012*

विवाहाच्या वयाच्या वाढीमुळे प्रजोत्पादनाचा कालावधी कमी होतो. त्यामुळे लोकसंख्या घटण्यास मदत होते. नॉर्वे, जर्मनी, फ्रान्स, जपान इत्यादी प्रगत देशांशी तुलना करता, भारतात पुरुष व स्त्रिया दोन्हींच्याही बाबत विवाहाचे सरासरी वय कमी आहे. त्यामुळे प्रजोत्पादनाचा कालावधी वाढून लोकसंख्या अधिक वेगाने वाढते.

2. **दरडोई उत्पन्न व स्थूल देशांतर्गत उत्पादन** *(Per Capita Income and Gross Domestic Production)* : एकूण राष्ट्रीय उत्पन्नाला देशाच्या लोकसंख्येने भागितले असता दरडोई उत्पन्न येते. दरडोई उत्पन्नाच्या आधारेच देशाची विविध प्रकारच्या गटात (अल्प उत्पन्न, मध्यम उत्पन्न व उच्च उत्पन्न) वर्गवारी केली जाते.

तक्ता क्र. 1.10 मध्ये विविध देशांच्या दरडोई उत्पन्नाची तुलना केली आहे.

तक्ता क्र. 1.10 : बाजार किमतीनुसार दरडोई उत्पन्न (अमेरिकन डॉलर्समध्ये) (सन 2010)

देश	विनिमय दरावर आधारित	खरेदीशक्ती समतेवर आधारित
1. स्वित्झर्लंड	71,520	49,960
2. अमेरिका	47,340	47,310
3. जपान	41,850	34,610
4. जर्मनी	43,070	38,100
5. इंग्लंड	38,200	35,840
6. भारत	1,270	3,400
7. चीन	4,770	7,640

संदर्भ : *World Development Indicators, 2011*

अशा प्रकारे सन 2010 मध्ये अमेरिकेचे विनिमय दरावर आधारित दरडोई उत्पन्न भारताच्या दरडोई उत्पन्नाच्या 37 पटीने अधिक होते तर खरेदीशक्ती समता तत्त्वानुसार 14 पटीने अधिक होते. सर्वसाधारणतः तक्ता क्र. 1.11 मध्ये प्रगत देशांच्या दरडोई उत्पन्नापेक्षा भारताचे स्थूल राष्ट्रीय उत्पन्न खूपच कमी आहे.

तक्ता क्र. 1.11 : निवडक देशांतील स्थूल देशांतर्गत उत्पादन (महापद्म अमेरिकन डॉलर्समध्ये)

देश	स्थूल देशांतर्गत उत्पादन	देश	स्थूल देशांतर्गत उत्पादन
1. स्वित्झर्लंड	3,000.3	4. जर्मनी	2,814.9
2. अमेरिका	12,238.3	5. इंग्लंड	2,034.2
3. जपान	3,918.9	6. भारत	976.5

संदर्भ : *World Development Report, 2013*

सन 2013 च्या जागतिक विकास अहवालानुसार, अमेरिकेचे स्थूल देशांतर्गत उत्पन्न 12,238.3 महापद्म डॉलर्स होते. जपानचे स्थूल देशांतर्गत उत्पादन 3,918.9 महापद्म डॉलर्स होते तर भारताचे स्थूल देशांतर्गत उत्पादन फक्त 976.5 महापद्म डॉलर्स होते. स्वित्झर्लंड स्थूल देशांतर्गत उत्पादन 3000.3 महापद्म डॉलर्स असले तरी दरडोई उत्पन्न सर्वाधिक होते हे तक्ता क्र. 1.11 वरून स्पष्ट होते.

अशा प्रकारे भारताचे स्थूल देशांतर्गत उत्पादन स्वित्झर्लंड, अमेरिका, जपान, जर्मनी, इंग्लंड इत्यादी प्रगत देशांपेक्षा खूपच कमी आहे. अमेरिकेचे स्थूल देशांतर्गत उत्पादन भारताच्या स्थूल देशांतर्गत उत्पादनाच्या 13 पटीने अधिक आहे तर स्वित्झर्लंडचे स्थूल देशांतर्गत उत्पादन भारताच्या स्थूल देशांतर्गत उत्पादनाच्या जवळजवळ तिप्पट आहे आणि इंग्लंडचे स्थूल देशांतर्गत उत्पादन भारताच्या स्थूल देशांतर्गत उत्पादनाच्या दुप्पट आहे.

3. मानवी विकास निर्देशांक (*Human Development Index*) : संयुक्त राष्ट्रसंघाच्या विकास कार्यक्रमांतर्गत विविध देशांची मानवी विकास निर्देशांकाच्या आधारे वर्गवारी केली जाते. मानवी विकास निर्देशांक आयुष्यमान, प्रौढ साक्षरता, सकस आहार, दरडोई उत्पादन इत्यादींवर आधारित असतो. सन 2004 मध्ये मानवी विकास निर्देशांकावर आधारित भारताचा 126 वा तर चीनचा 81 वा क्रमांक होता. सन 2012 मध्ये मानवी विकासाच्या बाबतीत चीनचा 101 वा क्रमांक होता तर भारताचा 136 वा क्रमांक होता.

तक्ता क्र. 1.12 मध्ये निवडक देशांचा मानवी विकास निर्देशांक दिला आहे.

तक्ता क्र. 1.12 : मानवी विकास निर्देशांक (सन 2012)

देश	अपेक्षित आयुर्मर्यादा	प्रौढ साक्षरता (टक्केवारी)	संयुक्त दाखल प्रमाण (टक्केवारी)	दरडोई वास्तव स्थूल देशांतर्गत उत्पादन (डॉलर्समध्ये)	मानवी विकास निर्देशांकानुसार क्रमांक
1. कॅनडा	81.1	99.00	89	52,232	11
2. अमेरिका	78.7	99.00	98	49,922	3
3. जपान	83.6	99.00	89	46,736	10
4. फ्रान्स	81.7	99.00	94	41,141	20
5. इंग्लंड	80.3	99.00	90	38,589	26
6. चीन	73.7	94.7	70	6,076	101
7. भारत	65.8	74.00	65	1,492	136

संदर्भ : *UNDP – Human Development Report, 2013*

अशा प्रकारे कॅनडा, अमेरिका, जपान, फ्रान्स, इंग्लंड तसेच दुसरी आर्थिक महासत्ता होण्यासाठी प्रयत्न करणाऱ्या चीनमध्ये 90 टक्क्यांपेक्षा अधिक प्रौढ साक्षरता आहे. परंतु भारतात प्रौढ साक्षरतेचे प्रमाण 74 टक्के आहे. म्हणजे जवळजवळ 26 टक्के प्रौढ निरक्षर आहेत. अपेक्षित आयुर्मर्यादा आणि दरडोई वास्तव उत्पन्न (देशांतर्गत) याबाबतही प्रगत देशांनंतरच भारताचा क्रमांक येतो. चीन, जपान, अमेरिका व इंग्लंड या देशांतील जनतेपेक्षा भारतातील जनतेला कमी उष्मांक (2,496) मिळतात. तसेच दरहजार लोकसंख्येमागे दूरदर्शन संचाची उपलब्धताही खूपच कमी (69) आहे. डॉक्टरांची दरहजार लोकसंख्येमागे उपलब्धता 0.4 म्हणजे खूपच कमी आहे. ग्रामीण भागातील केवळ 41 टक्के जनतेलाच कायमस्वरूपी पक्की घरे आहेत. म्हणजे निम्म्यापेक्षा अधिक (59%) ग्रामीण जनता तात्पुरत्या घरात राहते. मानवी विकास निर्देशांकात निवडक देशांत सन 2003 मध्ये भारताचा 126 वा क्रमांक होता तो घसरून 136 (सन 2012) एवढा झाला.

तक्ता क्र. 1.13 : निवडक देशांचा मानवी विकास निर्देशांक (सन 2012)

देश	मानवी विकास निर्देशांक	क्रमांक	देश	मानवी विकास निर्देशांक	क्रमांक
1. कॅनडा	0.911	11	4. चीन	0.699	101
2. अमेरिका	0.937	13	5. इंग्लंड	0.879	26
3. जपान	0.912	10	6. भारत	0.554	136

संदर्भ : *Human Development Report, 2013*

मानवी विकास निर्देशांक सन 2005 व 2013 ची तुलना केल्यास भारताचा क्रमांक 126 वरून 136 असा घसरलेला आहे हे लक्षात येते. दरडोई उत्पन्न कमी, मोठ्या प्रमाणावर निरक्षरता, कमी आयुर्मान, संयुक्त दाखल प्रमाण कमी इत्यादी कारणांमुळे मानवी विकास निर्देशांक क्रमांकात भारताचा नंबर खूपच खालचा आहे.

4.   शेती (*Agriculture*) : तक्ता क्र. 1.14 मध्ये प्रगत देशांतील शेतीक्षेत्राची भारतातील शेतीक्षेत्राशी तुलना केली आहे.

तक्ता क्र. 1.14 : निवडक देशांतील शेतीक्षेत्रात गुंतलेली लोकसंख्या व उत्पन्न (सन 2012)

देश	शेतीक्षेत्रात गुंतलेली लोकसंख्या (टक्केवारी)	एकूण देशाच्या उत्पन्नातील शेतीक्षेत्राचा हिस्सा (टक्केवारी)
1. इंग्लंड	1	0.7
2. अमेरिका	4	1.2
3. जपान	5	1.4
4. थायलंड	45	12.3
5. पाकिस्तान	52	21.1
6. चीन	47	10.1
7. भारत	58	18.9

संदर्भ : *World Bank – World Development Indicators, 2012*

भारताची अर्थव्यवस्था ही प्रामुख्याने प्राथमिक वस्तूंचे उत्पादन करणारी अर्थव्यवस्था किंवा कृषिप्रधान अर्थव्यवस्था संबोधली जाते. कारण तक्ता क्र. 1.14 मध्ये सर्व देशांपेक्षा सर्वाधिक लोकसंख्या भारतात (58%) शेतीक्षेत्रावर रोजगारासाठी अवलंबून आहे. परंतु भारताच्या एकूण देशांतर्गत उत्पादनापैकी केवळ 18.9 उत्पादन शेतीक्षेत्रापासून मिळते. याउलट इंग्लंड (1%), अमेरिका (4%), जपान (5%) इत्यादी प्रगत देशांत लोकसंख्या शेतीवर अवलंबून आहे. सन 2011 मध्ये भारताच्या एकूण निर्यातीत शेतीजन्य वस्तूंच्या निर्यातीचे प्रमाण जवळजवळ 10 टक्के होते.

शेती उत्पादकतेची तुलना : 2011 साली भाताचे जगात सर्वाधिक उत्पादन प्रतिहेक्टरी 100 क्विंटल इजिप्त या देशाने केले होते तर इंग्लंडमध्ये गव्हाचे जगात सर्वाधिक उत्पादन (प्रतिहेक्टरी 80 क्विंटल) झाले होते. चीनमध्ये तांदूळ व गव्हाचे अनुक्रमे प्रतिहेक्टरी 65.8 क्विंटल आणि 47.4 क्विंटल उत्पादन झालेले आढळते. परंतु भारतात या पिकांचे अनुक्रमे प्रतिहेक्टरी उत्पादन 31.9 क्विंटल आणि 29 क्विंटल होते. तांदूळ हे भारताचे प्रमुख पीक असले तरी तांदळाच्या संदर्भातील उत्पादकता इजिप्तच्या उत्पादकतेच्या केवळ एक-तृतीयांश आहे. इंग्लंडपेक्षा भारतात गव्हाची उत्पादकता खूपच कमी आहे.

5.   उद्योग (*Industry*) : ज्या देशात उद्योगक्षेत्रात अधिक लोकसंख्या गुंतलेली असते तो देश प्रगत मानला जातो. तक्ता क्र. 1.15 मध्ये औद्योगिक उत्पादनाच्या संदर्भात निवडक देशांची तुलना केली आहे.

औद्योगिक क्षेत्राचा एकूण देशांतर्गत उत्पादनातील हिस्सा भारतापेक्षा जपान, थायलंड व चीन या देशांचा अधिक आहे.

मानवी विकास निर्देशांक 2008 अनुसार, सन 2006 मध्ये स्थूल देशांतर्गत उत्पादनातील भारतातील उद्योगक्षेत्राचा हिस्सा 27 टक्क्यांवरून 28.8 टक्के एवढा झाला. म्हणजे त्यात अल्पशी वाढ झाली; परंतु इंग्लंड, अमेरिका, फ्रान्स इत्यादी प्रगत देशांशी तुलना करता तो अधिकच होता.

तक्ता क्र. 1.15 : निवडक देशांतील औद्योगिक उत्पादन (सन 2009)

देश	एकूण देशांतर्गत उत्पादनातील हिस्सा (टक्केवारी)	देश	एकूण देशांतर्गत उत्पादनातील हिस्सा (टक्केवारी)
1. इंग्लंड	21	5. पाकिस्तान	24
2. अमेरिका	21	6. चीन	46
3. जपान	27	7. भारत	27
4. थायलंड	43		

संदर्भ : *World Development Indicators, 2012*

सन 2009 मध्ये इंग्लंड, अमेरिका व जपान या प्रगत देशांतील उद्योगक्षेत्राचा एकूण देशांतर्गत उत्पादनातील हिस्सा अनुक्रमे 21 टक्के, 21 टक्के आणि 27 टक्के एवढा होता. औद्योगिक क्षेत्राचा एकूण देशांतर्गत उत्पादनातील हिस्सा वाढणे हे औद्योगिक प्रगतीचे लक्षण मानले जाते. परंतु थायलंड व चीन या देशांचा औद्योगिक उत्पादनाचा हिस्सा सर्वाधिक आहे.

6.   सेवाक्षेत्र (*Service Sector*) : सेवाक्षेत्रात विमा कंपन्या, बँका, वाहतूक व्यवसाय, माहिती तंत्रज्ञान उद्योग इत्यादींनी पुरविलेल्या विविध प्रकारच्या सेवांचा समावेश होतो. नवीन आर्थिक धोरणाचा स्वीकार केल्यापासून भारताच्या सेवाक्षेत्राचा एकूण देशांतर्गत उत्पादनातील हिस्सा सातत्याने वाढत आहे.

तक्ता क्र. 1.16 मध्ये निवडक देशांतील सेवाक्षेत्रांपासून मिळणाऱ्या उत्पन्नाची तुलना दिली आहे.

तक्ता क्र. 1.16 : निवडक देशांतील सेवाक्षेत्रापासूनचे उत्पन्न

देश	सेवाक्षेत्रापासूनच्या उत्पन्नाचा देशातील एकूण उत्पादनाशी हिस्सा (टक्केवारी)	
	2004	2009
1. इंग्लंड	73	78
2. अमेरिका	77	77
3. जपान	68	71
4. थायलंड	46	45
5. पाकिस्तान	53	54
6. चीन	41	43
7. भारत	52	55

संदर्भ : *World Development Report, 2006 & 2012*

इंग्लंड, अमेरिका, जपान इत्यादी प्रगत देशांशी तुलना करता भारताच्या एकूण देशांतर्गत उत्पन्नातील सेवाक्षेत्राचा हिस्सा कमी असला तरी चीनमधील सेवाक्षेत्राच्या हिश्शापेक्षा अधिक आहे. भारत व पाकिस्तान या देशांतील सेवाक्षेत्राचा हिस्सा जवळजवळ सारखाच आहे.

मानवी विकास निर्देशांक 2008 अनुसार, सेवाक्षेत्राचा एकूण देशांतर्गत उत्पन्नातील सन 2004 मधील इंग्लंड, अमेरिका, जपान या प्रगत देशांचा हिस्सा अनुक्रमे 73 टक्के, 77 टक्के आणि 68 टक्के एवढा होता तर भारताचा असा हिस्सा 52 टक्के एवढा होता. सन 2009 मध्ये भारताच्या एकूण देशांतर्गत उत्पादनातील सेवाक्षेत्राचा हिस्सा 55 टक्के झाला.

सन 1972-73 ते 2009-10 च्या कालावधीत भारताच्या कर्त्या लोकसंख्येपैकी शेतीक्षेत्रातील लोकसंख्येचे प्रमाण 74.0 टक्क्यांवरून 53.2 टक्क्यांपर्यंत कमी झाले असून औद्योगिक क्षेत्रातील लोकसंख्येचे प्रमाण 11.2 टक्क्यांवरून 21.5 टक्क्यांपर्यंत व सेवाक्षेत्रातील लोकसंख्येचे प्रमाण 14.6 टक्क्यांवरून 25.4 टक्क्यांपर्यंत वाढले आहे. प्राथमिक क्षेत्राचा राष्ट्रीय उत्पन्नाचा वाटा सन 1983-84 मध्ये 37.9 टक्के होता. तो सन 2009-10 मध्ये 16.9 टक्क्यांपर्यंत कमी झाला असून उद्योगक्षेत्राचा वाटा (द्वितीय क्षेत्र) 22.9 टक्क्यांवरून 26.0 टक्के वाढला आहे. तृतीय (सेवा) क्षेत्राचा वाटा याच कालावधीत 39.2 टक्क्यांवरून 57.1 टक्क्यांपर्यंत वाढला आहे. यावरून भारतीय अर्थव्यवस्थेची वाटचाल विकासाच्या दिशेने होत असल्याने भारतीय अर्थव्यवस्था उदयोन्मुख अर्थव्यवस्था आहे असे म्हणता येईल.

सारांशरूपाने, प्रगत देशांशी तुलना करता भारत दरडोई उत्पन्न, मानवी विकास निर्देशांक, उद्योग इत्यादींबाबत पाठीमागे आहे. प्रगत देशांपेक्षा अधिक असलेली लोकसंख्या खर्‍या अर्थाने भारताच्या विकासातील अडथळा आहे.

1.4   भारतातील विकासाबाबत चर्चेचे प्रमुख मुद्दे/समस्या
MAJOR ISSUES OF DEVELOPMENT IN INDIA

भारताचा समावेश विकसनशील देशात होत असला तरी भारत अद्यापही अप्रगत देश आहे. आजही भारतातील फार मोठी लोकसंख्या दुःख व दारिद्र्यात खितपत पडलेली आहे. दारिद्र्य केवळ तीव्र नसून जुनाट व विस्तारित आहे. कारण

देशातील नैसर्गिक साधनसामग्री न वापरलेल्या अवस्थेत मोठ्या प्रमाणात पडून आहे. त्याचबरोबर एका बाजूला प्रचंड दारिद्र्य तर दुसऱ्या बाजूस मूठभर गर्भश्रीमंत लोक यांचेही सहअस्तित्व या देशात दिसून येते. त्यामुळेच भारतातील आर्थिक विकासाच्या प्रमुख समस्यांचे अध्ययन करणे आवश्यक ठरते.

भारतातील आर्थिक विकासाच्या प्रमुख समस्या किंवा प्रश्न पुढीलप्रमाणे :

1. **अत्यल्प दरडोई उत्पन्न** *(Low Per Capita Income)* : स्वित्झर्लंड, अमेरिका, जपान, जर्मनी, इंग्लंड व महासत्तेकडे आगेकूच करणारा चीन या देशांशी तुलना करता भारताचे दरडोई उत्पन्न खूपच कमी आहे.

उदाहरणार्थ, जागतिक बँकेच्या सन 2011 च्या जागतिक विकास अहवालानुसार, या प्रगत देशांचे दरडोई उत्पन्न अनुक्रमे 71,250 ; 47,340 ; 41,850 ; 43,070 ; 38,200 ; 4,770 अमेरिकन डॉलर्स एवढे होते. परंतु भारताचे दरडोई उत्पन्न सर्वांत कमी म्हणजे 1,270 अमेरिकन डॉलर्स एवढे होते. भारताचे दरडोई उत्पन्न चीनच्या दरडोई उत्पन्नाच्या केवळ 25 टक्के एवढेच येते.

2. **आर्थिक विकासाचा अत्यल्प दर** *(Low Rate of Economic Growth)* : भारताचा आर्थिक विकासाचा दर सन 1990 ते 2000 या कालावधीत सरासरी वार्षिक 6.00 टक्के एवढा होता; तो सन 2000 ते 2008 या कालावधीत 7.9 टक्के एवढा झाला. म्हणजे आर्थिक विकासाच्या दरात अत्यल्प वाढ झाली. परंतु याच कालावधीत चीनचा आर्थिक विकासाचा दर 10 टक्क्यांपेक्षाही अधिक होता. भारताने नवीन आर्थिक धोरणाचा स्वीकार केल्यापासून वारंवार मंदीसदृश्य वातावरण निर्माण होऊन आर्थिक विकासाच्या दरात घसरण झालेली अनुभवण्यास मिळते आहे.

3. **प्रचंड दारिद्र्य** *(Mass Poverty)* : प्रचंड दारिद्र्य हा भारताच्या आर्थिक विकासातील एक महत्त्वाचा अडथळा आहे. दांडेकर व रथ समितीच्या मते, ग्रामीण भागातील 40 टक्के आणि शहरी भागातील 50 टक्के लोकसंख्या सन 1967-68 मध्ये दारिद्र्यात होती. म्हणजेच एकूण लोकसंख्यपैकी 215 दशलक्ष किंवा 41 टक्के लोकसंख्या दारिद्र्यात होती. सन 1979-80 मध्ये दारिद्र्यातील लोकांची संख्या वाढून ती 317 दशलक्ष एवढी झाली. आजही एकूण लोकसंख्येपैकी 302 कोटी लोकसंख्या गरिबीत जीवन कंठते आहे. यांपैकी ग्रामीण भागात 221 दशलक्ष तर शहरी भागात 81 दशलक्ष लोक दारिद्र्यात आहेत. त्यामुळेच वेगाने दारिद्र्यनिर्मूलन आजही तितकेच महत्त्वाचे ठरले आहे.

4. **कुपोषण** *(Malnutrition)* : सकस आहाराचा लोकांच्या आरोग्यावर आणि परिणामी कार्यक्षमतेवर परिणाम होतो. त्यामुळे देशाचा आर्थिक विकासाचा वेग कमी होतो. राष्ट्रीय नमुना पाहणी अंदाजानुसार, शहरी भागातील 56 टक्के व ग्रामीण भागातील 49 टक्के लोकसंख्येला किमान 2,400 उष्मांक मिळवून देणारा आवश्यक आहारही मिळत नसल्याने ते कुपोषित आहेत. शहरी भागापेक्षा ग्रामीण भागात अन्नधान्याच्या किमती तुलनेने कमी असल्याने ग्रामीण भागात कुपोषणाचे प्रमाण कमी आढळून येते. अमिताभ कुंडु यांच्या मते, अन्नधान्याचा दरडोई उपभोग प्रतिमाणशी 15.4 कि.ग्रॅ. वरून 11 कि.ग्रॅ. एवढा कमी झाला आहे. अन्नधान्यापासून उष्मांकाचा फार मोठा भाग मिळतो; परंतु त्यातच घट झालेली आढळून येत आहे. तसेच भाजीपाला, फळे, दूध, दुग्धजन्य उत्पादने, साखर, मासे, अंडी इत्यादी अन्नधान्येतर पदार्थांचा उपभोग आवश्यकतेपेक्षा खूपच कमी आहे. यावरून भारतीयांचा आहार केवळ अपूर्ण आहे असे नसून तो असंतुलितही आहे. त्यामुळे भारतातील कुपोषण कमी करण्यासाठी अन्नधान्य व अन्नधान्येतर पदार्थांचे उत्पादन वाढवून त्यांचे प्रभावी वितरण होण्यासाठी परिणामकारक धोरणे आखून त्यांची प्रभावी अंमलबजावणी होणे आवश्यक आहे.

5. **प्रचंड लोकसंख्या** *(Huge Population)* : सन 1901 मध्ये 23.6 कोटी असणारी भारताची लोकसंख्या आज 121 कोटी झाली असून लोकसंख्यावाढीचा दर सन 2001 ते 2011 या दहा वर्षांत प्रतिवर्षी सरासरी 1.64 टक्के राहिला आहे. त्यामुळे लोकसंख्यावाढीच्या दृष्टीने चीननंतर भारताचा दुसरा क्रमांक लागतो. परंतु वाढणाऱ्या लोकसंख्येचा आरोग्य सेवा, अन्नधान्य उपलब्धता, गृहबांधणी, शिक्षण इत्यादींवर अतिरिक्त भार पडतो. तसेच केवळ लोकसंख्या नियंत्रणाखाली देशाला वर्षानुवर्षे वाढत्या प्रमाणात खर्च करावा लागतो. त्यामुळे लोकसंख्यावाढीवर प्रभावी नियंत्रण आणणारी कडक धोरणे स्वीकारणे सरकारसाठी आवश्यक ठरते.

6. **कमी भांडवलनिर्मिती** *(Low Capital Formation)* : आर्थिक विकासात अधिक वेग साध्य करण्यासाठी भांडवलनिर्मिती पुरेशा प्रमाणात आणि वेगाने होणे आवश्यक असते. परंतु दारिद्र्याच्या दुष्टचक्रामुळे भारतातील भांडवल संचय इतर देशांशी तुलना करता खूपच कमी आहे. जागतिक बँकेच्या सन 2011 च्या 'जागतिक विकास निर्देशक' अहवालानुसार, चीनचा स्थूल भांडवलसंचयाचा दर 47.7 टक्के एवढा होता. परंतु भारताचा भांडवलसंचयाचा दर 36.4 टक्के एवढाच होता. तसेच चीनचा स्थूल देशांतर्गत बचतीचा दर 51.7 टक्के होता तर भारताचा हा दर 31.5 टक्के एवढाच होता. भांडवलसंचयाचा बराच मोठा भाग जीवनावश्यक सेवांचा पुरवठा व लोकसंख्या नियंत्रणावर खर्च होत असल्याने विकासाचा दर कमी राहतो.

7. **बेकारी निर्मूलनाची समस्या** *(Problem of Eradication of Unemployment)* : बेकारीचे निर्मूलन करून लाखो लोकांना उत्पादक रोजगार पुरविणे ही भारतापुढील एक महत्त्वाची समस्या आहे. नवीन आर्थिक धोरणाचा स्वीकार आणि मंदीचे वारंवार निर्माण होणारे सावट यामुळे ही समस्या आणखी गंभीर झाली आहे. सन 2001-02 मध्ये भारतात 9.2 टक्के बेकारी आणि न्यून बेकारी होती. अकराव्या पंचवार्षिक योजनेत 82 दशलक्ष लोकांना रोजगार पुरवावा लागणार होता. भारतातील बेकारी आणि न्यून बेकारी मोठ्या प्रमाणात दूर केल्याशिवाय भारताच्या वेगाने आर्थिक विकासाला महत्त्व प्राप्त होणार नाही; त्यामुळे भारताच्या रोजगारनिर्मितीच्या धोरणात श्रमप्रधान तंत्राच्या वापरावर मोठ्या प्रमाणात लक्ष केंद्रित केल्याशिवाय या समस्येची तीव्रता कमी होणार नाही.

8. **कृषी उत्पादनाची अनिश्चितता** *(Uncertainty of Agricultural Production)* : भारतीय शेती आजही पावसावरील जुगार आहे. पाऊस एक तर अवेळी पडतो किंवा असमान पडतो. काही ठिकाणी अतिवृष्टीमुळे पिकांचे नुकसान होते तर काही ठिकाणी शेतकऱ्यांना अवर्षणाला सामोरे जावे लागते. भारतातील लागवडीखालील एकूण शेतजमिनीपैकी फक्त 40 टक्के शेतजमीन कायमस्वरूपी जलसिंचनाखाली आहे; म्हणजेच 60 टक्के शेतजमीन कोरडवाहू आहे. शेतीतील उत्पादनावर पाऊस व हवामानातील बदलांचा मोठ्या प्रमाणावर परिणाम होतो. त्यात वीजटंचाईमुळे निर्माण होणाऱ्या भारनियमनाचा शेती उत्पादनावर तीव्र प्रतिकूल परिणाम होत आहे.

9. **औद्योगिक विकासातील असंतुलनाचा प्रश्न** *(Problem of Imbalance in Industrial Development)* : पंजाब, हरियाणा, गुजरात, तमिळनाडू, केरळ, हिमाचल प्रदेश ही राज्ये बिहार, उत्तर प्रदेश, राजस्थान, आसाम, मध्य प्रदेश इत्यादी राज्यांच्या तुलनेने अप्रगत मानली जातात. या अप्रगत राज्यांना उपरोधाने BIMARU (बिमारू) राज्ये असे संबोधले जाते. औद्योगिक मागासलेपणामुळे या मागासलेल्या राज्यांचे दरडोई उत्पन्नही खूप कमी आहे; परंतु सन 2004-05 पासून ओडिशा, मध्य प्रदेश, उत्तर प्रदेश या राज्यांनी आपल्या आर्थिक कामगिरीत सुधारणा केल्यामुळे त्यांचा विकासाचा दर प्रतिवर्षी अनुक्रमे 9.02 टक्के, 5.07 टक्के आणि 6.57 टक्के राहिला आहे. तरीही बहुतांश मागासलेली राज्ये अद्याप अप्रगतच आहेत. त्यामुळे विविध राज्यांच्या आर्थिक विकासात समतोल निर्माण होईल असे सर्वसमावेशक आर्थिक धोरण आखून ते प्रभावीपणे राबविणे आवश्यक आहे. आर्थिक धोरणाची आखणी आणि अंमलबजावणीला राजकीय हेतूंचा संसर्ग होता कामा नये.

10. **संपत्ती आणि उत्पन्नातील वाढत्या विषमतेची समस्या** *(Issue of Growing Inequality in Wealth and Income Distribution)* : नवीन आर्थिक धोरणाचा स्वीकार केल्यापासून संपत्ती व उत्पन्नाचे वितरण यांतील विषमतेत वाढ झाली आहे. त्यामुळे आर्थिक वृद्धीचे लाभ वंचित घटकांपर्यंत पोहोचत नाहीत. तळातील 20 टक्के लोकांची आर्थिक स्थिती दिवसेंदिवस अधिकाधिक हलाखीची होत आहे. टाटा, बिर्ला, रिलायन्स, थापर, सिंघानिया, लार्सन ॲन्ड टुब्रो, ओसवाल, महिंद्रा ॲन्ड महिंद्रा यांसारख्या पहिल्या वीस उद्योगसमूहांच्या मालमत्तेत सरासरी वार्षिक 17 टक्क्यांनी वाढ झालेली आढळते. तसेच जवळजवळ 88 टक्के शेतकरी सीमांत व लहान शेतकरी आहेत.

अशा प्रकारे भारतीय अर्थव्यवस्थेसमोर अल्प दरडोई उत्पन्न, अत्यल्प विकास दर, प्रचंड दारिद्र्य आणि बेकारी, कुपोषण, प्रचंड लोकसंख्या, कमी भांडवलसंचय, आर्थिक विषमता इत्यादी समस्या आहेत. या समस्या सोडविण्यासाठीच बाराव्या पंचवार्षिक योजनेत (सन 2012 - 17) केंद्र सरकारने अधिक वेगवान विकासाबरोबरच सर्वसमावेशक आर्थिक विकासाचे उद्दिष्ट साध्य करण्याचा मनोदय व्यक्त केला आहे.

प्रश्नावली

लघुत्तरी प्रश्न

1. विकसनशील अर्थव्यवस्थेच्या विविध व्याख्या थोडक्यात स्पष्ट करा.
2. विकसित आणि विकसनशील अर्थव्यवस्था या संकल्पना स्पष्ट करा.
3. दरडोई उत्पन्नावर आधारित जगातील विविध देशांची वर्गवारी स्पष्ट करा.
4. उद्योग आणि सेवाक्षेत्र या संदर्भात भारतीय अर्थव्यवस्थेची प्रगत देशांशी तुलना करा.
5. विकसित आणि अल्पविकसित अर्थव्यवस्था या संकल्पना स्पष्ट करा.
6. भारतातील विकासाच्या विविध समस्या स्पष्ट करा.

दीर्घोत्तरी प्रश्न

1. विकसनशील अर्थव्यवस्था म्हणजे काय ? उदयोन्मुख अर्थव्यवस्था म्हणून भारतीय अर्थव्यवस्थेची वैशिष्ट्ये सविस्तर स्पष्ट करा.
2. लोकसंख्या, दरडोई उत्पन्न, मानवी विकास निर्देशांक, शेती व उद्योग यांच्या संदर्भात भारतीय अर्थव्यवस्थेची प्रगत देशांशी तुलना करा.

टीपा लिहा.

1. विकसित आणि विकसनशील अर्थव्यवस्था
2. लोकसंख्येच्या संदर्भात भारताची प्रगत देशांशी तुलना
3. दरडोई उत्पन्नाच्या संदर्भात भारताची प्रगत देशांशी तुलना
4. भारताच्या विकासाबाबत चर्चेचे प्रमुख मुद्दे/समस्या

2

स्वातंत्र्योत्तर भारतातील शेतीचा विकास

AGRICULTURAL DEVELOPMENT IN INDIA SINCE INDEPENDENCE

2.1 भारतीय अर्थव्यवस्थेत शेतीचे स्थान
THE PLACE OF AGRICULTURE IN INDIAN ECONOMY

भारतीय अर्थव्यवस्था ही 'शेतीप्रधान अर्थव्यवस्था' म्हणूनच ओळखली जाते. अर्थव्यवस्थेत शेतीला अत्यंत महत्त्वाचे स्थान दिसून येते. 'भारतातील शेतीव्यवसाय हा अर्थव्यवस्थेचा कणाच होय.' स्वातंत्र्योत्तर काळात भारतात उद्योगांचा विकास झाल्यामुळे राष्ट्रीय उत्पन्नातील शेतीचा वाटा कमी झाला असला तरी अजूनही शेतीला इतर कोणत्याही क्षेत्रापेक्षा महत्त्वाचे स्थान आहे.

भारतीय अर्थव्यवस्थेतील शेतीचे महत्त्व पुढील मुद्द्यांच्या साहाय्याने स्पष्ट करता येईल :

1.　राष्ट्रीय उत्पन्नात भरीव वाटा : भारताच्या राष्ट्रीय उत्पन्नात शेतीचा वाटा नेहमीच अधिक राहिला आहे. राष्ट्रीय उत्पन्न समिती आणि मध्यवर्ती सांख्यिकीय संघटनेच्या आकडेवारीनुसार, सन 1950-51 मध्ये भारताच्या राष्ट्रीय उत्पन्नात शेतीचा वाटा 56.5 टक्के होता. पंचवार्षिक योजनाकाळात देशात जसजसा उद्योगांचा विकास होत गेला तसतसा राष्ट्रीय उत्पन्नातील शेतीक्षेत्राचा वाटा कमी होऊन उद्योग व सेवाक्षेत्राचा वाटा वाढत गेला आहे. सन 1990-91 मध्ये राष्ट्रीय उत्पन्नात शेतीचा वाटा 34 टक्के होता; तो सन 2000-01 मध्ये 24.7 टक्के, सन 2008-09 मध्ये 15.7 टक्के, सन 2010-11 मध्ये 14.4 टक्के तर सन 2011-12 मध्ये 13.9 टक्के असा घटत गेलेला आढळतो.

इतर देशांशी तुलना केल्यास, शेतीचा भारताच्या राष्ट्रीय उत्पन्नातील वाटा कितीतरी अधिक दिसून येतो. राष्ट्रीय उत्पन्नात शेतीचा वाटा इंग्लंड (2%), अमेरिका (3%), कॅनडा (4%), ऑस्ट्रेलिया (5%) होता. इतर देशांच्या तुलनेत भारतीय शेतीचा राष्ट्रीय उत्पन्नात वाटा अधिक असल्याने अर्थव्यवस्थेत शेतीला महत्त्वाचे स्थान असल्याचे दिसून येते.

2.　रोजगार व उपजीविकेचे प्रमुख साधन : देशाच्या वाढत्या लोकसंख्येबरोबर कर्त्या लोकसंख्येचे प्रमाण सतत वाढत आहे. या लोकसंख्येला सामावून घेण्याची क्षमता उद्योग व सेवाक्षेत्रात निर्माण झाली नसल्याने बहुसंख्य लोक रोजगार व उपजीविकेसाठी शेतीक्षेत्रावर अवलंबून आहेत. अजूनही शेतीवर अवलंबून असणाऱ्या लोकसंख्येचे प्रमाण भारतात 59 टक्क्यांपेक्षा जास्त आहे. इंग्लंड व अमेरिकेत शेतीवर अवलंबून असणारी लोकसंख्या फक्त 2 टक्के आहे. ऑस्ट्रेलियात 6 टक्के तर फ्रान्समध्ये 7 टक्के लोक शेतीवर अवलंबून आहेत. इतर प्रगत देशांपेक्षा भारतात शेतीवर अवलंबून असणाऱ्या लोकांचे प्रमाण जास्त असल्याने अर्थव्यवस्थेत शेतीला महत्त्वाचे स्थान प्राप्त झाले आहे.

3.　औद्योगिक विकासाला मदत : देशाच्या औद्योगिक विकासाच्या दृष्टीने शेतीला महत्त्वाचे स्थान आहे. कारण सुती कापड, ताग, साखर, विडी-सिगारेट, वनस्पती तेले इत्यादी उद्योगांना लागणारा कच्चा माल शेतीक्षेत्रातून पुरविला जातो. याशिवाय आंबा रस, पपई गर, फळांचे जॅम्स, लोणची, पापड, बटाटा वेफर्स इत्यादी तयार करणारे उद्योग कच्च्या मालासाठी शेतीवर अवलंबून असतात. तसेच औद्योगिक क्षेत्रात तयार होणारी शेती अवजारे, रासायनिक खते, मळणी यंत्रे, इलेक्ट्रिक मोटार, पाईप, ट्रॅक्टर, लोखंड, सिमेंट, कीटकनाशके इत्यादींना शेतीक्षेत्रातून मोठ्या प्रमाणात मागणी येते. तसेच खांडसरी उद्योग, हातमाग, कागद उद्योग, भात-गिरण्या इत्यादी उद्योगांना शेतीक्षेत्रातून कच्च्या मालाचा पुरवठा होतो. या सर्व उद्योगांचा विकास शेती विकासावर अवलंबून असल्याने औद्योगिक विकासासाठी शेतीला महत्त्व प्राप्त होते.

4.　आयात-निर्यात व्यापारात महत्त्व : आयात-निर्यात व्यापाराच्या दृष्टीने शेतीला महत्त्वाचे स्थान आहे. भारतातील शेतीव्यवसायाच्या विकासासाठी प्रगत देशांकडून शेतीची यंत्रसामग्री, रासायनिक खते, जंतुनाशके व तंत्रज्ञान यांची मोठ्या प्रमाणात आयात केली जाते. अशी आयात करण्यासाठी लागणारे परकीय चलन प्राप्त करण्यासाठी शेतीक्षेत्रात तयार होणाऱ्या वस्तूंची (उदा., कच्चा माल, चहा, कॉफी, मळे, भाजीपाला, तेलबिया, तंबाखू) तसेच कृषीवर आधारित उद्योगात तयार झालेल्या वस्तूंची (उदा., साखर, ताग वस्तू, चामडी वस्तू, तयार कपडे) मोठ्या प्रमाणात निर्यात केली जाते. भारताच्या एकूण निर्यातीत शेतमालाच्या निर्यातीचा हिस्सा सन 1990-91 मध्ये 18.5 टक्के होता.

सन 2009-10 मध्ये तो 10.59 टक्क्यांपर्यंत घटला आहे. देशाच्या एकूण निर्यातीत 50 टक्के निर्यात शेतीशी संबंधित असल्याने निर्यातवाढीसाठी शेतीव्यवसायास अर्थव्यवस्थेत महत्त्वाचे स्थान प्राप्त झाले आहे.

5. **देशांतर्गत व्यापार व वाहतूक व्यवसायाचा विकास** : देशांतर्गत व्यापारात शेती उत्पादनाच्या व्यापारास महत्त्व आहे. एकूण व्यापारामध्ये अन्नधान्य, फळे, भाजीपाला, कापूस, तंबाखू, साखर, खाद्यतेले यांसारख्या उपभोग्य वस्तूंच्या व्यापाराचे तसेच शेती अवजारे, रासायनिक खते, कीटकनाशके इत्यादी शेती आदानांच्या व्यापाराचे प्रमाण अधिक दिसून येते. देशांतर्गत होणाऱ्या रेल्वे व रस्त्यावरील मालवाहतुकीमध्ये बहुतांशी वाहतूक शेती आदानांची व शेतमालाची असते. त्यामुळे देशांतर्गत व्यापार व वाहतूक क्षेत्राच्या विकासासाठी शेतीला अर्थव्यवस्थेत महत्त्वाचे स्थान प्राप्त होते.

6. **वाढत्या लोकसंख्येला अन्नधान्याचा पुरवठा** : भारताची लोकसंख्या सतत वाढत गेल्याने वाढत्या लोकसंख्येची अन्नधान्याची गरज भागविण्यासाठी शेतीचा विकास झाला पाहिजे. देशातील लोकांच्या दरडोई उत्पन्नाचा जास्तीतजास्त भाग अन्नधान्यावर खर्च होतो. जर शेतीचा विकास झाला नाही तर अन्नधान्याची टंचाई निर्माण होईल व ती गरज पूर्ण करण्यासाठी देशात इतर देशांतून अन्नधान्याची आयात करावी लागेल. अशा आयातीसाठीच दुर्मीळ असणारे परकीय चलन खर्च झाल्यास औद्योगिक विकासासाठी आवश्यक असणारी भांडवली यंत्रसामग्री व तंत्रज्ञानाची आयात करता येणार नाही. त्याचा प्रतिकूल परिणाम आर्थिक विकासावर झाल्याशिवाय राहणार नाही. म्हणून वाढत्या लोकसंख्येची अन्नधान्याची गरज भागविण्यासाठी शेतीला अर्थव्यवस्थेत महत्त्वाचे स्थान प्राप्त झाले आहे.

7. **आर्थिक नियोजन यशस्वी होण्यासाठी** : भारतीय अर्थव्यवस्था ही कृषिप्रधान अर्थव्यवस्था असल्याने देशाच्या नियोजनाचे यशापयश बऱ्याच प्रमाणात शेतीच्या यशापयशावर अवलंबून आहे. भारताच्या 70 टक्के लोकांचे उत्पन्न शेती-उत्पन्नावर अवलंबून आहे. शेतीतून चांगले उत्पादन झाल्यास शेतकऱ्यांचे उत्पन्न वाढते. त्याचबरोबर ग्रामीण भागातील शेतमजूर, व्यापारी यांचे उत्पन्न वाढते तसेच कृषी उद्योगांना मुबलक प्रमाणात कच्चा माल उपलब्ध होऊन त्यांचा विकास होतो. औद्योगिक उत्पादन वाढल्यास व्यापार व वाहतूक क्षेत्रांचेदेखील उत्पन्न वाढते. भारतात ज्या-ज्या वेळी शेतीला निसर्गाने साथ दिली त्या-त्या वेळी शेती उत्पादनवाढीचे उद्दिष्ट साध्य होऊन आर्थिक नियोजन यशस्वी होण्यास मदत झाली आहे आणि ज्या-ज्या वेळी देशात अतिवृष्टी, दुष्काळ, महापूर यांसारख्या नैसर्गिक आपत्ती कोसळल्या त्या-त्या वेळी देशाची संपूर्ण अर्थव्यवस्था विस्कळीत होऊन आर्थिक नियोजन अपयशी ठरले आहे. अशा प्रकारे भारताच्या आर्थिक नियोजनाचे यश शेतीच्या यशस्वितेवर अवलंबून असल्याने शेतीला महत्त्वाचे स्थान प्राप्त होते.

8. **नागरी समस्यांची सोडवणूक** : भारतात शेतीचा फारसा विकास न झाल्याने वाढत्या लोकसंख्येला सामावून घेण्याची क्षमता शेतीक्षेत्रात राहिली नाही. त्यामुळे मागील काही दशकात ग्रामीण भागातील शेतमजूर व सुशिक्षित मुले यांचे मोठ्या प्रमाणात शहरी भागाकडे स्थलांतर होऊ लागले आहे. औद्योगिक शहरांकडे लोक रोजगार व व्यवसाय आणि शिक्षण घेण्याच्या निमित्ताने स्थलांतरित होत असल्याने अशा शहरात राहण्याची जागा मिळणे, पाणीपुरवठा, आरोग्य सेवा, वाहतूक, दळणवळण, शिक्षण इत्यादी सेवांवरील ताण वाढत गेला आहे. वाढत्या शहरीकरणामुळे शहरी भागातील घरांच्या किमती व घरभाडे वाढत आहे. ग्रामीण भागातील स्थलांतरित झालेल्या लोकांना अशी घरे घेणे शक्य नसल्याने ते रस्त्यांच्या दुतर्फा, नदी व नाले यांच्या सभोवताली आपल्या झोपड्या उभ्या करतात. राजकीय पुढारी मते मिळविण्यासाठी अशा लोकांना आधार देण्याचा प्रयत्न करतात. त्यातून झोपडपट्टी व गलिच्छ वस्त्या वाढत गेल्या आहेत. अशा झोपडपट्ट्यांतून गुंडगिरी, अनारोग्य यांसारख्या समस्या निर्माण होत आहेत. म्हणून ग्रामीण भागातून होणारे लोकसंख्येचे स्थलांतर रोखण्यासाठी शेतीविकासाच्या योजना राबवून जलसिंचनाखालील क्षेत्र वाढवून ग्रामीण भागातील लोकांना ग्रामीण भागातच रोजगार संधी उपलब्ध करून देण्याचा प्रयत्न झाला पाहिजे. ग्रामीण भागात कृषी उद्योगाचा विकास करणे, आरोग्य व शिक्षण यांसारख्या सुविधा निर्माण करणे आवश्यक आहे. यासाठी ग्रामीण भागातील शेतीचा विकास होणे आवश्यक आहे.

9. **सामाजिकदृष्ट्या महत्त्व** : ग्रामीण भागात शेतीव्यवसायाला समाजात प्रतिष्ठा मिळवून देणारे एक साधन मानले जाते. ज्या शेतकऱ्याकडे मोठ्या प्रमाणात शेती आहे त्याला ग्रामीण समाजात मान व प्रतिष्ठा प्राप्त होते व ज्याच्या मालकीची कसलीही जमीन नाही अशा व्यक्तीकडे समाज तुच्छतेने पाहत असतो. म्हणून ग्रामीण भागातील शेतमजूर, कारागीर, शहरी भागातील कामगार, कर्मचारी, अधिकारी, व्यापारी आपल्या उत्पन्नातून काही भाग बचत करून त्यातून

कमी-अधिक प्रमाणात शेती खरेदी करतात. त्यामुळे ग्रामीण भागात शेतीव्यवसायाकडे सामाजिक प्रतिष्ठा मिळवून देणारे एक साधन म्हणून पाहिले जाते.

10. आर्थिक विकासात महत्त्वाचे स्थान : शेतीक्षेत्र उद्योगांना लागणाऱ्या कच्च्या मालाचा पुरवठा करते. तसेच उद्योगात उत्पादित होणाऱ्या उपभोग्य वस्तू, शेती उपयुक्त यंत्रे, वाहतुकीची साधने, रासायनिक खते इत्यादींना शेतीक्षेत्रातून मोठ्या प्रमाणात मागणी येते. त्यामुळे औद्योगिक विकास मोठ्या प्रमाणात कृषी विकासावरच अवलंबून असतो. शेतकऱ्यांच्या उत्पन्नातील वाढीमुळे रस्ते, बँका, दळणवळणाची साधने इत्यादींची ग्रामीण भागासाठी मागणी वाढते. त्यामुळे या सेवांचा विकास होऊन सेवाक्षेत्राची प्रगती होते. आर्थिक विकासाचा वेग वाढण्यासाठी अर्थव्यवस्थेतील सर्व क्षेत्रांची झपाट्याने प्रगती व्हावी लागते. शेतीप्रधान देशात देशातील उद्योग, विविध व्यवसाय, सेवाक्षेत्र यांचे शेतीवर मोठ्या प्रमाणात अवलंबित्व असल्याने शेतीक्षेत्राच्या प्रगतीशिवाय या क्षेत्रांचा विकास असंभव ठरतो.

11. सरकारी उत्पन्नाचे प्रमुख साधन : देशातील केंद्र सरकार, घटकराज्यांची सरकारे, स्थानिक स्वराज्य संस्था यांना कररूपाने जे उत्पन्न मिळते त्यात शेतीव्यवसायावरील विविध करांपासून (उदा., जमीन महसूल/शेतसारा, पाणीपट्टी, शेती उत्पन्नावरील कर, विजेच्या वापरावरील कर, शेतमालाच्या वाहतुकीवरील जकात कर, शेतकऱ्यांनी खरेदी केलेल्या शेती अवजारांच्या खरेदीवरील कर, शेतकऱ्यांनी खरेदी केलेल्या चैनीच्या व सुखसोईच्या वस्तूंवरील कर) सरकारला उत्पन्न मिळते. म्हणून भारतीय शेती हे सरकारी महसुलाचे महत्त्वाचे साधन मानले जाते.

12. किंमतपातळीचे स्थैर्य : देशातील सर्वसाधारण किंमतपातळी स्थिर राहण्यासाठी अन्नधान्य व शेतमालाच्या किमती स्थिर राहणे आवश्यक असते. जर शेतीचा विकास झाला तर वाढत्या लोकसंख्येला अन्नधान्याचा नियमित पुरवठा होऊ शकेल. त्याचप्रमाणे उद्योगांना पुरेशा प्रमाणात कच्चा माल उपलब्ध होऊन औद्योगिक उत्पादन वाढू शकेल. भारतात ज्या वर्षी दुष्काळ, अतिवृष्टी, महापूर, चक्रीय वादळ इत्यादींसारखी नैसर्गिक आपत्ती आली त्या वर्षी देशात शेती उत्पादनात घट होऊन किंमतवाढीसारखी परिस्थिती उद्‌भवली आहे. म्हणून किंमतपातळी स्थिर राहण्यासाठी भारतीय शेतीचा विकास होणे आवश्यक आहे.

13. ग्रामीण लोकांच्या राहणीमानात सुधारणा : भारताच्या एकूण लोकसंख्येपैकी बहुसंख्य लोकांचे राहणीमान शेतीव्यवसायाशी निगडित आहे. ग्रामीण भागातील शेतकरी, शेतमजूर, ग्रामीण कारागीर, व्यापारी व बारा बलुतेदार यांचे उत्पन्न शेती-उत्पन्नावर अवलंबून असते. भारताच्या वाढत्या लोकसंख्येमुळे वाढत जाणारी बेकारी व दारिद्र्य यामुळे ग्रामीण भागातील लोकांचे राहणीमान निकृष्ट दर्जाचे आहे. म्हणून त्या लोकसंख्येच्या राहणीमानात सुधारणा घडवून आणण्यासाठी भारतीय शेतीचा विकास होणे आवश्यक आहे. जे देश आर्थिक विकासाच्या प्राथमिक अवस्थेत असतात आणि ज्या देशात भांडवलाची टंचाई असते अशा देशांनी शेती विकासातून आर्थिक विकास साध्य करण्याचा प्रयत्न केला तर त्या देशातील लोकांचे राहणीमान सुधारण्यास मदत होते.

14. राजकीयदृष्ट्या महत्त्व : भारताच्या एकूण लोकसंख्येपैकी अजूनही 59 टक्के लोकसंख्या ग्रामीण भागातील शेतीव्यवसायाशी निगडित असल्याने राज्यकर्त्यांना व राजकीय पक्षांना सत्ता संपादन करण्यासाठी आणि मिळालेली सत्ता टिकवून ठेवण्यासाठी शेतकरी व शेतमजूर मतदारांकडे दुर्लक्ष करून चालत नाही. त्यामुळे प्रत्येक राजकीय पक्ष सत्ता प्राप्त करण्यासाठी आपल्या निवडणूक जाहीरनाम्यात शेती विकासाच्या विविध योजना जाहीर करतात. म्हणून राजकीयदृष्ट्या शेतीला महत्त्व प्राप्त होते.

15. पशुधनासाठी चारा : भारतातील ग्रामीण शेतीव्यवसायात पशुधनास अत्यंत महत्त्वाचे स्थान आहे. पशुधन ही शेतकरी व शेतमजुरांची एक महत्त्वाची संपत्ती मानली जाते. ग्रामीण भागात शेतीव्यवसायाला पूरक व्यवसाय म्हणून दुग्धव्यवसाय, मेंढीपालन, वराहपालन, कुक्कुटपालन, मत्स्यव्यवसाय केले जातात. या व्यवसायांपासून ग्रामीण शेतकऱ्यांच्या उत्पन्नात भर टाकली जाते. देशात मानवी साधनसंपत्तीप्रमाणेच पशुधन मोठ्या प्रमाणात आहे. अशा पशुधनासाठी लागणारा चारा शेतीक्षेत्रातून मिळत असल्याने शेतीला महत्त्व प्राप्त होते.

16. शहरी समस्यांची सोडवणूक : देशातील शेतीव्यवसायाचा फारसा विकास न झाल्याने ग्रामीण भागातील सुशिक्षित तरुण, शेतमजूर, रोजगार व व्यवसायाच्या निमित्ताने शहरी भागाकडे स्थलांतरित होत आहेत. त्यामुळे शहरी भागात जागेच्या टंचाईमुळे गलिच्छ वस्त्या वाढत आहेत. तसेच शिक्षण, आरोग्य, पाणीपुरवठा, वाहतूक या

सेवांवरील ताण वाढत आहे. या समस्या सोडविण्यासाठी ग्रामीण भागातील शेतीव्यवसायाचा विकास करून व कृषी उद्योग स्थापन करून ग्रामीण लोकसंख्येचे शहरांकडे होणारे स्थलांतर रोखण्यासाठी शेतीचा विकास होणे आवश्यक आहे.

2.2 शेती विकासाच्या मार्गातील अडथळे

CONSTRAINTS IN AGRICULTURAL DEVELOPMENT

भारतीय अर्थव्यवस्था ही कृषिप्रधान अर्थव्यवस्था म्हणूनच ओळखली जाते. अर्थव्यवस्थेत शेतीला महत्त्वाचे स्थान असल्याने "भारतीय शेती हा अर्थव्यवस्थेचा कणाच होय." स्वातंत्र्योत्तर काळात देशात उद्योगाचा विकास जसजसा होत गेला तसतसा राष्ट्रीय उत्पन्नातील शेतीचा वाटा कमी होऊन उद्योग आणि सेवाक्षेत्राचा वाटा वाढत गेला आहे. तरीदेखील भारतीय लोकसंख्येपैकी अजूनही 58 टक्क्यांपेक्षा अधिक लोकसंख्या प्रत्यक्ष व अप्रत्यक्षरीत्या उपजीविकेसाठी शेतीक्षेत्रावर अवलंबून आहे. देशाच्या निर्यातीमध्येदेखील शेतमालाच्या निर्यातीचे प्रमाण सन 2011-12 मध्ये 12.3 टक्के होते. पंचवार्षिक योजनाकाळात सरकारने शेतीचा विकास साध्य करण्यासाठी खर्चाची मोठी तरतूद केली होती. पहिल्या पंचवार्षिक योजनेत कृषी व संलग्न व्यवसायाच्या विकासासाठी 600 कोटी रुपयांची तरतूद केली होती. पंचवार्षिक योजनेच्या एकूण तरतुदींशी हे प्रमाण 31 टक्के होते. पंचवार्षिक योजनेत ही तरतूद वाढत गेली. बाराव्या पंचवार्षिक योजनेत कृषी व संलग्न व्यवसायाच्या विकासासाठी एकूण 13,23,119 कोटी रुपयांची तरतूद केली होती. एकूण योजना खर्चाशी हे प्रमाण 17.3 टक्के होते.

पंचवार्षिक योजनेच्या काळात कृषी उत्पादनात जरी वाढ झाली असली तरी इतर प्रगत देशांशी तुलना केल्यास भारतीय शेतीची उत्पादकता कमी असल्याचे पुढील तक्ता क्र. 2.1 वरून स्पष्ट होते.

तक्ता क्र. 2.1 : निवडक देशातील प्रमुख पिकांची शेतीची उत्पादकता (सन 2010)

(हेक्टरी उत्पादकता : क्विंटलमध्ये)

क्र.	पीक	भारत	चीन	अमेरिका	ब्राझील	इंग्लंड	इजिप्त	कॅनडा
1.	भात	32.6	65.5	–	–	–	94.2	–
2.	गहू	28.4	47.5	–	–	76.7	–	–
3.	मका	19.6	–	95.9	–	–	–	97.4
4.	ऊस (मेट्रिक टन)	70.1	–	–	79	125.4 (पेरू)	–	–
5.	भुईमूग	14.9	41.4	37.1	–	–	–	–

Source : *Indian Economy, Datt & Mahajan; 69th Edition, Page 532*

विविध देशातील शेतीच्या उत्पादकतेशी भारतीय शेतीच्या उत्पादकतेशी तुलना केल्यास भारतीय शेतीची उत्पादकता अतिशय कमी असल्याचे तक्ता क्र. 2.1 वरून स्पष्ट होते. सन 2010 मध्ये भाताचे प्रतिहेक्टरी उत्पादन भारतात फक्त 32.6 क्विंटल होते तर चीनमध्ये ते 65.5 क्विंटल आणि इजिप्तमध्ये 94.2 क्विंटल म्हणजे जवळपास तीन पटीने अधिक होते. गव्हाचे प्रतिहेक्टरी उत्पादन भारतात 28.4 क्विंटल होते. चीनमध्ये 47.5 क्विंटल तर इंग्लंडमध्ये 76.7 क्विंटल होते. मक्याचे प्रतिहेक्टरी उत्पादन भारतात फक्त 19.6 क्विंटल होते तर अमेरिकेत 95.9 क्विंटल व कॅनडामध्ये 97.4 क्विंटल म्हणजे भारतापेक्षा चार ते पाच पटीने अधिक होते. उसाचे प्रतिहेक्टरी उत्पादन भारतात 70.1 मेट्रिक टन होते; ब्राझीलमध्ये ते 79 मेट्रिक टन तर पेरूमध्ये 125.4 मेट्रिक टन होते.

प्रगत देशातील शेतीच्या उत्पादकतेशी तुलना केल्यास भारतीय शेतीची उत्पादकता कमी आहे व भारतीय शेती मागासलेली आहे असे म्हणता येते. भारतीय शेतीच्या विकासात अनेक अडथळे असल्यानेच शेतीचा विकास होऊ शकला नाही. शेती विकासात पुढील महत्त्वाचे अडथळे आहेत :

शेती विकासातील अडथळे (Constraints in Agricultural Development)

2.2.1 धारणक्षेत्राचा लहान आकार (Small Size of the Land Holding)

धारणक्षेत्राचा अतिशय लहान आकार हे भारतीय शेतीच्या कमी उत्पादकतेचे प्रमुख कारण मानले जाते. सन 2010-11 मध्ये भारतातील धारणक्षेत्राचा सरासरी आकार फक्त 1.16 हेक्टर म्हणजेच तीन एकरपेक्षा कमी होता व धारणक्षेत्र सरासरीने तीन ते चार तुकड्यांमध्ये विभागलेले होते. अशा लहान आकारमानाच्या क्षेत्रात कुटुंबाचा खर्च भागवू शकेल एवढेही उत्पन्न मिळू शकत नाही. धारणक्षेत्राचा अभ्यास करताना धारणक्षेत्राच्या संकल्पना समजून घेणे आवश्यक ठरते.

(अ) **कौटुंबिक धारणक्षेत्र :** कुटुंबाच्या मालकीचे धारणक्षेत्र म्हणून ओळखले जाते.

(ब) **वाजवी धारणक्षेत्र :** ज्या धारणक्षेत्राचा आकार फार मोठा नाही किंवा कमी पण नाही अशा धारणक्षेत्राला वाजवी किंवा किफायतशीर धारणक्षेत्र असे म्हणतात. ज्या धारणक्षेत्रातून जास्तीतजास्त उत्पादन काढता येईल व नवीन तंत्रज्ञानाचा वापर करून उत्पादन वाढविता येतील अशा धारणक्षेत्राला किफायतशीर धारणक्षेत्र असे म्हणतात.

(क) **पोषणक्षम धारणक्षेत्र :** कुटुंबाचा खर्च भागवू शकेल एवढे उत्पन्न देणारे आणि कुटुंबातील कर्त्या लोकांना पुरेसा रोजगार देऊ शकेल अशा धारणक्षेत्रास पोषणक्षम धारणक्षेत्र असे म्हणतात. पोषणक्षम आकारमानाचे धारणक्षेत्र जमिनीची सुपीकता, पाणीपुरवठ्याच्या सुविधा आणि घेतल्या जाणाऱ्या पिकांचे स्वरूप यावर अवलंबून असते. जर जमीन सुपीक व कसदार असेल तर कमी क्षेत्रातदेखील अधिक उत्पादन मिळू शकते. मात्र जमीन हलकी असेल तर अधिक आकारमानाच्या धारणक्षेत्रात पुरेसे उत्पादन मिळू शकत नाही. त्याचप्रमाणे जर शेतीला जलसिंचनाची व बारमाही पाण्याची सोय असेल तर वर्षातून दोन किंवा तीनही पिके घेता येतात. त्यामुळे कमी आकारमानाचे धारणक्षेत्र पोषणक्षम ठरू शकते. तसेच अशा शेतीमध्ये कोणती पिके घेतली जातात त्यावरदेखील पोषणक्षम धारणक्षेत्राचे आकारमान अवलंबून असते.

तक्ता क्र. 2.2 : भारतातील धारणक्षेत्राची रचना (सन 2010-11)

क्र.	धारणक्षेत्राचा आकार	प्रकार	धारणक्षेत्राची संख्या (दशलक्ष)	एकूण धारणक्षेत्राशी प्रमाण	एकूण लागवडीखालील क्षेत्र (दशलक्ष हेक्टर्स)	एकूण जमिनीशी शेकडा प्रमाण
1.	1 हेक्टरपेक्षा लहान	सीमांत	92.4	67.0	35.4	22.2
2.	1 ते 2 हेक्टर	लहान	24.7	17.9	35.1	22.1
3.	2 ते 4 हेक्टर	मध्यम लहान	13.8	10.1	37.5	23.6
✲	लहान धारणक्षेत्र 4 हेक्टरपेक्षा कमी	लहान	150.9	95.0	108.0	67.9
4.	4 ते 10 हेक्टर	मध्यम	5.9	4.3	33.7	21.2
5.	10 हेक्टरपेक्षा मोठे	मोठा	1.0	0.8	17.4	10.9
	एकूण		137.8	100.0	159.2	100.0

Source : *Indian Economy, Datt & Mahajan; 69th Edition, Page 601*

तक्ता क्र. 2.2 वरून असे स्पष्ट होते की,

- सन 2010-11 मध्ये एक हेक्टरपेक्षा कमी क्षेत्र असणाऱ्या सीमांत शेतकऱ्यांची संख्या 92.4 दशलक्ष होती. एकूण शेतकऱ्यांशी हे प्रमाण 67 टक्के होते व त्यांच्याकडे देशातील एकूण लागवडीखालील क्षेत्रांपैकी फक्त 22.2 टक्के क्षेत्र होते.

- एक ते दोन हेक्टर क्षेत्र असणाऱ्या लहान शेतकऱ्यांची संख्या 24.7 दशलक्ष होती व एकूण शेतकऱ्यांशी हे प्रमाण 17.9 टक्के होते आणि लहान शेतकऱ्यांकडे एकूण लागवडीखालील क्षेत्राच्या 22.1 टक्के क्षेत्र होते.

- दोन ते चार हेक्टर्स क्षेत्र असणाऱ्या शेतकऱ्यांची संख्या 13.8 दशलक्ष होती व त्यांचे एकूण शेतकऱ्यांशी प्रमाण 10.1 टक्के होते. या गटातील शेतकऱ्यांकडे देशातील एकूण लागवडीखालील क्षेत्राच्या 23.6 टक्के क्षेत्र होते.

- चार ते दहा हेक्टर्स क्षेत्र असणाऱ्या मध्यम शेतकऱ्यांची संख्या 5.9 दशलक्ष होती. देशातील एकूण शेतकऱ्यांशी हे प्रमाण 4.3 टक्के होते व या गटातील मध्यम शेतकऱ्यांचे देशातील एकूण लागवडीखालील क्षेत्राच्या 21.2 टक्के क्षेत्र होते.

- दहा हेक्टर्सपेक्षा अधिक क्षेत्र असणाऱ्या मोठ्या शेतकऱ्यांची संख्या 1.0 दशलक्ष होती. एकूण शेतकऱ्यांशी हे प्रमाण फक्त 0.8 टक्के होते व देशातील लागवडीखालील एकूण क्षेत्राच्या 10.9 टक्के क्षेत्र एकटवलेले होते.

थोडक्यात, देशातील 84.9 टक्के शेतकऱ्यांचे धारणक्षेत्र दोन हेक्टर्सपेक्षा लहान आकारमानाचे होते व त्यांच्याकडे देशातील लागवडीखालील एकूण क्षेत्राच्या 44.3 टक्के क्षेत्र होते. दोन ते दहा हेक्टर्स क्षेत्र असणाऱ्या मध्यम शेतकऱ्यांचे प्रमाण 14.3 टक्के होते व त्या शेतकऱ्यांकडे एकूण लागवडीखालील क्षेत्रांपैकी 44.8 टक्के क्षेत्र होते. दहा हेक्टर्सपेक्षा अधिक क्षेत्र असणाऱ्या मोठ्या शेतकऱ्यांचे प्रमाण फक्त 0.8 टक्के होते आणि मोठ्या शेतकऱ्यांकडे देशातील एकूण लागवडीखालील क्षेत्राच्या 10.9 टक्के क्षेत्र होते. यावरून धारणक्षेत्राचे अतिशय विषमतेने वाटप झाल्याचे स्पष्ट होते. भारतातील धारणक्षेत्राचा सरासरी आकार सन 2010-11 मध्ये फक्त 1.16 हेक्टर एवढा कमी होता. वेगवेगळ्या देशातील धारणक्षेत्राशी तुलना केल्यास भारतातील धारणक्षेत्राचा आकार अतिशय कमी असल्याचे स्पष्ट होते. सन 1970 मध्ये ऑस्ट्रेलियामध्ये सरासरी धारणक्षेत्राचा आकार 1,993 हेक्टर्स होता. अमेरिकेतील धारणक्षेत्राचा सरासरी आकार सन 1987 मध्ये 186.9 हेक्टर होता. इंग्लंडमध्ये 1993 साली धारणक्षेत्राचा सरासरी आकार 70.2 हेक्टर होता. जपानमध्ये मात्र धारणक्षेत्राचा सरासरी आकार भारतापेक्षा कमी म्हणजे 1.02 हेक्टर असूनदेखील शेतीची उत्पादकता भारतापेक्षा अधिक आहे.

धारणक्षेत्राचा आकार लहान असण्याची कारणे (Causes of Small Size of Land holding)

भारतातील धारणक्षेत्राचा आकार अतिशय लहान असण्याची कारणे पुढीलप्रमाणे :

1. **लोकसंख्येचा वाढता भार** : भारताच्या एकूण लोकसंख्येपैकी जवळपास 70 टक्के लोकसंख्या ग्रामीण भागात राहत असून ती उपजीविकेसाठी प्रत्यक्ष व अप्रत्यक्षरीत्या शेतीव्यवसायावर अवलंबून असते. आर्थिक नियोजनाच्या प्रारंभी भारताची लोकसंख्या फक्त 36.1 कोटी होती व त्यापैकी 75 टक्के लोकसंख्या म्हणजे 27 कोटी लोकसंख्या शेतीक्षेत्रावर अवलंबून होती. सन 2011 मध्ये भारताची लोकसंख्या 121 कोटी झाली व शेतीवर अवलंबून असणाऱ्या लोकसंख्येचे प्रमाण जरी 58 टक्क्यांपर्यंत कमी झाले असले तरी अवलंबून असणारी लोकसंख्या 70 कोटींपेक्षा अधिक झाली आहे. त्यामुळे धारणक्षेत्राचा सरासरी आकार जो सन 1950-51 मध्ये 1.8 हेक्टर्स होता तो सन 2010-11 मध्ये 1.16 हेक्टर्सपर्यंत कमी झाला आहे. थोडक्यात, वाढत्या लोकसंख्येबरोबर धारणक्षेत्राचे विभाजन होऊन धारणक्षेत्राचा सरासरी आकार कमी होत आहे.

2. **वारसा हक्क कायदा** : भारतातील वारसा हक्क कायद्यानुसार वडिलोपार्जित मालमत्ता प्राप्त करण्याचा कायदेशीर हक्क वारसांना प्राप्त झालेला असल्याने वडिलांच्या हयातीत किंवा पश्चात धारणक्षेत्राचे वारसांमध्ये वाटप होऊन धारणक्षेत्राचा आकार कमी झाला आहे.

3. **संयुक्त कुटुंबपद्धतीचा ऱ्हास** : ग्रामीण भागात संयुक्त किंवा एकत्र कुटुंबपद्धतीला महत्त्वाचे स्थान आहे. परंतु अलीकडच्या काळात संयुक्त कुटुंबपद्धतीचे अस्तित्व संपुष्टात येऊन विभक्त कुटुंबपद्धतीचे महत्त्व वाढत आहे. त्यामुळे एकत्रित धारणक्षेत्राचे वारसांमध्ये वाटप होऊन धारणक्षेत्राचा आकार कमी होत आहे.

4. **वाढता कर्जबाजारीपणा** : भारतातील धारणक्षेत्राचा सरासरी आकार लहान असल्याने त्या धारणक्षेत्रातून कुटुंबाचा खर्च भागू शकत नसल्याने कौटुंबिक व शेतीचा खर्च भागविण्यासाठी मुला-मुलींचे शिक्षण व लग्न-कार्यासाठी सावकारी कर्ज घ्यावे लागते. शेतकरी घेतलेले कर्ज उत्पादक कार्यासाठी वापरत नसल्याने सावकारी कर्जाची परतफेड करण्यासाठी काही वेळा शेतीचा काही भाग विकावा लागतो. त्यामुळे धारणक्षेत्र विभागले जाऊन धारणक्षेत्राचा आकार कमी होतो.

वरील प्रमुख कारणांबरोबरच ब्रिटिश राजवटीच्या काळात हस्तव्यवसाय व ग्रामीण उद्योगांचा ऱ्हास झाल्यामुळे या उद्योगातील कामगार आपल्या पारंपरिक शेतीव्यवसायाकडे आकर्षिले जाऊन धारणक्षेत्राचा आकार कमी झाला आहे.

धारणक्षेत्राचा आकार कमी असल्याने अशा धारणक्षेत्राला सिंचनाच्या सुविधा निर्माण करता येत नाहीत. लहान धारणक्षेत्र कुटुंबाचा खर्च भागवू शकत नसल्याने शेतीमध्ये संकरित बी-बियाणे, रासायनिक खते, कीटकनाशक औषधे, सुधारित तंत्रज्ञानाचा वापर करता येत नाही. त्यामुळे शेतीची उत्पादकता कमी राहते. अशा लहान आकारमानाचे धारणक्षेत्र असणाऱ्या शेतकऱ्यांना पर्यायी रोजगाराच्या संधी नसल्याने शेती सोडता येत नाही व शेती करणे परवडतदेखील नाही. त्यामुळे लहान आकारमानाचे क्षेत्र असणाऱ्या शेतकऱ्यांना दारिद्र्याचे जीवन जगावे लागत आहे. अलीकडे वेळोवेळी येणाऱ्या गारपीट, चक्रीवादळ, अतिवृष्टी, दुष्काळ या नैसर्गिक आपत्तीच्या काळात पिकांचे नुकसान झाल्यामुळे घेतलेल्या कर्जाची परतफेड कशी करावी या चिंतेने शेतकरी मोठ्या प्रमाणात आत्महत्या करीत आहेत.

2.2.2 शेतजमिनीचे अतिशय विषम वाटप (Inequal Distribution of Land)

भारतातील ग्रामीण भागातील शेतजमिनीचे अतिशय विषमतेने वाटप झालेले आहे.

- एक हेक्टरपेक्षा कमी क्षेत्र असणारे 67 टक्के शेतकरी असून त्यांच्याकडे देशातील एकूण शेतजमिनीपैकी 22.2 टक्के जमीन आहे.
- एक ते दोन हेक्टर क्षेत्र असणारे 17.9 टक्के शेतकरी असून त्यांच्याकडे 22.1 टक्के जमीन आहे.
- दोन हेक्टरपेक्षा कमी क्षेत्र असणाऱ्या शेतकऱ्यांचे प्रमाण 86.9 टक्के असून त्यांच्याकडे 44.3 टक्के शेतजमीन आहे.
- चार ते दहा हेक्टर्स क्षेत्र असणाऱ्या शेतकऱ्यांचे प्रमाण फक्त 4.3 टक्के असून त्यांच्याकडे देशातील लागवडीखालील जमिनीच्या 21.2 टक्के क्षेत्र आहे.
- दहा हेक्टर्सपेक्षा अधिक क्षेत्र असणाऱ्या शेतकऱ्यांचे प्रमाण फक्त 0.8 टक्के असून त्यांच्याकडे 10.9 टक्के क्षेत्र आहे.

शेतजमिनीच्या अशा विषम वाटपामुळे लहान शेतकऱ्यांकडे शेती अवजारांची व भांडवलाची कमतरता आहे. अशा शेतकऱ्यांनाच बँका कर्ज देण्यासाठी टाळाटाळ करतात. म्हणून त्यांना सावकाराकडून अधिक व्याजाने कर्ज घ्यावे लागते. भांडवलाअभावी लहान शेतकरी गरीब राहून त्यांची आर्थिक स्थिती दिवसेंदिवस खालावत आहे. मोठ्या शेतकऱ्यांकडे भांडवल व शेती अवजारे असूनदेखील मजूर मिळत नसल्याने पिकांची वेळेवर व चांगली मशागत होत नसल्याने शेतीची उत्पादकता कमी राहते. म्हणून धारणक्षेत्राचे झालेले विषम वाटप हा भारताच्या शेती विकासातील एक प्रमुख अडथळा मानला जातो.

2.2.3 जलसिंचनाच्या अपुऱ्या सुविधा (Inadequate Irrigation Facility)

जलसिंचनाच्या अपुऱ्या सुविधेमुळे भारतीय शेतीची उत्पादकता कमी राहिली आहे. अजूनही भारतातील लागवडीखालील क्षेत्रांपैकी 60 टक्क्यांपेक्षा अधिक क्षेत्र पावसाच्या पाण्यावर आणि निसर्गाच्या लहरीवर अवलंबून आहे. अशा क्षेत्रात निसर्गाने साथ दिली तरच वर्षातून एखादे पीक घेता येते. महाराष्ट्रात सिंचनाखालील क्षेत्र फक्त 17 टक्के

असून 83 टक्के क्षेत्र कोरडवाहू असल्याने ते पावसाच्या पाण्यावर अवलंबून आहे. अशा कोरडवाहू क्षेत्रामध्ये रासायनिक खतांच्या वापरावर मर्यादा येत असल्याने शेतीची उत्पादकता कमी असते. सिंचनाखालील क्षेत्रात वर्षातून दोन किंवा तीन पिके घेता येतात. तसेच ऊस, फळे व भाजीपाला यांचे उत्पादन घेता येते. रासायनिक खतांचा अधिक वापर करता येत असल्याने शेतीची उत्पादकता वाढते. परंतु कोरडवाहू क्षेत्राचे प्रमाण अधिक असल्याने शेतीच्या उत्पादनावर आणि विकासावर परिणाम होतो. म्हणून सिंचनाच्या अपुऱ्या सुविधा हा भारताच्या शेती विकासातील एक अडथळा मानला जातो.

2.2.4 नवीन तंत्रज्ञान स्वीकारण्यातील अडचणी (Adoption of New Technology)

भारतीय शेतीची उत्पादकता कमी असण्याचे महत्त्वाचे कारण म्हणजे शेतीमध्ये वापरले जाणारे जुनाट तंत्रज्ञान आहे. भारतात अजूनही शेती पारंपरिक पद्धतीने व उदरनिर्वाहाचे एक साधन म्हणूनच केली जाते. त्याचे प्रमुख कारण म्हणजे शेतकऱ्यांची कमकुवत आर्थिक स्थिती. 86.9 टक्के शेतकऱ्यांचे धारणक्षेत्र 5 एकर किंवा दोन हेक्टरपेक्षा लहान आकारमानाचे व ते सरासरीने तीन ते चार तुकड्यांत विखुरलेले आहे. अशा लहान आकारमानाच्या शेतीत ट्रॅक्टरसारख्या आधुनिक तंत्रज्ञानाचा स्वीकार करणे लहान शेतकऱ्यांना आर्थिकदृष्ट्या परवडत नाही. तसेच महागडी संकरित बी-बियाणे, रासायनिक खते, कीडनाशक औषधांची खरेदी करणे लहान शेतकऱ्यांना शक्य होत नाही. तसेच तांत्रिक ज्ञानाच्या अभावी नवीन तंत्रज्ञान स्वीकारण्यात अडचणी येतात. ग्रामीण भागात यंत्राची दुरुस्ती करणाऱ्या सुविधा उपलब्ध नसतात. त्यामुळे नवीन तंत्रज्ञान स्वीकारण्याकडे शेतकऱ्यांकडून दुर्लक्ष होते. तसेच असे नवीन तंत्रज्ञान खरेदी करण्याची क्षमता नसते. बँका लहान शेतकऱ्यांना कर्जपुरवठा करण्यास तयार नसतात. म्हणून नवीन तंत्रज्ञानाचा स्वीकार गरीब व अशिक्षित शेतकऱ्यांकडून केला जात नाही. म्हणून भारतीय शेतीची उत्पादकता कमी आहे. थोडक्यात, नवीन तंत्रज्ञान स्वीकारण्यातील अडचणी हा शेती विकासामधील एक महत्त्वाचा अडथळा ठरला आहे.

2.2.5 भांडवलाची कमतरता (Lack of Capital)

भारतातील बहुसंख्य शेतकऱ्यांचे धारणक्षेत्र पाच एकरपेक्षाही लहान आकारमानाचे असून त्यातून कुटुंबाचा खर्च भागवू शकेल एवढेही उत्पन्न मिळत नसल्याने शेतकरी स्वतःच्या उत्पन्नातून व बचतीतून शेतीक्षेत्रात गुंतवणूक करू शकत नाहीत. शेतकऱ्यांना संकरित बी-बियाणे, रासायनिक खते, कीडनाशक औषधे आणि पिकांची मशागत करण्यासाठी अल्पकालीन भांडवलाची आवश्यकता असते तर बैलजोडी खरेदी करणे, विहीर खोदणे व बांधणे, इलेक्ट्रिक मोटार खरेदी करणे, पाईपलाइन करणे, जमिनीचे सपाटीकरण व बांधबंदिस्ती करणे, जनावरांसाठी गोठे बांधणे, ट्रॅक्टरसारखी अधिक किमतीची शेती अवजारे खरेदी करण्यासाठी व फळबाग विकासासाठी दीर्घ मुदतीच्या भांडवलाची आवश्यकता असते. शेतीव्यवसायासाठी सरकार, सहकारी बँका, नाबार्ड आणि व्यापारी बँकांकडून कर्जपुरवठा होत असला तरी कर्ज मिळण्यासाठी शेतकऱ्यांना विविध प्रकारच्या कागदपत्रांची जमवाजमव करावी लागते. तसेच या बँका सर्वसामान्य व गरीब/लहान शेतकऱ्यांना कर्ज देण्यात टाळाटाळ करतात. मध्यम व मोठ्या श्रीमंत शेतकऱ्यांना प्राधान्याने कर्जपुरवठा करतात. म्हणून लहान व गरीब शेतकऱ्यांना बँकांकडून कर्ज मिळत नसल्याने अधिक व्याजाचे सावकारी कर्ज घेणे भाग पडते. सावकारदेखील शेतकऱ्यांना पुरेशा प्रमाणात कर्ज देत नाहीत. शिवाय दिलेल्या कर्जाची वसुली शेतकऱ्यांकडे शेतमाल येताच केली जात असल्याने शेतकऱ्यांना मिळेल त्या किमतीला शेतमालाची विक्री करणे भाग पडते. त्यामुळे शेतकऱ्यांची आर्थिक स्थिती बिघडत जाऊन ते कर्जबाजारी होतात व कर्जफेड करणे अशक्य झाल्यास आत्महत्येचा मार्ग स्वीकारतात. म्हणून भांडवलाची कमतरता हा शेतीव्यवसायाच्या विकासातील प्रमुख अडथळा मानला जातो.

2.2.6 शेतमालाच्या विक्रीव्यवस्थेतील दोष (Defects of Agricultural Marketing)

भारतीय शेतीची उत्पादकता कमी असण्याची जी कारणे आहेत त्यामध्ये शेतमालास मिळणारी कमी किंमत हे एक कारण आहे. भारतीय शेतकऱ्यांचे उत्पन्न त्याने कोणत्या वस्तूचे किती उत्पादन केले यावर जसे अवलंबून आहे त्यापेक्षा ते शेती उत्पादनास बाजारात किती किंमत मिळते यावर ते अधिक अवलंबून आहे. भारतीय शेतकऱ्यांनी उत्पादित केलेल्या शेतमालास रास्त किंमत मिळण्यासाठी शेतमालाची बाजारपेठ आदर्श असली पाहिजे. परंतु भारताच्या शेतमाल विक्रीव्यवस्थेत ग्राहक आणि उत्पादकांमधील असलेली मोठी साखळी किंवा दलालाची/मध्यस्थांची साखळी, वजन व मापे यापासून होणारी फसवणूक, बाजारविषयक माहितीचा अभाव, कमिशनचे वेगवेगळे दर, शेतमाल विक्रीची लिलाव पद्धती,

प्रतवारी आणि प्रमाणीकरणाचा अभाव यांमुळे दर्जेदार शेतमालास दर्जेदार/उच्च किंमत मिळत नाही. तसेच सावकारांनी दिलेले कर्ज शेतकऱ्यांकडे शेतमाल येताच वसूल केले जात असल्यास हंगामात शेतमालाची आवक वाढून किमती घसरतात व शेतकऱ्यांचे मोठे नुकसान होते. त्यामुळे शेतकऱ्यांची आर्थिक स्थिती सुधारत नाही. म्हणून शेतमालाच्या विक्रीव्यवस्थेतील अडथळा हा शेती विकासातील प्रमुख अडथळा ठरतो.

2.2.7 शेतमाल किमतीबाबतचे सरकारचे धोरण (Agricultural Price Policy of Govt.)

शेतकऱ्यांना उत्पादनवाढीसाठी प्रेरणा मिळेल अशा प्रकारचे सरकारने शेतमालाच्या किमतीचे धोरण आखले पाहिजे व त्याची अंमलबजावणी केली पाहिजे. परंतु शेतमालाच्या किमती ठरविताना उत्पादन खर्च विचारात न घेता कृषितज्ज्ञ चव अधिकारी ग्राहकांचे हित डोळ्यासमोर ठेवून किमती ठरवितात. एकीकडे बी-बियाणे, रासायनिक खते, कीडनाशक औषधे, शेती अवजारे, वाहतुकीचे दर, मजुरी दर इत्यादींमध्ये सतत वाढ होत असल्याने शेती उत्पादनाचा खर्चही मोठ्या प्रमाणात वाढत गेला आहे. परंतु त्या प्रमाणात शेतमालाच्या आधारभूत किमती वाढत नाहीत. बऱ्याच वेळा उत्पादन खर्चापेक्षाही कमी किमतीत शेतमालाची विक्री करावी लागते. त्यामुळे शेतकऱ्यांना उत्पादनवाढीची प्रेरणा मिळत नाही व त्याचा परिणाम शेती विकासावर होतो.

2.2.8 नैसर्गिक आपत्ती (Natural Calamities)

भारतीय शेती निसर्गावरील जुगार मानली जाते. कारण ज्या-ज्या वेळी देशात वेळेवर आणि पुरेशा प्रमाणात पाऊस झाल्यास कृषी उत्पादनाचे उच्चांक गाठले जातात तर काही वेळा अपुरा व अवेळी पाऊस पडल्यास पिकांचे मोठ्या प्रमाणात नुकसान होते. अलीकडच्या काळात देशाच्या काही भागात दुष्काळ तर काही भागात अतिवृष्टी, गारपिटीमुळे पिकांचे मोठ्या प्रमाणात नुकसान झाले आहे. अशा परिस्थितीत सरकारकडून शेतकऱ्यांना अतिशय कमी प्रमाणात नुकसानभरपाई मिळते तर काही वेळा नुकसानभरपाई मिळतदेखील नाही. पीक-विमा योजना अजूनही सर्व पिकांना लागू करण्यात आली नाही. त्यामुळे नैसर्गिक आपत्तीच्या काळात पिकांची झालेली नुकसानभरपाई मिळत नसल्याने नैसर्गिक परिस्थितीदेखील भारताच्या शेती विकासातील अडथळा ठरते.

2.3 ग्रामीण कर्जबाजारीपणा : कारणे आणि उपाययोजना

RURAL INDEBTEDNESS : CAUSES AND MEASURES

भारतीय शेतीची उत्पादकता कमी असण्याचे एक महत्त्वाचे कारण 'भांडवलाची कमतरता' हे सांगितले जाते. सन 2010-11 मध्ये देशातील सरासरी धारणक्षेत्राचा आकार फक्त 1.16 हेक्टर म्हणजेच तीन एकरपेक्षा कमी असून 60 टक्के क्षेत्र कोरडवाहू असल्याने या क्षेत्रात निसर्गाने साथ दिली तरच एखादे पीक येऊ शकते. त्यामुळे अशा धारणक्षेत्रातून कुटुंबाचा खर्च भागवू शकेल एवढेही उत्पन्न मिळत नसल्याने शेतकरी स्वतःच्या उत्पन्नातून व बचतीतून शेतीचा विकास करू शकत नाहीत. म्हणून ग्रामीण भागातील शेतकरी, शेतमजूर ग्रामीण कारागिरांना खर्च भागविण्यासाठी खाजगी व संस्थात्मक कर्ज घ्यावे लागते.

2.3.1 कर्जाची आवश्यकता (Need of Credit)

भारतातील शेतीव्यवसायासाठी तीन प्रकारच्या कर्जाची आवश्यकता भासते :

1. **अल्प मुदत कर्ज** : शेतकऱ्यांना बी-बियाणे, रासायनिक खते, कीडनाशक औषधे, जनावरांचा चारा खरेदी करण्यासाठी, शेतीची मशागत करण्यासाठी पंधरा महिन्यांपर्यंतच्या म्हणजेच अल्प मुदतीच्या कर्जाची आवश्यकता असते. असे कर्ज शेतातील उभ्या पिकांवर घेतले जात असल्याने त्यास 'पीक-कर्ज' (Crop Loan) असे म्हणतात. कर्जाची परतफेड आलेल्या पिकातून केली जाते.

2. मध्यम मुदत कर्ज : त्या कर्जाची मुदत पंधरा महिन्यांपेक्षा अधिक व पाच वर्षांपेक्षा कमी असते; त्या कर्जास मध्यम मुदत कर्ज असे म्हणतात. हे कर्ज जनावरांचा गोठा बांधणे, बैलजोडी खरेदी करणे, इलेक्ट्रिक मोटार व कमी किमतीची शेती अवजारे खरेदी करण्यासाठी घेतले जाते.

3. दीर्घ मुदत कर्ज : ज्या कर्जाची मुदत पाच वर्षांपेक्षा अधिक असते व जे जमिनीच्या विकासासाठी घेतले जाते त्यास 'दीर्घ मुदत कर्ज' असे म्हणतात. असे कर्ज जुन्या विहिरीची दुरुस्ती करणे, नवीन विहीर खोदणे व बांधणे, पाईपलाइन करणे, उपसा जलसिंचन योजना राबविणे, ट्रॅक्टरसारखी शेती अवजारे खरेदी करणे, जमिनीचे सपाटीकरण करणे, द्राक्ष बागेचे फाउंडेशन करणे व जुन्या कर्जाची परतफेड करण्यासाठी घेतले जाते. कर्जाची परतफेड सोईस्कर अशा वार्षिक हप्त्याने केली जाते.

भारतातील शेतकऱ्यांना वरील तिन्ही प्रकारचा कर्जपुरवठा करणाऱ्या घटकांची विभागणी संस्थात्मक कर्जपुरवठ्याचे घटक आणि बिगर-संस्थात्मक घटक अशी केली जाते. संस्थात्मक घटकांमध्ये सरकार, व्यापारी बँका, सहकारी बँका, प्रादेशिक ग्रामीण बँका व नाबार्डचा समावेश होतो तर बिगर-संस्थात्मक किंवा खाजगी घटकांमध्ये सावकार, व्यापारी, मित्र आणि नातेवाईक या घटकांचा समावेश होतो.

सन 1971 मध्ये एकूण ग्रामीण शेती कर्जपुरवठ्यात संस्थात्मक कर्जपुरवठ्याचे प्रमाण 29 टक्के व बिगर-संस्थात्मक कर्जाचे प्रमाण 71 टक्के होते. नंतरच्या काळात संस्थात्मक कर्जाचे प्रमाण वाढत जाऊन बिगर-संस्थात्मक कर्जाचे प्रमाण कमी झाले आहे. सन 2002 मध्ये एकूण ग्रामीण कर्जपुरवठ्यात संस्थात्मक कर्जाचे प्रमाण 57 टक्क्यांपर्यंत वाढले होते तर बिगर-संस्थात्मक कर्जाचे प्रमाण 43 टक्क्यांपर्यंत कमी झाले होते. बिगर-संस्थात्मक कर्जपुरवठ्यामध्ये व्यावसायिक सावकारी कर्जाचे प्रमाण अजूनही 19.6 टक्के; शेतकरी सावकाराचे प्रमाण 10.0 टक्के; मित्र व नातेवाईक 7.1 टक्के व इतर घटकांकडून होणाऱ्या कर्जपुरवठ्याचे प्रमाण 6.2 टक्के होते.

2.3.2 ग्रामीण कर्जबाजारीपणासंबंधी अंदाज

भारतीय शेतकरी वर्षानुवर्षे कर्जे घेत आहेत. मात्र कर्जाची परतफेड तो करू शकत नसल्याने कर्जबाजारी झाला आहे; कारण कर्जाच्या परतफेडीएवढे उत्पन्न शेतीव्यवसायातून प्राप्त होत नाही. त्यामुळे शेतकऱ्यांवरील कर्जाचा बोजा दिवसेंदिवस वाढत गेला आहे. त्यामुळे भारतीय शेतकऱ्यांच्या बाबतीत असे म्हटले जाते की, ''भारतीय शेतकरी कर्जात जन्मतो, कर्जात वाढतो आणि मृत्यूनंतर कर्जाचा वारसा आपल्या मुलांना देतो.''

राष्ट्रीय सांख्यिकी संघटनेच्या (NSS) 59 व्या राऊंडच्या सर्वेक्षणानुसार सरकाराला सन 2002 मध्ये सादर केलेल्या अहवालात सन 1991 मध्ये ग्रामीण भागातील शेतकऱ्यावरील कर्ज 22,211 कोटी ₹ होते; ते सन 2002 मध्ये 1,11,468 कोटी रुपयांपर्यंत वाढले होते. एकूण ग्रामीण कर्जपुरवठ्यामध्ये 60 टक्के शेतकऱ्यांना 73 टक्के कर्जपुरवठा झालेला होता तर 40 टक्के बिगर-शेती व्यावसायिकांना 27 टक्के कर्जपुरवठा झालेला होता. शेतकरी कर्जपुरवठ्याचे प्रमाण जे सन 1981 मध्ये होते ते सन 1991 मध्ये 80 टक्क्यांपर्यंत तर सन 2002 मध्ये 73 टक्क्यांपर्यंत कमी झाले होते.

राष्ट्रीय सांख्यिकी संघटनेने (NSS) केलेल्या ग्रामीण कर्जपुरवठ्याच्या सन 2002 च्या पाहणीत असे स्पष्ट केले आहे की, ग्रामीण कुटुंबांपैकी 27 टक्के कुटुंबे कर्जबाजारी झाली होती. त्यामध्ये शेतकरी कुटुंबांपैकी 30 टक्के कुटुंबे व 20 टक्के बिगर-शेतकरी कुटुंबे कर्जबाजारी होती. त्याचप्रमाणे या संघटनेने असाही निष्कर्ष काढला होता की, लहान शेतकरी ज्यांच्याकडे अतिशय कमी मालमत्ता आहे अशी कुटुंबे सावकारी/बिगर-संस्थात्मक कर्जपुरवठा करणाऱ्या संस्थांची कर्जबाजारी झाली होती तर ज्यांच्याकडे अधिक मालमत्ता आहे अशी श्रीमंत कुटुंबे संस्थात्मक कर्जपुरवठ्याची कर्जबाजारी झालेली आहेत. तसेच ग्रामीण कर्जबाजारीपणामध्ये 57 टक्के कर्जावरील व्याजाचा दर 15 टक्क्यांपेक्षाही अधिक राहिला आहे. तसेच एकूण कर्जापैकी अनुत्पादक कर्जाचे प्रमाण सन 1971 मध्ये 49.9 टक्के होते; ते सन 2002 मध्ये 47 टक्के कमी झाले तर उत्पादक कर्जाचे प्रमाण याच कालावधीत 50.1 टक्क्यांवरून 53 टक्क्यांपर्यंत वाढले.

2.3.3 ग्रामीण कर्जबाजारीपणाची कारणे (Causes of Rural Indebtedness)

भारतातील ग्रामीण कर्जबाजारीपणाची कारणे पुढीलप्रमाणे सांगितली जातात :

1. **वडिलोपार्जित कर्जाचा वारसा** : भारतीय घटनेनुसार, वडिलोपार्जित मालमत्तेचे त्यांच्या हयातीनंतर वारसांमध्ये जसे हस्तांतर होते त्याचप्रमाणे वडिलांनी घेतलेल्या कर्जाची परतफेड करण्याची जबाबदारी वारसांवर येते. म्हणूनच असे म्हटले जाते की, ''भारतीय शेतकरी कर्जात जन्मतो, कर्जात वाढतो आणि मृत्यूनंतर कर्जाचा वारसा मुलांना देतो.'' म्हणूनच वडिलोपार्जित कर्जाचा वारसा हे ग्रामीण कर्जबाजारीपणाचे एक महत्त्वाचे कारण आहे.

2. **धारणक्षेत्राचा अतिशय लहान आकार** : भारतात धारणक्षेत्राचा सरासरी आकार सन 2011 मध्ये फक्त 1.16 हेक्टर म्हणजे तीन एकरपेक्षा लहान असून अशा लहान आकाराच्या धारणक्षेत्रातून कुटुंबाचा खर्च भागवू शकेल एवढेही उत्पन्न मिळत नाही. सन 2010-11 मध्ये 2 हेक्टर किंवा 5 एकरपेक्षा कमी धारणक्षेत्र असणाऱ्या शेतकऱ्याची संख्या 117.1 दशलक्ष होती व त्यांचे एकूण शेतकरी कुटुंबाशी प्रमाण 84.9 टक्के होते. अशा लहान धारणक्षेत्रात पर्जन्यमान व हवामान चांगले असेल तर कुटुंबाचा खर्च भागू शकेल एवढे उत्पन्न मिळते. तसेच शेतकरी आणि शेतमजुरांना वर्षभरातून शेती हंगामात सहा ते आठ महिने रोजगार मिळतो. राहिलेल्या पाच-सहा महिन्यात रोजगार नसल्याने खर्च भागविण्यासाठी कर्ज घ्यावे लागते. त्यामुळे शेतकरी, शेतमजूर, ग्रामीण कारागीर कर्जबाजारी होतात.

3. **कोरडवाहू शेतीचे मोठे प्रमाण** : भारतातील अजूनही 60 टक्क्यांपेक्षा अधिक क्षेत्र पूर्णपणे कोरडवाहू असून ते पूर्णपणे पावसाच्या पाण्यावर आणि निसर्गाच्या लहरीवर अवलंबून आहे. अशा कोरडवाहू क्षेत्रात निसर्गाने साथ दिली तरच वर्षातून एखादे पीक येते. परंतु निसर्गाने साथ दिली नाही, अपुरा व अवेळी पाऊस पडला तर शेतीचे उत्पादन घटते. त्यामुळे शेतकऱ्यांना घेतलेल्या कर्जाची परतफेड करता येत नसल्याने शेतकरी कर्जबाजारी होतात.

4. **नैसर्गिक आपत्ती** : भारतासारख्या खंडप्राय देशात काही भागात दुष्काळ तर काही भागात अतिवृष्टी, महापूर यांसारखी परिस्थिती पाहावयास मिळते तर काही वेळा चक्रीवादळ, गारपीट, अतिवृष्टी यांमुळे आलेल्या पिकांचे मोठ्या प्रमाणात नुकसान होते. त्यामुळे अशा नैसर्गिक आपत्तीच्या काळात शेतकरी घेतलेल्या कर्जाची परतफेड करू शकत नाही; त्यामुळे तो कर्जबाजारी होतो. अशा नैसर्गिक आपत्तीचा परिणाम उत्पादनाबरोबरच पुढील वर्षात कराव्या लागणाऱ्या भांडवल गुंतवणुकीवर होत असल्याने शेतकरीवर्गात नैराश्य येते. त्यातूनच आत्महत्येचे प्रमाण वाढत जाते.

5. **कुटुंबाचा मोठा आकार** : ग्रामीण भागात एकत्र कुटुंबपद्धती असल्याने कुटुंबाचा आकार मोठा असतो. कुटुंब प्रमुखाव्यतिरिक्त इतर कोणावरही कुटुंबाच्या खर्चाची जबाबदारी नसते. निरक्षरतेमुळे जन्मदर अधिक असल्याने कुटुंबाचा आकार वाढत जातो. त्याचा भार मर्यादित असणाऱ्या शेतीक्षेत्रावर पडतो. खर्च अधिक व उत्पन्न कमी अशी परिस्थिती निर्माण होऊन उत्पन्न खर्चातील तफावत भरून काढण्यासाठी कर्जाची मदत घेतली जाते. त्यामुळे शेतकरी कुटुंबात कर्जबाजारीपणा वाढत जातो.

6. **बेकारीचे मोठे प्रमाण** : भारतात वाढत्या लोकसंख्येबरोबर बेकारांची संख्या वाढत आहे. वाढत्या लोकसंख्येचा शेतीक्षेत्रावरील भार वाढत गेल्याने ग्रामीण भागात अर्धबेकारी, हंगामी बेकारी आणि अदृश्य किंवा छुपी बेकारी दिसून येते. भारतीय शेती कोरडवाहू असल्याने शेती हंगामामध्ये काम मिळते; मात्र हंगाम संपल्यानंतर काम मिळत नाही. त्यामुळे हंगामी व अर्धबेकारी दिसून येते. शेती हंगाम व्यतिरिक्तच्या कालावधीत कुटुंबाचा खर्च भागविण्यासाठी कर्ज घ्यावे लागते. त्यामुळे वर्षानुवर्षे या परिस्थितीत बदल न झाल्याने कर्जबाजारीपणाचे प्रमाण वाढत जाते.

7. **पूरक व्यवसायाचा अभाव** : भारतात कोरडवाहू शेतीचे प्रमाण अधिक असल्याने शेतीत बाराही महिने रोजगार मिळत नाही. अशा वेळी शेतकऱ्यांकडे जोडधंदा असणे आवश्यक असते. उदाहरणार्थ, दुग्धव्यवसाय, पशुपालन, बकरीपालन, मेंढीपालन, कुक्कुटपालन यांसारख्या पूरक व्यवसायामुळे कुटुंबाच्या उत्पन्नात भर पडते. दुष्काळ, नैसर्गिक आपत्तीच्या काळात जरी शेती उत्पन्नात घट झाली तरी पूरक व्यवसायापासून मिळणाऱ्या उत्पन्नाच्या साहाय्याने कुटुंबाचा खर्च भागविता येतो. परंतु ग्रामीण भागात अशा पूरक व्यवसायाचा फारसा विकास न झाल्याने शेतकऱ्यांना खर्च भागविण्यासाठी कर्जावर अवलंबून राहावे लागते. त्यामुळे शेतकऱ्यांच्या कर्जबाजारीपणात वाढ होते.

8. **अनिश्चित उत्पन्न** : ग्रामीण भागातील शेतकऱ्यांचे उत्पन्न जसे शेतीवर अवलंबून आहे त्याचप्रमाणे शेतमजूर, ग्रामीण कारागीर, बलुतेदार – लोहार, सुतार, चांभार, कोळी यांचेही उत्पन्न शेतीवर अवलंबून आहे. जेव्हा शेतकऱ्यांचे उत्पन्न वाढते तेव्हा ग्रामीण भागातील इतर घटकांच्याही उत्पन्नात वाढ होते. परंतु शेती उत्पन्नच अनिश्चित असलेल्या निसर्गावर अवलंबून असल्याने शेतकऱ्यांप्रमाणेच ग्रामीण भागातील शेतमजूर, कारागीर, बारा बलुतेदार यांचेही उत्पन्न अनिश्चित बनते व त्यांनाही खर्च भागविण्यासाठी कर्जाचा आधार घ्यावा लागतो. अनिश्चित उत्पन्नामुळे घेतलेल्या कर्जाची वेळेवर परतफेड करता येत नाही; म्हणून कर्जबाजारीपणा वाढतो.

9. **सामाजिक व धार्मिक कार्यक्रमावरील वाढता खर्च** : ग्रामीण भागात निरक्षरतेचे प्रमाण अधिक असल्याने लोकांवर रूढी, परंपरा, धार्मिक सण-समारंभ, लग्न कार्य इत्यादींवर खर्च केला जातो. वर्षभरामध्ये येणारे सर्व सण व समारंभ आपल्या कुवतीनुसार साजरे केले जातात. जन्मापासून ते मृत्यूपर्यंत व नंतरही येणारे धार्मिक विधी पार पाडण्यासाठी मोठ्या प्रमाणात खर्च केला जातो. मुला-मुलींच्या लग्नासाठी आपल्या ऐपतीपेक्षा अधिक खर्च केला जातो. त्यासाठी सावकारी कर्जही घेतले जाते. आलेल्या पाहुण्यांचे स्वागत व पाहुणचार करण्यासाठी पैशाबरोबरच खर्च केला जातो. या प्रकारचा खर्च अनुत्पादक असल्याने त्यामुळे कुटुंबाच्या उत्पन्नात कसलीही भर पडत नाही. त्यामुळे घेतलेल्या कर्जाची परतफेड होत नसल्याने ग्रामीण कर्जबाजारीपणा वाढत जातो.

10. **वाढती व्यसनाधीनता** : ग्रामीण भागात करमणुकीची फारसी साधने उपलब्ध नसतात तर शेतीच्या हंगामी स्वरूपामुळे लोकांकडे भरपूर वेळ असतो. असा वेळ घालविण्यासाठी पत्ते खेळणे, जुगार खेळणे, मटका खेळणे, झटपट लॉटरी यांसारखे व्यसन लागते. त्यात कर्जबाजारी झाल्याने शेवटी दारूचेही व्यसन लागते. अशा व्यसनाधीनतेमुळे ग्रामीण कर्जबाजारीपणा वाढत जातो.

11. **कोर्टकचेरीवरील वाढता खर्च** : ग्रामीण भागात निरक्षरतेमुळे शेतकऱ्यांमध्ये शेती व घराची वाटणी, बांधबंदिस्ती, पायवाट इत्यादींवरून भाषा-भाषांमध्ये तंटे वाढत जातात. ग्रामीण भागातील राजकीय पुढारी व संघटना हा वाद मिटविण्याऐवजी तो वाढत कसा जाईल यासाठी प्रयत्न करतात. त्यासाठी पाठबळ देतात. त्यातून योग्य न्याय मिळण्यासाठी कोर्टाची पायरी चढावी लागते. कोर्टकचेरीमुळे शेतकऱ्यांचे शेतातील पिकांकडे दुर्लक्ष होते व कोर्टाच्या तारखेकडे लक्ष लागते. वकील फी व पाठीराख्यांचा प्रवास आणि इतर खर्च भागविण्यासाठी प्रसंगी सावकारी कर्ज घेतले जाते. अशा कर्जावरील व्याजदर अधिक असल्याने कर्जाची परतफेड करणे बऱ्याच वेळा शक्य होत नाही. त्यासाठी काही वेळा वडिलोपार्जित जमीन विकणे भाग पडते. थोडक्यात, कोर्टकचेरीवरील वाढत जाणारा खर्च हे ग्रामीण कर्जबाजारीपणाचे एक कारण ठरते.

12. **शेतमालाच्या अस्थिर किमती** : भारतातील शेतमालाच्या किमती उत्पादन करणारा शेतकरी ठरवित नाहीत तर त्या किमती बाजारातील मध्यस्थ किंवा दलाल ठरवितात. त्यामुळे शेतमालाच्या किमतीत अस्थिरता असते. जेव्हा बाजारात मोठ्या प्रमाणात शेतमालाची आवक असते तेव्हा किमती घसरलेल्या असतात; तर जेव्हा बाजारात शेतमालास अधिक किंमत असते तेव्हा शेतकऱ्यांकडे शेतमाल नसतो. त्यामुळे वाढलेल्या किमतीचा लाभ शेतकऱ्यांना कधीच मिळत नाही. त्यामुळे शेतकरी घेतलेल्या कर्जाची वेळेवर परतफेड करू शकत नाही. म्हणून तो कर्जबाजारी झालेला आहे.

13. **सावकार व व्यापाऱ्यांकडून पिळवणूक** : भारतातील ग्रामीण भागातील बहुसंख्य शेतकरी अल्प-भूधारक व निरक्षर असल्याने सहकारी बँका व व्यापारी बँका अशा शेतकऱ्यांना कर्जपुरवठा करण्यास फारशा तयार नसतात. म्हणून अशा शेतकऱ्यांना सावकारांकडून व आडत दुकानदारांकडून कर्ज घ्यावे लागते. सावकार कर्ज देताना शेतकऱ्याची मालमत्ता लिहून घेतात व त्यांचे व्याजाचे दर अधिक असतात. तसेच सावकार व्याजावर व्याजआकारणी करत असल्याने त्या कर्जाची परतफेड करणे बऱ्याच वेळा शक्य होत नाही. तसेच सावकार व व्यापारी दिलेल्या कर्जाची वसुली शेतकऱ्यांकडे शेतमाल येताच करत असल्याने शेतकऱ्यांना मिळेल त्या किमतीला शेतमालाची विक्री करावी लागते. कर्जाची परतफेड केल्यानंतर पुन्हा नवीन कर्ज घ्यावे लागते. त्यामुळे शेतकरी कर्जबाजारी बनतात. जर सावकारांनी कर्जवसुलीसाठी तगादा लावला व मानहानी केली तर शेतकरी आत्महत्या करतात.

14. निरक्षरता व अज्ञान : भारतातील बहुसंख्य शेतकरी अशिक्षित असल्याने त्यांना बँकांकडून कर्ज घेणे जिकिरीचे वाटते. त्याऐवजी सहजपणे सावकारांकडून कर्ज घेणे सोपे वाटते. शेतकऱ्यांचा अशिक्षितपणाचा फायदा घेऊन कर्जावर अधिक व्याज आकारणे, शेतकऱ्याने परतफेड केलेल्या हप्त्याची आपल्या डायरीमध्ये नोंद न करणे, शेतकऱ्यांची शेती व बैलजोडी यांसारखी मालमत्ता लिहून घेणे, शेतकऱ्यांचा शेतमाल कर्जवसुलीच्या पोटी कमी किमतीत खरेदी करणे, जर शेतकऱ्याने कर्जाची परतफेड करण्यास टाळाटाळ केली तर लिहून घेतलेल्या मालमत्तेवर ताबा मिळविण्याचा प्रयत्न करतात. म्हणून निरक्षरता आणि अज्ञान हे शेतकऱ्यांच्या कर्जबाजारीपणाचे एक महत्त्वाचे कारण ठरते.

थोडक्यात, शेतकऱ्यांना शेतीपासून मिळणारे अपुरे व अनिश्चित उत्पन्न आणि वाढत जाणारा कौटुंबिक खर्च यामुळे शेतकरी व ग्रामीण कारागीरांना खर्च भागविण्यासाठी कर्ज घ्यावे लागत असल्याने ग्रामीण कर्जबाजारीपणात वाढ होत आहे.

2.3.4 ग्रामीण कर्जबाजारीपणाचे परिणाम (Effects of Rural Indebtedness)

ग्रामीण भागातील शेतकऱ्यांनी घेतलेल्या कर्जाचा उपयोग जर उत्पादक कार्यासाठी केला तर शेतकऱ्यांच्या उत्पन्नात वाढ होऊन वाढलेल्या उत्पन्नातून घेतलेल्या कर्जाची परतफेड करणे सहज शक्य होते. परंतु शेतकऱ्यांनी घेतलेल्या कर्जापैकी 28 ते 30 टक्के कर्ज कौटुंबिक खर्च भागविण्यासाठी, मुला-मुलींचे शिक्षण, लग्न-समारंभ आणि विविध प्रकारचे सण-समारंभाचा खर्च भागविण्यासाठी वापरले जाते; तर ग्रामीण भागातील शेतमजूर, कारागीर यांनी घेतलेल्या कर्जापैकी 75 ते 80 टक्के कर्ज अनुत्पादक कारणासाठी वापरले जात असल्याने घेतलेल्या कर्जाची परतफेड करता येत नाही. म्हणून ग्रामीण कर्जबाजारीपणा वाढत गेला आहे. अशा ग्रामीण कर्जबाजारीपणाचे परिणाम पुढीलप्रमाणे :

(1) ग्रामीण भागातील शेतकरी, शेतमजूर व कारागिरांना उपभोग खर्च भागविण्यासाठी सावकारांकडून कर्ज घ्यावे लागते. सावकारी कर्जावरील व्याजाचा दर अधिक असतो. त्यामुळे कर्जावरील व्याजाचा बोजा वाढत जातो. सावकार अधिक व्याजाच्या रूपाने शेतकरी, शेतमजूर व कारागिरांची पिळवणूक करतात.

(2) सावकार शेतकऱ्यांना कर्ज देताना कर्जाची परतफेड पीक येताच केली जाईल या अटीवर कर्ज देतात व त्याप्रमाणे शेतकऱ्यांकडे पीक येताच कर्जाच्या वसुलीसाठी तकादा लावतात. त्यामुळे शेतकरी पीक येताच बाजारात मिळेल त्या किमतीत शेतमाल विकून कर्जाची परतफेड करतात. त्यामुळे कमी किमतीत शेतमाल विकावा लागल्याने शेतकऱ्यांचे मोठे आर्थिक नुकसान होते.

(3) ग्रामीण भागातील शेतकऱ्यांचा कर्जाचा बोजा जसजसा वाढत जातो तसतसा शेतकरी कर्जमुक्तीच्या विवंचनेमुळे व्यसनाधीनतेकडे वळतो. व्यसनाधीनता वाढल्यास अशा शेतकऱ्यांनी घेतलेल्या कर्जाची परतफेड करण्यासाठी आपली स्थावर मालमत्ता विकावी लागते. त्यामुळे त्याचे राहणीमान आणखी खालावत जाते.

(4) कर्जबाजारी शेतकरी, शेतमजूर व कारागिरांना समाजात मानसन्मान मिळत नाही; त्यामुळे तो मानसिकदृष्ट्या दुर्बल बनतो. अशा परिस्थितीत सावकाराने कर्जवसुलीचा तगादा लावला तर तो आपले जीवन संपविण्यासाठी आत्महत्येसारख्या मार्गाचा अवलंब करतो. मागील काही वर्षांत देशात व प्रामुख्याने महाराष्ट्रात ज्या शेतकऱ्यांनी आत्महत्या केलेल्या आहेत त्याचे कारण शेतकऱ्यांचा कर्जबाजारीपणा हेच सांगितले जाते.

(5) वाढत्या कर्जबाजारीपणामुळे ग्रामीण भागातील अल्पभूधारक शेतकरी, शेतमजूर, कारागीर कर्जाच्या ओझ्यामुळे अधिकच गरीब होत गेला आहे. त्यामुळे त्याच्या दारिद्र्यात वाढ झाली आहे.

2.3.5 उपाययोजना (Measures)

ग्रामीण कर्जबाजारीपणाचे परिणाम टाळण्यासाठी पुढील प्रकारच्या उपाययोजना करणे आवश्यक आहे.

1. सावकारी कर्जाचे उच्चाटन : ग्रामीण भागातील सावकारांकडून शेतकरी, शेतमजूर आणि कारागिरांची कर्जावर अधिक व्याज आकारून पिळवणूक केली जाते. म्हणून सावकारी कर्जव्यवहारावर कायदेशीर बंदी घातली पाहिजे. त्याचप्रमाणे कर्जबाजारीपणा कमी करावयाचा असेल तर शेतकरी, शेतमजूर, कारागीर यांना उत्पादक कार्याबरोबरच अनुत्पादक किंवा उपभोगासाठी बँकांनी कर्जपुरवठा केला पाहिजे. बँकांनी उपभोग कर्जाचे वाटप केले तर आपोआपच सावकारी कर्जाचे महत्त्व कमी होऊन कर्जबाजारीपणा कमी होईल.

2. **अनावश्यक खर्च कमी करणे** : ग्रामीण भागात निरक्षरतेचे प्रमाण अधिक असल्याने लोकांकडून रूढी, परंपरा, चालीरीती, रीतिरिवाज पाळण्यासाठी, धार्मिक विधी, सण-समारंभ साजरे करण्यासाठी मोठ्या प्रमाणात खर्च केला जातो. असा अनावश्यक खर्च कमी करून उत्पादक खर्चामध्ये वाढ केली तर उत्पन्नात वाढ होऊन घेतलेल्या कर्जाची परतफेड करता येईल व त्यामुळे ग्रामीण कर्जबाजारीपणा कमी होण्यास मदत होईल.

3. **सामूहिक पद्धतीने विवाह** : अलीकडच्या काळात लग्न समारंभावर मोठ्या प्रमाणात पैशाची उधळपट्टी होते; ती टाळण्यासाठी सामूहिक विवाह सोहळे आयोजित केले पाहिजेत. त्यासाठी राजकीय पक्ष आणि संघटना व सामाजिक कार्यकर्त्यांनी पुढाकार घेतला पाहिजे. सामूहिक विवाह सोहळ्यामुळे लग्न कार्यावरील खर्चाला आळा बसून कर्जबाजारीपणा कमी होण्यास मदत होईल.

4. **कर्जमुक्ती** : अलीकडच्या काळात शेतकऱ्यांच्या आत्महत्येचे प्रमाण वाढत आहे. म्हणून आत्महत्या रोखण्यासाठी शेतकऱ्यांची कर्जातून मुक्ती मिळावी यासाठी शेतकऱ्यांच्या संघटना आणि विरोधी पक्ष यांच्याकडून कर्जमाफीची मागणी केली जात आहे.

5. **कमी व्याजाने कर्जपुरवठा** : ग्रामीण कर्जबाजारीपणा कमी करण्यासाठी संस्थात्मक कर्जपुरवठ्यात वाढ होणे आवश्यक आहे. म्हणून सरकार, व्यापारी बँका आणि सहकारी बँकामार्फत कमी व्याजदराने कर्जपुरवठा करण्याचा प्रयत्न करत आहे. जर व्यापारी बँका व सहकारी बँकांनी उत्पादक कर्जाबरोबरच उपभोगासाठी म्हणजेच मुला-मुलींचे शिक्षण, विवाह, कौटुंबिक खर्च भागविण्यासाठी कमी व्याजाने कर्जपुरवठा केला तर ग्रामीण शेतकरी व शेतमजुरांना अधिक व्याजाचे सावकारी कर्ज घ्यावे लागणार नाही. त्यामुळे ग्रामीण कर्जबाजारीपणा कमी होण्यास मदत होईल.

6. **पीक-विमा योजनेची व्याप्ती वाढविणे** : बऱ्याच वेळा देशात अतिवृष्टी, गारपीट, चक्रीवादळ, अवर्षण यांसारख्या नैसर्गिक आपत्तीमध्ये आलेल्या पिकांचे मोठ्या प्रमाणात नुकसान होते. झालेले नुकसान भरून निघण्यासाठी पीक-विमा योजना सुरू करण्यात आली आहे. या योजनेची व्याप्ती वाढवून योजना सर्व पिकांसाठी लागू करण्यात आली तर झालेले नुकसान काही प्रमाणात भरून निघेल व त्यामुळे शेतकऱ्यांना घेतलेल्या कर्जाची परतफेड करता येऊ शकेल.

7. **कोर्टकचेरीवरील खर्चाला पायबंद घालणे** : कोर्टकचेरीवरील वाढता खर्च हे ग्रामीण कर्जबाजारीपणाचे एक कारण सांगितले जाते. म्हणून हा खर्च टाळण्यासाठी ग्रामीण तंटामुक्ती अभियान राबविण्यात येत आहे. त्यामुळे गावातील तंटे आपापसात मिटवून कोर्टकचेरीवरील खर्च टाळता येणे शक्य झाले आहे.

8. **शेतमालास आधारभूत किंमत देणे** : सरकारने शेतीचा हंगाम सुरू होण्यापूर्वीच पिकांच्या आधारभूत किमती जाहीर केल्या पाहिजेत. जाहीर केलेल्या पिकांच्या आधारभूत किमती उत्पादन खर्चावर आधारित असल्यास शेतकरी कोणते पीक घेणे अधिक फायद्याचे आहे हे ठरवून ते पीक घेऊ शकेल. तसेच बाजारातील किमती आधारभूत किमतीपेक्षा कमी झाल्यास सरकारने आधारभूत किमतीला शेतमाल शेतमालाची खरेदी केल्यास शेतकऱ्यांचे नुकसान टाळता येऊ शकेल.

9. **पायाभूत सुविधा पुरविणे** : कर्जबाजारीपणा कमी करण्यासाठी शेतकऱ्यांना आवश्यक असणारी बी-बियाणे, रासायनिक खते, कीडनाशक औषधे, शेती अवजारे रास्त दराने व वेळेवर उपलब्ध करून दिली पाहिजेत.

10. **पूरक व्यवसायाचा विकास** : शेतीव्यवसायस पूरक व्यवसाय म्हणून दुग्धव्यवसाय, पशुपालन, बकरीपालन, कुक्कुटपालन या पूरक व्यवसायासाठी व बारा बलुतेदारांना त्यांच्या व्यवसायाचे आधुनिकीकरण करण्यासाठी सवलतीच्या दराने कर्जपुरवठा होणे आवश्यक आहे.

2.4 शेतमाल विक्रीव्यवस्था : समस्या आणि उपाययोजना

AGRICULTURAL MARKETING : PROBLEMS AND MEASURES

शेतकऱ्याच्या हातात शेतमाल येत नाही तोपर्यंत किती उत्पादन होईल याबाबत अनिश्चितता असते. शेतमाल कोणत्या किमतीला विकला जाईल, बाजारपेठ कोणती उपलब्ध होईल, बाजारपेठेतील पद्धती कशा असतील इत्यादींबाबत-देखील वेगळीच अनिश्चितता निर्माण होते. म्हणून चांगले उत्पादन होणे पुरेसे नाही तर त्याची योग्य विक्री होणेसुद्धा तितकेच महत्त्वाचे असते. पूर्वी प्रत्यक्ष वस्तुविनिमय पद्धती होती. शेतीव्यवसायाचे स्वरूप केवळ निर्वाह शेती असे होते. विक्रेय वाढावा कमी होता. विक्रीसाठी उपलब्ध होणारा शेतमाल जत्रेच्या ठिकाणी नेऊन विकण्याची पद्धती होती. त्यामुळे शेतमाल विक्रीबाबत समस्या निर्माण झाल्या नाहीत. परंतु अलीकडे शेती हा व्यवसाय म्हणून करणे आवश्यक झाले आहे. दळणवळणाची साधने वाढली. व्यापारी पिकांचे उत्पादन मोठ्या प्रमाणावर होऊ लागले. वस्तुविनिमयाऐवजी पैशामार्फत देव-घेव होऊ लागली. म्हणून शेतमालाची किफायतशीर विक्री होण्यासाठी सुसंघटित विक्रीव्यवस्था आवश्यक ठरते.

शेतमाल विक्रीव्यवस्थेचा अर्थ : ''शेतमालाची विक्रीव्यवस्था म्हणजे शेतीपासून अंतिम उपभोक्त्यापर्यंत अन्नधान्याची व शेतीतून निघणाऱ्या कच्च्या मालाची पाठवणी करण्यासाठी कराव्या लागणाऱ्या सर्व क्रिया होत.''

आदर्श शेतमाल विक्रीव्यवस्थेची वैशिष्ट्ये

1. **बाजारासंबंधी पुरेशी माहिती** : आदर्श बाजारव्यवस्थेमध्ये शेतकऱ्यांना विविध घटकांची पूर्ण व नवीन माहिती त्वरित मिळण्याची व्यवस्था हवी. विविध उत्पादनांची आवक, किमतीमधील बदल, मागणीचे अंदाज, निर्यातीची शक्यता इत्यादी बाबींची शेतकऱ्यांना माहिती मिळाली तर शक्य तेवढा फायदा घेण्याचा ते प्रयत्न करतील. अन्यथा मध्यस्थ व दलालांकडून त्यांची फसवणूक होऊ शकते.

2. **साठवणुकीच्या सुविधा** : साठवणुकीच्या सुविधा उपलब्ध असतील तर जास्तीचे उत्पादन साठविता येईल. गुदाम पावतीच्या आधारावर कर्ज मिळेल. त्यामुळे चांगली किंमत मिळेपर्यंत शेतकऱ्याला थांबणे शक्य होते. गरजेच्या वेळी शेतमालाची विक्री करणे शक्य होते. अन्यथा कमी किमतीत शेतीमाल विकण्याशिवाय गत्यंतर नसते.

3. **तात्पुरता कर्जपुरवठा** : आर्थिक परिस्थितीमुळे शेतकऱ्याला हंगामानंतर लगेच माल विकावा लागतो. त्यामुळे बाजारातील शेतमालाचा पुरवठा वाढून किमती घसरतात व शेतकऱ्यांचे नुकसान होते. हे टाळण्यासाठी तात्पुरत्या कर्जपुरवठ्याच्या सुविधा आवश्यक ठरतात.

4. **स्वस्त, पुरेशा वाहतूक व दळणवळण सुविधा** : वाहतूक व दळणवळणाच्या स्वस्त व पुरेशा सुविधा उपलब्ध नसतील तर शेतकऱ्यांना जागेवर कमी किमतीत मालाची विक्री करावी लागते. नाशवंत वस्तूंच्या बाबतीत पुरेशा वाहतूक व दळणवळण सुविधा आवश्यक ठरतात.

5. **मध्यस्थांची संख्या कमी** : आदर्श विक्रीव्यवस्थेत मध्यस्थांची संख्या कमी हवी. त्यामुळे मध्यस्थांचा नफा कमी होऊन शेतकऱ्यांचे उत्पन्न वाढते.

6. **सुसंघटित बाजारव्यवस्था** : शेतमाल विक्रीव्यवस्थेतील विविध संस्था सुसंघटित असल्या पाहिजेत. सर्व प्रकारच्या शेतमालासाठी अशा संस्था असल्या पाहिजेत. मालाची चढ-उतार करण्याच्या सोई, प्रमाणीकरणाच्या सोई, दर्जा नियंत्रित करण्याच्या सोई इत्यादी व्यवस्था असली पाहिजे.

2.4.1 भारतातील शेतमाल विक्रीव्यवस्थेची सद्य:स्थिती (Present State of Agricultural Marketing in India)

शेतकऱ्यांच्या दृष्टीने शेतमाल विक्रीव्यवस्थेला विशेष महत्त्वाचे स्थान आहे. लहान शेतकऱ्यांकडे विक्रीयोग्य वाढावा कमी असल्याने विक्रीव्यवस्था महत्त्वाची ठरते. शेतकरी शेतमालाची विक्री विविध पद्धतीने करतात. त्यापैकी एक महत्त्वाची पद्धत म्हणजे बरेचसे शेतकरी आपला शेतमाल ग्रामीण भागातील सावकार किंवा नजीकच्या बाजारातील अडत व्यापाऱ्यांना विकतात. पंजाबमधील एका पाहणीमध्ये 60 टक्के गव्हाची, 70 टक्के तेलबियांची आणि 35 टक्के कापसाची विक्री खेड्यातच होत असल्याचे दिसून आले आहे.

शेतमालाची विक्री करण्याची दुसरी पद्धत म्हणजे बरेचसे शेतकरी आपला शेतमाल नजीकच्या खेड्यातील आठवडा बाजारात विक्री करतात. साधारणपणे सण-समारंभाचा खर्च भागविण्यासाठी शेतकरी आपल्याकडील शेतमाल आणि पशुधनाची आठवडे बाजारात विक्री करतात.

शेतमालाची विक्री करण्याची तिसरी पद्धत म्हणजे लहान व मोठ्या शहरातील बाजारात/मंडईमध्ये शेतमालाची विक्री केली जाते. अशा बाजाराचे अंतर अधिक असल्याने शेतकऱ्यांना बाजारात शेतमाल पोहोचविण्यासाठी बरेच कष्ट करावे लागतात. साधारणपणे अडत बाजारातील दलाल किंवा मध्यस्थ शेतमालाची विक्री करण्यासाठी शेतकऱ्यांना सहकार्य करतात. बाजारातील अडत दुकानदार शेतकरी आणि ग्राहक यांच्यात मध्यस्थाची भूमिका बजावतात.

पूर्वी शेतकऱ्यांना आपला शेतमाल कृषी उत्पन्न बाजार समितीच्या आवारात व्यापाऱ्यांना विकावा लागत होता. तसेच व्यापाऱ्यांना बाजार समितीच्या आवारातच शेतमाल खरेदी करावा लागत असल्याने शेतमालास कमी किंमत मिळत होती. परंतु अलीकडच्या काळात शेतमाल विक्रीव्यवस्था कायद्यात दुरुस्ती करण्यात आल्यामुळे शेतकरी आपला शेतमाल बाजार समितीच्या आवाराच्या बाहेर व्यापाऱ्यांना किंवा ग्राहकांना विकू शकतात. तसेच व्यापारीदेखील शेतकऱ्यांकडून शेतमालाची थेट खरेदी करू शकतात. त्यामुळे शेतकऱ्यांच्या शेतमालाला योग्य किंमत मिळण्यास मदत झाली आहे. याशिवाय 'करार शेतीची' संकल्पना प्रत्यक्षात आणल्यास शेतमालास हमखास किंमत मिळण्यास मदत होणार आहे.

2.4.2 भारतातील शेतमाल विक्रीव्यवस्थेतील दोष (Defects of Agricultural Marketing in India)

1. **खेडेगावातच ताबडतोब विक्री** : शेतकऱ्यांना आपला शेतमाल बऱ्याचदा ताबडतोब आणि खेडेगावातच कमी किमतीत विकावा लागतो. फिरते दलाल अगर मध्यस्थ खेडोपाडी फिरून शेतमालाची खरेदी करतात. दलालांना खेड्यात शेतमालाची विक्री करणे शेतकऱ्यांना सोईचे ठरत असले तरी त्यांना योग्य किंमत मिळत नाही. वेळेअभावी दूर अंतरावर माल नेण्याचा त्रास चुकविण्यासाठी मध्यस्थाला खेड्यातच माल विकणे शेतकरी पसंत करतात.

2. **वाहतूक व दळणवळणाच्या अपुऱ्या सुविधा** : ग्रामीण भागात वाहतूक व दळणवळणाच्या पुरेशा व स्वस्त सुविधांचा अभाव असल्याने शेतकऱ्यांना त्यांचा माल शहरात/बाजारपेठेत विक्रीसाठी आणणे अधिक कठीण व खर्चाचे होते. खेडेगावात रस्ते कच्चे असतात. पावसाळ्यात अनेक रस्ते वाहतुकीला अयोग्य ठरतात. नद्यांवर पूल बांधलेले नसतात. नाशवंत शेतमालाचे रस्ते व वाहतूक साधनांच्या अभावामुळे नुकसान होते. नाइलाजाने कमी किमतीत स्थानिक भागातच शेतमालाची विक्री करावी लागते.

3. **मध्यस्थांची मोठी साखळी** : शेतमाल उत्पादित करणारा शेतकरी व उपभोक्ता यांच्या दरम्यान आवश्यक किंवा अनावश्यक मध्यस्थांची जी मोठी साखळी असते त्यामुळे शेतकऱ्यांचे आर्थिक नुकसान होते. प्रत्येक मध्यस्थाला अशा व्यवहारातून भरपूर नफा मिळवायचा असल्यामुळे शेतमालाच्या किमती वाढत जातात. उपभोक्त्यांना शेतमालासाठी जास्त किंमत द्यावी लागते; परंतु शेतकऱ्यांच्या हातात फारच थोडी किंमत पडते. दलाल, कच्चा व पक्का अडत्या, घाऊक व किरकोळ विक्रेता यांसारख्या मध्यस्थांची मोठी साखळी शेतमाल विक्रीव्यवस्थेत आढळते. परिणामी शेतकऱ्यांना पुरेसे उत्पन्न मिळत नाही.

4. **प्रमाणीकरण आणि प्रतवारीतील दोष** : शेतमाल विक्रीव्यवस्थेत प्रमाणीकरणाच्या सुविधांचा अभाव आढळतो. प्रतवारी योग्य पद्धतीने केलेली नसते. शेतमालामध्ये भेसळ केलेली असते. प्रतवारीसाठी प्रमाणित पद्धती उपलब्ध नसल्याने प्रतवारीची अडचण निर्माण होते. त्यामुळे शेतकऱ्यांना त्यांचा माल कमी प्रतीचा आहे असे भासवून कमी किंमत दिली जाते. कापसाच्या एकाधिकार खरेदीत महाराष्ट्रात काही ग्रेड्स पाडल्या आहेत. परंतु त्यातसुद्धा इतके गैरव्यवहार चालतात की प्रतवारी असूनही उपयोग होत नाही. प्रतवारीतील दोषामुळे निर्यातीवरदेखील प्रतिकूल परिणाम झालेला आढळतो.

5. **बाजारपेठेत माल नेण्याचे स्वातंत्र्यही मर्यादित** : आर्थिक हलाखीमुळे शेतकऱ्यांना आपला शेतमाल बाजारपेठेत विकण्याचे स्वातंत्र्यदेखील मर्यादित असते. उत्पादन काढण्यासाठी व कौटुंबिक खर्च भागविण्यासाठी जमीनदार अथवा सावकारांकडून कर्ज काढलेले असते. कर्जाला तारण म्हणून शेतातील उभे पीक दिले जाते. कर्ज देताना सावकारांनी तो शेतमाल विशिष्ट किमतीला त्यांनाच विकला पाहिजे अशी अट घातलेली असते. साहजिकच, शेतकऱ्याला योग्य किंमत मिळत नाही.

6. **वित्तपुरवठ्याची कमतरता** : शेतमाल उत्पादित झाल्यापासून त्याची विक्री करून उत्पन्न प्राप्त होईपर्यंतच्या काळात वित्तपुरवठ्याची सुविधा शेतकऱ्याला उपलब्ध नसते. शेतमालाची विक्री करण्यासाठी आवश्यक वित्तपुरवठा उपलब्ध होत नसल्याने येईल त्या किमतीला स्थानिक भागातच शेतमालाची विक्री करावी लागते.

7. **गुदामे व संग्रहगृहांचा अभाव** : बाजारपेठेत गुदामे व संग्रहगृहांचा अभाव आढळतो. त्यामुळे किंमत योग्य नाही असे शेतकऱ्याला वाटत असले तरी त्या किमतीला शेतमाल विकणे आवश्यक होऊन बसते. जर गुदामे व संग्रहगृहे स्थापन झाली असतील तर शेतकरी चांगली किंमत मिळेपर्यंत आपला माल गुदामात ठेवू शकतो. शिवाय गुदाम-पावतीच्या तारणावर कर्ज घेऊन आर्थिक अडचण दूर करू शकतो.

ग्रामीण भागात संग्रहाच्या सोई नसतात व ज्या असतात त्या अपुऱ्या व अशास्त्रीय असतात. बऱ्याचदा धान्य पोत्यांमध्ये ठेवले जाते. काही ठिकाणी जमिनीत खोदलेले पेव किंवा बांबूच्या कणग्यांमध्ये साठविले जाते. परंतु ही साधने धान्याचे रक्षण उंदीर, कीड व ओल यांपासून करण्यास असमर्थ ठरतात. परिणामतः अन्नधान्याची नासाडी होते. उर्वरित धान्याचा दर्जा घसरतो व किंमतदेखील कमी मिळते.

8. **असंघटित उत्पादक** : शेतमाल विक्रीव्यवस्थेत संघटित खरेदीदारांविरुद्ध असंघटित विक्रेते (शेतकरी) हा संबंधच विषम आहे. शेतकऱ्यांचे अज्ञान, माल विकण्याची गरज, व्यापाऱ्यांचे गैरव्यवहार इत्यादींमुळे शेतकऱ्यांचे नुकसान अधिक होते. सहकारी विक्रीमुळे या परिस्थितीत काहीसा फरक पडला आहे. पण सहकाराचा पुरेसा प्रसार न झालेल्या भागात संघटित खरेदीदारांकडून असंघटित शेतकऱ्यांची पिळवणूक होते.

9. **पैशाशिवाय काही दिवस थांबण्याची क्षमता नसते** : गुदामे अथवा संग्रहगृहे स्थापन झालेली असली तरी शेतकऱ्याच्या विशिष्ट परिस्थितीमुळे त्याला शेतमाल ताबडतोब येईल त्या किमतीला विकून पैसा उभा करणे आवश्यक असते. शेतकऱ्याच्या अंगी पैशाशिवाय काही दिवस थांबण्याची क्षमता नसते. सावकाराचे कर्ज फेडण्यासाठी, जमीन महसूल भरण्यासाठी, बी-बियाणे, खते इत्यादी सामग्री खरेदी करण्यासाठी तसेच घरखर्चासाठी ताबडतोब पैसा हवा असतो. साहजिकच, कमी किमतीला माल विकणे अयोग्य वाटत असले तरी अपरिहार्य होत असते. त्यामुळे त्याला कमी उत्पन्न मिळते.

10. **बाजारविषयक माहितीचा अभाव** : कोणताही व्यवसाय कार्यक्षमतेने चालवायचा असेल तर बाजारात नवीनतम घटनांशी सतत संपर्क असणे आवश्यक असते. परंतु शेतकऱ्यांना वेगवेगळ्या बाजारपेठेतील विविध वस्तूंच्या मागणी-पुरवठ्याची तसेच किमतीमधील बदलांची माहिती नसते. शेतमाल किमतीत होणाऱ्या बदलांसंबंधी अंदाज बांधण्याचे ज्ञान शेतकऱ्यांना नसते. खेडेगावातील व्यापारी हाच त्यांचे वार्तापत्र असतो. व्यापारी अनेकदा स्वतःच्या फायद्याच्या दृष्टीने चुकीची माहिती पुरवितो.

11. बाजारात केली जाणारी फसवणूक : बाजारातील परिस्थिती व विविध वस्तूंना दिल्या जाणाऱ्या किमती व शेतकऱ्याने विक्रीसाठी आणलेल्या मालाचा दर्जा या बाबतीत तो अज्ञानी असतो. त्याचा चांगल्या दर्जाचा माल कमी दर्जाचा असल्याचे सांगून त्याची फसवणूक केली जाते. खोटी वजन-मापे वापरून त्याची फसवणूक केली जाते. गुप्त पद्धतीने अथवा संगनमताने किमती ठरवून फसवणूक केली जाते. बऱ्याचदा एकच व्यक्ती खरेदीदार व विक्रेता या दोहोंच्या वतीने व्यवहार करतात. बाजारातील या घटनांमुळे शेतकऱ्याला त्याच्या मालाची योग्य किंमत मिळत नाही.

12. किरकोळ देणी देण्यामुळे उत्पन्नात घट : शेतमाल विकताना शेतकऱ्याला विविध मध्यस्थांना निरनिराळ्या नावाखाली किरकोळ देणी द्यावी लागतात. दलालाची दलाई, मापाऱ्याची तोलाई, हमालाची हमाली, धर्मादाय इत्यादी देणी द्यावी लागतात. त्यामुळे शेतकऱ्याला मिळणाऱ्या उत्पन्नात घट होते.

अशा प्रकारचे अनेक दोष भारतातील शेतमाल विक्रीव्यवस्थेत आढळतात. या संदर्भात अखिल भारतीय ग्रामीण पतपुरवठा पाहणी समितीने असे मत नोंदविले आहे की, 'शेतकऱ्याला आपला माल अयोग्य ठिकाणी, अयोग्य वेळी व अयोग्य अटींवर विकावा लागतो.' थोडक्यात, वरील दोषांमुळे शेतकऱ्याला कमी उत्पन्न मिळते. उत्पादनवाढीची प्रेरणा त्याला मिळत नाही. त्याचा विपरीत परिणाम शेती विकासावर होतो.

2.4.3 शेतमालाची विक्रीव्यवस्था सुधारण्यासाठी केलेल्या उपाययोजना (Measures of Agricultural Marketing)

शेतमालाच्या विक्रीव्यवस्थेतील समस्यांकडे लक्ष देण्याचे काम सरकारने स्थापन केलेल्या 'डायरेक्टोरेट ऑफ मार्केटिंग ॲन्ड इन्स्पेक्शन' या संस्थेकडे आहे. ही संस्था केंद्र व राज्य सरकारांना मार्गदर्शन करते.

सरकारने शेतमाल विक्रीव्यवस्थेत सुधारणा करण्यासाठी केलेल्या उपाययोजना पुढीलप्रमाणे :

1. प्रतवारी व प्रमाणीकरण : शेतकऱ्याला मालाचा दर्जा समजावा व मालाच्या प्रतीनुसार किंमत ठरविता यावी म्हणून सरकारने 1937 साली 'ॲग्रिकल्चरल प्रोड्यूस (ग्रेडिंग ॲन्ड मार्केटिंग) ॲक्ट' हा कायदा केला. त्यानुसार शेतकी खात्याकडून मालाची प्रत ठरविण्याची व्यवस्था केली जाते. सरकारने प्रतवारी केंद्रे स्थापन केली आहेत. नागपूरला 'केंद्रीय ॲगमार्क प्रयोगशाळा' आहे. जो माल चांगल्या प्रतीचा आहे त्याला 'ॲगमार्क' चिन्ह दिले जाते. अशा मालाला चांगली किंमत व मोठी मागणी येते. देशांतर्गत उपभोगाच्या 148 वस्तूंचे प्रमाणीकरण ॲगमार्ककडून केले जाते. त्यात खाद्यतेल, तूप, लोणी, अंडी, डाळी, तांदूळ, गहू, मध इत्यादी वस्तूंचा समावेश आहे. शिवाय 41 वस्तूंना निर्यातीपूर्वी दर्जा नियंत्रण अनिवार्य करण्यात आले आहे.

2. गुदामे व संग्रहगृहांची स्थापना : अखिल भारतीय ग्रामीण पतपुरवठा पाहणी समिती, मध्यवर्ती बँकिंग पाहणी समिती, ग्रामीण बँकिंग पाहणी समिती इत्यादींनी खेडेगाव, राज्य व राष्ट्रीय पातळी अशा तीन स्तरांवर गुदामे व संग्रहगृहे स्थापन करण्याबाबत सूचना केल्या होत्या. त्यानुसार राष्ट्रीय पातळीवर मध्यवर्ती वखार महामंडळ, राज्यपातळीवर राज्य वखार महामंडळाची स्थापना करण्यात आली. त्यांच्यावर जिल्ह्याच्या ठिकाणी गुदामे बांधण्याची जबाबदारी सोपविण्यात आली. खेडेगाव पातळीवर ही जबाबदारी सहकारी विक्रीसंस्थांवर सोपविण्यात आली तर राष्ट्रीय महत्त्वाच्या ठिकाणी गुदामे बांधण्याची जबाबदारी भारतीय अन्नधान्य महामंडळावर सोपविण्यात आली. ग्रामीण भागात संग्रहणाची सोय उपलब्ध करून देण्यासाठी सन 1979-80 पासून विशेष कार्यक्रम हाती घेण्यात आला. सन 1993-94 पर्यंत सहकारी क्षेत्रात 131 लाख टन संग्रहण क्षमतेची उभारणी करण्यात आली होती. देशातील 52,600 प्राथमिक कृषी सहकारी समित्या व जवळपास सर्व विपणन सहकारी संस्थांजवळ सध्या स्वतःची गुदामे आहेत. त्यामुळे शेतकऱ्यांना अशास्त्रीय संग्रहणामुळे होणारे नुकसान टाळणे शक्य झाले आहे. तसेच नाइलाजाने कमी किमतीत करावी लागणारी विक्री थांबविणे शक्य झाले आहे.

3. वजने-मापे प्रमाणभूत करण्याची योजना : भारत सरकारने 1958 साली वजने-मापे प्रमाणभूत करण्याच्या दृष्टीने कायदा केला असून सर्व ठिकाणी ती वापरण्याची व्यवस्था केलेली आहे. पूर्वी निरनिराळ्या प्रदेशात निरनिराळ्या प्रकारची आणि आकारमानाची असलेली वजने-मापे रद्द करण्यात आली असून मेट्रिक पद्धतीनुसार तयार करण्यात आलेली नवीन वजने-मापे वापरण्याची सक्ती करण्यात आली आहे. त्यामुळे शेतकऱ्यांचे नुकसान होण्याची शक्यता कमी झाली आहे.

4. नियंत्रित बाजारपेठा : बाजारातील गैरव्यवहार आणि शेतकऱ्यांचे शोषण थांबविण्यासाठी सरकारने नियंत्रित बाजारपेठा स्थापन केल्या आहेत. राज्य सरकार त्यांचे नियमन करते तर बाजार संचालनालय मार्गदर्शनाचे काम करते. नियंत्रित बाजारपेठांमुळे अनेक गैरव्यवहारांना पायबंद बसला आहे. भारतात सन 1951 मध्ये 200 नियंत्रित बाजारपेठा होत्या. मार्च 1996 पर्यंत त्यांची संख्या 6,970 झाली.

5. शीतगृहे : बाजार संचालनालयाद्वारे शीतगृहांचा विकास केला जातो. शेतमालाची शास्त्रशुद्ध पद्धतीने साठवणूक करण्याच्या दृष्टीने तांत्रिक मार्गदर्शन करण्याचे काम ही संस्था करते. शीतगृहे नसल्यास फळे, भाज्या, बटाटे, मांस, मासळी, दुग्धपदार्थ इत्यादी नाशवंत मालाचे नुकसान होऊन शेतकऱ्यांचा तोटा होतो. तो टाळण्यासाठी सध्या सहकारी क्षेत्रात 2,790 शीतगृहे आहेत.

6. बाजारपेठा व विक्रीव्यवस्था याबाबतचे संशोधन : सन 1928 मध्ये 'रॉयल कमिशन ऑन ॲग्रिकल्चर' या मंडळाने विक्रीव्यवस्था सुधारण्यासाठी केंद्र व राज्यपातळीवर संघटना स्थापन कराव्यात आणि विविध वस्तूंच्या विक्रीव्यवस्थेची पाहणी करण्यासाठी तज्ज्ञ अधिकारी नेमावेत अशी शिफारस केली होती. सरकारने सन 1934 मध्ये ॲग्रिकल्चरल मार्केटिंग ॲन्ड ॲडव्हायझरची नेमणूक केली. डायरेक्टोरेट ऑफ मार्केटिंग ॲन्ड इन्स्पेक्शनची स्थापना केली. हे मंडळ निरनिराळ्या बाजारपेठांची पाहणी करून मार्गदर्शन करते. सरकारने शेतमाल विक्रीव्यवस्थेतील समस्यांचा अभ्यास करणारे व सूचना देणारे सर्वेक्षण करून ते प्रकाशित केले आहे. या अंतर्गत सुरू झालेला पहिला कार्यक्रम बाजार संशोधन व नियोजनाचा आहे. यामध्ये शेतमाल, फळबागांची उत्पादने, पशुउत्पादने इत्यादींच्या विक्रीव्यवस्थेचा अभ्यास केला जातो. दुसऱ्या कार्यक्रमानुसार 'मार्केटिंग प्लॅनिंग ॲन्ड डिझाइन सेंटर' ही संस्था निवडक फळांच्या व भाजीपाल्याच्या विक्रीव्यवस्थेच्या संदर्भात पॅकिंग, प्रतवारी व वाहतूक यांचा अभ्यास करून मार्गदर्शन करते.

7. वाहतुकीच्या सोईंमध्ये वाढ : शेतमाल विक्रीच्या दृष्टीने स्वस्त व जलद वाहतूक व्यवस्था आवश्यक ठरते. वाहतुकीच्या सोई अपुऱ्या असल्यास शेतकऱ्यांना बाजारपेठेत माल नेणे कठीण जाते. त्यामुळे खेड्यातच दलालांना कमी किमतीत माल देणे भाग पडते. नियोजनाच्या प्रारंभी भारतात कच्चे व पक्के रस्ते मिळून केवळ चार लाख कि.मी. लांबीचे रस्ते होते. सन 1988-89 पर्यंत देशातील रस्त्यांची लांबी 19.98 लाख कि.मी. पर्यंत वाढली. याच काळात रेल्वेमार्गांची लांबी 53,000 कि.मी. वरून 62,000 कि.मी. पर्यंत वाढली.

8. सहकारी विक्री संस्थांची स्थापना : अखिल भारतीय ग्रामीण पतपुरवठा पाहणी समितीने शेतकऱ्यांच्या सहकारी विक्री संस्था स्थापन करून त्यांच्यामार्फत शेतमालाची विक्री करावी अशी शिफारस केली होती. त्यानंतर भारतातील विविध राज्यांनी सहकारी विक्री संस्था स्थापन करण्यास प्रोत्साहन दिल्यामुळे अनेक संस्था निघाल्या. सन 1960-61 मध्ये सहकारी विक्री संस्थांनी केलेली शेतमालाची उलाढाल केवळ 169 कोटी ₹ होती, ती सन 1994-95 मध्ये 9,500 कोटी ₹ इतकी झाली. परंतु अशा संस्था फारशा यशस्वी झाल्या नाहीत. भारत सरकारने 'नॅशनल को-ऑपरेटिव्ह डेव्हलपमेंट कॉर्पोरेशनची' स्थापना केल्यामुळे सहकारी विक्री, प्रक्रिया इत्यादी संस्थांना मदत व मार्गदर्शन मिळू लागले असून कॉर्पोरेशनने त्यांना कर्जपुरवठादेखील केला आहे.

9. बाजारविषयक माहिती प्रसिद्ध करणे : शेतकऱ्यांना बाजारातील घडामोडींची योग्य व पुरेशी माहिती नसल्याने होणारे नुकसान विचारात घेऊन अशी माहिती सातत्याने पुरविण्याचे कार्य सरकारकडून केले जाते. सरकार दर आठवड्याला 1,300 केंद्रांतून मालाची आवक, विक्री व बाजारभाव यांची माहिती गोळा करून नियमितपणे प्रसिद्ध करते. अखिल भारतीय आकाशवाणी केंद्रावरून शेतमालाची आवक, मागणी व किमती इत्यादींची माहिती प्रक्षेपित केली जाते. वृत्तपत्रांमधूनदेखील बाजारविषयक माहिती दररोज प्रसिद्ध केली जाते. त्यामुळे शेतकऱ्यांना बाजारविषयक योग्य व खरी माहिती उपलब्ध होऊन त्यांची फसवणूक टळते.

2.4.4 नियंत्रित बाजार (Regulated Markets)

शेतमालाच्या खरेदी-विक्रीत केल्या जाणाऱ्या गैरव्यवहारांना आळा घालणे, बाजारात द्यावी लागणारी किरकोळ देणी कमी करणे आणि शेतकऱ्यांना शेतमालाच्या योग्य किमती मिळण्याची खात्री देणे इत्यादी हेतूंनी नियंत्रित बाजारांची स्थापना करण्यात येत आहे. सर्वप्रथम सन 1897 मध्ये वऱ्हाड (विदर्भ) प्रांतात कापूस विक्रीसाठी नियंत्रित बाजाराची स्थापना करण्यात आली होती. 'रॉयल कमिशन ऑन ॲग्रिकल्चर'च्या सूचनेनुसार सन 1930 च्या सुमारास नियंत्रित बाजार स्थापण्यास सुरुवात झाली. सध्या सर्व राज्यांनी नियंत्रित बाजार स्थापन करण्याचा कायदा पास केलेला आहे. भारतात सन 1951 मध्ये नियंत्रित बाजारांची संख्या दोनशेपेक्षा अधिक होती. मार्च 1998 अखेर ती 7,060 पर्यंत वाढली. सध्या ती 7,062 इतकी आहे.

नियंत्रित बाजारांचे नियंत्रण व व्यवस्थापन करण्यासाठी एक बाजार समिती नेमली जाते. समितीवर उत्पादक दलाल, व्यापारी, स्थानिक स्वराज्य संस्था इत्यादींचे प्रतिनिधी असतात. बाजार समित्यांची प्रमुख कामे पुढीलप्रमाणे :

(1) बाजारपेठेतील खरेदी-विक्रीबाबतच्या पद्धती व संकेत निश्चित करणे. तसेच शेतकऱ्यांना बाजारात जी निरनिराळी देणी द्यावी लागतात ती ठरवून देऊन त्यावर नियंत्रण ठेवणे.

(2) बाजारात प्रमाणभूत मानलेली वजने-मापेच वापरली जातील हे पाहणे. त्या बाबतीत शेतकऱ्यांची कोणत्याही प्रकारे फसवणूक होणार नाही याची काळजी घेणे.

(3) एकाच व्यक्तीकडून खरेदीदार व विक्रेते या दोघांचे प्रतिनिधित्व केले जाणार नाही आणि योग्य प्रकारे व्यवहार केले जातील याकडे लक्ष देणे.

(4) शेतकरी व व्यापारी तसेच दलाल यांच्यामध्ये वाद निर्माण झाल्यास मध्यस्थी करून तो मिटविणे.

(5) वजन करणारे व दलाल यांना परवाने देणे.

(6) कायद्याविरुद्ध वर्तन करणाऱ्यांना शिक्षा देणे.

नियंत्रित बाजाराबाबतच्या कायद्यात वरील तरतुदी केलेल्या असल्याने तसेच बाजाराशी संबंधित सर्वच गटातील लोकांना प्रतिनिधित्व मिळत असल्यामुळे सर्वांच्या हितसंबंधाचे संरक्षण होऊ शकते. नियंत्रित बाजारामुळे दलाल व इतर मध्यस्थांकडून शेतकऱ्यांची फसवणूक व पिळवणूक होत नाही. बाजार समित्यांवर नियंत्रण ठेवण्यासाठी काही राज्यांनी 'स्टेट ॲग्रिकल्चरल मार्केटिंग बोर्ड्स' स्थापन केलेली आहेत.

2.4.5 सहकारी विक्रीव्यवस्था (Co-operative Marketing)

ग्रामीण पतपुरवठा पाहणी समितीने शेतकऱ्यांच्या सहकारी विक्री संस्था स्थापन कराव्यात आणि त्यांच्या मालाची विक्री सहकारी तत्त्वानुसार करावी अशा शिफारशी केल्या होत्या. त्यानंतर भारतातील विविध राज्यांनी सहकारी विक्री संस्था स्थापण्यास प्रोत्साहन दिल्यामुळे अनेक संस्थांची स्थापना झाली. एखाद्या विशिष्ट विभागातील शेतकरी एकत्र येऊन सहकारी तत्त्वानुसार सहकारी विक्री संस्था स्थापन करतात. ही संस्था सभासद शेतकऱ्यांचा माल खरेदी करून आपल्या गोदामात साठविते. शेतमालाच्या मोबदल्यात संबंधित शेतकऱ्यांना उचल दिली जाते. नंतर गुदामातील शेतमालाची शहरात अथवा इतर ठिकाणी विक्री केली जाते. सहकारी विक्री संस्थांच्या स्थापनेमुळे शेतमाल विक्रीव्यवस्थेतील मध्यस्थांचे उच्चाटन होऊन शेतकऱ्यांची फसवणूक टळते. शेतकऱ्यांना शेतमालाची योग्य किंमत मिळते.

सहकारी तत्त्वावरील विक्री संस्थांचे फायदे

1. **सौदाशक्तीत वाढ** : शेतकऱ्याने वैयक्तिक विक्री करण्याऐवजी सहकारी तत्त्वावर संघटितपणे शेतमालाची विक्री केल्याने त्याची सौदाशक्ती वाढते. त्यामुळे शेतमालाला योग्य किंमत मिळू शकते.

2. **शेतमाल वाहतुकीच्या सोई** : ज्या बाजारात शेतकऱ्याला शेतमालाची जादा किंमत मिळू शकते तेथे वाहतुकीच्या सोई कमी खर्चात उपलब्ध करून दिल्या जातात.

3. **मध्यस्थांचे उच्चाटन** : शेतकऱ्यांच्या सहकारी विक्री संस्था प्रत्यक्ष व्यापाऱ्यांशी व्यवहार करतात. त्यामुळे दलालांचे उच्चाटन होते. शेतकऱ्यांना कमी कमिशन द्यावे लागते. तसेच काही सहकारी संस्था प्रत्यक्ष उपभोक्त्यांनाच माल विकतात. त्यामुळे शेतकरी व उपभोक्ते या दोघांचाही फायदा होतो.

4. **साठवणुकीच्या सुविधा** : सहकारी विक्री संस्था शेतमाल साठविण्याची व्यवस्था करीत असतात. गुदामे बांधतात. त्यामुळे शेतकऱ्यांचा माल सुरक्षित राहतो. गुदाम पावतीच्या तारणावर कर्जदेखील मिळते.

5. **प्रतीक्षा क्षमता वाढते** : सहकारी विक्री संस्था साठविलेल्या मालाच्या मोबदल्यात तात्पुरती उचल देतात. त्यामुळे शेतकऱ्यांची रोख पैशाची गरज पूर्ण होऊन त्यांची प्रतीक्षा क्षमता वाढते.

6. **प्रक्रिया संस्थांच्या लाभात हिस्सा** : काही सहकारी विक्री संस्था शेतमालावर प्रक्रिया करतात. उदा., तेलबियांपासून तेल बनविणे, तूर व हरभरा यांपासून डाळी तयार करणे इत्यादी. अशा प्रक्रिया उद्योगांमुळे मिळणारा लाभ सभासद शेतकऱ्यांमध्ये वाटला जातो.

7. **सहकाराची भावना वाढीस लागते** : सहकारी विक्री संस्थांमुळे सभासद शेतकऱ्यांमध्ये सहकाराची भावना वाढीस लागते. त्यामुळे उत्पादकता व उत्पादनवाढीस प्रेरणा मिळते.

8. **इतर फायदे** : सहकारी विक्री संस्था शेतकऱ्यांना रास्त दराने खते, बियाणे, कीटकनाशके उपलब्ध करून देतात. त्यामुळे शेतकऱ्यांचा उत्पादन खर्च कमी होतो.

सहकारी विक्री संस्थांचा विकास

सहकारी विक्री संस्थांच्या विकासाला भरपूर वाव आहे. त्यासाठी एकाच संस्थेकडून वित्तपुरवठा, विक्रीव्यवस्था व शेतीचे संयोजन या सेवा उपलब्ध झाल्या पाहिजेत. सहकारी विक्री संस्थांनी शेतमालावर प्रक्रिया करणारे उद्योग चालविले पाहिजेत. मालाची प्रतवारी केली पाहिजे. संग्रहगृहे व गुदामांची संख्या वाढविली पाहिजे. कार्यक्षेत्र अनेक खेड्यांना सामावून घेण्याइतपत मोठे हवे.

सरकार आणि भारतीय रिझर्व्ह बँकेच्या प्रेरणेमुळे महाराष्ट्र, आंध्र प्रदेश, तमिळनाडू, उत्तर प्रदेश व बिहार इत्यादी राज्यांमध्ये सहकारी विक्री संस्थांची मोठ्या प्रमाणावर प्रगती झाली आहे. सध्या प्राथमिक सहकारी विक्री संस्थांची संख्या 6,000 असून त्यांपैकी 3,500 संस्था या विशिष्ट वस्तूंची विक्री करणाऱ्या आहेत. जिल्हापातळीवर 160 मध्यवर्ती सहकारी विक्री संस्था आहेत. राज्यपातळीवरील सहकारी विक्री संस्था संघांची संख्या 29 आहे तर विशिष्ट वस्तू विक्री संस्था संघांची संख्या 16 आहे. राष्ट्रीय पातळीवर राष्ट्रीय सहकारी विकास महामंडळ व नाफेडची स्थापना केलेली आहे. अशा प्रकारे संपूर्ण देशभर सहकारी विक्री संस्थांचे जाळे पसरलेले आहे.

सध्या 2,500 सहकारी प्रक्रिया संस्था स्थापन झालेल्या आहेत. त्यामध्ये साखर उद्योगाचा वाटा महत्त्वाचा आहे. साखर कारखान्यांची संख्या 220 असून देशातील साखर उत्पादनापैकी 58 टक्के उत्पादन सहकारी क्षेत्रात होते. साखर कारखाने साखर उत्पादनाबरोबर अल्कोहोल, कागद इत्यादींचे उत्पादन करतात. सामाजिक व आर्थिक सेवादेखील पुरवितात.

2.5 किंमत धोरण – किमान आधारभूत किंमत

PRICE POLICY – MINIMUM SUPPORT PRICE (M. S. P.)

भारतीय अर्थव्यवस्था ही कृषिप्रधान अर्थव्यवस्था म्हणून ओळखली जाते. कारण अजूनही देशाच्या एकूण लोकसंख्यपैकी 58 टक्के लोकसंख्या प्रत्यक्ष व अप्रत्यक्षरीत्या उपजीविकेसाठी आणि रोजगारासाठी शेतीव्यवसायावर अवलंबून आहे. स्वातंत्र्योत्तर काळात जसजसा उद्योग व सेवाक्षेत्राचा विकास होत गेला तसतसा राष्ट्रीय उत्पन्नातील शेतीचा वाटा घटत गेला आहे. आर्थिक नियोजनाच्या प्रारंभी म्हणजे सन 1950-51 मध्ये शेतीचा राष्ट्रीय उत्पन्नातील वाटा 56.5 टक्के होता; तो सन 2011-12 मध्ये 13.9 टक्क्यांपर्यंत कमी झालेला आहे. राष्ट्रीय उत्पन्नात शेतीचा वाटा जरी कमी झाला असला तरी शेतीवर अवलंबून असणाऱ्यांची संख्या दिवसेंदिवस वाढत गेली आहे. भारतीय शेतीव्यवसाय निसर्गाच्या लहरीवर अवलंबून असल्याने शेती उत्पादनात सतत चढ-उतार होतात त्याबरोबरच शेतमालाच्या किमतीतदेखील चढ-उतार होतात. अशा शेतमालाच्या किमतीतील चढ-उताराचे राष्ट्रीय उत्पन्नावर आणि शेतीव्यवसायावर होणारे परिणाम रोखण्यासाठी आणि शेतीव्यवसायाला स्थैर्य प्राप्त होण्यासाठी शेतमालाच्या किंमत धोरणाला महत्त्व प्राप्त होते. शेतमाल किमतीसंबंधी योग्य धोरण आखण्यास कृषी उत्पादनात वाढ होऊन शेतीवर अवलंबून असणारे शेतकरी, शेतमजूर, ग्रामीण कारागीर, बारा बलुतेदार यांच्याही उत्पन्नात वाढ होऊन त्यांची आर्थिक परिस्थिती सुधारण्यास मदत होते.

2.5.1 शेतमालाच्या किमतीतील चढ-उताराची कारणे (Causes of Fluctuating Agricultural Prices)

शेतमालाच्या किमतीत सतत चढ-उतार होतात. त्याची पुढील कारणे सांगितली जातात :

1. **शेतीव्यवसायाचे हंगामी स्वरूप** : भारतीय शेतीला हंगामी स्वरूप प्राप्त झाले आहे. कारण भारतात अजूनही 60 टक्के क्षेत्र कोरडवाहू असून या क्षेत्रात वेळेवर आणि पुरेसा पाऊस पडला तरच एखादे पीक चांगले येऊ शकते. जर पुरेसा पाऊस पडला नाही तर शेती उत्पादन कमी होते. उत्पादनातील चढ-उताराबरोबरच शेतमालाच्या किमतीत चढ-उतार होतात. पिकांची कापणी होण्यापूर्वी किमती वाढलेल्या असतात तर जेव्हा पिकांची कापणी केली जाते तेव्हा एकाच वेळी बाजारातील शेतमालाच्या पुरवठ्यात वाढ होऊन किमती घसरतात.

2. **निसर्गावर अवलंबून असलेला शेतीव्यवसाय** : भारतीय शेती निसर्गावरील जुगार आहे असे म्हटले जाते. कारण जेव्हा शेतीला निसर्गाची साथ असते तेव्हा शेती उत्पादनात वाढ होऊन बाजारातील शेतमालाचा पुरवठा प्रचंड वाढतो व किमती घसरतात. मात्र जेव्हा देशात दुष्काळ, अतिवृष्टी, महापूर, गारपीट यांसारखी परिस्थिती निर्माण होते तेव्हा पिकांचे मोठ्या प्रमाणात नुकसान होऊन उत्पादनात घट येते. त्यामुळे बाजारातील शेतीमालाचा पुरवठा कमी होऊन शेतमालाच्या किमती वाढतात.

3. **शेतमाल विक्रीव्यवस्थेतील दोष** : भारताच्या शेतमाल विक्रीव्यवस्थेत अनेक प्रकारचे दोष आहेत. त्यामध्ये शेतमाल विक्रीची लिलाव पद्धती, विविध प्रकारच्या कपाती – आडत, तोलाई, हमाली यांसाठी कापण्यात आलेले कमिशन; दुष्काळ निधी, भूकंप मदत निधी, मुख्यमंत्री निधी, शिक्षण शेरा यासाठी कापली जाणारी रक्कम; प्रतवारी व प्रमाणीकरणाचा अभाव, शेतमालाची आवकबाबतची माहिती नसल्याने शेतकरी आपला शेतमाल बाजारात किंमत नसताना विक्रीसाठी आणतात. त्यामुळे बाजारातील शेतमालाचा पुरवठा वाढून किमती घसरतात.

4. **शेतकऱ्यांचा कर्जबाजारीपणा** : भारतातील 85 टक्के शेतकऱ्यांचे धारणक्षेत्र पाच एकरपेक्षा लहान आकारमानाचे असल्याने अशा शेतकऱ्यांना व्यापारी बँका आणि सहकारी बँका कर्ज देण्यास टाळाटाळ करीत असल्याने शेतकऱ्यांना शेतीचा व कौटुंबिक खर्च भागविण्यासाठी सावकारांकडून अधिक व्याजाने कर्ज घ्यावे लागते. सावकार दिलेल्या कर्जाची वसुली शेतकऱ्यांकडे शेतमाल येताच केली जात असल्याने शेती हंगामात बाजारातील

शेतमालाचा पुरवठा वाढतो व त्यामुळे शेतमालाच्या किमती घसरतात. शेतकऱ्यांकडे शेतमाल संपताच बाजारातील शेतमालाच्या किमती वाढतात.

5. **शेतमालाच्या किमती** : शेतमालाच्या किमती शेतकरी स्वतः ठरवू शकत नाही. त्या बाजारातील मागणी-पुरवठ्यावरून ठरतात. शेतमालाची मागणी वर्षभर फारसी बदलत नाही. शेतमालाचा पुरवठा मात्र सतत बदलतो. शेती हंगामात शेतमालाचा पुरवठा मोठ्या प्रमाणात वाढतो व त्यामुळे किमती घसरतात. हंगाम संपताच पुरवठा कमी होऊन किमतीत वाढ होते. थोडक्यात, बाजारातील पुरवठ्यातील बदलानुसार शेतमालाच्या किमतीतदेखील चढ-उतार होतात.

6. **व्यापारीवर्गाचे धोरण** : शेतमालाची खरेदी करणारा व्यापारीवर्ग संख्येने कमी आणि संघटित असतो. कमीतकमी किंमत देऊन शेतमाल खरेदी करण्यामध्ये त्यांचे एकमत झालेले असते व त्यातच त्यांचे हितदेखील असते. याउलट, बाजारात शेतमाल विक्रीसाठी आलेले शेतकरी वेगवेगळ्या खेड्यातून आलेले असतात. त्यांच्या समस्या वेगळ्या असतात; शेतकरी अशिक्षित व असंघटित असल्याने त्यांची पिळवणूक करण्यासाठी कमीतकमी किमतीत शेतमाल खरेदी करण्याचा प्रयत्न व्यापाऱ्यांकडून केला जातो.

2.5.2 शेतमालाच्या किमतीतील चढ-उताराचे परिणाम (Effects of Fluctuating Agricultural Prices)

शेतमालाच्या किमतीत होणाऱ्या चढ-उताराचे कृषिप्रधान अर्थव्यवस्थेवर पुढील प्रकारचे परिणाम होतात :

(1) **शेतकरीवर्गावर परिणाम** : भारतात शेतजमिनीचे अतिशय विषम वाटप झालेले आहे. 85 टक्के शेतकरी पाच एकरपेक्षा कमी क्षेत्र असणार आहेत; जेव्हा शेतमालाच्या किमती घसरतात तेव्हा त्यांचे आर्थिक नुकसान होते. कारण अशा शेतकऱ्यांनी कर्जाची परतफेड शेतमाल येताच केली जाईल या अटीवर सावकारांकडून कर्ज घेतलेले असते. सावकार शेतकऱ्यांकडे शेतमाल येताच कर्जाची वसुली करतात. त्यामुळे शेतकऱ्यांना बाजारात कमी किंमत असतानादेखील शेतमाल विकणे भाग पडते. याउलट, मोठे शेतकरी कमी किंमत असताना शेतमाल विकण्याऐवजी तो साठवून ठेवतात व बाजारात शेतमालास अधिक किंमत आल्यानंतर शेतमालाची विक्री करतात. थोडक्यात, कमी किमतीमुळे लहान शेतकऱ्यांचे नुकसान होते व अधिक किमतीचा त्यांना लाभ मिळत नाही. कारण त्यांच्याकडे विक्रीसाठी शेतमाल शिल्लक नसतो. त्यामुळे गरीब शेतकरी अधिक गरीब बनतात तर मोठे शेतकरी श्रीमंत बनतात. थोडक्यात, ग्रामीण भागात आर्थिक विषमता वाढते.

(2) शेतीक्षेत्रातील गुंतवणुकीवर शेतमालाच्या किमतीतील चढ-उताराचा प्रतिकूल परिणाम होतो.

(3) शेतमालाच्या किमतीतील बदलाचा इतर वस्तूंच्या किमतीवर परिणाम होऊन बाजारातील किमतीमध्ये अस्थिरता निर्माण होते. उदाहरणार्थ, कापसाच्या किमती वाढल्यास कापडाचा उत्पादन खर्च वाढून कापडाच्या किमती वाढतात. याउलट, कापसाच्या किमती कमी झाल्यास कापड उत्पादनाचा खर्च कमी होतो. त्यामुळे कारखानदारी व्यवसायातील गुंतवणुकीवर शेतमालाच्या किमतीतील बदलाचा परिणाम होतो.

(4) शेतमालाच्या किमतीत झालेल्या चढ-उतारामुळे सर्वसाधारण किंमतपातळीतदेखील चढ-उतार होतात. त्याचा परिणाम देशातील गुंतवणूक, उत्पादन आणि रोजगार पातळीवर होतो. तसेच वाढत्या किमतीचा लाभ समाजातील उच्च उत्पन्न गटातील लोकांना, मोठे शेतकरी व मोठे व्यापारी यांना अधिक होऊन ते अधिक श्रीमंत बनतात तर समाजातील गरीबवर्गाला किंमतवाढीची झळ बसत असल्याने ते गरीब बनतात.

(5) शेतमालाच्या किमतीतील चढ-उतारामुळे शेतकऱ्यांच्या उत्पन्नात अस्थिरता आणि अनिश्चितता निर्माण होऊन उत्पादन व गुंतवणुकीची प्रेरणा नाहीशी होते. त्यामुळे देशाच्या आर्थिक विकासावर त्याचा प्रतिकूल परिणाम होतो.

2.5.3 शेतमालाच्या किमतीचे धोरण (Agricultural Price Policy)

शेतीव्यवसायातील गुंतवणूक वाढावी आणि शेतीव्यवसायात स्थैर्य प्राप्त होण्यासाठी शेतमालाच्या किमतीत होणारे चढ-उतार रोखण्यासाठी शेतमाल किंमत धोरणाला महत्त्व प्राप्त होते. शेतीव्यवसायाच्या विकासाला पोषक वातावरण निर्माण होण्यासाठी 'किमान आधार किमती' निश्चित करण्याचे धोरण बरेच यशस्वी होऊ शकते.

''शेतमालाच्या किमान किमतीची हमी देण्याचे धोरण अवलंबिले जाणे म्हणजेच हमीदत्त किमान किमतीला शेतमालाची जेवढा माल विक्रीस येईल त्या सर्व मालाची खरेदी करण्याची जबाबदारी सरकारने उचलणे होय.'' असे धोरण अंगीकारले गेल्यास शेतमालाच्या बाजारातील किमती किमान किमतीपेक्षा कमी होणार नाहीत.

शेतमालाच्या किमान किमती ठरविताना खुल्या बाजारातील शेतमालाच्या किमती, स्पर्धाळू पिकापासून मिळणारा मोबदला, उत्पादनासाठी वापरली जाणारी बी-बियाणे, रासायनिक खते, औषधे, शेतमजुरीचा खर्च, विक्री खर्च इत्यादींच्या किमती विचारात घेतल्या जातात. तसेच किमान किंमत निश्चित करताना सर्वसामान्य उपभोक्त्यांच्या हिताकडे दुर्लक्ष होणार नाही याकडेही लक्ष दिले आहे.

भारतात शेतमालाच्या किमान किमती जाहीर करताना गहू, तांदूळ, बाजरी, मका, वाटाणा, मूग, तूर, उडीद यांसारखी अन्नधान्ये; ऊस, कापूस, ताग यांसारख्या नगदी पिकांच्या किमती ठरविण्यासाठी सन 1964 मध्ये कृषिमूल्य आयोगाची स्थापना करण्यात आलेली आहे.

भारतीय अर्थव्यवस्थेतील बदलती परिस्थिती विचारात घेऊन सन 1964 नंतर शेतमालाच्या आधारभूत किमतीत सरकारने वाढ केली आहे. सरकारने जाहीर केलेल्या किमान आधारभूत किमतीचा शेतकऱ्यांना लाभ मिळण्यासाठी शेतमाल विक्रीव्यवस्था कार्यक्षम असली पाहिजे. जर एखाद्या शेतमालाची किंमत सरकारने जाहीर केलेल्या किमान आधारभूत किमतीपेक्षा कमी असेल तर सरकारने उत्पादकांना आधारभूत किमतीला शेतमाल खरेदी करण्याचे वचन दिले पाहिजे. त्यासाठी शेतमाल खरेदी करण्यासाठी प्रशासकीय यंत्रणा उभारली पाहिजे व अशी यंत्रणा कायमस्वरूपाची असली पाहिजे.

शेतमालाच्या किमतीला स्थैर्य प्राप्त व्हावे यासाठी राष्ट्रीय पातळीवर एखादी संघटना स्थापन करण्यात यावी. अशा प्रकारची शिफारस श्री. अशोक मेहता यांच्या नेतृत्वाखाली नेमलेल्या अन्नधान्य चौकशी समितीने व सन 1964 मध्ये नेमलेल्या एल. के. झा यांच्या नेतृत्वाखाली नेमलेल्या अन्नधान्य किंमत समितीने केली होती. या समित्यांच्या शिफारशींचा विचार करून भारत सरकारने सन 1965 मध्ये 'कृषी-खर्च किंमत आयोगाची' स्थापना केली. उत्पादक आणि उपभोक्ते यांच्या हितसंबंधाचा योग्य विचार करून शासनाला किंमतविषयक धोरणासंबंधी सल्ला व मार्गदर्शन करण्यासाठी शेतमाल किंमत आयोग/कृषिमूल्य आयोगाची (Agricultural Price Commission) स्थापना करण्यात आली.

शेतकी किंमत आयोगाच्या स्थापनेनंतर आयोगाकडे शेतमाल किमतीतील प्रवृत्तीची चिकित्सा करून निवडक पिकांच्या बाबतीत अहवाल सादर करण्याचे काम आयोगाकडे सोपविले जाते. अन्नधान्याच्या बाबतीत अधिप्राप्ती किमतीची (Procurement Prices) शिफारस करण्याचे कार्यही किंमत आयोगाकडून केले जाते. अन्नधान्याचे शिलकी साठे निर्माण करण्यासाठी आणि स्वस्त धान्य दुकानामार्फत झाल्याचे सर्वसामान्यांपर्यंत वाटप करण्यासाठी सरकार बाजारात अधिक दराने अन्नधान्य खरेदी करते. अधिप्राप्ती किंमत ही आधारभूत किमतीपेक्षा अधिक असते. स्वस्त धान्य दुकानातील धान्याची विक्री किंमत सरकारच्या अधिप्राप्ती किमतीपेक्षा कमी असते व त्या मार्गाने सरकार जनतेला जे अनुदान देते त्यास 'अन्नधान्य अनुदान' (Food Subsidy) असे म्हणतात.

सर्वसाधारणपणे सरकार शेती हंगाम सुरू होण्यापूर्वी निवडक शेतमालाच्या किमान आधारभूत किमती जाहीर करते. हे धोरण सरकारने नेमलेल्या कृषी उत्पादन खर्च किंमत आयोगाच्या शिफारशीवर आधारलेले असते. सन 1965 मध्ये कृषी किंमत आयोगाच्या स्थापनेबरोबरच सरकारने अन्न महामंडळाचीदेखील स्थापना केली. अन्न महामंडळाची स्थापना करताना अन्नधान्याच्या खरेदीसाठी आवश्यक असणारी यंत्रणा उभारणे हा हेतू होता. अन्नधान्याच्या किमती जाहीर करताना शेतकऱ्यांना अन्नधान्य उत्पादनवाढीची प्रेरणा मिळावी हा शासनाचा प्रमुख उद्देश असतो. त्याचप्रमाणे उत्पादनाच्या किमती दीर्घकाळपर्यंत स्थिर राहाव्यात हाही उद्देश असतो. किंमत आयोगाची स्थापना केल्यानंतर आयोगाने वेळोवेळी केलेल्या शिफारशी विचारात घेऊन सरकारने खरेदी किमती व किमान आधारभूत किमतीमध्ये वाढ केलेली आहे.

तक्ता क्र. 2.3 : किमान आधार किमती (क्विंटलमागे ₹)

धान्य	2009-10	2010-11	धान्य	2009-10	2010-11
1. भात (साधारण)	950	1,000	9. उडीद	2,520	2,900
2. भात ('अ' ग्रेड)	980	1,030	10. भुईमूग	2,100	2,300
3. ज्वारी (संकरित)	840	880	11. सोयाबीन	1,390	1,440
4. ज्वारी (मालदांडी)	860	900	12. गहू	1,100	1,120
5. बाजरी	840	880	13. हरभरा	1,760	2,100
6. मका	840	880	14. करडई	1,680	1,800
7. तूर	2,300	3,000	15. कापूस	2,500	2,500
8. मूग	2,760	3,170			

संदर्भ : भारतीय अर्थव्यवस्था : कै. डॉ. देसाई, डॉ. निर्मल भालेराव; पान नं. 19.11

शेतमाल किंमत आयोगाने निवडक पिकांसाठी सन 2009-10 आणि 2010-11 साठी जाहीर केलेल्या किमतीवरून असा निष्कर्ष निघतो की, किमान आधारभूत किमतीत सतत वाढ केलेली आहे. भाताच्या किमती सन 2009-10 ते 2010-11 मध्ये प्रतिक्विंटल 950 ₹ व 1,000 ₹ होत्या. उच्च प्रतीच्या भाताच्या किमती 280 ₹ व 1,030 ₹ अशा होत्या. ज्वारी, बाजरी, मका यांच्या प्रतिक्विंटल किमतीत 40 ते 60 रुपयांपर्यंत वाढ करण्यात आलेली आहे. देशात कडधान्य आणि तेलबियांचे उत्पादन वाढावे म्हणून त्यांच्या किमतीत सन 2009-10 व 2010-11 या वर्षात सरासरीने 400 ते 700 रुपयांपर्यंत वाढ करण्यात आलेली आहे. गव्हाच्या किमतीत मात्र फारसी वाढ झालेली नाही.

2.5.4 मूल्यमापन (Evaluation)

शेतमालाच्या आधारभूत किंमत धोरणावर पुढील प्रकारची टीका केली जाते :

(1) शेतमालाच्या आधारभूत किमती/किमान आधार किमती जाहीर करताना शेतमालाचा उत्पादन खर्च विचारात घेतला जात नाही. मागील काही वर्षांत संकरित बी-बियाणे, रासायनिक खते, कीडनाशक औषधे, मजुरीचे दर, पेट्रोल आणि डिझेलच्या वाढलेल्या किमती, वाहतूक खर्चात झालेली वाढ इत्यादी बाबी विचारात घेऊन उत्पादन खर्च काढला पाहिजे व उत्पादन खर्चावर आधारित शेतमालाच्या किमती निश्चित केल्या पाहिजेत; अशी शेतकरी संघटनांकडून सतत मागणी केली जाते. मात्र त्या मागणीकडे फारसे लक्ष दिले जात नाही.

(2) आधारभूत किमतीला अन्नधान्य आणि शेतमालाची खरेदी करण्यासाठी तयार करण्यात आलेली यंत्रणा पुरेशी आणि कार्यक्षम नाही. त्यामुळे आधारभूत किमतीला शेतमालाची खरेदी करण्यासाठी खाजगी व्यापाऱ्यांची व कमिशन एजंटची मदत घ्यावी लागते.

(3) भारतात गरिबांना कमी किमतीत अन्नधान्याचा पुरवठा व्हावा म्हणून स्वस्त धान्य दुकाने चालविली जातात. मात्र यामध्येही मोठा काळाबाजार होताना दिसून येतो. त्यामुळे गरिबांच्या दृष्टीने वितरण व्यवस्था कुचकामी ठरली आहे.

(4) सरकार विविध योजना आखताना मोठा व श्रीमंत शेतकरी डोळ्यासमोर ठेवून योजना तयार करते. त्यामुळे या योजना मोठ्या शेतकऱ्यांचे हित जोपासणाऱ्या ठरतात. लहान शेतकऱ्यांना योजना फायदेशीर ठरत नाहीत.

प्रश्नावली

☞ लघुत्तरी प्रश्न

1. भारतीय अर्थव्यवस्थेतील शेतीचे स्थान स्पष्ट करा.

2. भारताच्या शेती विकासातील प्रमुख अडथळे कोणते ?

3. ग्रामीण कर्जबाजारीपणाची कारणे स्पष्ट करा.

4. कर्जबाजारीपणाचे परिणाम स्पष्ट करा.

5. ग्रामीण कर्जबाजारीपणा कमी करण्यासाठी उपाय सुचवा.

6. भारतात शेतीमाल किंमत धोरणाची आवश्यकता का निर्माण होते ?

7. शेतमाल किंमतनिश्चितीत कृषिमूल्य आयोगाचे महत्त्व स्पष्ट करा.

8. भारताच्या शेतगाल विक्रीव्यवस्थेचे दोष स्पष्ट करा.

☞ दीर्घोत्तरी प्रश्न

1. भारतीय अर्थव्यवस्थेतील शेतीव्यवसायाचे महत्त्व स्पष्ट करा.

2. भारताच्या शेती विकासातील प्रमुख अडथळ्यांची चर्चा करा.

3. ग्रामीण कर्जबाजारीपणाची कारणे सांगून कर्जबाजारीपणा कमी करण्यासाठी उपाय सुचवा.

4. भारताच्या शेतमालाच्या विक्रीव्यवस्थेतील दोष सांगून देय कमी करण्यासाठी उपाय सुचवा.

↻ **टीपा लिहा.**

1. कृषिप्रधान अर्थव्यवस्थेचे महत्त्व

2. ग्रामीण कर्जबाजारीपणाची कारणे

3. धारणक्षेत्राचे प्रकार

4. शेतमाल विक्रीव्यवस्थेचे दोष

5. नियंत्रित बाजार

6. सहकारी विक्री व्यवस्था

7. किंमत धोरण.

❧ ❧

3

1991 पासूनचा भारताचा औद्योगिक विकास

INDUSTRIAL DEVELOPMENT IN INDIA SINCE 1991

प्रास्ताविक

कोणत्याही देशाच्या आर्थिक विकासामध्ये शेती विकासाप्रमाणेच औद्योगिक विकासाला महत्त्वाचे स्थान आहे. अनेक विकसित देशांनी आपला आर्थिक विकास औद्योगिक विकासातूनच साध्य केलेला आहे. म्हणूनच भारत सरकारनेदेखील देशाचा जलद आर्थिक विकास साध्य करण्यासाठी पंचवार्षिक योजनाकाळात औद्योगिक विकासास महत्त्व दिले आहे. अनेक देशांनी जलद औद्योगिक विकास घडवून आणण्यासाठी सन 1956 मध्ये औद्योगिक धोरण जाहीर करून या धोरणात संमिश्र अर्थव्यवस्थेचा (Mixed Economy) स्वीकार केला आहे. त्यामुळे अर्थव्यवस्थेत एकाच वेळी सार्वजनिक क्षेत्र, खाजगी क्षेत्र आणि संयुक्त क्षेत्र अशी विभागणी करून अर्थव्यवस्थेच्या दृष्टीने व संरक्षणाच्या दृष्टीने महत्त्वाचे असणारे संरक्षण साहित्याची निर्मिती करणारे उद्योग, पायाभूत उद्योग, रस्ते व रेल्वे विकास, वीजनिर्मिती, चलननिर्मिती यांसारखे उद्योग व सेवा सार्वजनिक क्षेत्रात; शेतीवर आधारित असणाऱ्या उद्योगांचा विकास सहकारी किंवा संयुक्त क्षेत्रात; आणि राहिलेल्या उद्योगांचा विकास खाजगी क्षेत्रात करण्याचे जाहीर केले. सन 1956 च्या औद्योगिक धोरणामध्ये नंतरच्या काळात सन 1977, 1981 आणि 1991 मध्ये आवश्यकतेनुसार बदल करण्यात आले आहेत. मात्र धोरणात बदल करताना सन 1956 च्या औद्योगिक धोरणाचा पाया अबाधित राहिली याकडेही लक्ष देण्यात आले आहेत.

सदरच्या प्रकरणात भारताच्या आर्थिक विकासात औद्योगिकीकरणाची भूमिका; मोठ्या, मध्यम आणि लघुउद्योगाची भूमिका व समस्या; सार्वजनिक क्षेत्राला असणारे महत्त्व व समस्या; सन 1991 च्या औद्योगिक धोरणाची वैशिष्ट्ये आणि मूल्यमापन यांचा आढावा घेण्यात आलेला आहे.

3.1 आर्थिक विकासात औद्योगिकीकरणाची भूमिका

ROLE OF INDUSTRIALISATION IN ECONOMIC DEVELOPMENT

3.1.1 औद्योगिकीकरण - व्याख्या (Definitions of Industrialisation)

अर्थशास्त्रज्ञांनी औद्योगिकीकरणाच्या व्याख्या पुढीलप्रमाणे केलेल्या आहेत :

- **"औद्योगिकीकरण ही भांडवलाच्या गहणीकरणाची** *(Deepening of Capital)* **त्याचप्रमाणे भांडवलाच्या विस्तारीकरणाची** *(Widening of Capital)* **प्रक्रिया आहे."** **– ए. एच. हॅन्सन**

  भांडवलाचे गहणीकरण म्हणजे उत्पादनाच्या प्रत्येक नगासाठी भांडवलाचा जास्तीतजास्त वापर करणे होय. तसेच भांडवलाचे विस्तारीकरण म्हणजे अंतिम वस्तूच्या उत्पादनाच्या वाढीबरोबर भांडवलनिर्मितीमध्ये वाढ होणे.

- **"औद्योगिकीकरण हा लोकसंख्येचे स्थलांतर रोखण्याचा, अतिरिक्त लोकसंख्येची समस्या सोडविण्याचा आणि अल्पविकसित देशातील राष्ट्रीय उत्पन्न वाढविण्यासाठीचा पर्याय आहे."**

  – कॉन्डिफ्फ व रोझेन्स्टिन रोडान

  यामुळेच अप्रगत देशात कृषी पुनर्रचना व औद्योगिकीकरण परस्परावलंबी ठरतात.

- **"औद्योगिकीकरण ही अशी प्रक्रिया आहे की, ज्यामध्ये प्रमुख उत्पादन फलनामध्ये बदल होत असतो. अस्तित्वातील उद्योगांचे यांत्रिकीकरण, नवीन उद्योगांची स्थापना, नवीन बाजारपेठांचा शोध व नवनवीन प्रदेशांचा औद्योगिक विकास या मूलभूत बदलांचा औद्योगिकीकरणात समावेश होतो. त्यामुळे औद्योगिकीकरण ही एक 'भांडवलाचे गहणीकरण' आणि 'भांडवलाचे विस्तारीकरण' यांची प्रक्रिया ठरते."**

  – वि कँग चँग

अशा प्रकारे औद्योगिकीकरणामुळे औद्योगिक क्षेत्राचा अधिक वेगाने विकास होऊन उद्योगक्षेत्राचा एकूण राष्ट्रीय उत्पन्नातील हिस्सा वाढतो.

3.1.2 औद्योगिकीकरणाची आवश्यकता (Needs of Industrialisation)

भारतात औद्योगिक क्षेत्राचा विकास जलद गतीने होण्यास पुढील कारणांसाठी आवश्यक आहे :

1. **उत्पादन क्षमता वाढविण्यासाठी** : शेतीक्षेत्रातील 'प्रच्छन्न बेकारी' कमी करून शेतीक्षेत्रातील अतिरिक्त लोकसंख्येची उत्पादन क्षमता वाढविण्यासाठी औद्योगिक विकास आवश्यक आहे.

2. **रोजगारात वाढ** : औद्योगिक विकासामुळे कृषी व सेवाक्षेत्रांचाही विकास होऊन रोजगाराच्या वाढत्या संधी निर्माण होतात.

3. **विस्थापित श्रमिकांना रोजगार** : शेतीच्या यांत्रिकीकरणामुळे शेतीक्षेत्रातील श्रमिकांची गरज कमी होते. त्यामुळे अतिरिक्त श्रमिकांना विस्थापित होऊन इतर क्षेत्रात रोजगार शोधावा लागतो. औद्योगिक विकासामुळे शेतीतील विस्थापित श्रमिकांना उद्योगक्षेत्रात रोजगार मिळू शकतो.

4. **वाढते उत्पादन फल** : शेतीतील उत्पादन प्रामुख्याने निसर्गावर अवलंबून असल्याने घटत्या उत्पादन फलाचा शेतीक्षेत्रात अनुभव येतो. औद्योगिक विकासामुळे घटत्या उत्पादन फलाऐवजी वाढत्या उत्पादन फलाचा अनुभव येऊ लागतो.

5. **उत्पन्नातील दरी कमी करण्यासाठी** : औद्योगिकदृष्ट्या प्रगत देशांचे दरडोई राष्ट्रीय उत्पन्न कृषिप्रधान अप्रगत देशांपेक्षा खूपच अधिक आहे. दोन्ही प्रकारच्या देशांतील राष्ट्रीय उत्पन्नातील दरी कमी होण्यासाठी अप्रगत देशांचा औद्योगिक विकास वेगाने झाला पाहिजे.

6. **कृत्रिम वस्तूंचे उत्पादन** : प्रगत देशात नैसर्गिक शेतमालाऐवजी कृत्रिम मालाचा अधिक वापर केला जात आहे. उदाहरणार्थ, तागाच्या पोत्यांऐवजी प्लॅस्टिकच्या पिशव्यांचा वापर, कापसाच्या धाग्यांऐवजी कृत्रिम धाग्यांचा वापर, नैसर्गिक रबराऐवजी कृत्रिम रबराचा वापर इत्यादी. त्याचा अप्रगत देशातील शेतमाल निर्यातीवर अनिष्ट परिणाम होत आहे. म्हणूनच औद्योगिक क्षेत्रात कृत्रिम वस्तूंचे उत्पादन करून निर्यात वाढविणे अपरिहार्य झाले आहे.

7. **शेतीक्षेत्राचा विकास** : औद्योगिक विकासामुळे रासायनिक खते, जंतुनाशके, वाहतुकीची जलद साधने, साठवणुकीच्या सुविधा इत्यादींचे मोठ्या प्रमाणात उत्पादन होऊन शेतीक्षेत्राचा विकास होण्यास मदत होते. औद्योगिक क्षेत्रातून शेतमालाला वाढत्या प्रमाणावर मागणी येत असल्याने शेतमालाला वाजवी भाव मिळू शकतो.

8. **स्वावलंबन** : औद्योगिक विकासामुळे युद्धसाहित्य, रसायने, खनिज तेल, लोह-पोलाद, यंत्रे व त्यांचे सुटे भाग, उपभोग्य वस्तू इत्यादींचे देशातच मोठ्या प्रमाणावर उत्पादन होऊन देश आत्मनिर्भर बनतो.

9. **औद्योगिक संस्कृतीचा विकास** : औद्योगिक विकासामुळे लोकांमध्ये शिस्त, सहकार्य, स्पर्धाशीलता, उद्योजकता, आत्मविश्वास, शास्त्रीय दृष्टिकोन, यंत्रे हाताळण्याचे कौशल्य इत्यादी गुणांचा विकास होतो. त्यामुळे भारतात औद्योगिक संस्कृती विकसित होते.

10. **साधनांचा वापर** : औद्योगिक विकासामुळे भारतातील नैसर्गिक व मानवी साधनसामग्रीचा जास्तीतजास्त वापर केला जाऊन देशातील दारिद्र्य वेगाने कमी होते.

11. **भांडवलनिर्मितीत वाढ** : शेतीक्षेत्रापेक्षा औद्योगिक क्षेत्रातील लोकांची बचत व गुंतवणूक करण्याची क्षमता अधिक असते. त्यामुळे औद्योगिक विकासामुळे उद्योगक्षेत्रातील लोकांच्या उत्पन्नात वाढ होऊन भांडवलनिर्मिती वाढते.

3.1.3 औद्योगिकीकरणाची भूमिका (Role of Industrialisation)

देशाच्या आर्थिक विकासातील औद्योगिकीकरणाची भूमिका पुढील मुद्द्यांच्या साहाय्याने स्पष्ट करता येईल.

1. **उत्पन्नातील दरी कमी करणे** : विकसित देशांचे दरडोई राष्ट्रीय उत्पन्न विकसनशील देशांपेक्षा कमी असते; कारण प्रगत देशांचे औद्योगिकीकरण झालेले असल्याने त्यांच्या आर्थिक विकासाचा वेग अधिक असतो. याउलट, विकसनशील देश शेतीप्रधान देश असतात. विकसनशील देशांचे दरडोई उत्पन्न वाढण्यासाठी त्यांचे वेगाने औद्योगिकीकरण होणे आवश्यक असते.

पुढील तक्ता क्र. 3.1 मध्ये औद्योगिकदृष्ट्या प्रगत देश व मागासलेले विकसनशील देश यांचे दरडोई राष्ट्रीय उत्पन्न व एकूण देशांतर्गत उत्पन्न दर्शविले आहे.

एकूण देशांतर्गत उत्पादनात ज्या देशांचा उद्योग व सेवाक्षेत्रांचा हिस्सा सर्वाधिक आहे अशा देशांचे दरडोई उत्पन्न अधिक आहे हे तक्ता क्र. 3.1 वरून स्पष्ट होते. अमेरिका, बेल्जिअम, इंग्लंड, जपान इत्यादी प्रगत देशांतील उद्योगक्षेत्र व सेवाक्षेत्रांचा एकूण देशांतर्गत उत्पादनातील हिस्सा चीन व भारत या विकसनशील देशांपेक्षा अधिक आहे. त्यामुळे चीन व भारत या विकसनशील देशांपेक्षा उर्वरित प्रगत देशांचे दरडोई उत्पन्न अधिक आहे.

तक्ता क्र. 3.1 : औद्योगिकदृष्ट्या प्रगत व अप्रगत देशांतील दरडोई उत्पन्न आणि एकूण देशांतर्गत उत्पादनातील क्षेत्रवार हिस्सा

देश	दरडोई उत्पन्न (अमेरिकन डॉलर्समध्ये)	एकूण देशांतर्गत उत्पादनातील हिस्सा (टक्केवारीत)			
		शेतीक्षेत्र	उद्योगक्षेत्र	सेवाक्षेत्र	एकूण
अमेरिका	47,140	1	21	78	100
बेल्जिअम	45,420	1	22	77	100
इंग्लंड	38,540	1	21	78	100
जपान	42,150	1	28	71	100
चीन	4,260	10	46	44	100
भारत	1,340	18	27	55	100

संदर्भ : *World Bank, World Development Indicators, 2012*

भारतापेक्षा चीन या विकसनशील देशाचे औद्योगिकीकरण अधिक झालेले असल्याने चीनच्या लोकसंख्येचा जगात पहिला क्रमांक असूनही या देशाचे दरडोई उत्पन्न भारताच्या दरडोई उत्पन्नापेक्षा अधिक म्हणजे जवळजवळ तिप्पट आहे.

परंतु या विश्लेषणाला सौदी अरेबिया, कुवेत, संयुक्त अरब प्रजासत्ताक (UAR) इत्यादी आखाती देश अपवाद आहेत. कारण या देशांनी खनिज तेलाच्या निर्यातीपासून मोठ्या प्रमाणात परकीय चलन मिळविल्यामुळे त्यांच्या दरडोई उत्पन्नात मोठ्या प्रमाणात वाढ झाली आहे.

2. प्रच्छन्न/छुपी बेकारी कमी करणे : संयुक्त कुटुंबपद्धतीमुळे विकसनशील देशांमध्ये शेतीक्षेत्रात प्रच्छन्न किंवा छुपी बेकारी मोठ्या प्रमाणात आढळून येते. छुप्या बेकारांचे प्रमाण जवळजवळ 25 टक्के येते. रॅग्नर नर्क्स यांच्या मते, शेतीक्षेत्रातील जादा श्रमिक औद्योगिक क्षेत्रात स्थलांतरित करून प्रच्छन्न/छुपी बेकारी कमी करता येईल. परंतु त्यासाठी औद्योगिक क्षेत्राचा वेगाने विकास होऊन रोजगाराच्या वाढत्या संधी निर्माण होण्यासाठी औद्योगिकीकरणाचा वेग वाढणे आवश्यक असते.

3. वाढते उत्पादन फल अनुभवास येते : शेती उत्पादन मोठ्या प्रमाणावर निसर्गावर अवलंबून असल्याने शेती उत्पादनात घटत्या उत्पादन फलाचा अनुभव येतो. याउलट, औद्योगिक क्षेत्रात वाढत्या उत्पादन फलाचा अनुभव येतो. त्यामुळे विकसनशील देशांच्या आर्थिक विकासाचा वेग वाढविण्यासाठी या देशांचे जलद औद्योगिकीकरण होणे आवश्यक असते.

4. शेतीक्षेत्राचा विकास : औद्योगिक विकासामुळे रासायनिक खते, जंतुनाशके, वाहतुकीची जलद साधने, शेतमाल साठवणुकीची शीतगृहे इत्यादींचे मोठ्या प्रमाणावर उत्पादन करणे शक्य होते. तसेच त्यामुळे शेतीचे यांत्रिकीकरण करणे शक्य होत असल्याने शेतीची कामे वेळेत आणि अधिक सखोल मशागतही करता येते; त्यामुळे शेतीची उत्पादकता वाढते. वाहतुकीच्या जलद साधनांमुळे शेतमाल कमी वेळेत दूरच्या बाजारपेठेपर्यंत वाहून नेणे शक्य होते. त्यामुळे शेतमालाला वाजवी भाव मिळतो. तसेच शेतकऱ्यांमध्ये अन्नधान्याच्या पिकांबरोबरच रोखीची पिके (उदा., द्राक्षे, ऊस) घेण्याची प्रवृत्ती

वाढते. त्यामुळे शेतकऱ्यांच्या उत्पन्नात वाढ होऊन शेतकरी शेतीत सुधारणा करण्यासाठी पैसा खर्च करू शकतो. या सर्व कारणांनी शेतीक्षेत्राचा विकास होऊन एकूण राष्ट्रीय उत्पन्नात शेतीक्षेत्राचा हिस्सा वाढतो.

5. **मूलभूत सेवांचा विकास** : औद्योगिक विकासामुळे सेवाक्षेत्रांचा विकास होऊन सेवाक्षेत्राचा एकूण राष्ट्रीय उत्पन्नातील हिस्सा वाढतो. मूलभूत सेवांमध्ये वाहतूक, दळणवळण, वीजनिर्मिती, मूलभूत उद्योग इत्यादींचा समावेश होतो. या सेवांच्या विकासामुळे आर्थिक विकासासाठी भक्कम पाया निर्माण होतो. वीजनिर्मितीसाठी लागणारी यंत्रसामग्री व विजेची उपकरणे, वेगवान स्वयंचलित वाहने, अत्याधुनिक यंत्रसामग्री, इलेक्ट्रॉनिक यंत्रे इत्यादी देशातच उपलब्ध होणे औद्योगिकीकरणामुळे शक्य होते.

6. **एकूण रोजगारात वाढ** : औद्योगिकीकरणामुळे उद्योगक्षेत्राचा विकास होऊन वाढत्या प्रमाणात रोजगाराच्या संधी निर्माण होतात. तसेच शेतीक्षेत्राचाही विकास होऊन या क्षेत्रात अधिकाधिक लोकांना रोजगार मिळतो. सेवाक्षेत्राच्या विकासामुळे बँका, विद्युत महामंडळे, बहुराष्ट्रीय वीज उत्पादक कंपन्या, स्वयंचलित वाहनांचे उत्पादन करणारे कारखाने इत्यादींची संख्या व आकारमान वाढून या क्षेत्रातील रोजगारात वाढ होते. अशा प्रकारे शेती, उद्योग, सेवा इत्यादी क्षेत्रांत वाढत्या प्रमाणात रोजगाराच्या संधी निर्माण होतात; त्यामुळे अर्थव्यवस्थेतील रोजगार वाढतो.

7. **विस्थापित श्रमिकांना रोजगार उपलब्ध** : शेतीच्या यांत्रिकीकरणामुळे शेतीक्षेत्रातील श्रमिकांची गरज कमी होते. त्यामुळे अतिरिक्त श्रमिकांना विस्थापित होऊन इतर क्षेत्रांत रोजगार शोधावा लागतो. औद्योगिक विकासामुळे शेतीतील विस्थापित श्रमिकांना उद्योगक्षेत्रात रोजगार मिळू शकतो.

8. **नैसर्गिक साधनांचा अधिकाधिक वापर शक्य** : औद्योगिकीकरणामुळे विकसनशील देशांतील नैसर्गिक साधनसामग्रीचा महत्तम वापर करणे शक्य होते. अविकसित व विकसनशील देशांत नैसर्गिक साधनसामग्री न वापरता मोठ्या प्रमाणात पडून असते. औद्योगिकीकरणामुळे या साधनसामग्रीचा पर्याप्त वापर होऊन आर्थिक विकासाच्या वेगात वाढ होते.

9. **स्वावलंबन** : औद्योगिकीकरणामुळे शेतमालाचे उत्पादन वाढून अन्नधान्याच्या उत्पादनात देश स्वावलंबी होतो. तसेच विविध प्रकारच्या औद्योगिक वस्तूंच्या उत्पादनातही देशाला स्वावलंबन प्राप्त होण्यास मदत होते. अत्याधुनिक युद्धसाहित्याचे देशातच उत्पादन करणे औद्योगिकीकरणामुळे शक्य होत असल्याने देश युद्धसाहित्याच्या निर्मितीतही स्वावलंबी होतो.

10. **निर्यातीत वाढ** : शेतीक्षेत्रात उत्पादित होणाऱ्या प्राथमिक उत्पादनांना परकीय देशांतून येणारी मागणी दिवसेंदिवस कमी होत आहे. म्हणूनच विकसनशील देशांना आपल्या निर्यातीत विविधता आणून औद्योगिक व अभियांत्रिकी वस्तूंच्या निर्यातीवर भर द्यावा लागत आहे. औद्योगिकीकरणामुळे औद्योगिक वस्तू व अभियांत्रिकी वस्तू यांचे कमी खर्चात उत्पादन करणे शक्य होते. अशा स्वस्त वस्तूंना परकीय देशांतून मागणी येऊन निर्यात वाढली तर विकसनशील देशांच्या व्यापारतोलातील तूट कमी होण्यास मदत होऊ शकते.

11. **औद्योगिक संस्कृतीचा विकास** : औद्योगिकीकरणामुळे औद्योगिक संस्कृतीचा विकास होतो. लोकांमध्ये उद्योजकता, शिस्त, सहकार्य, स्पर्धाशीलता, आत्मविश्वास, शास्त्रीय दृष्टिकोन, यंत्रे हाताळण्याचे कौशल्य इत्यादी गुणांचा विकास होतो. तसेच शेतीक्षेत्रात संयुक्त कुटुंबपद्धती असते. परंतु औद्योगिक क्षेत्रातील कामगारांचा कल कुटुंब मर्यादित ठेवण्याकडे असतो. त्यामुळे विकसनशील देशातील लोकसंख्या नियंत्रित होण्यास मदत होईल.

12. **अंतर्गत व बाह्य बचती** : औद्योगिकीकरणामुळे देशात अनेक उद्योगांची स्थापना होते. त्यामुळे वाहतूक, दळणवळण, बँका, प्रशिक्षण संस्था, संशोधन संस्था इत्यादींचा विकास होऊन त्यांचा उद्योगांना फायदा होतो; परंतु यासाठी त्या उद्योगांनी स्वतः खर्च केलेला नसतो. तसेच उद्योगांचे वाजवीकरण होऊन उत्पादनाचा खर्च कमी होण्याच्या स्वरूपात त्या उद्योगाला अंतर्गत बचती किंवा फायदे मिळतात. शेतीक्षेत्रात अंतर्गत व विशेषतः बाह्य बचती निर्माण होण्यास फारसी संधी नसते.

13. **उत्पादकतेत वाढ** : विकसनशील देशांत कमी उत्पादकतेमुळे दारिद्र्याचे दुष्टचक्र अस्तित्वात असते. औद्योगिकीकरणामुळे अर्थव्यवस्थेतील विविध क्षेत्रांची उत्पादकता वाढते; त्यामुळे दारिद्र्याचे दुष्टचक्र भेदणे विकसनशील देशांना शक्य होते.

14. भांडवलनिर्मितीत वाढ : विकसनशील देशांत दारिद्र्याचे दुष्टचक्र अस्तित्वात असल्यामुळे 'कोणत्याही देशाची गरिबी त्या देशाच्या गरिबीस कारणीभूत असते' असे म्हटले जाते. परंतु औद्योगिकीकरणामुळे विविध क्षेत्रांचा विकास होऊन रोजगारात वाढ होते; त्यामुळे लोकांचे उत्पन्न वाढते आणि त्यांच्या बचत करण्याच्या शक्तीत वाढ होऊन भांडवलनिर्मितीत वाढ होते.

अशा प्रकारे औद्योगिकीकरण इतर क्षेत्रांच्या विकासासाठी आणि देशातील लोकांची एकूणच मानसिकता बदलण्यासाठी कारणीभूत ठरत असते. त्यामुळे **रोझेन्स्टिन रोडान** यांनी आपल्या 'प्रबळ चालना' (Big-push) या सिद्धान्तात अर्थव्यवस्थेला विकासासाठी प्रबळ चालना मिळण्याकरिता एकाच वेळेला अनेक उद्योगांमध्ये किमान आवश्यक गुंतवणुकीपेक्षा अधिक गुंतवणूक व्हावी असे प्रतिपादन केले आहे.

3.2 मोठ्या, लहान आणि मध्यम उद्योगाची भूमिका

ROLE OF LARGE, SMALL AND MEDIUM ENTERPRISES

3.2.1 मोठे उद्योग (Large Scale Industries)

मोठ्या उद्योगात लोह-पोलाद उद्योग, ताग उद्योग, साखर उद्योग, सिमेंट उद्योग, कागद उद्योग, अभियांत्रिकी उद्योग, कापड उद्योग व अलीकडे पेट्रो-रसायन उद्योगांचा समावेश केला जातो.

या प्रकरणात लोह-पोलाद उद्योग, कापड उद्योग, साखर उद्योग व पेट्रो-रसायन उद्योग यांची वृद्धी व समस्या यांचे स्पष्टीकरण केले आहे.

1. लोह-पोलाद उद्योग (Iron - Steel Industry)

लोह-पोलाद उद्योगाची वृद्धी : लोखंडाचा वापर धातू उत्पादने, विद्युत उपकरणे, वाहतुकीची साधने, कापड व इतर उत्पादनासाठी आवश्यक यंत्रसामग्री, अभियांत्रिकी वस्तू इत्यादींच्या उत्पादनासाठी केला जात असल्याने लोह-पोलाद उद्योगांचा समावेश मूलभूत उद्योगात (Basic Industry) केला जातो. हा उद्योग देशाच्या औद्योगिकीकरणाचा पाया मानला जातो. भारताचे माजी पंतप्रधान पं. जवाहरलाल नेहरू यांनी ''लोह-पोलाद उद्योग देशाच्या सामर्थ्याचे प्रतीक असून भारताच्या उज्ज्वल भविष्याचा निर्देशक आहे'' असे प्रतिपादन केलेले आढळते.

भारताला लोह उत्पादनाचा भरपूर नैसर्गिक फायदा आहे. कारण भारतातील लोखंडाच्या खाणींमध्ये मोठ्या प्रमाणात कच्चे किंवा अशोधित लोखंड सापडते. विशेष म्हणजे कोळसा व कच्चे लोखंड एकमेकांच्या लगतच्या प्रदेशातच आढळते. त्यामुळे एकेकाळी भारतातील पोलादनिर्मितीचा खर्च इतर देशांपेक्षा खूपच कमी होता.

स्वातंत्र्यप्राप्तीच्या वेळेस भारताची लोह-पोलाद उद्योगाची क्षमता केवळ 1.3 दशलक्ष टन एवढी होती. त्यापैकी 1 दशलक्ष टन पोलाद टाटा लोह व पोलाद कंपनीकडून (TISCO) तर उर्वरित उत्पादन भारतीय लोह-पोलाद कंपनीकडे (IISCO) केले जात होते. स्वातंत्र्योत्तर काळात भारतीय लोह-पोलाद उद्योगाने वेगाने प्रगती केली आहे. सन 1974 मध्ये 'स्टील ॲथॉरिटी ऑफ इंडिया'ची (Steel Authority of India – SAIL) स्थापना करण्यात आली. लोह-पोलाद उद्योगाच्या विकासाची आणि या उद्योगाला लागणारा कच्चा माल पुरवठा करण्याची जबाबदारी सेल (SAIL) यांच्यावर सोपविण्यात आली होती.

सन 1990-91 च्या दरम्यान दहा दशलक्ष टन एवढी एकूण स्थापित उत्पादन क्षमता असणारे सहा पोलाद प्रकल्प भारतात होते. त्या वेळी या उद्योगात 4,000 कोटी ₹ गुंतविण्यात आले होते. यापैकी बरीच मोठी गुंतवणूक सार्वजनिक क्षेत्रातील लोह-पोलाद प्रकल्पात करण्यात आली होती. हा उद्योग अडीच लाख लोकांना प्रत्यक्षपणे रोजगार पुरवितो. या उद्योगाचा समावेश उच्चतम भांडवलप्रधान उद्योगात केला जातो. कारण प्रत्येक कामगारामागचे भांडवल सरासरी 1,20,000 ₹ एवढे येते.

सन 1974 मध्ये भारताचा लोह-पोलाद उत्पादन करणाऱ्या जगातील देशांत तिसावा क्रमांक होता. तो सन 1979 मध्ये सोळावा क्रमांक झाला. सध्या भारताचा लोह-पोलाद उत्पादनात पंधरावा क्रमांक आहे. पोलादाचा वार्षिक दरडोई उपभोग अमेरिका (685 कि. ग्रॅ.), रशिया (428 कि.ग्रॅ.), स्वीडन (623 कि.ग्रॅ.), जपान (494 कि.ग्रॅ.) आहे. परंतु भारताने लोह-पोलाद उत्पादनात लक्षणीय प्रगती करूनही पोलादाचा दरडोई सरासरी उपभोग केवळ 11 कि.ग्रॅ. आहे.

लोह-पोलाद उद्योगाची प्रगती : सन 1956 च्या औद्योगिक धोरणात लोह-पोलाद उद्योगाचा समावेश सूची-अ मध्ये करण्यात आला. त्यामुळे लोह-पोलादाचे सर्व नवीन प्रकल्प सार्वजनिक क्षेत्रात सुरू करण्याचे निश्चित करण्यात आले. त्यानुसार, सार्वजनिक क्षेत्रातील पहिला पोलाद प्रकल्प जर्मनीच्या सहकार्याने रुरकेला येथे सुरू करण्यात आला. नंतर सन 1955 मध्ये रशियाच्या सहकार्याने भिलाई येथे दुसरा पोलाद प्रकल्प सुरू करण्यात आला तर तिसरा पोलाद प्रकल्प सन 1953 मध्ये दुर्गापूर येथे ब्रिटनच्या सहकार्याने सुरू करण्यात आला. या प्रकल्पांची स्थापित उत्पादन क्षमता प्रत्येकी एक दशलक्ष टन एवढी होती. या प्रकल्पांनी संकुचित औद्योगिक पाया असलेल्या देशाच्या औद्योगिक विकासात लक्षणीय भर घातली. परंतु वीजटंचाई, कोळशाची अपूर्ण उपलब्धता, औद्योगिक कलह इत्यादी कारणांमुळे या प्रकल्पांची क्षमता पूर्णपणे वापरली गेली नाही. परंतु सन 1975 ते 1977 या कालावधीतील आणीबाणीमुळे स्थापित क्षमतेचा वापर 90 टक्क्यांपर्यंत वाढला. आणीबाणीच्या काळात औद्योगिक शिस्त मोठ्या प्रमाणावर निर्माण झाल्याने तसेच वीज, कोळसा व वाहतूक यांच्या मोठ्या प्रमाणावरील उपलब्धतेमुळे स्थापित क्षमतेचा अधिकाधिक वापर करणे शक्य झाले होते.

तक्ता क्र. 3.2 मध्ये पोलाद उत्पादन दिसून येईल.

तक्ता क्र. 3.2 : पोलाद उद्योगातील उत्पादन (दशलक्ष टन)

वर्ष	कच्चे पोलाद	तयार पोलाद	वर्ष	कच्चे पोलाद	तयार पोलाद
1950 - 51	1.5	1.00	2001 - 02	उ. ना.	31.1
1970 - 71	6.1	4.6	2008 - 09	54.62	59.39
1980 - 81	10.3	6.8	2009 - 10	–	59.7
1990 - 91	13.7	13.5	2010 - 11	–	66.0
2000 - 01	27.0	30.6	2011-12	–	73.4

संदर्भ : *Indian Economy – Datt & Sundharam; 69th Ed.,2015*

सन 1977 ते 1979 या कालावधीत पोलाद उद्योगाच्या स्थापित क्षमतेचा वापर 90 टक्के होत होता. तो सहाव्या पंचवार्षिक योजनेच्या सुरुवातीला (1979-80) 69 टक्क्यांपर्यंत कमी झाला. त्यामुळे सहाव्या पंचवार्षिक योजनेतील दरवर्षी 11.5 दशलक्ष पोलाद उत्पादन वाढविण्याचे उद्दिष्ट साध्य करता आले नाही. परंतु सातव्या व आठव्या पंचवार्षिक योजनेत आधुनिकीकरण, तांत्रिक सुधारणा, पूरक सुविधांचा पुरवठा इत्यादींवर भर दिल्याने उत्पादनात लक्षणीय वाढ झालेली आढळते. सन 1950-51 मध्ये देशात तयार पोलादाचे उत्पादन केवळ एक दशलक्ष टन होते. त्यात सन 2001-02 पर्यंत जवळजवळ एकतीस पट वाढ झालेली आढळून येते. संशोधनातील प्रगतीमुळे भारताला इतर देशांचे सहकार्य न घेता स्वतःच्या पायावर 'बोकारो पोलाद प्रकल्प' सुरू करणे शक्य झाले आहे. देशातील एकूण पोलाद उत्पादनापैकी जवळजवळ 85 टक्के उत्पादन सार्वजनिक क्षेत्रातील पोलाद उद्योगात होते. सध्या देशात 179 छोटे पोलाद प्रकल्प असून त्यांची स्थापित उत्पादन क्षमता 5.6 दशलक्ष टन आहे. भारताने सन 1950-51 मध्ये 3 कोटी रुपयांचे पोलाद निर्यात केले होते. सन 1976-77 मध्ये ही निर्यात 290 कोटी रुपयांची झाली.

सन 1991 मध्ये भारताने उदारीकरणावर आधारित नवीन आर्थिक धोरणाचा स्वीकार केल्यामुळे या उद्योगाला तीव्र स्पर्धेला तोंड द्यावे लागत आहे. सन 1990-91 मध्ये तयार पोलादाचे उत्पादन 13.5 दशलक्ष टन होते. त्यात वाढ होऊन ते सन 2010-11 मध्ये 66.00 दशलक्ष टन एवढे झाले. सन 2011-12 मध्ये भारतातील तयार पोलादाचे उत्पादन 73.4 दशलक्ष टन झाले होते.

सन 2009-10 मध्ये भारतातील लोह-पोलादाचे उत्पादन 59.7 दशलक्ष टन असले तरी चीन, जपान, अमेरिका आणि रशिया या देशातील लोह-पोलाद उत्पादन अनुक्रमे 626.6, 109.6, 80.6 आणि 67.6 दशलक्ष टन एवढे म्हणजेच भारतातील लोह-पोलाद उत्पादनापेक्षा अधिक होते.

सन 2012 मध्ये चीन, जपान, अमेरिका आणि रशिया या देशातील लोह-पोलाद उत्पादन अनुक्रमे 716.5, 107.2, 88.6 आणि 70.6 दशलक्ष टन होते. भारतातील पोलाद उत्पादन 76.8 दशलक्ष टन होते.

लोह-पोलाद उद्योगाच्या समस्या (Problems of Iron - Steel Industry) :

सन 1950-51 ते 2001-02 या काळात पोलाद उत्पादनात 1 दशलक्ष टनावरून 31.1 दशलक्ष एवढी लक्षणीय वाढ झालेली असली तरी या उद्योगाला पुढील समस्यांना तोंड द्यावे लागत आहे :

1. **अकार्यक्षम सार्वजनिक पोलाद प्रकल्प** : सन 1956 च्या औद्योगिक धोरणामुळे सरकारने सार्वजनिक क्षेत्रात पोलाद प्रकल्प सुरू करण्यासाठी प्रचंड गुंतवणूक केलेली आहे. परंतु स्थापित क्षमतेचा अपूर्ण वापर, अकार्यक्षम व्यवस्थापन, बिघडलेले औद्योगिक संबंध, अवास्तव कामगार भरती, शिस्तीचा अभाव, सातत्याने वाढणारा तोटा इत्यादी समस्यांमुळे या प्रकल्पांची अकार्यक्षमता वाढत आहे.

2. **शासननिर्धारित किमतीची समस्या** : अनेक वर्षांपासून सरकारने पोलादाच्या किमती नियंत्रित करण्याचे व उपभोक्त्यांमध्ये पोलादाचा नियंत्रित वापर करण्याचे धोरण स्वीकारलेले आहे. परंतु पोलादाच्या उत्पादनापेक्षा त्याची मागणी अधिक वेगाने वाढत असल्याने पोलादाचा काळाबाजार व टंचाई वाढत आहे. उपभोक्त्यांना अधिक पैसे देऊन पोलाद खरेदी करावे लागते; त्यामुळे उपभोक्त्यांचे शोषण होते. युरोपातील अनेक देशांत पोलादाच्या किमती कमी होत असताना सरकारने देशात सन 1985 व 1988 मध्ये पोलादाच्या किमती वाढविल्या होत्या. परंतु नवीन आर्थिक धोरणाच्या स्वीकारामुळे प्रशासकीय किमतीचे हे धोरण कालबाह्य झाले आहे आणि लोह-पोलाद उद्योगाला किंमतनिश्चितीचे स्वातंत्र्य मिळाले आहे.

3. **क्षमतेचा अपूर्ण वापर** : लोह-पोलाद प्रकल्पाच्या स्थापित क्षमतेचा पूर्ण वापर न झाल्याने उत्पादनात अपेक्षित वाढ झालेली नाही. सन 1970-71 मध्ये सर्व लोह-पोलाद प्रकल्पांच्या क्षमतेचा सरासरी 67 टक्के वापर झाला. यावेळेस क्षमतेचा सर्वाधिक वापर टाटा पोलाद कंपनीत (86 टक्के) तर क्षमतेचा सर्वांत कमी वापर दुर्गापूर प्रकल्पात (40 टक्के) झाला. सन 1981-82 मध्ये पोलाद प्रकल्पाच्या उत्पादन क्षमतेचा वापर भिलाई (84 टक्के), दुर्गापूर (58 टक्के), रूरकेला (66.8 टक्के), बोकारो (71.7 टक्के), टिस्को (97.8 टक्के) असा होता. आजही सार्वजनिक क्षेत्रातील लोह-पोलाद प्रकल्पाच्या जवळजवळ 25 टक्के क्षमतेचा वापर होत नाही. उत्तम दर्जाच्या कोळशाची टंचाई, वीजटंचाई, वाहतूक साधनांची अपूर्णता व अकार्यक्षमता इत्यादी कारणे क्षमतेच्या अपूर्ण वापरासाठी जबाबदार आहेत.

4. **छोट्या पोलाद प्रकल्पातील आजारपण** : कच्च्या मालाची टंचाई, कच्च्या मालाच्या वाढत्या किमती, अधिक उत्पादन खर्च, विजेचा अनियमित व अपूर्ण पुरवठा, अकार्यक्षम व्यवस्थापन इत्यादी समस्यांना छोट्या पोलाद प्रकल्पांना वाढत्या प्रमाणात सामोरे जावे लागत आहे. छोट्या पोलाद प्रकल्पाच्या समस्या सोडविण्यासाठी भारत सरकारने कच्च्या मालाची करमुक्त आयात व इतर पूरक सुविधांचा पुरवठा करण्याचे धोरण स्वीकारले आहे.

5. उच्च दर्जाच्या कोळशाचा अपूर्ण पुरवठा : लोखंडापासून पोलाद बनविण्यासाठी उच्च दर्जाच्या कोळशाची आवश्यकता असते. परंतु अशा कोळशाच्या अपूर्ण पुरवठ्यामुळे पोलाद कमी बनविले जाते. लोह-पोलाद उद्योगाच्या विकासाबरोबर उच्च दर्जाच्या कोळशाची मागणी वाढत आहे. परंतु देशांतर्गत कोळशाच्या पुरवठ्यातील वाढ व अशा कोळशाच्या आयातीमुळे ही तीव्रता कमी होत आहे.

6. मागणीपेक्षा अपूर्ण उत्पादन : भारताचा लोह-पोलाद उत्पादनात जगात पंधरावा क्रमांक लागत असला तरी लोह-पोलादाच्या मागणीच्या तुलनेने उत्पादन खूपच कमी आहे. उदाहरणार्थ, पोलादाचा पुरवठा दरवर्षी पाच टक्क्यांनी वाढत आहे; परंतु मागणी मात्र नऊ टक्क्यांनी वाढत आहे. त्यामुळे पोलादाची वाढती आयात करावी लागते आहे. उदाहरणार्थ, सन 2000-01 मध्ये 3,570 कोटी ₹ किमतीचे तयार पोलाद आयात करावे लागले.

7. तीव्र स्पर्धा : भारताने जुलै 1991 पासून नवीन आर्थिक धोरणाचा स्वीकार केला आहे. त्यामुळे पोलादाची आयात-निर्यात खुली करण्यात आली आहे. आयात करात मोठ्या प्रमाणावर कपात करण्यात आली आहे. त्यामुळे लहान पोलाद प्रकल्पांना दिवसेंदिवस तीव्र स्पर्धेला सामोरे जावे लागत आहे. पोलाद विकास निधी (SDF) रद्द करण्यात आला आहे.

सरकारी धोरण : लोह-पोलाद उद्योगाच्या संदर्भात आपल्या धोरणात भारत सरकारने अलीकडे पुढीलप्रमाणे बदल केले आहेत :

(1) भारताने सन 1991 पासून उदार आर्थिक धोरणाचा स्वीकार केल्याने लोह-पोलाद उद्योग (छोटे प्रकल्प) परवानामुक्त करण्यात आले आहेत.

(2) सन 1992 पासून लोह-पोलादाची नियंत्रित किंमत व विभाजन पद्धती रद्द करण्यात आली आहे.

(3) लोह-पोलादाची आयात-निर्यात मुक्त करण्यात आली.

(4) पोलादनिर्मितीशी संबंधित आयातीवरील आयात-करात मोठ्या प्रमाणात कपात करण्यात आली आहे.

2. कापड उद्योग (Cotton Textile Industry)

कापड उद्योगाची वृद्धी : भारतातील कापड उद्योगाला 150 वर्षांचा इतिहास असल्याने हा सर्वांत जुन्या उद्योगांपैकी एक उद्योग आहे. तो संघटित क्षेत्रातील उद्योग आहे. सध्या देशात 900 सूतगिरण्या (Spinning Mills) आणि 200 संमिश्र गिरण्या (Composite Mills) अशा एकूण 1,100 कापड गिरण्या आहेत. याचबरोबर देशात 28 दशलक्ष यंत्रमाग व 2 लाख हातमाग आहेत.

कापड उद्योगाचे सर्वसाधारणपणे तीन भागांत वर्गीकरण करता येते :

(i) गिरणी क्षेत्र : यांत्रिकीकरण झालेल्या आधुनिक कापड गिरण्यांचा यात समावेश होतो.

(ii) विकेंद्रित क्षेत्र : या क्षेत्रात लहान प्रमाणावर उत्पादन करणाऱ्या यंत्रमागांचा समावेश होतो.

(iii) हातमाग क्षेत्र : यात हातमागावर कापड विणण्याचे व सूतकताईचे काम केले जाते.

देशातील या तिन्ही क्षेत्रांचा विचार करता, भारतातील कापड उद्योगात देशातील एकूण औद्योगिक उत्पादनापैकी 20 टक्के उत्पादन होते. हे क्षेत्र एकूण निर्यातीपैकी 33 टक्के निर्यात करते तर 20 दशलक्ष लोकांना रोजगार पुरविते. भारतातील कापड उद्योगातील एकूण उत्पादनापैकी जवळजवळ 65 टक्के सुती कापडाचे उत्पादन केले जाते. कापड उद्योगाच्या संघटित क्षेत्रात प्रामुख्याने कृत्रिम धाग्यांच्या कापडाचे उत्पादन केले जाते.

तक्ता क्र. 3.3 मध्ये भारतातील कापड उत्पादन दर्शविले आहे.

भारतातील कापड उत्पादनाचे विश्लेषण गिरणी क्षेत्रातील उत्पादन व विकेंद्रित उत्पादन असे केले जाते. गिरणी क्षेत्रात सूतगिरण्या व सुतापासून कापड विणणाऱ्या कापड गिरण्यांचा समावेश होतो तर विकेंद्रित क्षेत्रात कृत्रिम धाग्यांच्या कापडाचे उत्पादन करणाऱ्या विद्युत मागांचा समावेश केला जातो.

तक्ता क्र. 3.3 : भारतातील कापड उत्पादन

वर्ष	दशलक्ष चौरस मीटरमध्ये			टक्केवारीतील हिस्सा (%)	
	गिरणी क्षेत्र	विकेंद्रित क्षेत्र	एकूण	गिरणी क्षेत्र	विकेंद्रित क्षेत्र
1950 - 51	3,730	1,010	4,740	79	21
1970 - 71	4,050	3,550	7,600	53	47
1990 - 91	2,590	20,340	22,930	11	89
2000 - 01	1,670	38,000	39,670	04	96
2008 - 09	1,781	52,402	54,198	03	97
2009 - 10	2,016	57,525	59,541	03	97
2010 - 11	2,205	60,337	62,545	03	97
2011-12	2,313	58,140	60,453	04	96

संदर्भ : *Indian Economy – Datt & Mahajan; 69th Ed., Page No. 683*

तक्ता क्र. 3.3 वरून असे दिसून येईल की, गिरणी क्षेत्रातील उत्पादनात सन 1970-71 पासून घट होत आहे; परंतु विकेंद्रित क्षेत्रातील उत्पादनात लक्षणीय वाढ होत आहे. त्यामुळे एकूण कापड उत्पादनातील गिरणी क्षेत्राचा हिस्सा सन 1950-51 ते 2000-01 या काळात 79 टक्क्यांवरून 4 टक्के एवढा घटला आहे तर विकेंद्रित क्षेत्राचा हिस्सा 21 टक्क्यांवरून 97 टक्के असा वाढलेला आढळून येतो. वाढती स्पर्धा, कच्च्या कापसाची वाढती किंमत, वाढता उत्पादन खर्च, उत्पादन खर्चातील वाढीबरोबर उत्पादनाच्या किंमतवाढीतील असमर्थता इत्यादी कारणांमुळे गिरणी क्षेत्रातील उत्पादनात घट होत आहे.

पुढील तक्ता क्र. 3.4 मध्ये सुती कापड व कृत्रिम धाग्याचे कापड यांच्या उत्पादनातील गिरणी क्षेत्र व विकेंद्रित क्षेत्राचा हिस्सा स्पष्ट केला आहे.

तक्ता क्र. 3.4 : सुती कापड व कृत्रिम धाग्यांचे उत्पादन (दशलक्ष मीटर)

	1979 - 80	2000 - 01	2008 - 09	2010-11	2011-12
I. गिरणी क्षेत्र					
▪ सुती कापड	3,230	1,110	1,259	1,604	1,724
▪ मिश्र कापड	850	560	426	526	521
एकूण गिरणी क्षेत्र	4,080 (39%)	1,670 (4%)	1,781 (3%)	2,130 (3.40%)	2,313 (4%)
II. विकेंद्रित क्षेत्र					
▪ सुती कापड	4,300	18,610	25,639	30,138	23,846
▪ मिश्र कापड	630	6,020	6,340	7,753	7,947
▪ 100% कृत्रिम धागा कापड	1,360	13,370	20,423	22,446	21,347
एकूण विकेंद्रित क्षेत्र	6,290 (61%)	38,000 (96%)	52,402 (97%)	60,337 (96.6%)	58,140 (96.0%)
अंतिम (I + II)	10,370 (100%)	39,670 (100%)	54,198 (100%)	62,467 (100%)	60,453 (100%)

संदर्भ : *(i) Economic Survey of India, 2011-12. (ii) Indian Economy – Datt & Mahajan; 69th Ed., Page No. 683*

तक्ता क्र. 3.4 मधील आकडेवारीवरून पुढील निष्कर्ष काढता येतात :

(1) एकूण कापड उत्पादनात सुती कापडाचा हिस्सा 60 टक्के तर कृत्रिम धाग्याच्या कापडाचा हिस्सा 40 टक्के आहे.

(2) विकेंद्रित क्षेत्राच्या वाढत्या स्पर्धेमुळे गिरणी क्षेत्राचा एकूण कापड उत्पादनातील हिस्सा 39 टक्क्यांवरून 4 टक्के एवढा कमी झाला आहे.

(3) विकेंद्रित क्षेत्राचा हिस्सा 61 टक्क्यांवरून 97 टक्के असा वाढला आहे.

(4) 100 टक्के कृत्रिम धाग्याच्या कापडाच्या उत्पादनात विकेंद्रित क्षेत्राने पूर्णपणे वर्चस्व प्रस्थापित केले आहे.

तक्ता क्र. 3.5 : कापडाच्या उपभोगाच्या रचनेतील बदल / कापडाची दरडोई प्रतिवर्षीची उपलब्धता

(मीटरमध्ये)

वर्ष	सुती कापड	कृत्रिम धाग्याचे कापड	एकूण
1960 - 61	13.8	1.2	15.0
1970 - 71	13.6	2.0	15.6
1980 - 81	12.9	4.4	17.3
1990 - 91	15.1	9.0	24.1
2000 - 01	14.2	16.5	30.7
2008 - 09	–	–	39.00
2009 - 10	–	–	43.1
2011 - 12	–	–	40.5

संदर्भ : *Economic Survey of India, 2011-12*

निष्कर्ष :

(1) कापडाचा प्रतिमाणशी उपभोग सन 1960-61 ते 1980-81 या काळात जवळजवळ स्थिर होता, परंतु त्यानंतर त्यात वेगाने वाढ झाली. सन 2011-12 मध्ये कापडाचा दरडोई उपभोग 40.5 मीटर होता.

(2) कापडाच्या एकूण वापरातील कृत्रिम धाग्याच्या कापडाचा वापर सातत्याने वाढत आहे.

(3) सुती कापडाच्या वापरात फारसा फरक झालेला नाही.

राष्ट्रीय नमुना पाहणी अहवालानुसार तळातील 40 टक्के लोकसंख्येचा कापडाचा उपभोग फक्त 2.00 मीटर आहे तर त्याच्यावरच्या गटातील 30 टक्के लोकसंख्येचा वार्षिक उपभोग 9.00 मीटर प्रतिमाणशी आहे; तर सर्वांत वरच्या स्तरातील 30 टक्के लोकसंख्येचा वार्षिक प्रतिमाणशी कापडाचा उपभोग 29 मीटर आहे.

भारताने सन 1960-61 मध्ये 65 कोटी रुपयांच्या कापडाची निर्यात केली होती तर सन 2001-02 मध्ये ती 23,880 कोटी रुपयांची झाली. सन 2011-12 मध्ये भारतातून निर्यात झालेल्या कापडाचे मूल्य 32,612 कोटी ₹ होते.

कापड उद्योगाच्या समस्या (Problems of Cotton Textile Industry) :

1. स्वार्थी व्यवस्थापन : कापड उद्योगातील कापड गिरण्यांचे व्यवस्थापन स्वार्थी व अधिकाधिक नफा मिळविण्यातच अधिक रस घेणारे असल्याने कामगारांचे वाढते शोषण झाले. व्यवस्थापनाने कापड गिरण्यांच्या आधुनिकीकरणाकडे दुर्लक्ष केल्याने कापड गिरण्यांची कार्यक्षमता कमी झाली.

2. संकुचित दृष्टिकोन असलेले कामगार नेतृत्व : एका बाजूला स्वार्थी व अकार्यक्षम व्यवस्थापन तर दुसऱ्या बाजूला बाहेरून लादलेले संकुचित दृष्टिकोन असणारे राजकीय नेतृत्व यामुळे कापड गिरण्या बंद पडण्यास सुरुवात होऊन गिरणी कामगारांच्या बेकारीत मोठ्या प्रमाणात वाढ होऊन कामगार देशोधडीस लागले.

उदाहरणार्थ, मुंबईतील वर्षभर चालू राहिलेल्या गिरणी कामगारांच्या प्रदीर्घ संपामुळे अनेक कापड गिरण्या बंद पडून गिरणी कामगार उद्‌ध्वस्त झाला. हा संप दत्ता सामंतप्रणीत गिरणी कामगार संघटनेने आयोजित केला होता.

3. **सरकारी जाचक नियंत्रणे** : पूर्वी कापड उद्योगावर सरकारची अनेक नियंत्रणे होती. त्याचा या उद्योगाच्या प्रगतीवर प्रतिकूल परिणाम झाला. कोणत्या दर्जाच्या कापडाचे उत्पादन करावयाचे, किती उत्पादन करावयाचे, त्याच्या किमती किती आकारावयाच्या तसेच सुताचे वितरण कसे करावयाचे यावर सरकारचे नियंत्रण होते. बऱ्याचदा कापडाच्या उत्पादन खर्चापेक्षाही कमी किमती सरकारकडून निश्चित केल्या जात असत. सन 1972 च्या सूत वितरण योजनेअंतर्गत सूतगिरण्यांनी आपल्या उत्पादनाच्या 50 टक्के सूत विकेंद्रित क्षेत्राला कमी दराने पुरवठा करणे बंधनकारक होते. सन 1974 मध्ये केंद्र सरकारने गिरण्यांकडून उत्पादित होणाऱ्या नियंत्रित कापडाच्या कोट्यात (Quota) 400 दशलक्ष मीटर्सवरून 800 दशलक्ष मीटर्स म्हणजे दुप्पट वाढ केली. नियंत्रित कापडाच्या उत्पादनामुळे कापड गिरणीला प्रत्येक मीटर कापडामागे 80 पैशाचा तोटा सहन करावा लागत होता. ऑक्टोबर 1978 पासून नियंत्रित कापड उत्पादनाची सक्ती सरकारने मागे घेतली. कारण नियंत्रित कापडाचा दर असे कापड उत्पादित करण्यासाठी लागणाऱ्या कापसाच्या किमतीपेक्षाही कमी असल्याने कापड गिरण्यांच्या आजारपणात वाढ होते याची जाणीव नियोजन आयोगालाही झाली होती.

4. **अवास्तव उत्पादन कर** : कापसाच्या आयातीवर तसेच उत्पादित कापडावर उच्च दराने कर आकारल्याने कापडाच्या किमती वाढून कापडाची मागणी कमी झाली. तसेच कापड उद्योगाची स्पर्धाक्षमता कमी झाली.

5. **कच्च्या मालाची समस्या** : कापसाचा नियमित, स्वस्त व पुरेसा पुरवठा नसणे ही कापड उद्योगाची मूलभूत समस्या आहे. सुताच्या उत्पादनात कापूस कच्चा माल म्हणून वापरला जातो. कापसाच्या किमती सातत्याने वाढत असल्याने कापड उत्पादनाच्या खर्चात वाढ होते. कापसाच्या लागवडीखालील जगातील एकूण क्षेत्रांपैकी भारतात 26 टक्के क्षेत्र असूनही कापसाच्या जागतिक उत्पादनात भारताचा हिस्सा केवळ 10 टक्के एवढाच आहे. सन 1987-88 मध्ये प्रकाशित झालेल्या रिझर्व्ह बँकेच्या अहवालानुसार, कापसाच्या पुरवठ्यातील अनियमितता व कापसाच्या किमतीत होणारे चढ-उतार ही कापड उद्योगाच्या आजारपणाची प्रमुख दोन कारणे आहेत.

6. **जुनाट यंत्रसामग्री व वाजवीकरणाचा अभाव** : भारतीय कापड उद्योगातील 80 टक्के यंत्रसामग्री जुनी व टाकाऊ आहे. परंतु अनेक कापड गिरण्यांकडे वाजवीकरणासाठी लागणारा पैसा उपलब्ध नाही. त्यामुळे कापड उत्पादनाचा खर्च कमी करणे शक्य होत नाही. परिणामी या उद्योगाची स्पर्धाक्षमता कमी झाली आहे.

7. **ऊर्जेची समस्या** : वीज महामंडळाकडून केले जाणारे भारनियमन व वारंवार खंडित होणारा वीजप्रवाह यांचा कापड उत्पादनावर अनिष्ट परिणाम होत आहे. कोळशाच्या अपुऱ्या व अनियमित पुरवठ्याचाही कापड उत्पादनावर अनिष्ट परिणाम होतो.

8. **आजारी कापड गिरण्यांचा प्रश्न** : कच्च्या मालाची टंचाई, खंडित विद्युत पुरवठा, कोळशाची टंचाई, गिरणी कामगारांचे प्रदीर्घ काळ चालणारे संप इत्यादी कारणांमुळे आजारी कापड गिरण्यांच्या संख्येत सातत्याने वाढ होत आहे. त्यामुळे जवळजवळ 132 कापड गिरण्या आजारी असल्याने बंद कराव्या लागल्या आहेत.

9. **विकेंद्रित क्षेत्राकडून होणारी तीव्र स्पर्धा** : विकेंद्रित क्षेत्र हे लहान प्रमाणावर उत्पादन करणारे क्षेत्र असल्याने या क्षेत्राला सरकारकडून विविध सवलती मिळतात. उदाहरणार्थ, नियंत्रित कापडाच्या उत्पादनाच्या बंधनापासून सवलत. या क्षेत्रातील कामगार फारसे संघटित नसल्याने गिरणीतील कामगारांच्या वेतनापेक्षा वेतनाचे दर खूपच कमी असतात. सन 1950-51 ते 2000-01 या काळात कापड उत्पादनातील विकेंद्रित क्षेत्राचा हिस्सा 21 टक्क्यांवरून 96 टक्के एवढा वाढला तर गिरणी क्षेत्राचा हिस्सा 79 टक्क्यांवरून 4 टक्के एवढा कमी झालेला आढळतो.

10. **तीव्र परकीय स्पर्धा** : भारताने उदारीकरणाचे उद्दिष्ट असलेले नवीन आर्थिक धोरण जुलै 1991 मध्ये स्वीकारले. तसेच भारताने डंकेल प्रस्तावाचा स्वीकार करून जागतिक व्यापार संघटनेचे (WTO) सभासदत्व स्वीकारले आहे. त्यामुळे जानेवारी, 2005 पासून जागतिक पातळीवर चालणारा वस्त्र व कपड्यांचा व्यापार 'कोटा'च्या कचाट्यातून मुक्त झाल्याने वस्त्र व कपड्यांचा व्यापार जागतिक स्तरावर खुला झाला. त्यामुळे भारतात या कापड उद्योगाला जपान, तैवान व दक्षिण कोरिया या देशांबरोबरच चीनचे कडवे आव्हान निर्माण झाले आहे. सन 2005 च्या पहिल्याच महिन्यात

भारताची कापड उद्योगाची निर्यात 7.5 टक्क्यांनी घटून ती 107 कोटी डॉलर्स एवढी झाली. जानेवारी 2004 मध्ये ही निर्यात 116 कोटी डॉलर्स एवढी झाली होती. परंतु याच काळात चीनच्या कापडाच्या निर्यातीत 14 टक्क्यांनी वाढ झाली. त्यामुळे सन 2010 पर्यंत वस्त्रे व तयार कपडे यांच्या निर्यातीत अकरा महापद्म डॉलर्सवरून पन्नास महापद्म डॉलर्स एवढी वाढविण्याचे सरकारचे उद्दिष्ट कितपत साध्य होईल याबाबत शंका निर्माण होते.

3. साखर उद्योग (Sugar Industry)

साखर उद्योगाची वृद्धी : रशिया, ब्राझील व क्यूबा या देशांनंतर भारताचा साखर उत्पादनात जगाचा चौथा क्रमांक लागतो. जागतिक साखर उत्पादनापैकी भारतात 15 टक्के साखर उत्पादन होते. साखर उद्योग हा देशातील दुसऱ्या क्रमांकाचा कृषिप्रधान उद्योग आहे. औद्योगिक उत्पादनात घातल्या जाणाऱ्या निव्वळ भरीच्या संदर्भात या उद्योगाचा देशात तिसरा क्रमांक येतो. साखर उद्योग जवळजवळ 3.25 लाख लोकांना प्रत्यक्षपणे व 45 दशलक्ष लोकांना अप्रत्यक्षपणे रोजगार पुरवितो. साखर उद्योग केंद्र सरकारला उत्पादन कर मिळवून देणारा महत्त्वाचा स्रोत आहे. भारतात सध्या एकूण 17 दशलक्ष टन स्थापित क्षमता असणारे 506 साखर कारखाने आहेत. यांपैकी 436 साखर कारखाने प्रत्यक्षात साखरेचे उत्पादन करीत आहेत; परंतु सन 1932 मध्ये भारतात केवळ 32 साखर कारखाने होते व त्यांचे 1.6 लाख टन साखर उत्पादन होते. त्या साखर कारखान्यांना जकात संरक्षण दिल्याने सन 1937 पर्यंत साखर कारखान्यांची संख्या 137 होऊन साखर उत्पादन दहा लाख टन एवढे झाले. सन 2012 पर्यंत देशात 57 टक्के साखर कारखाने असून त्यांची उत्पादन क्षमता 19.2 दशलक्ष टनाची आहे.

पुढील तक्ता क्र. 3.6 मध्ये सन 1950 नंतरचे साखर उत्पादन व उपभोग यांची प्रगती दिली आहे.

तक्ता क्र. 3.6 : साखरेचे उत्पादन व उपभोग (दशलक्ष टन)

वर्ष	उत्पादन	उपभोग
1950 - 51	1.1	1.1
1970 - 71	3.7	4.0
1990 - 91	11.9	10.7
2001 - 02	16.1	14.3
2008 - 09	14.7	14.00
2010 - 11	24.3	16.7
2011-12	27.4	N. A.

संदर्भ : *(i) Economic Survey of India, 2012-13. (ii) Indian Economy – Datt & Mahajan; 69th Ed.*

सन 1950-51 मध्ये साखरेचे उत्पादन 1.1 दशलक्ष टन एवढे होते. सरकारच्या साखरेचे उत्पादन वाढविण्याच्या प्रेरणात्मक धोरणामुळे साखरेचे उत्पादन वाढून ते 2001-02 मध्ये 16 दशलक्ष टन एवढे झाले. परंतु सरकारच्या साखरेवरील नियंत्रणे, विनियंत्रणे व पुन्हा नियंत्रणे लादण्याच्या धरसोडीच्या धोरणामुळे साखरेची किंमत प्रतिकिलो 8 रुपयांवरून 16 ₹ आणि आता 33 रुपयांपर्यंत वाढली. साखरेबाबत सरकारने दुहेरी किंमत धोरणाचा स्वीकार केला. त्यासाठी लेव्ही साखर आणि खुल्या बाजारात विक्रीसाठीची साखर यांचा कोटा (प्रमाण) सुरुवातीला 45 : 55 आणि नंतर 28 : 72 हा निश्चित करण्यात आला. खुल्या बाजारात विक्री करावयाच्या कोट्यात वाढ झाल्याने साखर उत्पादनाला आणखी उत्तेजन मिळाले. लेव्ही साखर उपभोक्त्यांना स्वस्त धान्य दुकानातून किंवा सार्वजनिक वितरण व्यवस्थेद्वारे कमी किमतीत विकली जाते तर खुली साखर कारखाने खुल्या बाजारात अधिक किमतीला विकतात.

तक्ता क्र. 3.6 मध्ये दर्शविल्याप्रमाणे साखर उत्पादनाबरोबर साखरेचा उपभोग वाढत असला तरी उत्पादनातील वाढीपेक्षा साखरेच्या उपभोगात कमी वेगाने वाढ होत आहे. आंतरराष्ट्रीय स्तरावरील साखरेच्या किमतीपेक्षा भारताच्या साखरेची किंमत अधिक असल्याने साखर निर्यातीत अपेक्षित वाढ होत नाही.

साखर उद्योगाच्या समस्या (Problems of Sugar Industry) :

1.   साखर उत्पादनातील चढ-उतार : साखरेच्या उत्पादनासाठी ऊस हा प्रमुख कच्चा माल वापरला जातो; परंतु उसाचे उत्पादन हे पाण्याची उपलब्धता व पावसावर अवलंबून असल्याने उसाच्या लागवडीखालील क्षेत्रात वारंवार चढ-उतार होऊन साखरेच्या उत्पादनातही मोठ्या प्रमाणावर चढ-उतार होतात. उसाचा भाव व इतर शेतमालाच्या किमतीतील चढ-उताराचा उसाच्या उत्पादनावर परिणाम होतो. सन 1950-51 मध्ये देशातील साखर उत्पादन फक्त 1.1 दशलक्ष टन होते; ते सन 2011-12 मध्ये 27.4 दशलक्ष टनापर्यंत वाढले आहे. उत्पादनात वाढ झाल्याने साखरेच्या साठवणुकीची समस्या निर्माण झाली आहे.

2.   अल्प उत्पादकता : जगातील इतर साखर उत्पादक देशांतील उसाच्या दरहेक्टरी उत्पादकतेपेक्षा भारतातील उसाची दरहेक्टरी उत्पादकता खूपच कमी आहे. उदाहरणार्थ, भारतातील उसाचे दरहेक्टरी उत्पादन हवाई बेटावरील ऊस उत्पादनाच्या एक-पंचमांश, जावामधील ऊस उत्पादनाच्या एक-चतुर्थांश तर क्यूबामधील ऊस उत्पादनाच्या एक-तृतीयांश एवढेच आहे. पाण्याचा अतिरिक्त वापर हे ऊस उत्पादन अल्प असण्याचे एक प्रमुख कारण आहे.

3.   केंद्रीकरण : सुरुवातीला साखर उद्योग उत्तर प्रदेश व बिहार या राज्यांत केंद्रित झाल्याने सन 1960 मध्ये या राज्यातील साखर कारखान्यांकडून देशातील एकूण साखर उत्पादनापैकी 60 टक्के साखरेचे उत्पादन होत होते. परंतु सरकारने ऊस उत्पादन होणाऱ्या प्रदेशात साखर कारखाने सुरू करण्याचे धोरण स्वीकारल्याने सन 1980-81 मध्ये उत्तर प्रदेश व बिहार या राज्यांचा साखर उत्पादनातील वाटा 28 टक्क्यांपर्यंत घटला तर महाराष्ट्र, आंध्र प्रदेश, कर्नाटक व तमिळनाडू यांचा हिस्सा 31 टक्क्यांवरून 60 टक्के एवढा झाला. विशिष्ट राज्यात साखर कारखान्यांचे केंद्रीकरण असल्याने साखर कारखान्यात ऊस मिळविण्यासाठी तीव्र स्पर्धा होते.

4.   भ्रष्टाचाराने ग्रासलेले सहकारी क्षेत्र : साखर उत्पादनात सहकारी क्षेत्राची महत्त्वाची भूमिका राहिलेली आहे. सध्या 211 सहकारी साखर कारखाने एकूण साखर उत्पादनापैकी 60 टक्के उत्पादन करीत आहेत. या साखर कारखान्यांचे सभासद ऊस उत्पादक शेतकरीच आहेत. कारखान्याचा नफाही सभासद शेतकऱ्यांमध्येच वाटला जातो. परंतु सहकाराकडे राजकारणी सत्ता व संपत्ती मिळविण्याचे एकमेव साधन म्हणून पाहत असल्याने वाढता भ्रष्टाचार व अकार्यक्षम व्यवस्थापन यामुळे अनेक सहकारी साखर कारखान्यांना वाढता तोटा होत आहे.

5.   अल्प मुदतीचा गळीत हंगाम : साखर कारखान्यांचा गळीत हंगाम उसाच्या पुरवठ्यामुळे दिवसेंदिवस अधिकाधिक अल्प मुदतीचा होत आहे. साधारणपणे उसाच्या पुरवठ्याचा कालावधी 100 ते 120 दिवसांचा असतो. त्यामुळे साखर कामगारांना हंगामी रोजगार मिळतो. तसेच वर्षातून बरेच दिवस यंत्रसामग्री न वापरता पडून राहते.

6.   साखरेची वाढती किंमत : साखरेच्या उत्पादनात साखरेच्या उपभोगापेक्षा अधिक वेगाने वाढ होऊनही देशांतर्गत साखरेच्या किमतीत सरकारच्या धोरणामुळे सातत्याने वाढ होत आहे. त्यामुळे साखरेचा उपभोग अपेक्षेप्रमाणे वाढत नाही. तसेच साखर उद्योगाची स्पर्धाक्षमता कमी होते. वाढत्या किमतीचा फायदा सभासद शेतकऱ्यांपेक्षा साखर कारखान्यांचे व्यवस्थापन करणाऱ्या राजकीय पुढाऱ्यांनाच अधिक मिळतो.

7.   गूळ व खांडसरीची तीव्र स्पर्धा : साखरेबाबत सरकार लेव्हीचा कोटा व लेव्ही साखरेची नियंत्रित किंमत ठरविते. पण सरकारचे गूळ व खांडसरीच्या किमतीवर अशा प्रकारचे नियंत्रण नसते. गूळ व खांडसरीमुळे साखरेची मागणी कमी होते. 100 टन उसापासून 10 टन साखर उत्पादित करता येते. परंतु खांडसरीचे फक्त 7 टन उत्पादन होत असल्याने खांडसरीचे उत्पादन अधिक खर्चीक असते. गुळाच्या उताऱ्याचा दर फक्त 5 टक्के आहे. गुळाचा वापर आयुर्वेदिक व सकस आहार म्हणून केला जात असल्याने गूळ व खांडसरीमुळे साखरेची मागणी जवळजवळ 25 ते 40 टक्क्यांनी कमी होते. गूळ व खांडसरीच्या मागणीमुळे साखर उत्पादनासाठी उसाचा पुरवठा कमी होऊन उसाच्या किमतीत व साखर उत्पादनाच्या खर्चात वाढ होते.

8. **दुय्यम वस्तूंच्या उत्पादनाची समस्या** : उसापासून साखरेचे उत्पादन करताना चिपाडे व साखरेची मळी उपलब्ध होतात. मळीपासून अल्कोहोल व चिपाडापासून कागद ही उप-उत्पादने करता येतात. चिपाडांचा वापर दुष्काळात जनावरांसाठी चारा म्हणूनही होतो. परंतु अनेक साखर कारखान्यांचा आकार लहान असल्याने उप-उत्पादने तयार करण्यात अडचणी येतात. त्यामुळे मळीची विल्हेवाट लावण्यासाठी साखर कारखान्यांना खर्च करावा लागतो.

9. **अकार्यक्षम साखर कारखाने** : भ्रष्ट व्यवस्थापन, साखर कारखान्यांचा राजकीय उद्दिष्टे साध्य करण्यासाठी वापर, पर्याप्त आकारमानाचा अभाव, सदोष उभारणी इत्यादींमुळे अकार्यक्षम साखर कारखान्यांची संख्या दिवसेंदिवस वाढत आहे.

10. **सदोष सरकारी धोरण** : साखर उद्योगावर सरकार लेव्ही व खुली साखर आणि लेव्ही साखरेच्या किमतीच्या नियंत्रणाद्वारे नियंत्रण करते. केंद्र सरकार उसासाठी वैधानिक किंमत मूल्य निश्चित करते आणि राज्य सरकारे या किमान भावापेक्षा कमी किंवा अधिक भाव जाहीर करतात. लेव्ही साखरेच्या किमती साखरेच्या बाजारभावापेक्षा खूपच कमी निश्चित केल्या जातात. खुल्या बाजारात विक्री होणाऱ्या साखरेवर किंमत नियंत्रण नसते. मळीच्या किमती आणि वितरणावर सरकारचे नियंत्रण असते. साखरेच्या निर्यातीचा कोटा केंद्र सरकार वेळोवेळी निश्चित करते. मळीची किंमत व वितरणावरची नियंत्रणे सन 1993 पासून सरकारने काढून टाकली आहेत. अशा सरकारी नियंत्रणात साखर उद्योगाच्या विकासापेक्षा राजकीय हेतूच अधिक असे. उदाहरणार्थ, महाराष्ट्रात यापुढे नवीन साखर कारखाने सुरू करण्यासाठी परवानगी देऊ नये या गोडबोले समितीच्या शिफारशीकडे राजकीय कारणास्तव महाराष्ट्र सरकारने दुर्लक्ष केलेले आहे.

याचबरोबर आजारी साखर कारखान्यांची वाढती संख्या, 20 ते 50 टक्के जादा नोकरभरती, दोन साखर कारखान्यांतील अंतर 25 ते 40 कि.मी. पेक्षा कमी असल्याने ऊस मिळविण्यासाठी वाढणारी अनिष्ट स्पर्धा, नवीन आर्थिक धोरणामुळे खाजगी कारखान्यांशी करावी लागणारी स्पर्धा इत्यादींसारख्या समस्या दिवसेंदिवस अधिकाधिक उग्र होत आहेत.

साखर उद्योगाच्या समस्यांचा विचार करून उपाययोजना सुचविण्यासाठी एप्रिल 1999 मध्ये भारत सरकारने बी. बी. महाजन यांच्या अध्यक्षतेखाली नेमलेल्या समितीने पुढील शिफारशी केल्या :

(1) साखर उद्योगाचे पूर्णपणे विनियंत्रण (Decontrol) करणे.

(2) सार्वजनिक वितरण व्यवस्थेसाठी लेव्ही साखर देणे बंद करणे.

(3) प्रत्येक वर्षाच्या सप्टेंबर महिन्यात उसाचा किमान हमी भाव ठरविण्यासाठीच्या मंडळाची नियुक्ती करणे.

(4) जुन्या व नव्याने सुरू केल्या जाणाऱ्या साखर कारखान्यात किमान 15 कि.मी. चे अंतर असावे.

(5) उपभोक्त्याच्या हिताचे रक्षण करण्यासाठी OGL अंतर्गत साखरेची आयात चालू ठेवणे.

(6) नवीन साखर कारखान्यांना पूर्वीप्रमाणे सवलती व प्रेरणा न देणे.

सरकारने साखर उद्योग पूर्णपणे परवानामुक्त करणे व नव्या-जुन्या साखर कारखान्यांत किमान 15 कि.मी. अंतर असणे हे दोन निर्णय जाहीर केले. सन 1982 मध्ये सरकारने साखर उद्योगाचे वाजवीकरण व उसाच्या विकासासाठी साखर विकास निधीसुद्धा (Sugar Development Fund) निर्माण केला होता.

4. पेट्रो-रसायन उद्योग (Petro-Chemical Industry)

प्रगती : खनिज तेलाच्या विकासाबरोबरच पेट्रो-रसायन उद्योगाच्या विकासाचा श्रीगणेशा झाला असे म्हटले जाते. खनिज तेलाच्या शुद्धीकरणात नॅशनल ऑरगॅनिक केमिकल इंडस्ट्रीज लि. (NOCIL) आणि युनियन कार्बाइड ऑफ इंडिया या कंपन्यांनी सन 1960 मध्ये महत्त्वाचे योगदान दिले. सन 1970 मध्ये सार्वजनिक क्षेत्रात बडोदा येथे इंडियन पेट्रो-केमिकल कॉर्पोरेशनची (IPCL) स्थापना झाल्यापासून या उद्योगाला खरी चालना मिळाली. कच्चे खनिज तेल व नैसर्गिक वायू यांचा भारताच्या पश्चिमेकडील सागरात शोध लागल्यामुळे पेट्रो-रसायन उद्योगाच्या विकासासाठी एक नवीन दिशा प्राप्त झाली. त्यामुळे सहाव्या पंचवार्षिक योजनेनंतर या उद्योगाचा वेगाने विस्तार झाला.

15 ते 20 टक्के वार्षिक वृद्धिदर असणारा पेट्रो-रसायन उद्योग हा भारतीय अर्थव्यवस्थेतील वेगाने वर्धिष्णू होणारा उद्योग आहे. पेट्रो-रसायन उद्योगाच्या अनेक उत्पादनांपैकी 'प्लॅस्टिक' हे एक घटक उत्पादन आहे. भारतात प्लॅस्टिकचा दरडोई वार्षिक उपभोग 1.5 दशलक्ष टन एवढा आहे. परंतु भारतापेक्षाही आकारमानाने लहान असणाऱ्या हाँगकाँग, सिंगापूर, स्पेन इत्यादी देशांमध्ये प्लॅस्टिकचा दरडोई वापर अधिक आहे. प्लॅस्टिक तयार करण्यासाठी लागणारा कच्चा माल व यंत्रसामग्रीच्या आयातीवर सरकारी नियंत्रणे व प्लॅस्टिकच्या आयातीवरील उच्च जकात कर ही भारतात प्लॅस्टिकच्या कमी वापराची प्रमुख कारणे सांगितली जातात.

- सार्वजनिक क्षेत्रातील महत्त्वाचे पेट्रो-रसायने प्रकल्प पुढीलप्रमाणे : इंडियन पेट्रो-केमिकल कॉर्पोरेशन लि.; महाराष्ट्र गॅस क्रॅकर कॉम्प्लेक्स, नागोठाणे; हल्दिया पेट्रो-केमिकल्स; सलिमपूर अॅरोमॅटिक कॉम्प्लेक्स.
- खाजगी क्षेत्रातील महत्त्वाचे पेट्रो-रसायने प्रकल्प पुढीलप्रमाणे :
  गुजरात पेट्रो-केमिकल कॉम्प्लेक्स, रिलायन्स पेट्रो-केमिकल कॉम्प्लेक्स.
- रिलायन्समार्फत गोदावरी खोऱ्यात खनिज तेलाच्या संशोधनाचे कार्य हाती घेतलेले आहे.

मूलभूत रसायने उत्पादन, पेट्रो-रसायनावर प्रक्रिया करून अंतिम उत्पादने तयार करणे आणि प्लॅस्टिक निर्मितीची यंत्रसामग्री बनविणे अशी तीन प्रकारची उत्पादने पेट्रो-रसायन उद्योगात केली जातात.

पेट्रो-केमिकल उद्योगाच्या उत्पादनाचे महत्त्व :

(1) पेट्रो-रसायन उद्योगातील उत्पादनांना शेती, उद्योग, व्यापार, वाहतूक, बांधकाम इत्यादी क्षेत्रांच्या विकासात महत्त्वाचे स्थान आहे.

(2) पादत्राणे, प्लॅस्टिक उपकरणे इत्यादी प्रकारची उत्पादने सर्वसामान्य जनतेला वापरणे शक्य होते.

(3) वाहतूक उद्योगात कृत्रिम रबराचा वापर वाढत्या प्रमाणात होत आहे.

(4) इमारत बांधकामात दरवाजे, खिडक्या, पाणी साठविण्यासाठीच्या टाक्या इत्यादींसाठी भारतात 50,000 टन प्लॅस्टिकचा वापर होतो; तर याच हेतूने अमेरिकेत 4 दशलक्ष टन प्लॅस्टिक प्रतिवर्षी वापरले जाते.

(5) पॅकिंग करण्यासाठी ताग, काच, कागद इत्यादी परंपरागत साधनांऐवजी प्लॅस्टिकचा मोठ्या प्रमाणात वापर केला जातो. अन्नधान्य, खाद्यतेल, औषधे, दूध इत्यादींच्या पॅकिंगमध्ये प्लॅस्टिकचा वाढता वापर होत आहे.

(6) शेतीक्षेत्रातील जलसिंचनासाठी प्लॅस्टिक पाईपचा वाढता वापर होत आहे. प्लॅस्टिक हे धातूसाठी जवळचा पर्याय मानला जातो. फळे व भाजीपाला यांच्या पॅकिंगसाठी प्लॅस्टिकचा वापर केला जातो. तसेच पेट्रो-केमिकल उद्योगातील रासायनिक खतांचा वापर शेती उत्पादकता वाढविण्यात अधिक उपयुक्त असल्याचे सिद्ध झाले आहे.

याचबरोबर पेट्रो-केमिकल उद्योग हा इतर उद्योगांपेक्षा राष्ट्राच्या उत्पादनात निव्वळ स्वरूपाची भर अधिक वेगाने घालतो. तसेच हा उद्योग अभियांत्रिकी उद्योग, रासायनिक उद्योग इत्यादींच्या विकासावरही परिणाम करतो. एम. एस. पटवर्धन यांच्या मते, या उद्योगाने सन 2000 मध्ये 3.5 लाख तंत्रकुशल लोकांना आणि 1.4 दशलक्ष बिगर तंत्रकुशल लोकांना रोजगार पुरविला होता. या उद्योगामुळे लघुउद्योग क्षेत्रात समाविष्ट केल्या जाणाऱ्या प्लॅस्टिक उद्योगाच्या विकासालाही चालना मिळते. सन 1986 मध्ये भारतात प्लॅस्टिकचे उत्पादन करणारे 10,000 लघुउद्योग होते. त्यांच्यात सन 2000 मध्ये तिप्पट म्हणजे 30,000 एवढी वाढ होण्याची अपेक्षा होती.

नवव्या पंचवार्षिक योजनेत पेट्रो-रसायनाची वाढती मागणी पूर्ण करण्यासाठी या उद्योगात ₹ 72,000 कोटी गुंतविले जाणार होते. तसेच पेट्रो-रसायन उत्पादनासाठीचे परवाने मुक्त हस्ते दिले जाणार होते.

पेट्रो-रसायन उद्योगाच्या समस्या (Problems of Petro - Chemical Industry) :

1. **प्लॅस्टिक उद्योगाचे प्रश्न** : प्लॅस्टिक उत्पादनासाठी लागणाऱ्या कच्च्या मालावरील सरकारी नियंत्रणे, प्लॅस्टिक उत्पादनावरील उच्च उत्पादन कर, आयातीवरील उच्च आयात कर इत्यादींमुळे प्लॅस्टिक उत्पादनाचा खर्च वाढून या उद्योगाची स्पर्धाक्षमता कमी झाली आहे.

2. **निर्यातवाढीची समस्या** : सध्याच्या प्लॅस्टिक उत्पादनाची किंमत ₹ 1,200 ते 1,400 कोटी आहे. याच्या 10 टक्के एवढी निर्यात होते असे मानले तरी निर्यात मूल्य प्रतिवर्षी ₹ 120 कोटी होईल. परंतु प्रत्यक्षात अधिक उत्पादन खर्चामुळे प्लॅस्टिकची निर्यात फक्त ₹ 80 कोटी एवढीच आहे.

3. **नाफ्ताच्या अधिक किमती** : पेट्रो-रसायन उद्योगातील नाफ्ता हा महत्त्वाचा कच्चा माल आहे. परंतु नाफ्ताची भारतातील किंमत प्रतिटन 270 ते 290 डॉलर्स किंवा ₹ 3,400 ते 3,700 आहे. परंतु इतर देशात नाफ्ताची किंमत प्रतिटन 90 डॉलर्स एवढी आहे.

4. **मूल्यभेद** : केंद्र सरकार नाफ्ताच्या किमती ठरविताना मूल्यभेद करते; त्यामुळे इतर उद्योगांवर अन्याय होतो. उदाहरणार्थ, सरकारने रासायनिक खताच्या उत्पादनासाठी नाफ्ताची किंमत प्रतिटन ₹ 2,000 निश्चित केली होती.

5. **मागणी – पुरवठ्यातील वाढते अंतर** : सहाव्या पंचवार्षिक योजनेच्या अखेरीस पेट्रो-रसायन उद्योगाच्या उत्पादनात 0.9 दशलक्ष टन एवढी वाढ झाली; परंतु मागणी 1.5 दशलक्ष टन एवढी केली गेली. या उद्योगाच्या उत्पादनासाठीच्या मागणीत प्रतिवर्षी 15 टक्क्यांनी वाढ होते.

पेट्रो-रसायन उद्योगासाठी उपाययोजना (Measures to Petro - Chemical Industry) :

पेट्रो-केमिकल उद्योगाच्या विकासासाठी शिफारशी करण्याकरिता सरकारने डी. व्ही. कपूर यांच्या अध्यक्षतेखाली नेमलेल्या समितीने सन 1986 मध्ये आपला अहवाल सादर केला. या अहवालात पुढील शिफारशी केल्या :

(1) पेट्रो-केमिकल उद्योगाचा सध्याच्या दरानेच विकास पुढेही झाला तर भविष्यात पेट्रो-रसायन उत्पादनाची तीव्र टंचाई निर्माण होईल.

(2) प्लॅस्टिकच्या वाढत्या वापरामुळे स्वयंचलित वाहने उत्पादन, इलेक्ट्रॉनिक्स, शेती इत्यादी क्षेत्रांतून प्लॅस्टिकसाठी वाढती मागणी येईल.

(3) पेट्रो-रसायन उत्पादनाची वाढती मागणी पूर्ण करण्यासाठी सरकारला या उद्योगात सन 2000 पर्यंत 26,300 कोटी ₹ गुंतवावे लागतील.

(4) नाफ्ताच्या किंमतनिश्चितीतील भेद सरकारने नष्ट करावा. तसेच आंतरराष्ट्रीय दराने नाफ्ता उपलब्ध करून द्यावा.

(5) पेट्रो-रसायन उद्योगांना जागतिक बाजारातील दराने कच्चा माल उपलब्ध करून द्यावा.

(6) या उद्योगाच्या विकासासाठी सरकारने 'पेट्रो-केमिकल प्रमोशन अ‍ॅन्ड डेव्हलपमेंट ऑथॉरिटी' याची स्थापना करावी.

(7) सरकारने जकात कर व उत्पादन करांचे दर कमी करून या उद्योगांवरील करांचा बोजा कमी करावा.

(8) या उद्योगात उत्पादनासाठी आवश्यक अत्याधुनिक तंत्रज्ञान व यंत्रसामग्री आयात करणे शक्य होण्यासाठी सरकारने उदार व्यापार धोरणाचा स्वीकार करावा. अत्याधुनिक तंत्रज्ञानाच्या वापरामुळे प्रदूषण कमी करणे शक्य होईल.

(9) प्लॅस्टिकवर प्रक्रिया करणारे उद्योग सुरू होण्यासाठी सरकारने या उद्योगाकरिता प्रत्येक राज्यात औद्योगिक वसाहती सुरू कराव्यात.

5. माहिती-तंत्रज्ञान उद्योग (IT, Software Industry)

भारतात माहिती-तंत्रज्ञानाचा प्रसार वेगाने होत आहे. परंतु प्रगत देशांएवढा विकास होण्यासाठी अजून खूपच कालावधी जावा लागेल. भारतात चारशे दशलक्ष मध्यमवर्गीय असल्याने माहिती-तंत्रज्ञानाच्या उद्योगाच्या विकासाला चांगला वाव आहे. ब्रिटिशकालीन पारतंत्र्यामुळे भारतात इंग्रजी भाषा जाणणाऱ्या लोकसंख्येचे प्रमाण चांगले आहे. त्यामुळे संगणकाची भाषा अवगत करणे आणि तिचा विकास करणे अधिक सहजशक्य झाले आहे. शासकीय कार्यालये, सार्वजनिक व खाजगी क्षेत्र, विद्यापीठे, महाविद्यालये व तांत्रिक संस्था याबरोबरच शाळांमधून संगणकाचा व

माहिती-तंत्रज्ञानाचा वापर वाढत्या प्रमाणात होत आहे. 'नॅशनल असोसिएशन ऑफ सॉफ्टवेअर ॲन्ड सर्व्हिस कंपनीज्'च्या (NASSCOM) स्थापनेपासून संगणक उद्योगाच्या वृद्धीची आकडेवारी उपलब्ध होण्यास सुरुवात झाली आहे.

31 मार्च, 2002 रोजी भारतातील वैयक्तिक वापराच्या संगणकांची संख्या 7.4 दशलक्ष होती तर माहितीजालाचा वापर करणाऱ्यांची संख्या 16.9 दशलक्ष एवढी होती. संगणकाचा वापर करणाऱ्यांची संख्या सन 2008 पर्यंत 20 दशलक्ष होईल असा अंदाज होता. माहितीजालाची वर्गणी भरणाऱ्यांची (Subscribers) संख्या सन 2001 मध्ये 1.6 दशलक्ष होती, ती मार्च 2003 अखेर 8 दशलक्ष एवढी झाली. पुढील मुद्द्यांच्या साहाय्याने माहिती-तंत्रज्ञान उद्योगाची वृद्धी स्पष्ट करता येते.

माहिती-तंत्रज्ञान उद्योगाचे उत्पन्न प्राप्ती (Revenue from IT Industry)

पुढील तक्ता क्र. 3.7 मध्ये माहिती-तंत्रज्ञान उद्योगातील उत्पादनाची माहिती दिली आहे.

तक्ता क्र. 3.7 : माहिती-तंत्रज्ञान उद्योगाचे उत्पादन (कोटी ₹)

वर्ष	उत्पादन	शेकडा वाढ
2006 - 2007	2,44,000	28.2
2007 - 2008	2,95,820	21.2
2008 - 2009	3,72,450	25.9
2009 - 2010	4,15,520	11.6
2010 - 2011	4,76,180	14.6
2011 - 2012	5,67,510	19.2

संदर्भ : Dept. of Electronic and Information Technology Annual Report, 2011-12

सोबतच्या तक्त्यावरून असे स्पष्ट होते की, माहिती-तंत्रज्ञान उद्योगातील उत्पादनात सातत्याने वाढ होऊन दिवसेंदिवस हा एक अतिशय महत्त्वाचा उद्योग ठरत आहे. सन 2008-09 मध्ये माहिती-तंत्रज्ञान आणि विशेषतः संगणक क्षेत्रात आलेल्या मंदीमुळे नंतरच्या वर्षात या उद्योगातील उत्पादनाची वाढ घटलेली आहे असे आढळते.

माहिती-तंत्रज्ञान उद्योगापासून मिळणाऱ्या महसुलाची वृद्धी

(Growth of Revenue from IT Industry)

माहिती-तंत्रज्ञान उद्योगाला सॉफ्टवेअर, हार्डवेअर, संगणक व त्याची देखभाल, माहितीजाल इत्यादींची देशांतर्गत व विदेशात विक्री करून महसूल प्राप्त होतो.

पुढील तक्ता क्र. 3.8 मध्ये या उद्योगाला मिळणाऱ्या एकूण महसुलातील प्रवृत्ती स्पष्ट केल्या आहेत.

तक्ता क्र. 3.8 : माहिती-तंत्रज्ञान उद्योगापासून मिळणारा एकूण महसूल

वर्ष	कोटी ₹	एकूण देशांतर्गत उत्पादनाशी शेकडा प्रमाण	वर्ष	कोटी ₹	एकूण देशांतर्गत उत्पादनाशी शेकडा प्रमाण
1994 - 1995	6,345	0.63	2002 - 2003	79,337	3.15
1999 - 2000	36,179	1.87	2009 - 10	3,45,761	6.1
2000 - 2001	56,592	2.66	2012-13	6,92,900	6.8
2001 - 2002	65,768	2.87			

संदर्भ : (i) NASSCOM, IT Industry in India; Strategic (2011), Review;

(ii) Indian Economy – Datt & Mahajan; 69th Ed., Page 704

अशा प्रकारे माहिती-तंत्रज्ञान उद्योगापासून मिळणाऱ्या एकूण महसुलात सन 1994-95 मध्ये 6,345 कोटी रुपयांवरून सन 1999-2000 मध्ये 36,179 कोटी ₹ वाढ झालेली आहे. सन 2002-03 मध्ये हा महसूल 79,337 कोटी ₹ झालेला आहे. या महसुलाचे एकूण देशांतर्गत उत्पादनाशी (GDP) शेकडा प्रमाण 1994-95 मध्ये एक टक्क्यापेक्षाही कमी (0.63 टक्के) होते. ते 2002-03 मध्ये 3.15 टक्के एवढे झालेले आहे. म्हणजेच माहिती-तंत्रज्ञान उद्योगाचे एकूण देशांतर्गत उत्पादनातील योगदान दिवसेंदिवस वाढते आहे. सन 1997-98 ते 2002-03 या पाच वर्षांतील उद्योगांपासूनच्या महसूल वाढीचा सरासरी दर उल्लेखनीय म्हणजे 33.6 टक्के एवढा राहिलेला आहे. सन 2009-10 मध्ये हा उद्योग भारताच्या एकूण देशांतर्गत उत्पादनात 6.1 टक्के भर घालणार होता.

सन 2012-13 मध्ये माहिती-तंत्रज्ञान उद्योगापासून भारताला 6,92,900 कोटी रुपयांचे उत्पन्न मिळाले होते. एकूण देशांतर्गत उत्पादनाशी प्रमाण 6.8 टक्के होते.

निर्यात (Export)

माहिती-तंत्रज्ञान उद्योगातील निर्यातीचा भारताच्या एकूण निर्यातीतील हिस्सा उल्लेखनीयरीत्या वाढत आहे. तक्ता क्र. 3.9 च्या साहाय्याने माहिती-तंत्रज्ञान उद्योगाकडून होणाऱ्या निर्यातीचा भारताच्या एकूण निर्यातीतील बदलत जाणारा हिस्सा स्पष्ट केला आहे.

तक्ता क्र. 3.9 : भारताच्या एकूण निर्यातीतील माहिती-तंत्रज्ञान उद्योगाच्या निर्यातीचा हिस्सा

वर्ष	माहिती-तंत्रज्ञान उद्योगाची निर्यात (कोटी ₹)	निर्यात (दशलक्ष डॉलरमध्ये
1997 - 98	6,530	1,759
2001 - 02	36,500	7,647
2005 - 06	1,46,320	23,600
2006 - 07	1,41,356	31,300
2007 - 08	1,61,968	40,300
2008 - 09	2,12,877	46,269
2010 - 11	2,69,630	60,591
2011 - 12	3,32,769	68,800
2012 - 13	4,10,836	75,800

संदर्भ : *Indian Economy – Datt & Mahajan; 69th Ed., Page 705*

तक्ता क्र. 3.9 वरून असे स्पष्ट होते की, माहिती-तंत्रज्ञान उद्योगामध्ये एकूण निर्यातीतील हिस्सा सन 1997-98 मध्ये 5 टक्के एवढा होता. तो नंतरच्या वर्षात सातत्याने वाढून सन 2008-09 मध्ये सर्वाधिक म्हणजे 24.97 टक्के एवढा झाला. आर्थिक सुधारणांचा स्वीकार केल्यापासून माहिती-तंत्रज्ञान उद्योगाची निर्यात भारतासाठी अनन्यसाधारण महत्त्वाची ठरली आहे. कारण हा उद्योग भारताला दुर्मीळ परकीय चलन मिळवून देणारा एक महत्त्वाचा स्रोत म्हणून सिद्ध झाला आहे. सन 2002-03 मध्ये या निर्यातीत सॉफ्टवेअर सेवांच्या निर्यातीचा हिस्सा सर्वाधिक म्हणजे 9,866 दशलक्ष अमेरिकन डॉलर्स किंवा 60 टक्के एवढा होता तर याच वर्षी भारताने 3,699 दशलक्ष अमेरिकन डॉलर्सची हार्डवेअर व माहितीजालाची निर्यात केली होती. या निर्यातीचा माहिती-तंत्रज्ञान उद्योगाच्या त्या वर्षाच्या एकूण निर्यातीतील हिस्सा 22.4 टक्के एवढा होता.

सन 2012-13 मध्ये भारतातून माहिती-तंत्रज्ञानाच्या निर्यातीचे मूल्य 4,10,836 कोटी ₹ म्हणजेच 75,800 दशलक्ष डॉलर्स होते. ही निर्यात प्रामुख्याने उत्तर अमेरिका, युरोप, जपान, लॅटिन अमेरिका या देशांमध्ये होते.

सन 2002 - 03 मधील माहिती-तंत्रज्ञान उद्योगाच्या निर्यातीचा दिशात्मक अभ्यास :

माहिती-तंत्रज्ञान उद्योगाकडून विविध देशांना झालेल्या निर्यातीचे विश्लेषण तक्ता क्र. 3.10 मध्ये दिले आहे.

तक्ता क्र. 3.10 : माहिती-तंत्रज्ञान उद्योगाच्या निर्यातीचे दिशात्मक विश्लेषण

प्रदेश	शेकडा निर्यात	प्रदेश	शेकडा निर्यात
उत्तर अमेरिका (अमेरिका व कॅनडा)	67.7%	आशिया पॅसिफिक (जपान वगळून)	03.2%
युरोप	21.3%	लॅटिन अमेरिका व उर्वरित जग	05.9%
जपान	02.00%	**एकूण**	**100.00%**

संदर्भ : *Datt & Sundharam, Indian Economy; 66th Ed., 2012*

अशा प्रकारे भारतातील माहिती-तंत्रज्ञान उद्योगाची सर्वाधिक म्हणजे 67.7 टक्के निर्यात अमेरिका व कॅनडा या देशांना झाली. याउलट, सर्वांत कमी निर्यात जपान या देशाला केवळ 2 टक्के एवढीच झालेली आढळते.

माहिती-तंत्रज्ञान उद्योगासाठीच्या देशांतर्गत बाजार रचनेतील बदल
(Changes in Market of IT Industry)

प्रारंभी माहिती-तंत्रज्ञान उद्योगातील उत्पादनाचा सरकार हा प्रमुख ग्राहक होता. सन 1999-2000 या वर्षात माहिती-तंत्रज्ञान उद्योगासाठीच्या देशांतर्गत बाजारात सरकारचा हिस्सा सर्वाधिक म्हणजे 34 टक्के एवढा होता. तो सन 2002-03 मध्ये घटून 14 टक्के एवढा राहिला. प्रमुख हिस्सेदाराची सरकारची जागा सन 2002-03 मध्ये दूरसंचार व बँकिंग यांनी घेतली आहे. या दोन्ही क्षेत्रांचा अशा बाजारातील हिस्सा सन 1999-2000 मध्ये अनुक्रमे 10 टक्के व 18 टक्के एवढा होता. तो सन 2002-03 मध्ये वाढून अनुक्रमे 22 टक्के व 21 टक्के एवढा झाला.

तक्ता क्र. 3.11 : माहिती-तंत्रज्ञान उद्योगासाठीच्या बाजारातील रचनात्मक बदल (शेकडा हिस्सा)

क्षेत्र	1999 - 2000	2002 - 03	क्षेत्र	1999 - 2000	2002 - 03
1. दूरसंचार	10	22	5. शिक्षण	03	11
2. बँकव्यवसाय व वित्तपुरवठा	18	21	6. लहान कार्यालये/ घरगुती क्षेत्र	11	11
3. कारखानदारी	12	15	7. ऊर्जा व वाहतूक क्षेत्र	12	06
4. सरकार	34	14	**एकूण**	100%	100%

संदर्भ : *Datt & Sundharam, Indian Economy; 66th Ed., 2012*

सन 1999-2000 या वर्षाशी तुलना करता, सन 2002-03 मध्ये दूरसंचार व बँकव्यवसाय यांच्याबरोबरच कारखानदारी, शिक्षण आणि घरगुती वापर यांच्या बाजार हिश्शात वाढ झालेली आहे. परंतु शासनाच्या तसेच ऊर्जा व वाहतूक क्षेत्राच्या बाजाराच्या हिश्शात म्हणजेच या क्षेत्रांकडून होणाऱ्या खरेदी मूल्यात घट झालेली आढळते. हा बदल तक्ता क्र. 3.11 च्या साहाय्याने स्पष्ट केला आहे.

माहिती-तंत्रज्ञान उद्योगातील सॉफ्टवेअर निर्यातीचा व भारताच्या देशांतर्गत बाजाराचा एकूण बाजारातील हिस्सा

(Relative Share of IT Software Exports and Domestic Market in India)

तक्ता क्र. 3.12 मध्ये निर्यात व देशांतर्गत बाजाराच्या रकमांची बेरीज करून एकूण बाजाराची रक्कम प्राप्त केलेली आहे.

तक्ता क्र. 3.12 : माहिती-तंत्रज्ञान उद्योगाच्या निर्यातीचा व देशांतर्गत बाजाराचा हिस्सा

(टक्केवारीत)

वर्ष	निर्यात (दशलक्ष अमेरिकन डॉलर्समध्ये)	देशांतर्गत बाजार (दशलक्ष अमेरिकन डॉलर्स)	एकूण बाजार (दशलक्ष डॉलर्स)	एकूण बाजारातील शेकडा हिस्सा	
				निर्यात	देशांतर्गत बाजार
1994 - 1995	668	1,373	2,041	32.7	67.3
1999 - 2000	4,006	4,351	8,357	47.9	52.1
2000 - 2001	6,197	6,213	12,410	49.9	50.1
2001 - 2002	7,669	6,144	13,783	55.6	44.4
2002 - 2003	9,896	6,598	16,914	60.00	40.00

संदर्भ : *NASSCOM, Strategic (2003), Review*

तक्ता क्र. 3.12 वरून हे स्पष्ट होते की, माहिती-तंत्रज्ञान उद्योगाच्या सॉफ्टवेअर निर्यातीचा एकूण बाजारातील हिस्सा वाढत आहे. हा हिस्सा सन 1994-95 मध्ये 32.7 टक्के एवढा होता; तो सन 2002-03 मध्ये वाढून 60 टक्के एवढा झाला. यावरून हा उद्योग दुर्मीळ परकीय चलन प्राप्त करण्याचे प्रमुख साधन ठरले आहे हे स्पष्ट होते. परंतु या उद्योगाचा देशांतर्गत बाजाराचा एकूण बाजारातील हिस्सा 67.3 टक्क्यांवरून 40 टक्के एवढा घटलेला आहे हे या तक्त्यावरून स्पष्ट होत आहे. परकीय चलनाची टंचाई कमी करून निर्यात वाढविण्याच्या दृष्टिकोनातून हा उद्योग प्रभावीपणे साहाय्यकारी असल्याचे सिद्ध झाले आहे.

भारतातील सॉफ्टवेअर निर्यात उद्योगाची रचना (2001 - 02)

(Structure of Indian Software Export Industry)

तक्ता क्र. 3.13 मध्ये भारतातील सॉफ्टवेअर निर्यात करणाऱ्या उद्योगांची 2001-02 या वर्षातील रचना दिली आहे.

तक्ता क्र. 3.13 मध्ये सॉफ्टवेअर निर्यात करणाऱ्या उद्योगाची रचना असे स्पष्ट करते की, सन 2001-02 मध्ये एकूण सॉफ्टवेअर निर्यात उद्योगांमध्ये दहा कोटी रुपयांपेक्षा कमी वार्षिक महसूल असणाऱ्या कंपन्यांचे शेकडा प्रमाण सर्वाधिक म्हणजे 88.4 टक्के एवढे होते. तसेच जवळजवळ 98 टक्के कंपन्यांचा (2,758) एकूण महसुलातील हिस्सा केवळ 10 ते 11 टक्के एवढाच होता.

तक्ता क्र. 3.13 : भारतातील सॉफ्टवेअर उद्योगाची रचना

वार्षिक महसूल	कंपन्यांची संख्या	शेकडा प्रमाण
1. ₹ 1,000 कोटी आणि अधिक	05	0.2
2. ₹ 500 कोटी ते 1,000 कोटी	05	0.2
3. ₹ 250 कोटी ते 500 कोटी	15	0.5
4. ₹ 100 कोटी ते 250 कोटी	27	1.00
5. ₹ 50 कोटी ते 100 कोटी	55	1.9
6. ₹ 10 कोटी ते 50 कोटी	220	7.8
7. ₹ 10 कोटीपेक्षा कमी	2,483	88.4
एकूण	**2,810**	**100.00**

संदर्भ : *NASSCOM, Strategic (2003), Review*

सॉफ्टवेअर व सेवांची निर्यात करणारे पहिले दहा माहिती-तंत्रज्ञान उद्योग
(Top Ten IT Software and Service Exporters from India)

पुढील *तक्ता क्र.* 3.14 मध्ये सॉफ्टवेअर व त्याच्याशी संबंधित सेवांची निर्यात करणाऱ्या उद्योगांची माहिती दिली आहे.

तक्ता क्र. 3.14 : सॉफ्टवेअर व सेवा पुरविणाऱ्या भारतातील पहिल्या दहा कंपन्या

(प्राप्ती ₹ कोटी)

क्र.	कंपनी	प्राप्ती		वृद्धी (टक्केवारी)
		2009-10	2010-11	
1.	टाटा कन्सल्टन्सी सर्व्हिसेस	26,576	33,112	25
2.	विप्रो	21,949	24,899	13
3.	इन्फोसिस टेक्नॉलॉजिस लि.	21,355	25,997	22
4.	हेवलेट – पॅकर्ड इंडिया	17,831	23,227	30
5.	कॉग्नीझंट टेक्नॉलॉजी सोल्यूशन्स	15,646	21,393	37
6.	आय. बी. एम. इंडिया	12,388	14,132	14
7.	एच. सी. एल. इन्फोसिस	11,956	14,111	2
8.	एच. सी. एल. टेक्नॉलॉजिस्	10,983	12,137	28
9.	इन्ग्रॉम मायक्रो इंडिया	8,824	9,766	35
10.	रेडिंग्टन	7,024	9,224	32
	एकूण	**1,54,532**	**1,88,048**	**21.7**

संदर्भ : *www.rediffmail.com*

तक्ता क्र. 3.14 वरून असे दिसून येईल की, भारतातील पहिल्या दहा आय.टी. कंपन्यांपैकी कॉग्नीझंट टेक्नॉलॉजी सोल्यूशन्स, इन्ग्राम, मायक्रो इंडिया, रेडिंग्टन आणि हेवलेट-पॅकर्ड इंडिया या कंपन्यांच्या प्राप्तीत सन 2009-10 आणि 2010-11 या दोन वर्षांत 30 टक्के किंवा त्यापेक्षा अधिक वाढ झाली आहे. एच.सी.एल. इन्फोसीस या कंपनीच्या प्राप्तीत सर्वांत कमी म्हणजे 2 टक्क्यांनी वाढ झालेली आढळते.

अशा प्रकारे सांप्रत माहिती-तंत्रज्ञान उद्योगात दुर्मीळ परकीय चलन मिळविण्याचे व उत्पादक कुशल रोजगार निर्माण करून देशाच्या उत्पादकतेत वेगाने वाढ घडवून आणण्याचे प्रचंड सुप्त सामर्थ्य आहे. बहुतांश माहिती-तंत्रज्ञान उद्योग खाजगी क्षेत्रात असून त्यांच्याकडून एकूण इलेक्ट्रॉनिक्स हार्डवेअर उत्पादनापैकी जवळजवळ 76 टक्के उत्पादन होते. हे प्रमाण सन 2001-02 मध्ये 86 टक्के एवढे झाले. त्यामुळेच भारताला माहिती-तंत्रज्ञान क्षेत्रात 'महासत्ता' बनविण्यासाठी पंतप्रधानांनी 1998 साली 'विशेष कृतिकार्यक्रम' (Special Action Plan) जाहीर केला. शून्य अबकारी व जकात कर, प्राप्तिकर सवलती, शैक्षणिक संस्थांना इंटरनेटने जोडणे, संगणक खरेदीसाठी कर्ज सुविधा, ग्रामीण भागात संगणक व इंटरनेटचा प्रसार इत्यादी उपाययोजनांचा 'विशेष कृतिकार्यक्रमात' समावेश होता.

दहाव्या पंचवार्षिक योजनेत (2002-07) माहिती-तंत्रज्ञान उद्योगाच्या विकासासाठी उद्दिष्टे पुढीलप्रमाणे निश्चित करण्यात आली होती :

(1) सॉफ्टवेअर व माहिती-तंत्रज्ञान निगडित सेवांचा शाश्वत विकास करणे.

(2) जागतिक बाजारातील भारतीय माहिती-तंत्रज्ञान उद्योगांचा हिस्सा वाढविणे.

(3) भारताला हार्डवेअरचा प्रमुख उत्पादक बनविण्यासाठी नव्याने धोरण आखणे.

(4) शासकीय कारभारात माहिती-तंत्रज्ञानाचा अधिकाधिक वापर करणे.

(5) भारतीय भाषेत सॉफ्टवेअर निर्मितीला प्रोत्साहन देणे.

(6) या क्षेत्रातील माणसाची गुणवत्ता व कौशल्य सुधारणे तसेच संशोधन व विकासाला चालना देणे.

(7) ग्रामीण भागात दूरसंचार साधने व इंटरनेटच्या वापराला आणखी चालना देणे.

अकराव्या पंचवार्षिक योजनेत (2007-2012) उर्वरित सर्व 66,822 खेडी सार्वजनिक दूरध्वनी सेवेद्वारे जोडण्याचे उद्दिष्ट निश्चित करण्यात आले आहे.

अकराव्या पंचवार्षिक योजनेतील माहिती-तंत्रज्ञान उद्योगाशी संबंधित उद्दिष्टे व लक्ष्ये :

(Objectives and Targets in XIth Plan for IT Industry)

सन 2007-12 या कालावधीत राबविलेल्या अकराव्या पंचवार्षिक योजनेचे 'आर्थिक वेगवान आणि सर्वसमावेशक वृद्धी' हे प्रधान उद्दिष्ट साध्य होण्यासाठी माहिती-तंत्रज्ञान उद्योगासाठी पुढील उद्दिष्टे व लक्ष्ये निश्चित करण्यात आली होती :

(1) दूरसंचार वर्गणीदारांची संख्या 600 दशलक्षापर्यंत वाढविणे.

(2) सन 2010 पर्यंत 20 दशलक्ष ब्रॉड बॅन्ड कनेक्शन्स आणि 40 दशलक्ष इंटरनेट जोडण्या देण्याचे उद्दिष्ट पूर्ण करणे.

(3) सन 2012 पर्यंत प्रत्येकाला मागणी करताच दूरध्वनी आणि इंटरनेट कनेक्शन मिळण्याची सुविधा उपलब्ध करणे.

(4) भ्रमण दूरदर्शन संच सुविधा लागू करणे किंवा पुरविणे.

(5) प्रत्येक माध्यमिक विद्यालय, आरोग्य केंद्र, ग्रामपंचायत इत्यादींना दोन वर्षांत इंटरनेट सुविधा पुरविणे.

(6) भारतास माहिती-तंत्रज्ञान उद्योगाला लागणाऱ्या सर्व प्रकारच्या साधनांचे उत्पादन करणारे जागतिक केंद्रस्थान (Hub) बनविणे.

अशा प्रकारे माहिती-तंत्रज्ञान उद्योग परकीय चलन व दर्जेदार रोजगार पुरविणारा एक उद्योग असल्याने अकराव्या पंचवार्षिक योजनेत त्याच्या विकासावर खास लक्ष देण्यात आले.

3.2.2 लघुउद्योग (Small Scale Industries)

1. लघुउद्योगाच्या व्याख्या (Definitions of Small Scale Industries)

लघुउद्योगाची व्याख्या करण्यासाठी रोजगारनिर्मिती, स्थिर भांडवल, गुंतवणूक, संघटन व व्यवस्थापन या निकषांचा विचार केला जातो.

(i) रोजगारनिर्मिती : ''विजेचा वापर करणारे परंतु पन्नासपेक्षा कमी व्यक्तींना रोजगार पुरविणारे किंवा विजेचा वापर न करणारे परंतु शंभरपेक्षा कमी लोकांना रोजगार पुरविणारे उद्योग लघुउद्योगात समाविष्ट होतात.''

(ii) स्थिर भांडवल गुंतवणूक : स्थिर उत्पादक भांडवल गुंतवणुकीत जमीन, यंत्रसामग्री इत्यादींचा समावेश होतो.

स्थिर भांडवल गुंतवणुकीच्या आधारे लघुउद्योगाची व्याख्या पुढीलप्रमाणे केली आहे :

''ज्या उद्योगात स्थिर भांडवल गुंतवणूक ₹ 7.5 लाखांपेक्षा कमी आहे आणि साहाय्यक उद्योगात स्थिर भांडवल गुंतवणूक ₹ 10 लाखांपेक्षा कमी आहे अशा उद्योगांचा शासनाने सन 1966 मध्ये लघुउद्योगात समावेश केला होता.''

स्थिर मालमत्तेच्या किमतीत सातत्याने वाढ होत असल्याने सरकारने लघुउद्योगांसाठीच्या भांडवल गुंतवणूक मर्यादेत वेळोवेळी पुढीलप्रमाणे वाढ केलेली आहे :

तक्ता क्र. 3.15 : लघुउद्योगांसाठीच्या भांडवल गुंतवणूक मर्यादेतील बदल

वर्षे	गुंतवणूक मर्यादा (लाख रुपयांत)	
	लघुउद्योग	साहाय्यक लघुउद्योग
1966	7.5	10.00
1975	10.00	20.00
1980	20.00	25.00
1985	35.00	45.00
1990	60.00	75.00
1997	75.00	3.00 कोटी
2006 (MSMED Act, 2006)	1 ते 5 कोटी	25 लाख

संदर्भ : *MSMED Annual Report, 2012-13; Page 13 & 14.*

मे 1999 मध्ये लहान उपक्रमांच्या विकासाच्या अभ्यासासाठी नियुक्त केलेल्या अभ्यासगटाने (S. P. Study Group) मार्च 2001 मध्ये आपला अहवाल सादर केला. अहवालात लहान उद्योगांतील भांडवल गुंतवणूक मर्यादा ₹ 10 लाख ते एक कोटी ₹ असावी अशी शिफारस करण्यात आली होती. या गुंतवणूक मर्यादेत दर तीन वर्षांनी सुधारणा करण्यात यावी असे समितीचे मत होते. MSMED Act, 2006 अनुसार गुंतवणूक मर्यादा सूक्ष्म उद्योग 25 लाख, लहान उद्योग 5 कोटी आणि मध्यम उद्योग 10 कोटी ₹ करण्यात आली.

लघुउद्योगांची व्याख्या करताना संघटन व व्यवस्थापन यांसारखे निकष अयोग्य व अस्पष्ट ठरतात.

2. लघुउद्योगांचे वर्गीकरण (Classification of Small Scale Industries)

भारतातील लघुउद्योगांचे वर्गीकरण पुढीलप्रमाणे करण्यात येते :

1. **पारंपरिक व आधुनिक लघुउद्योग** *(Traditional and Modern Small Scale Industries)* :

(i) पारंपरिक लघुउद्योगात खादी व हातमाग, ग्रामोद्योग, हस्तकला, रेशीम उद्योग, काथ्यापासून वस्तू बनविणे इत्यादी उद्योगांचा समावेश होतो; (ii) आधुनिक लघुउद्योगात दूरचित्रवाणी संच, इलेक्ट्रॉनिक्स नियंत्रण यंत्रणा, अभियांत्रिकी वस्तू यांसारख्या आधुनिक वस्तू उत्पादित करणाऱ्या उद्योगांचा समावेश होतो.

पारंपरिक लघुउद्योगात प्रामुख्याने श्रमप्रधान तंत्राचा वापर होतो. त्यामुळे अशा उद्योगांत रोजगारनिर्मिती मोठ्या प्रमाणावर होते. याउलट, आधुनिक लघुउद्योगात आधुनिक यंत्रे व अवजारे वापरली जात असल्याने तुलनेने कमी रोजगार निर्माण होतो. उदाहरणार्थ, सन 1979-80 मध्ये लघुउद्योग क्षेत्रातील एकूण रोजगारात पारंपरिक लघुउद्योगातील रोजगाराचा हिस्सा 56 टक्के होता तर आधुनिक लघुउद्योगाचा रोजगारातील हिस्सा फक्त 13 टक्के होता. याच वर्षात लघुउद्योग क्षेत्राच्या एकूण उत्पादनात पारंपरिक व आधुनिक लघुउद्योगांचा हिस्सा अनुक्रमे 13 टक्के व 74 टक्के एवढा होता.

पारंपरिक लघुउद्योगात मुख्यत्वे दारिद्र्यरेषेखाली जीवन जगणाऱ्या शेतमजूर व ग्रामीण कारागिरांना अर्धवेळ रोजगार उपलब्ध होतो. परंतु आधुनिक लघुउद्योगातील रोजगार हे उपजीविकेचे चांगले साधन ठरते.

2. **ग्रामीण व शहरी लघुउद्योग** : ग्रामीण लघुउद्योग प्रामुख्याने शेतीशी निगडित असतात तर शहरी लघुउद्योग शहरी जनतेच्या गरजेच्या व मोठ्या उद्योगांना लागणाऱ्या वस्तू उत्पादित करतात.

3. **साहाय्यक उद्योग** *(Ancillary Industries)* : ''जे उद्योग आपल्या उत्पादनापैकी किमान 50 टक्के किंवा त्यापेक्षा अधिक उत्पादन इतर उद्योगांना विकतात त्या उद्योगांना साहाय्यक उद्योग असे म्हणतात.''

(साहाय्यक लघुउद्योगांची गुंतवणूक मर्यादा तक्ता क्र. 3.15 मध्ये दिलेली आहे.)

4. **लघुत्तम उद्योगक्षेत्र** *(Tiny Units)* : सन 1980 च्या औद्योगिक धोरणानुसार, ''ज्या उद्योगात स्थिर गुंतवणूक ₹ 2.00 लाखापेक्षा कमी आहे व जे उद्योग 50,000 पेक्षा कमी लोकसंख्या असलेल्या गावात स्थापण्यात आले आहेत त्यांना लघुत्तम उद्योगक्षेत्र म्हणून ओळखले जावे.'' सन 1997 मध्ये उद्योगक्षेत्राच्या गुंतवणूक मर्यादेत ₹ 25 लाख एवढी वाढ करण्यात आली होती. सन 2000 मध्ये सरकारने हीच गुंतवणूक मर्यादा कायम ठेवली.

3. लघुउद्योगांचा विकास/वृद्धी (Development / Growth of Small Scale Industries)

तीव्र स्पर्धा असूनही स्वातंत्र्योत्तर काळात भारतीय लघुउद्योगांचा जलद गतीने विकास झाला आहे. लघुउद्योगांच्या वृद्धीचे स्पष्टीकरण करताना लघुउद्योगांची संख्या, उत्पादन, रोजगार, निर्यात, संरचना, विकेंद्रीकरण इत्यादी मुद्दे विचारात घेणे आवश्यक ठरते.

1. **रोजगार** : लघुउद्योग प्रामुख्याने श्रमप्रधान तंत्राचा वापर करीत असल्यामुळे मोठ्या प्रमाणावर रोजगार निर्माण होतो. उदाहरणार्थ, सन 1973-74 मध्ये लघुउद्योगांनी 39.7 लाख लोकांना रोजगार दिला होता. तो सन 1999-2000 मध्ये (नवीन औद्योगिक धोरण स्वीकारल्यानंतरही) 178.5 लाख झाला. सन 1980-81 ते 1990-91 या काळात लघुउद्योगांतील रोजगारात प्रतिवर्षी सरासरी 5.8 टक्क्यांनी वाढ झाली; त्यामुळे अतिरिक्त श्रमिकांना लघुउद्योगात मोठ्या प्रमाणावर सामावून घेणे शक्य झाले. सन 2011-12 मध्ये या उद्योगांनी 1,012.59 लाख लोकांना प्रत्यक्ष व अप्रत्यक्षपणे रोजगार पुरविला.

2. **उत्पादन** : सन 1973-74 ते 1999-2000 या काळात लघुउद्योगांतील उत्पादन ₹ 7,200 कोटींवरून ₹ 5,78,470 कोटी झाले. सन 1980-81 ते 1990-91 या काळात लघुउद्योग क्षेत्रातील उत्पादनात दरवर्षी सरासरी 18.6 टक्क्यांनी वाढ झाली. या काळातील उत्पादनवाढ रोजगारातील वाढीपेक्षा अधिक होती. सन 2011-12 मध्ये लघुउद्योगांकडून 18,34,332.05 कोटी रुपयांचे उत्पादन झाले.

सुरुवातीला लघुउद्योगात प्रामुख्याने साध्या व उपभोग्य वस्तूंचे मोठ्या प्रमाणावर उत्पादन होत असे; परंतु आता इलेक्ट्रॉनिक वस्तू, संगणक, दूरदर्शन संच, यंत्र, सुटे भाग, वैद्यकीय उपकरणे इत्यादी भांडवली वस्तूंचे मोठ्या प्रमाणावर उत्पादन केले जात आहे.

3. **लघुउद्योगांची संख्या** : सन 1973-74 मध्ये लघुउद्योगांची संख्या 4.20 लाख होती. ती सन 1999-2000 मध्ये 32.25 लाख एवढी झाली. म्हणजेच लघुउद्योगांच्या संख्येत जवळजवळ आठपट वाढ झाली. या लघुउद्योगांच्या क्षेत्रात सन 2011-12 मध्ये 447.73 उद्योग कार्यरत होते.

4. **गुंतवणूक** : सन 1972-73 मध्ये नोंदणीकृत आणि बिगर-नोंदणीकृत लघुउद्योगांची गुंतवणूक ₹ 2,233 कोटी होती. ती सन 1985-86 मध्ये ₹ 9,585 कोटी झाली. लघुउद्योगातील एक लाख रुपयांच्या स्थिर गुंतवणुकीतून सोळा कामगारांना रोजगार उपलब्ध होतो. सन 2011-12 मध्ये या उद्योगातील स्थिर गुंतवणुकीचे बाजारमूल्य ₹ 11,76,939.36 कोटी होते.

5. **निर्यात** : लघुउद्योग क्षेत्राकडून जडजवाहीर, तयार कपडे, चामड्याच्या वस्तू, लोकरीचे कपडे, अभियांत्रिकी व रासायनिक वस्तू, खेळाचे साहित्य इत्यादी वस्तूंची निर्यात करण्यात येते. या क्षेत्राने सन 1999-2000 मध्ये ₹ 53,975 कोटींची निर्यात केली होती. या निर्यातीचा एकूण निर्यातीतील हिस्सा 33 टक्के एवढा होता. लघुउद्योग क्षेत्रातील निर्यातीचे मूल्य सन 2006-07 मध्ये 67,914 कोटी ₹ होते.

6. **प्रादेशिक विकास** : महाराष्ट्र, तमिळनाडू, पश्चिम बंगाल, उत्तर प्रदेश, पंजाब व गुजरात या राज्यांत लघुउद्योग (59 टक्के), रोजगार (62 टक्के), गुंतवणूक (66 टक्के), उत्पादन (69 टक्के) केंद्रित झाले असून राजस्थान, ओडिशा व मध्य प्रदेश या राज्यांत लघुउद्योगांचा विकास फारच कमी आहे.

7. **स्थानिकीकरण** : केंद्रीय सांख्यिकीय संघटनेने (CSO) सन 1994-95 मध्ये केलेल्या पाहणीनुसार, 72.4 टक्के लघुउद्योग ग्रामीण भागात व फक्त 27.6 टक्के शहरी भागात होते. लोकरीचे कपडे बनविणारे लघुउद्योग (92 टक्के) तर सायकल व त्याचे सुटे भाग बनविणारे उद्योग (62 टक्के) पंजाबमधील लुधियाना येथे केंद्रित झाले आहेत. तयार सुती कापडाचे 82 टक्के लघुउद्योग कोईमतूर शहरात केंद्रित आहेत.

8. **मालकी हक्क** : सन 1994-95 व 2011-12 मध्ये मध्यवर्ती सांख्यिकीय संघटनेने (CSO) केलेल्या सर्वेक्षणानुसार लघुउद्योगांच्या मालकीसंदर्भात पुढीलप्रमाणे रचना आढळली.

तक्ता क्र. 3.16 : लहान उद्योगांच्या मालकीची संरचना (टक्केवारीमध्ये)

बाब	दुसरी अखिल भारतीय गणना	1994 चे CSO सर्वेक्षण	2010 - 11	2011 - 12
एका व्यक्तीचा मालकी हक्क (Proprietary)	81.0	97.6	90.08	94.41
भागीदारी	17.2	1.9	4.01	1.18
मर्यादित कंपनी	1.7	–	43.00	0.14
सार्वजनिक कंपनी	–	–	8.00	–
माहीत नसलेले	0.1	0.5	–	–
सहकार	–	–	5.00	0.33
इतर	–	–	36.00	3.94
एकूण	**100%**	**100%**	**100%**	**100%**

संदर्भ : *MSMED Annual Report, 2012-13*

सन 1994 मध्ये नोंदणीकृत 145 लाख लघुउद्योगांपैकी 97.6 टक्के एका व्यक्तीची मालकी असणारे तर 1.9 टक्के लघुउद्योग भागीदारी कायद्यांतर्गत नोंदविले होते. सन 2010-11 मध्ये एक व्यक्तीच्या मालकीच्या लघुउद्योगांची टक्केवारी सर्वाधिक म्हणजे 90.08 टक्के होती.

सन 2011-12 मध्ये एका व्यक्तीच्या मालकीच्या लघुउद्योगांची टक्केवारी 94.91 एवढी झाली. म्हणजेच नवीन आर्थिक धोरणाचा स्वीकार केल्यापासून एका व्यक्तीच्या मालकीच्या लघुउद्योगांचा हिस्सा 90 टक्क्यांपेक्षा अधिक राहिला असून भागीदारी लघुउद्योगात 17.2 टक्क्यांवरून 1.18 टक्के अशी घट झाली आहे.

पुढील तक्ता क्र. 3.17 मध्ये लघुउद्योगांचा विकास सारांशरूपाने स्पष्ट केला आहे.

तक्ता क्र. 3.17 : लघुउद्योगाची वृद्धी

वर्ष	नोंदणीकृत लघुउद्योग (लाख)	बिगर-नोंदणीकृत लघुउद्योग (लाख)	एकूण लघुउद्योग (लाख)	उत्पादन (कोटी ₹)	रोजगार (लाख)	निर्यात (कोटी ₹)
2002-03	14.68	95.42	110.10	3,14,850	260.21	86,013
2003-04	15.54	98.41	113.95	3,64,547	271.42	97,644
2004-05	16.67	102.02	118.59	4,29,796	282.57	1,24,417
2005-06	18.70	104.10	123.40	4,97,886	294.91	1,50,242
2006-07	100.75	261.01	361.76	5,85,112	312.52	–
2007-08	104.58	272.79	377.37	14,35,179.26	594.61	1,82,536
2008-09	108.54	285.16	393.70	15,24,234.83	639.35	–
2009-10	112.74	298.08	410.82	16,19,355.53	695.38	–
2010-11	117.25	311.52	428.77	17,21,553.42	732.17	–
2011-12	129.23	318.50	447.73	18,34,332.05	1,012.59	–

संदर्भ : *MSMED Annual Report, 2012-13*

तक्ता क्र. 3.17 वरून पुढील निष्कर्ष काढता येतात :

(1) नोंदणीकृत लघुउद्योगांपेक्षा बिगर-नोंदणीकृत लघुउद्योगांची संख्या अधिक असून त्यांच्या संख्येत वाढ होत आहे.

(2) लघुउद्योगांच्या उत्पादन, रोजगार व निर्यातीत सातत्याने वाढ होत आहे.

(3) सन 2011-12 मध्ये 31.79 टक्के लघुउद्योग उत्पादन क्षेत्रात होते तर 68.21 टक्के सेवाक्षेत्रात होते.

(4) सन 2011-12 मध्ये 44.66 टक्के लघुउद्योग शहरात तर 55.34 टक्के खेड्यात होते.

तक्ता क्र. 3.18 : लघुउद्योगाचे व्यवस्थापन/मालकी

प्रकार	उपक्रम	शेकडा प्रमाण
पुरुष व्यवस्थापित	1,349	86.28
स्त्री व्यवस्थापित	215	13.72
एकूण	1,564	100

संदर्भ : *MSMED Annual Report, 2012-13*

तक्ता क्र. 3.18 वरून असे लक्षात येते की, लघुउद्योगांच्या व्यवस्थापनात स्त्रियांचा सहभाग खूपच कमी आहे.

तक्ता क्र. 3.19 : 2011-12 मधील लघुउद्योगांचे सामाजिक वर्गीकरण

सामाजिक वर्गीकरण	अनुसूचित जाती (SC)	अनुसूचित जमाती (ST)	इतर मागास (OBC)	इतर (Other)	एकूण
शेकडा प्रमाण	7.6	2.87	38.28	51.26	100.0

संदर्भ : *MSMED Annual Report, 2012-13*

तक्ता क्र. 3.19 वरून असे लक्षात येते की, अनुसूचित जाती व जमाती यांच्या मालकीचे लघुउद्योग खूपच कमी आहेत.

4. लघुउद्योगांच्या समस्या (Problems of Small Scale Industries)

लघुउद्योगांचा जलद गतीने विकास होत असला तरी लघुउद्योगांना पुढील समस्यांना तोंड द्यावे लागते. अनेक लघुउद्योगांवर या समस्यांमुळे उत्पादन बंद करण्याची वेळ आली आहे.

1. **कच्च्या मालाची टंचाई** : उत्पादित वस्तूचा दर्जा कच्च्या मालाच्या दर्जावर अवलंबून असतो. लघुउद्योग स्थानिक कच्च्या मालाचा उपयोग मोठ्या प्रमाणावर करतात. परंतु स्थानिक व्यापारी कच्च्या मालाचा साठा करून ते अवाजवी दराने विकतात. त्यामुळे लघुउद्योगांच्या उत्पादनाचा खर्च वाढतो. लघुउद्योगांकडे मोठ्या प्रमाणावर कच्चा माल खरेदी करून साठवून ठेवण्याची आर्थिक कुवत नसते. सन 1980 ते 1988 या काळात कच्च्या मालाच्या टंचाईमुळे 5.6 टक्के लघुउद्योग बंद पडले.

2. **भांडवल टंचाई** : कच्चा माल व इतर उत्पादन घटकांची खरेदी, पक्क्या मालाची विक्री, यंत्रसामग्रीची खरेदी, वाहतूक खर्च इत्यादींसाठी भांडवलाची गरज असते. लघुउद्योगांकडे स्वतःचे भांडवल खूपच कमी असते. त्यामुळे अशा उद्योगांना कर्जाऊ भांडवलावर अधिक अवलंबून राहावे लागते. लघुउद्योजकाकडे बँकांकडून कर्जे काढण्यासाठी पुरेसे तारण नसल्याने नाइलाजाने सावकारांकडून अधिक व्याजदराने कर्जे घ्यावी लागतात. त्यामुळे नफ्याचा दर कमी होतो. सन 1980 ते 1988 या काळात भांडवल टंचाईमुळे सर्वाधिक म्हणजे 34.7 टक्के लघुउद्योग बंद पडले.

3. **विक्रीव्यवस्थेची समस्या** : मोठ्या उद्योगात निर्मित होणाऱ्या वस्तू प्रमाणित असतात, परंतु लघुउद्योगातील वस्तू प्रमाणित नसतात. प्रमाणित (Standardised) वस्तूंकडे ग्राहक सहज आकर्षित होतो; त्यामुळे लघुउद्योगातील वस्तू विक्री करण्यात अडचण येते. लघुउद्योगाकडे पद्धतशीर व परिणामकारक विक्रीव्यवस्था अस्तित्वात नसते. प्रमाणीकरणाचा अभाव, महाग वाहतूक, बाजारविषयक अपुरे ज्ञान, आधुनिक विक्रयकलेचा अभाव, चांगली किंमत मिळेपर्यंत थांबण्याच्या शक्तीचा अभाव इत्यादींमुळे लघुउद्योगांना उत्पादित माल विकण्यात अडचणी येतात. सन 1980 ते 1988 या काळात विक्रीव्यवस्थेच्या समस्येमुळे 14.4 टक्के लघुउद्योग बंद पडले.

4. **जुनाट उत्पादन तंत्र** : ग्रामीण भागातील बहुतांश लघुउद्योगांत पारंपरिक व कालबाह्य तंत्राने उत्पादन केले जाते. कामगार अशिक्षित व अप्रशिक्षित असतात. त्यामुळे उत्पादनाचा खर्च अधिक राहतो. परंतु उत्पादनाचा दर्जा कमी होऊन त्याचा विक्रीवर प्रतिकूल परिणाम होतो. वस्तूंची किंमत जास्त राहून लघुउद्योगांची स्पर्धाशक्ती कमी होते.

5. **ऊर्जेची टंचाई** : विजेची टंचाई व त्यामुळे होणारे भारनियमन यामुळे लघुउद्योगांना पुरेशा प्रमाणात विजेचा पुरवठा होत नाही. परिणामी उत्पादनात वारंवार खंड पडून उत्पादनाचा खर्च वाढतो आणि नफा कमी होतो. कोळशाच्या टंचाईमुळे कोळशाच्या किमती वाढून ऊर्जा मिळविण्याचा खर्च वाढतो.

6. **तीव्र स्पर्धा** : कच्च्या मालाची खरेदी, भांडवल उभारणी, पक्क्या मालाची विक्री इत्यादी बाबतीत लघुउद्योगांना मोठ्या उद्योगांशी स्पर्धा करावी लागते. मोठ्या उद्योगाच्या वस्तूचा दर्जा लहान उद्योगातील उत्पादनाच्या दर्जापेक्षा चांगला व प्रमाणित असल्याने या स्पर्धेत लहान उद्योग टिकू शकत नाहीत. त्यामुळेच सरकारने काही वस्तूंचे उत्पादन लघुउद्योग क्षेत्रासाठी राखून ठेवून स्पर्धेची तीव्रता कमी करण्याचा प्रयत्न केला आहे. जुलै 1991 मध्ये स्वीकारलेल्या 'नवीन औद्योगिक धोरणाने' या स्पर्धेत आणखी वाढ झालेली आहे.

7. **मोठ्या उद्योगांकडून अडवणूक** : मोठे उद्योग लघुउद्योगांकडून वस्तू खरेदी करतात, परंतु मालाचे पैसे वेळेवर देत नाहीत. लघुउद्योगांचा माल खरेदी करणे अचानक थांबवितात. त्यामुळे लघुउद्योगांचे आर्थिक शोषण होते.

8. **अकार्यक्षम व्यवस्थापन** : लघुउद्योगातील जवळजवळ 98 टक्के उद्योगांचे व्यवस्थापन मालक स्वतःच करतात. त्यांना शास्त्रोक्त व्यवस्थापनाचे प्रशिक्षण नसते. त्यामुळे व्यवस्थापन पारंपरिक पद्धतीने होऊन उत्पादनाचा खर्च वाढतो. उदा., ग्रामीण लघुउद्योगातील व्यवस्थापन.

9. **इतर समस्या** : वाजवीकरणाचा अभाव, यंत्रसामग्रीच्या सुट्या भागांची टंचाई, करांचे वाढते ओझे, उदार आर्थिक धोरणामुळे शासकीय संरक्षण व सवलतीत कपात, कामगार प्रशिक्षणाच्या अपुऱ्या सुविधा, संघटनेचा अभाव इत्यादी समस्या लघुउद्योगांपुढे आहेत.

पुढील तक्ता क्र. 3.20 मध्ये विविध कारणांनी बंद पडलेल्या लघुउद्योगांची टक्केवारी दिलेली आहे. त्यावरून लघुउद्योगांना भेडसावणाऱ्या विविध समस्यांचा तुलनात्मक अभ्यास करणे शक्य होईल.

तक्ता क्र. 3.20 : लघुउद्योग बंद पडण्याची कारणे

कारणे	टक्केवारी	कारणे	टक्केवारी
1. भांडवल टंचाई	34.7	5. नैसर्गिक संकटे	3.4
2. विक्री समस्या	14.4	6. कामगार समस्या	2.2
3. कच्च्या मालाची समस्या	5.6	7. एकापेक्षा जास्त कारणे	16.5
4. मालकातील संघर्ष	3.7	8. इतर कारणे	19.4
		एकूण	**100.00**

संदर्भ : *MSMED Annual Report, 2012-13*

3.3 औद्योगिक उदारीकरणाचे नवे युग

THE NEW ERA OF INDUSTRIAL LIBERALIZATION

भारताने सन 1951 पासून आर्थिक नियोजनाचा स्वीकार केला व जलद आर्थिक विकास साध्य करण्यासाठी औद्योगिक विकासाला अधिक महत्त्व दिले. औद्योगिक विकास साध्य करण्यासाठी सन 1956 मध्ये औद्योगिक धोरण जाहीर करून संमिश्र अर्थव्यवस्थेचा स्वीकार केला. या धोरणात राष्ट्राच्या दृष्टीने महत्त्वाचे असणारे संरक्षण साहित्याचे निर्मिती करणारे उद्योग; लोखंड-पोलाद, सिमेंट, वीजनिर्मिती करणारे पायाभूत उद्योग; चलननिर्मिती, पोस्ट व टपाल सेवा, दूरसंचार यांसारखे उद्योग सार्वजनिक क्षेत्रात म्हणजेच केंद्र सरकारकडून विकसित करण्याचे जाहीर करून असे उद्योग विकसित करण्यासाठी आवश्यकता भासल्यास परकीय भांडवलाची मदत घेतली जाईल असे सन 1956 च्या औद्योगिक धोरणात जाहीर करण्यात आले. शेतीक्षेत्रातील कच्च्या मालावर चालणाऱ्या उद्योगांचा विकास संयुक्त किंवा सहकारी क्षेत्रात आणि उर्वरित उद्योगांचा विकास खाजगी क्षेत्रात करण्याचे जाहीर करून देशाचा जलद औद्योगिक विकास करण्यावर भर देण्यात आला.

परंतु नंतरच्या काळात सार्वजनिक क्षेत्रातील उद्योग आणि उपक्रमांना नफा मिळण्याऐवजी तोटा होऊ लागला. त्यात सातत्याने वाढ होत गेल्याने सरकारने आपल्या औद्योगिक धोरणात बदल करण्यासाठी सन 1991 मध्ये नवीन औद्योगिक धोरण जाहीर केले. ते धोरण म्हणजेच खाजगीकरण (Privatization), उदारीकरण (Liberalization) आणि जागतिकीकरण (Globalization) या तीन धोरणास 'LPG चे धोरण' संबोधले जाते.

सन 1991 मध्ये सत्तेवर आलेल्या मा. पी. व्ही. नरसिंहराव यांच्या नेतृत्वाखालील सरकारने उदारीकरणासंबंधी पुढील महत्त्वाचे निर्णय घेतले आहेत. हे निर्णय घेताना सरकारने सन 1991 च्या नवीन औद्योगिक धोरणाची उद्दिष्टे निश्चित केली होती, ती पुढीलप्रमाणे :

(1) अर्थव्यवस्थेतील नोकरशाहीचे अनावश्यक नियंत्रण कमी करणे.

(2) भारतीय अर्थव्यवस्थेचे उदारीकरण (Liberalisation) करून तिची जागतिक अर्थव्यवस्थेशी सांगड घालणे.

(3) प्रत्यक्ष परकीय गुंतवणुकीवरील नियंत्रणे दूर करणे.

(4) मक्तेदारी व प्रतिबंधक व्यवहार कायद्याच्या (MRTP Act) नियंत्रणापासून देशातील खाजगी उद्योग मुक्त करणे.

(5) देशातील सार्वजनिक क्षेत्राची व्याप्ती कमी करणे. दीर्घकाळ मोठ्या प्रमाणावरील होणाऱ्या तोट्यामुळे आजारी असलेले सार्वजनिक उद्योग बंद करणे व त्या उद्योगाचे खाजगीकरण करणे.

(6) औद्योगिक परवाना पद्धती शिथिल करणे.

''आर्थिक उदारीकरण म्हणजे अर्थव्यवस्थेतील गुंतवणूक, उत्पादन, आयात-निर्यात यावरील अनावश्यक निर्बंध-नियंत्रण आणि नियमन व परवाना पद्धती कमीतकमी करण्याची प्रक्रिया होय.''

सन 1991 नंतरचे आर्थिक उदारीकरण :

सन 1991 नंतर पी. व्ही. नरसिंह राव यांच्या नेतृत्वाखालील सरकारने आर्थिक उदारीकरणासंबंधी पुढील निर्णय घेतले :

(1) राष्ट्रीय संरक्षणाच्या दृष्टीने किंवा राष्ट्राच्या डावपेचाचा महत्त्वाचा भाग म्हणून आवश्यक उद्योग वगळता सर्व उद्योग परवानामुक्त करण्यात आले.

(2) भारतीय औद्योगिक व व्यावसायिक कंपन्यांच्या समभागात 51 टक्के किंवा त्यापेक्षा अधिक गुंतवणूक करण्यास विदेशी गुंतवणूकदार/कंपन्यांना परवानगी देण्यात आली.

(3) मक्तेदारी प्रतिबंधक कायद्यातील गुंतवणुकीची कमाल मर्यादा रद्द करण्यात आली.

(4) भारताचे पायाभूत क्षेत्र व सेवाक्षेत्रात विदेशी गुंतवणूकदारांना प्रवेश देण्यात आला.

(5) आयात-निर्यातीचे उदार धोरण स्वीकारण्यात आले.

(6) सुरुवातीला व्यापार खात्यावर व नंतर चालू खात्यावर रुपया परिवर्तनीय करण्यात आला.

(7) परकीय चलन व्यवहार नियंत्रण (FERA) कायद्याऐवजी अधिक उदार परकीय चलन व्यवस्थापन कायदा (FEMA) लागू करण्यात आला.

(8) नरसिंहम् समितीच्या शिफारशी स्वीकारून सार्वजनिक क्षेत्रातील बँकांचे खाजगीकरण, बँकक्षेत्रात विदेशी बँकांना प्रवेश, व्याजदरात कपात इत्यादी निर्णय घेण्यात आले.

(9) डॉ. राजा चेल्लय्या यांच्या समितीच्या 85 टक्के शिफारशी स्वीकारून करांचे दर व करआकारणीचे टप्पे कमी करण्यात आले.

(10) भांडवलबाजाराद्वारे विदेशी गुंतवणूक आकर्षित करण्याचे प्रयत्न करण्यात आले.

परंतु जागतिक बँक व नाणेनिधी यांच्या दबावाखाली घेतलेल्या उदारीकरणाच्या निर्णयामुळे कुटीरोद्योग व लघुउद्योगांच्या विकासावर प्रतिकूल परिणाम होऊन मोठ्या प्रमाणात बेकारी वाढण्याची भीती व्यक्त होत होती.

भारतातील सार्वजनिक क्षेत्राची उदारीकरणानंतरची भूमिका

(Role of Public Sector in the Post Liberalization Era)

भारतीय अर्थव्यवस्थेतील सार्वजनिक क्षेत्राची भूमिका/महत्त्व पुढील मुद्द्यांच्या साहाय्याने स्पष्ट करता येईल :

1. उद्योगांची संख्या व भांडवल गुंतवणूक : सन 1991 च्या औद्योगिक धोरणानुसार सतत तोट्यात चालणारे उद्योग बंद करणे किंवा असे उद्योग खाजगी भांडवलदारांना चालविण्यासाठी देण्याचे ठरले. त्यामुळे केंद्र सरकारच्या आधिपत्याखालील उद्योगांची संख्या सन 1990 ते 2012 या कालावधीत 233 वरून 225 पर्यंत कमी झाली असली तरी सार्वजनिक क्षेत्रातील भांडवल गुंतवणूक याच कालावधीत 99,330 कोटी रुपयांवरून 7,29,228 कोटी रुपयांपर्यंत वाढल्याचे पुढील तक्ता क्र. 3.21 वरून स्पष्ट होते. (तक्ता क्र. 3.21 पुढील पानावर पाहा..)

तक्ता क्र. 3.21 वरून असे स्पष्ट होते की केंद्र सरकारच्या नियंत्रणाखालील सार्वजनिक उद्योगांची संख्या सन 2001 मध्ये 234 होती. नंतरच्या काळात सन 2009 पर्यंत ती 213 एवढी कमी झाली. सन 2010 नंतर मात्र ती वाढत जाऊन सन 2012 मध्ये ही संख्या 225 झाली होती.

सार्वजनिक क्षेत्रातील उद्योगांची संख्या जरी कमी झाली असली तरी या क्षेत्रातील भांडवल गुंतवणूक सन 1990 मध्ये 99,330 कोटी रुपयांवरून ती सन 2012 मध्ये 7,29,228 कोटी रुपयांपर्यंत वाढलेली आहे. याशिवाय रेल्वे, पोस्ट व दूरसंचार निगम आणि राज्य सरकारकडून चालविले जाणारे उपक्रम विचारात घेतल्यास सार्वजनिक क्षेत्रातील भांडवल गुंतवणूक 10 लाख कोटी रुपयांपेक्षा अधिक आहे.

तक्ता क्र. 3.21 : सार्वजनिक क्षेत्रातील उद्योगांची संख्या व भांडवल गुंतवणूक (कोटी ₹)

वर्ष	उद्योगांची संख्या	भांडवल गुंतवणूक	रोजगार लक्ष कामगार
1990	233	99,330	190
2001	234	2,74,198	191
2007	216	4,21,089	180
2008	214	4,55,367	180
2009	213	5,13,532	177
2010	217	5,79,920	178
2011	220	6,66,848	179
2012	225	7,29,228	175

संदर्भ : *Indian Economy; Datt & Sundharam, 69th Ed., Page 216 & 217*

2. **सार्वजनिक क्षेत्रातील रोजगारनिर्मिती** : सार्वजनिक क्षेत्रातील रोजगाराची विभागणी प्रशासन, संरक्षण क्षेत्र, शिक्षण, आरोग्य, संशोधन व इतर क्षेत्रांचा समावेश होतो. तसेच केंद्र, राज्य व स्थानिक स्वराज्य संस्था यामध्ये काम करणाऱ्या कामगार व कर्मचाऱ्यांचा समावेश होतो. सार्वजनिक क्षेत्रात सन 1991 अखेर 190 लाख लोकांना रोजगार मिळाला होता. उदारीकरणाच्या काळात सरकारने सतत तोट्यात चालणारे सार्वजनिक क्षेत्रातील उद्योग बंद केल्यामुळे किंवा तोट्यातील उद्योगांचे खाजगीकरण केल्यामुळे या क्षेत्रातील रोजगार कमी झालेला आहे. सन 2012 अखेर या क्षेत्रात काम करणाऱ्यांची संख्या 175 लाखपर्यंत कमी झालेली आहे.

सार्वजनिक क्षेत्रातील उद्योग व व्यवसायानुसार रोजगाराची विभागणी केल्यास सार्वजनिक सेवांमध्ये 90.95 लाख, वाहतूक, दळणवळण व साठवणूक क्षेत्रात 23.84 लाख, वित्त, बँकव्यवसाय व विमा व्यवसाय यामध्ये 13.61 लाख, कारखानदारी क्षेत्रात 10.16 लाख आणि खाणकाम व्यवसायातील कामगारांची संख्या 10.90 लाख होती. अशा रीतीने सन 2012 अखेर सार्वजनिक क्षेत्रातील एकूण रोजगार 172.71 लाखपर्यंत कमी झालेला असला तरी रोजगारनिर्मितीच्या दृष्टीने सार्वजनिक क्षेत्राला महत्त्वाचे स्थान आहे.

3. **मोठ्या प्रमाणावर उत्पादन व विक्री** : सार्वजनिक क्षेत्राचे उत्पादन आणि उलाढाल विचारात घेतल्यास सार्वजनिक क्षेत्राचे महत्त्व लक्षात येते. सन 1990-91 मध्ये या क्षेत्राची उलाढाल 1,18,680 कोटी रुपयाची होती; ती सन 2009-10 मध्ये 12,44,805 कोटी रुपयांपर्यंत तर सन 2011-12 मध्ये उलाढाल 18,41,927 कोटी रुपयांपर्यंत वाढली. सन 1990-91 ते 2011-12 या कालावधीत उत्पादन व उलाढालीची सरासरी वाढ 13.95 टक्के होती. तसेच स्थूल देशांतर्गत उत्पादनात सार्वजनिक क्षेत्राचा वाटा सन 1999-2000 मध्ये 23.6 टक्के होता; तो सन 2009-10 मध्ये 21.2 टक्क्यांपर्यंत कमी झालेला असला तरी अजूनही या क्षेत्राचे महत्त्व टिकून राहिले आहे.

4. **पायाभूत सुविधांची निर्मिती** : देशाच्या आर्थिक विकासासाठी पायाभूत उद्योग आणि सेवांची निर्मिती होणे आवश्यक असते. पायाभूत उद्योगामध्ये लोखंड, पोलाद, सिमेंट, वीजनिर्मिती यांसारख्या उद्योगांचा विकास होणे आवश्यक असते. तसेच रस्ते वाहतूक, रेल्वे वाहतूक, दळणवळण, दूरसंचार जाळे व हवाई वाहतूक, पाणीपुरवठा, जलसिंचन यांसारख्या सेवांचा विकास होणे आवश्यक असते. अशा उद्योग व सेवाक्षेत्रात प्रचंड व दीर्घकालीन गुंतवणूक करावी लागते. या गुंतवणुकीपासून दीर्घकाळात व तुलनेने कमी प्रमाणात लाभ मिळत असल्याने खाजगी भांडवलदार या क्षेत्रात गुंतवणूक करण्यास तयार नसतात. मात्र पायाभूत क्षेत्रातील गुंतवणुकीवरच देशातील शेती, उद्योग, व्यापार व सेवाक्षेत्राचा विकास अवलंबून असल्याने सरकाराला सार्वजनिक क्षेत्रात गुंतवणूक करावी लागते. म्हणून भारतात सार्वजनिक क्षेत्राला महत्त्वाचे स्थान आहे.

5. भांडवलसंचय आणि भांडवलनिर्मिती : देशाच्या जलद आर्थिक विकासासाठी भांडवलसंचय आणि भांडवलनिर्मितीचा दर उच्च असला पाहिजे. भारतात लोकांचे दरडोई उत्पन्न कमी असल्याने बचत, भांडवलसंचय व भांडवलनिर्मितीचा दर कमी असतो. भांडवलनिर्मितीचा दर वाढण्यासाठी सार्वजनिक क्षेत्राला महत्त्वाची भूमिका पार पाडावी लागते. सन 1992-93 मध्ये भारतात भांडवलनिर्मितीचा दर 20.3 टक्के होता. त्यामध्ये खाजगी क्षेत्राचा वाटा 21.9 टक्के तर सार्वजनिक क्षेत्राचा वाटा फक्त 1.4 टक्के होता. नंतरच्या काळात सन 2011-12 मध्ये भांडवलनिर्मितीचा दर 35.4 टक्क्यांपर्यंत वाढला असून त्यात खाजगी क्षेत्राचा वाटा 24.9 टक्के तर सार्वजनिक क्षेत्राचा वाटा 7.9 टक्के होता. यावरून सार्वजनिक क्षेत्रामुळे भांडवलनिर्मितीचा दर उंचावण्यास मदत झाल्याचे स्पष्ट होते.

6. केंद्र सरकारच्या उत्पन्नाचा प्रमुख स्रोत : केंद्र सरकारच्या महसुलाचा प्रमुख स्रोत म्हणून सार्वजनिक क्षेत्राला महत्त्वाचे स्थान आहे. सार्वजनिक क्षेत्रातील उद्योग व उपक्रमापासून केंद्र सरकारला कर आणि करेतर मार्गाने उत्पन्न मिळते. आठव्या पंचवार्षिक योजनेत सन 1992 ते 1997 या पाच वर्षांत सरकारला प्रतिवर्षी सरासरीने 26,760 कोटी रुपयांचे उत्पन्न मिळाले होते. नवव्या पंचवार्षिक योजनेत सन 1997 ते 2002 या काळात सरकारला प्रतिवर्षी 53,822 कोटी रुपयांचे व दहाव्या पंचवार्षिक योजनेत (सन 2002 ते 2007) वार्षिक सरासरी 1,11,144 कोटी रुपयांचे उत्पन्न मिळाले होते. सन 2010-11 मध्ये 1,56,751 कोटी ₹ तर सन 2011-12 मध्ये 1,60,801 कोटी रुपयांचे उत्पन्न मिळाले होते. यावरून सरकारी उत्पन्नाचा प्रमुख स्रोत म्हणून सार्वजनिक क्षेत्राला महत्त्व प्राप्त झाले आहे.

7. सार्वजनिक क्षेत्राचा नफा : भारतातील सार्वजनिक क्षेत्रातील उद्योग आणि उपक्रमापासून नफा मिळतो. सन 1991-92 मध्ये सार्वजनिक क्षेत्राचा स्थूल नफा 13,675 कोटी ₹ तर कर व खर्च वजा जाता निव्वळ नफा 2,355 कोटी ₹ होते. निव्वळ नफ्याचे भांडवल गुंतवणुकीशी प्रमाण फक्त 2.3 टक्के होते. नंतरच्या काळात तोट्यातील उद्योग बंद केल्याने या क्षेत्राचा नफा वाढत गेला आहे. सन 2005-06 मध्ये सार्वजनिक क्षेत्राचा स्थूल नफा 1,62,409 कोटी ₹ व कर वजा जाता निव्वळ नफा नफा 92,079 कोटी रुपयांपर्यंत वाढलेला आहे. निव्वळ नफ्याचे भांडवल गुंतवणुकीशी प्रमाण 8.0 टक्के होते. सन 2011-12 मध्ये या क्षेत्राचा स्थूल नफा 1,89,756 कोटी ₹ तर निव्वळ नफा 97,512 कोटी रुपयांपर्यंत वाढला. निव्वळ नफ्याचे भांडवल गुंतवणुकीशी प्रमाण 7.3 टक्के होते.

8. निर्यातीत वाढ : राज्य व्यापार महामंडळ (STC), मिनरल आणि मेटल ट्रेडिंग कॉर्पोरेशन (MMTC) या सार्वजनिक क्षेत्रातील कंपन्यांनी भारताच्या निर्यातवाढीसाठी मोठी मदत केली आहे. सन 1965-66 मध्ये सार्वजनिक क्षेत्रातून 35 कोटी रुपयांच्या वस्तू व सेवांची निर्यात झाली होती. या क्षेत्रातील निर्यातीचे मूल्य सन 1984-85 मध्ये 5,830 कोटी ₹ होते. सन 2003-04 मध्ये 34,893 कोटी ₹ तर सन 2011-12 मध्ये निर्यातीचे मूल्य 1,24,492 कोटी रुपयांपर्यंत वाढले होते. यावरून भारताला परकीय चलन मिळवून देणरा उद्योग म्हणून सार्वजनिक क्षेत्राला महत्त्वाचे स्थान आहे.

9. आयात पर्यायीकरणास मदत : भारतास सतत मोठ्या प्रमाणात आयात करावी लागते व त्यासाठी दुर्मीळ असणारे परकीय चलन खर्च करावे लागते. त्यामुळे देशाच्या व्यापारतोलात मोठी तूट होते. तूट कमी करण्यासाठी आयात केल्या जाणाऱ्या पर्यायी वस्तूंचे उत्पादन सार्वजनिक क्षेत्रात केले जाते. उदाहरणार्थ, हिंदुस्थान अ‍ॅन्टिबायोटिक्स, भारत इलेक्ट्रॉनिक्स, भारत पेट्रोलिअम कंपनी असे महत्त्वाचे उद्योग सार्वजनिक क्षेत्रात सुरू केल्यामुळे आयात मालाला पर्यायी वस्तूंचे उत्पादन सुरू झाले आहे. तंत्रज्ञान क्षेत्रातदेखील सार्वजनिक क्षेत्राने उल्लेखनीय प्रगती केली आहे.

10. समतोल विकासाला मदत : खाजगी भांडवलदार मागासलेल्या भागात भांडवल गुंतवणूक करण्यास तयार होत नाहीत. त्यामुळे त्या मागासलेल्या भागात गुंतवणूक वाढावी यासाठी सरकारला पुढाकार घेऊन औद्योगिक वसाहती स्थापन कराव्या लागतात. अशा वसाहतीमार्फत उद्योगांसाठी लागणारी जागा, पाणी, वीज, रस्ते, भांडवल आणि कच्चा माल पुरविण्याची व्यवस्था सरकाराला करावी लागते. म्हणून सार्वजनिक क्षेत्राच्या माध्यमातून मागासलेल्या प्रदेशाचा विकास साधता येतो.

11. सार्वजनिक विकासाला मदत : खाजगी भांडवलदारांनी केलेल्या गुंतवणुकीपासून जो नफा मिळतो तो खाजगी भांडवलदार स्वतःच्या प्रगतीसाठी वापरतात. मात्र सार्वजनिक क्षेत्रातील उपक्रमांना मिळणाऱ्या नफ्यावर सरकारची मालकी असते. सरकार मिळालेल्या नफ्यातून सर्वसामान्य व गरीब वर्गातील मुलांसाठी मोफत शिक्षण, मागासलेल्या

मुलांना शिष्यवृत्ती, मोफत किंवा कमी खर्चातील आरोग्य सेवा पुरविणे, कमी खर्चात पाणी व विजेचा पुरवठा, क्रीडांगणे व सार्वजनिक उद्याने बांधणे, गरिबांना कमी खर्चातील घरे बांधून देणे, कमी खर्चातील वाहतूक सुविधा देणे, कमी किमतीत अन्नधान्याचा पुरवठा करण्यासाठी स्वस्त धान्याची दुकाने चालविणे, कामगार कल्याण आणि विद्यार्थी कल्याणाच्या विविध योजना राबविल्या जातात. त्यामुळे सामाजिक विकासाला मदत होते.

याशिवाय आर्थिक नियोजनाची निर्धारित केलेली उद्दिष्टे साध्य करण्यासाठी सार्वजनिक क्षेत्राला महत्त्वाची भूमिका पार पाडावी लागते. उदारीकरणानंतरच्या धोरणात सार्वजनिक क्षेत्राबाबतच्या धोरणात आमूलाग्र स्वरूपाचे बदल करण्यात आले आहेत. सार्वजनिक क्षेत्राकडून ज्या अपेक्षा केल्या जातात त्याची पूर्तता जरी झाली नसली तरी देशाच्या औद्योगिक विकासात या क्षेत्राने महत्त्वाची भूमिका बजावली आहे हे मान्य करावेच लागेल. या क्षेत्रात ज्या प्रमाणात भांडवल गुंतवणूक झाली त्या प्रमाणात उत्पादन व रोजगारात वाढ झालेली नाही. त्यामुळे सार्वजनिक क्षेत्राची व्याप्ती कमी करून खाजगी क्षेत्रास जास्तीतजास्त संधी दिल्या जात आहेत.

सार्वजनिक क्षेत्रासाठी संरक्षण सामग्री, अणुऊर्जा, लोखंड, कोळसा, खनिज तेले, मँगनीज, जिप्सम, सल्फर तसेच रेल्वे वाहतूक यांसारखे काही महत्त्वाचे उद्योग राखून ठेवण्यात आले आहेत. इतर उद्योग खाजगी क्षेत्राकडे सोपविण्यात आले आहेत.

3.4 सन 1991 चे नवीन औद्योगिक धोरण

NEW INDUSTRIAL POLICY - 1991

24 जुलै, 1991 रोजी नरसिंहराव यांच्या नेतृत्वाखालील सरकारने नवीन औद्योगिक धोरण जाहीर केले. त्यामुळे भारताच्या औद्योगिक क्षेत्रात नव्या पर्वाला सुरुवात झाली.

सन 1991 च्या नवीन औद्योगिक धोरणाची उद्दिष्टे पुढीलप्रमाणे :

(1) अर्थव्यवस्थेवरील नोकरशाहीचे अनावश्यक नियंत्रण कमी करणे.

(2) भारतीय अर्थव्यवस्थेचे उदारीकरण (Liberalisation) करून तिची जागतिक अर्थव्यवस्थेशी सांगड घालणे.

(3) प्रत्यक्ष परकीय गुंतवणुकीवरील नियंत्रणे दूर करणे.

(4) मक्तेदारी व प्रतिबंधक व्यवहार कायद्याच्या (MRTP Act) नियंत्रणापासून देशातील खाजगी उद्योग मुक्त करणे.

(5) देशातील सार्वजनिक क्षेत्राची व्याप्ती कमी करणे. दीर्घकाळ मोठ्या प्रमाणात होणाऱ्या तोट्यामुळे आजारी असलेले सार्वजनिक उद्योग बंद करणे.

(6) औद्योगिक परवाना पद्धती शिथिल करणे.

औद्योगिक धोरणातील उदारीकरणाची क्षेत्रे

1. **औद्योगिक परवाना धोरण** : या धोरणानुसार औद्योगिक परवाने (Industrial Licenses) देण्याच्या प्रक्रियेतील सरकारच्या भूमिकेत बदल करण्यात आला. आता सरकारची भूमिका केवळ नियंत्रकाची न राहता खाजगी क्षेत्राला साहाय्य व मार्गदर्शन करणाऱ्यांची असणार होती. औद्योगिक परवाने देण्याची प्रक्रिया अधिक पारदर्शक करण्यात येणार होती. त्यामुळे परवाने देण्यातील विलंब कमी होणार होता.

औद्योगिक परवाना देण्याबाबत पुढील सुधारणा करण्यात आल्या होत्या :

(1) राष्ट्रीय संरक्षणाच्या दृष्टीने महत्त्वाचे, राष्ट्रीय डावपेचाचा भाग म्हणून आवश्यक धोकादायक रसायने व पर्यावरण प्रदूषित करणारे उद्योग वगळता इतर सर्व उद्योगांना परवानामुक्त करण्यात आले. लघुउद्योगांसाठी राखीव उत्पादने या औद्योगिक धोरणातही पूर्वीप्रमाणेच राखीव ठेवण्यात आली होती.

ज्या उद्योगांना औद्योगिक परवाना घेणे सक्तीचे आहे अशा उद्योगांची यादी पुढीलप्रमाणे : कोळसा, पेट्रोलिअम व पेट्रोलिअम पदार्थ, अल्कोहोल, साखर, जनावरांची चरबी व तेले, तंबाखू उत्पादने, खनिजे, प्लायवूड, लाकडावर आधारित उत्पादने, कच्चे चामडे, मोटार, वर्तमानपत्रांचा कागद, औद्योगिक स्फोटक सामग्री, घातक रसायने, औषधे, करमणुकीची इलेक्ट्रॉनिक्स सामग्री; पांढरपेशा वर्गाच्या वापराच्या टिकाऊ घरगुती वस्तू; उदाहरणार्थ, फ्रीज, वॉशिंग मशीन इत्यादी.

लघुउद्योग क्षेत्रासाठी राखीव वस्तूंचे उत्पादन करण्यासाठी लघुउद्योगांना परवाना घेण्याची सक्ती नसेल.

(2) सार्वजनिक क्षेत्रासाठी राखीव उद्योग – शस्त्रास्त्रे, दारूगोळा, युद्धासाठी हवाई जहाजे व सागरी नौका, अणुऊर्जा, कोळसा, खनिज तेल, विविध धातूंच्या खाणी, रेल्वे इत्यादी वस्तूंचे उत्पादन करणारे उद्योग सार्वजनिक क्षेत्रासाठी राखीव राहतील.

(3) आयात भांडवली वस्तूंची गरज असणाऱ्या प्रकल्पांना आपोआपच परवाने मिळणार आहेत.

2. **विदेशी गुंतवणूक :** परकीय गुंतवणूक आकर्षित करण्यासाठी भारतातील औद्योगिक व व्यावसायिक कंपन्यांच्या समभागात 51 टक्के किंवा त्यापेक्षा अधिक गुंतवणूक करण्यास विदेशी गुंतवणूकदारांना परवानगी देण्यात आली. प्रचंड गुंतवणूक आणि प्रगत तंत्रज्ञानाची आवश्यकता असणाऱ्या उच्च प्राधान्य क्षेत्रातील मोठ्या उद्योगांना गुंतवणुकीसाठी भांडवल उपलब्ध व्हावे हा या पाठीमागे हेतू होता.

3. **परदेशी तंत्रज्ञान :** उच्च प्राधान्य असलेल्या मूलभूत उद्योगांना प्रगत परकीय तंत्रज्ञान उपलब्ध होण्यासाठी अशा उद्योगांनी परकीय तंत्रज्ञान मिळविण्यासाठी केलेल्या करारांनाच आपोआप मान्यता मिळणार होती. परकीय तंत्रज्ञान प्राप्त करणे व स्वदेशी तंत्रज्ञानाची परकीयांकडून चाचणी यासाठी आता परवानगी घ्यावी लागणार नाही.

4. **सार्वजनिक क्षेत्राबाबतचे धोरण :** या औद्योगिक धोरणाने सार्वजनिक क्षेत्राबाबतचे पुढील धोरण जाहीर केले :

(1) सातत्याने व मोठ्या प्रमाणावर तोटा होणारे सार्वजनिक उद्योग सरकारवर भार ठरले आहेत. असे तोट्यातील उद्योग खाजगी क्षेत्राला चालविण्यासाठी दिले जाणार होते.

(2) सार्वजनिक क्षेत्रातील व्यवस्थापन कार्यक्षम व जबाबदार होण्यासाठी सार्वजनिक उद्योगातील व्यवस्थापनाला सरकार मोठ्या प्रमाणावर स्वायत्तता (Autonomy) देणार आहे.

(3) सार्वजनिक क्षेत्रात स्पर्धा निर्माण करण्यासाठी खाजगी क्षेत्राचा सार्वजनिक क्षेत्रात सहभाग निर्माण केला जाईल.

(4) निवडक सार्वजनिक उद्योगांत निर्गुंतवणुकीचे (Dis-investment) धोरण राबविण्यात येणार आहे.

(5) सातत्याने मोठ्या प्रमाणावर तोटा झाल्यामुळे आजारी असलेले सार्वजनिक उद्योग पुनरुज्जीवनासाठी औद्योगिक व वित्तीय पुनर्रचना मंडळाकडे (BIFR) सोपविले जातील.

(6) सार्वजनिक उद्योगांतील जनतेचा सहभाग वाढविण्यासाठी या उद्योगांतील काही भागभांडवल, म्युच्युअल फंड, वित्तीय संस्था, सर्वसामान्य जनता व कामगार यांना विकले जाईल.

5. **मक्तेदारी व प्रतिबंधक व्यवहार कायदा** *(MRTP Act)* **:** मक्तेदारी उद्योगातील गुंतवणुकीची कमाल मर्यादा रद्द करण्यात आल्यामुळे आता कोणत्याही उद्योगाला किंवा उद्योगसमूहाला आपल्या आकारमानात वाढ करण्यासाठी, नवीन प्रकल्प सुरू करण्यासाठी, प्रकल्पाच्या एकत्रीकरणासाठी तसेच संचालकांची नियुक्ती करण्यासाठी केंद्र सरकारची पूर्वपरवानगी घेण्याची गरज नाही.

(1) परवान्याची सक्ती केलेल्या अठरा आणखी उदारीकरण उद्योगांपैकी मोटारकार, पांढरपेशा वर्गाच्या वापराच्या गृहनिर्माण वस्तू, कच्ची कातडी या तीन वस्तूंना एप्रिल 1993 मध्ये परवाना घेण्याच्या सक्तीतून वगळण्यात आले.

(2) परकीय गुंतवणुकीला आपोआप मान्यता मिळणाऱ्या उद्योगांमध्ये संयुक्त आघाडी सरकारने डिसेंबर 1996 मध्ये आणखी सोळा उद्योगांची भर घातली.

(3) तेल व वायू, मूलभूत धातू, अलोह धातू, अपारंपरिक ऊर्जास्रोत, सागरी हवामानविषयक व भूगर्भ संशोधन साधने, वीजनिर्मिती, साठवणूक यंत्रणा, रस्ते वाहतूक इत्यादींशी संबंधित आणखी नऊ उद्योगांच्या भागभांडवलात 74 टक्के परकीय सहभागाला परवानगी देण्यात आली.

3.5 सन 1991 च्या औद्योगिक धोरणाचे मूल्यमापन
[EVALUATION OF INDUSTRIAL POLICY (1991)]

सन 1991 च्या औद्योगिक धोरणाचे मूल्यमापन पुढीलप्रमाणे :

(अ) फायदे : सन 1991 च्या नवीन औद्योगिक धोरणामुळे पुढील चांगल्या बाबी घडून आल्या :

(1) औद्योगिक परवाना राज (Permit Raj) संपुष्टात येऊन नवीन उद्योग सुरू करण्यापूर्वी उद्योजकांना नोकरशाहीकडून होणारा त्रास सुरू झाला.

(2) नोकरशाही व राजकारणी यांच्याकडून औद्योगिक प्रगतीमध्ये निर्माण केले जाणारे अडथळे कमी झाले.

(3) सार्वजनिक क्षेत्रातील खाजगी सहभागामुळे स्पर्धा व व्यवसायाभिमुखता वाढण्यास मदत झाली.

(4) मक्तेदारी प्रतिबंधक कायदा शिथिल झाल्याने मक्तेदारी कंपन्यांचे नवीन प्रकल्प सुरू करण्यातील अडथळा दूर झाला.

(5) परकीय गुंतवणुकीवरील नियंत्रणे दूर झाल्याने भारतीय उद्योगांची भांडवल व परकीय तंत्रज्ञानाची टंचाई कमी होण्यास मदत झाली.

(ब) दोष : सन 1991 च्या नवीन आर्थिक धोरणामुळे पुढील संकटे निर्माण होण्याची भीती व्यक्त केली जाते :

(1) परकीय भांडवलाला मुक्त प्रवेश दिल्याने परकीय देशावरचे अवलंबित्व वाढून स्वावलंबी आर्थिक विकास साध्य होणार नाही.

(2) टीकाकारांच्या मते, परकीय भांडवल मिळविण्यासाठी भारताच्या स्वायत्ततेचा आणि स्वाभिमानाचा बळी जाईल.

(3) परकीय भांडवलाला मुक्त प्रवेश दिला तर परकीय भांडवल प्राधान्यकृत क्षेत्रातील महत्त्वाच्या उद्योगात गुंतविले जाण्याऐवजी कमी महत्त्वाच्या उपभोग्य वस्तूंच्या उत्पादनात गुंतविले जाईल. सरकारने पेप्सी व कोकाकोला कंपन्यांना परवानगी दिल्याने ही भीती खरी ठरली आहे.

(4) परकीय भांडवल काढून घेण्याच्या धोरणाने मेक्सिको, ब्राझील, थायलंड, मलेशिया, इंडोनेशिया इत्यादी देशांच्या अर्थव्यवस्था अस्थिर झाल्या होत्या. हे संकट भारतातही निर्माण होऊ शकते.

(5) सार्वजनिक क्षेत्रातील आजारी उद्योग औद्योगिक व वित्तीय पुनर्रचना मंडळाकडे (BIFR) सोपविण्याचा निर्णय घेताना सरकारने कामगारांच्या संभाव्य बेकारीकडे दुर्लक्ष केले.

(6) सरकारची निर्गुंतवणूक व आजारी सार्वजनिक उद्योगांची मालकी खाजगी क्षेत्राकडे हस्तांतरित करण्याची नीती (Policy) संशयास्पद आहे. कारण सार्वजनिक क्षेत्रातील उत्तर प्रदेश सरकारच्या मालकीच्या सिमेंट उद्योगांच्या जिंदगीचे/मालमत्तेचे निव्वळ मूल्य ₹ 306 कोटी होते. हा कारखाना उद्योगपती डालमिया यांना फक्त ₹ 51 कोटींमध्ये विकण्यात आला.

(7) पूर्व आशिया खंडातील देश, दक्षिण अमेरिका खंडातील देश आणि रशिया यांच्यावर कोसळलेल्या आर्थिक संकटाने बाजारयंत्रणा, उदारीकरण व जागतिकीकरण यांच्यावरील अवास्तव अवलंबित्व धोकादायक आहे हे दाखवून दिले आहे.

(8) MRTP कायद्यात शिथिलीकरण केल्याने औद्योगिक मक्तेदारीत आणखी वाढ होईल.

प्रश्नावली

👍 लघुत्तरी प्रश्न

1. आर्थिक विकासातील औद्योगिकीकरणाचे महत्त्व स्पष्ट करा.

2. लोखंड व पोलाद उद्योगाच्या समस्या स्पष्ट करा.

3. भारतातील सुती कापड उद्योगाच्या समस्या स्पष्ट करा.

4. भारतीय अर्थव्यवस्थेतील लघुउद्योगाची भूमिका स्पष्ट करा.

5. भारतीय सार्वजनिक क्षेत्राची आर्थिक विकासातील भूमिका स्पष्ट करा.

6. भारतातील लघुउद्योगाच्या समस्या स्पष्ट करा.

7. सन 1991 च्या औद्योगिक धोरणाची वैशिष्ट्ये स्पष्ट करा.

👍 दीर्घोत्तरी प्रश्न

1. औद्योगिकीकरण म्हणजे काय ? आर्थिक विकासात औद्योगिकीकरणाचे महत्त्व स्पष्ट करा.

2. भारतातील मोठ्या उद्योगाच्या प्रगतीचा आढावा घेऊन त्यांच्या प्रमुख समस्या स्पष्ट करा.

3. भारतातील लघुउद्योगाचे महत्त्व आणि समस्या स्पष्ट करा.

4. भारताच्या आर्थिक विकासातील सार्वजनिक क्षेत्राची भूमिका स्पष्ट करा.

👍 टीपा लिहा.

1. औद्योगिकीकरणाची भूमिका

2. लघुउद्योगाच्या समस्या

3. उदारीकरण

4. माहिती-तंत्रज्ञान उद्योग

5. साखर उद्योगाच्या समस्या.

❁ ❁

4

1991 नंतर भारतातील पायाभूत सुविधांचा विकास
INFRASTRUCTURE DEVELOPMENT IN INDIA SINCE 1991

प्रास्ताविक

पायाभूत सुविधांवर अर्थव्यवस्थेचा विकास अवलंबून असतो. वीजनिर्मिती, वाहतूक व्यवस्था, दळणवळण यंत्रणा या पायाभूत सेवा असतात. ज्याप्रमाणे माणसाच्या शरीरातील रक्तवाहिन्या संपूर्ण शरीराला महत्त्वाचा रक्तपुरवठा करतात त्या शरीराच्या सर्व अवयवांना जोडतात; त्याचप्रमाणे वाहतूक, दळणवळण व्यवस्था अर्थव्यवस्थेतील महत्त्वाच्या घटकांना जोडण्याचे काम करते. देशाचा आर्थिक विकास, देशातील वाहतूक व दळणवळण यांचा खूपच जवळचा संबंध आहे. देशाच्या आर्थिक विकासासाठी पायाभूत सुविधांचा विकास घडवून आणणे महत्त्वाचे आहे.

4.1 पायाभूत सुविधांचे आर्थिक विकासातील महत्त्व
IMPORTANCE OF INFRASTRUCTURE IN ECONOMIC DEVELOPMENT

सन 1945 नंतर स्वतंत्र झालेल्या जगातील बहुसंख्य राष्ट्रांमध्ये जलद गतीने आर्थिक विकासाची प्रक्रिया सुरू झाली. अर्थव्यवस्थेतील प्रमुख क्षेत्रांच्या विकासासाठी पायाभूत सुविधांचा विकास आवश्यक ठरतो. भारतासारख्या विकसनशील देशात शेतीक्षेत्राबरोबर पायाभूत सुविधांची निर्मिती केल्यास विकासाची प्रक्रिया अधिक वेगाने होते हे लक्षात घेऊन भारतात स्वातंत्र्योत्तर काळात पायाभूत सुविधांचा विकास घडवून आणला. पायाभूत सुविधांचे अर्थव्यवस्थेतील महत्त्व विविध स्वरूपाचे आहे. भारतात उपलब्ध जमीन, खनिजसंपत्ती, खनिजे व मनुष्यबळ यांच्या कार्यक्षम वापरासाठी पायाभूत सुविधांचा विकास महत्त्वाचा मानला जातो. सर्वांत महत्त्वाचे म्हणजे स्वातंत्र्यप्राप्तीच्या वेळी देशासमोर उभ्या असलेल्या सार्वत्रिक दारिद्र्य, लोकसंख्यावाढ व आर्थिक विषमता इत्यादी समस्या सोडविण्यासाठी पायाभूत सुविधांच्या विकासाला अधिक महत्त्व देण्यात आले. देशाच्या ग्रामीण व शहरी भागातील विविध उद्योगधंद्यांच्या विकासासाठी पायाभूत सुविधा महत्त्वपूर्ण ठरतात. म्हणून नियोजनकारांनी देशात रस्ते, रेल्वे, जहाज व विमान वाहतूक इत्यादी वाहतुकीची साधने विकसित करून आर्थिक नियोजनाला गती देण्याचा प्रयत्न केला आहे.

अर्थव्यवस्थेच्या जलद विकासासाठी विविध प्रकारच्या पायाभूत सुविधा महत्त्वपूर्ण ठरतात. यामध्ये वाहतुकीच्या साधनांबरोबरच शिक्षण, आरोग्य व दळणवळणाच्या सुविधा महत्त्वपूर्ण ठरतात. या दृष्टीने भारतात पोस्ट, टेलिफोन सेवा, मोबाईल सेवा, इंटरनेट (माहिती-तंत्रज्ञान) व कुरिअर सेवा महत्त्वाची भूमिका पार पाडतात. सन 1951 ते 1990 पर्यंत भारतात पायाभूत सुविधांच्या विकासावर प्रत्येक पंचवार्षिक योजनेत भर देण्यात आला. परिणामी, शैक्षणिक, सामाजिक व आरोग्यविषयक सुविधांमध्ये वाढ होऊन भारतात विविध क्षेत्रांची उत्पादकता वाढविणे शक्य झाले. आर्थिक सुधारणांच्या काळात भारताने संगणक क्षेत्रात अभूतपूर्व क्रांती घडवून पायाभूत सुविधांचे विकास प्रक्रियेतील स्थान स्पष्ट केले. दळणवळणाच्या क्षेत्रात अलीकडच्या काळात घडून येत असलेले बदल देशात आर्थिक विकासाचा दर वाढविण्यास मदत करत आहेत. भारतातील उपलब्ध खनिजसंपत्तीच्या विकासात पायाभूत सुविधा महत्त्वपूर्ण ठरत आहेत. त्याचप्रमाणे व्यापार व उद्योग क्षेत्रात वृद्धी घडवून आणण्यासाठी विविध प्रकारच्या पायाभूत सुविधा उपयोगी ठरत आहेत. थोडक्यात, भारताच्या आर्थिक विकासात गेल्या साठ वर्षांमध्ये विविध प्रकारच्या पायाभूत सुविधांनी महत्त्वाची भूमिका बजावली आहे.

देशाचा सर्वांगीण आर्थिक विकास होण्यासाठी पायाभूत सुविधांचा विकास होणे अत्यंत आवश्यक असते. हा विकास पुढीलप्रमाणे उपयोगी ठरतो :

(1) चांगल्या पायाभूत सुविधांमुळे अर्थव्यवस्थेच्या वेगवेगळ्या विभागांना एकत्र जोडण्यास मदत होते.

(2) अर्थव्यवस्थेत कायमस्वरूपी विकास होण्यासाठी पायाभूत सुविधांचा योग्य विकास आवश्यक आहे.

(3) चांगल्या पायाभूत सुविधांमुळे अर्थव्यवस्थेमध्ये मोठ्या प्रमाणावर रोजगाराच्या संधी निर्माण होतात.

(4) देशाच्या आर्थिक विकासाचा तोल साधण्यासाठी योग्य पायाभूत सुविधांची गरज असते.

(5) चांगल्या दर्जेदार पायाभूत सुविधांमुळे देशांमध्ये विदेशी भांडवल आकर्षित करण्यास मदत होते.

(6) देशातील कृषी व औद्योगिक उत्पादन वाढविण्यासाठी पायाभूत सुविधा आवश्यक आहेत.

पायाभूत सुविधांची आर्थिक विकासातील भूमिका

(Role of Infrastructure in Economic Development)

शाश्वत आणि जलद आर्थिक विकासासाठी पायाभूत सुविधांमधील गुंतवणूक ही एक महत्त्वाची अट आहे. शेतीच्या आधुनिकीकरणासाठी व व्यापारीकरणासाठी तसेच भांडवलनिर्मितीसाठी अर्थव्यवस्थेत पुरेशा प्रमाणात पायाभूत सुविधांची आवश्यकता असते. उद्योगांच्या विस्तारासाठी आणि बाजाराच्या विस्तारीकरणासाठी पायाभूत सुविधा हे मूलभूत घटक आहेत. अनेक अभ्यासामध्ये असे आढळून आले आहे की, पायाभूत सुविधा आणि आर्थिक विकास पातळी यामध्ये घनसंबंध आहे. म्हणजेच पायाभूत सुविधा अर्थव्यवस्थेच्या विकासावर प्रत्यक्षपणे परिणाम करतात. म्हणून अर्थव्यवस्थेतील दरडोई उत्पादन क्षमता आणि दरडोई उत्पन्न वाढविण्यासाठी अर्थव्यवस्थेत रेल्वे, रस्ते, जलसिंचन, शाळा, दवाखाने यांसारख्या पायाभूत सुविधांमध्ये वाढ करण्याची गरज आहे.

कोणत्याही देशाचा विकास शेती व उद्योगाच्या विकासावर अवलंबून असतो. शेती उत्पादनासाठी ऊर्जा, पतपुरवठा, वाहतूक सुविधा इत्यादींची आवश्यकता असते. औद्योगिक उत्पादनासाठी कुशल श्रमिक व्यवस्थापन, ऊर्जा, पतपुरवठा, बाजारपेठ, वाहतूक सेवा - उदा., रेल्वे, रस्ते, जलवाहतूक, दळणवळण सुविधा इत्यादींची गरज असते. या सर्व सुविधांना एकत्रितपणे अर्थव्यवस्थेच्या पायाभूत सुविधा असे म्हणतात. ज्या प्रदेशामध्ये अपूर्ण पायाभूत सुविधा आहेत त्या प्रदेशातील दरडोई उत्पन्न पातळी कमी, प्राथमिक क्षेत्रावरील लोकसंख्येचे अधिक परावलंबित्व, लोकसंख्येची कमी घनता अशी वैशिष्ट्ये दिसून येतात तर ज्या प्रदेशात पायाभूत सुविधांचा विकास समाधानकारक झाला आहे तेथे अधिक उत्पन्न, प्राथमिक क्षेत्रावरील कमी अवलंबित्व आणि लोकसंख्येची अधिक घनता अशी वैशिष्ट्ये दिसून येतात. ज्या प्रदेशात पायाभूत सुविधा (उदा., आरोग्य, शिक्षण, वाहतूक, दळणवळण, पाणी, ऊर्जा, घरे इत्यादी.) अधिक आहेत तेथे अधिक प्रमाणावर गुंतवणूक आकर्षित होते. चांगली वाहतूक व्यवस्था, ऊर्जेवरील कमी खर्च, कुशल कामगारांची उपलब्धता या सर्वांचा उत्पादन खर्चावर ऋण (–) परिणाम होतो तर उत्पादन व नफ्यावर धन (+) परिणाम होतो.

जागतिक विकास अहवाल, 1994 मध्ये असे म्हटले आहे की, "पायाभूत सुविधांची पुरेशा प्रमाणातील उपलब्धता देशाचे यश ठरविण्यास मदत करते. पुरेशा प्रमाणातील पायाभूत सुविधांमुळे उत्पादनाचे विविधीकरण होते, व्यापाराचा विस्तार होतो. वाढत्या लोकसंख्येशी जुळवून घेता येते, दारिद्र्यामध्ये घट करता येते किंवा पर्यावरण परिस्थितीमध्ये सुधारणा करता येते. सामाजिक आणि आर्थिक पायाभूत सुविधांमुळे सामाजिक आर्थिक विकासाला चालना मिळते. उत्पादकता आणि आर्थिक वृद्धी यांमधील वृद्धीतील पायाभूत सुविधा एक मूलभूत घटक आहे. याला सार्वत्रिक मान्यता मिळालेली आहे. जर या सेवा व सुविधा पुरेशा प्रमाणात मिळाल्या नाहीत तर तेथे विकास करणे अतिशय अवघड होते."

आर्थिक वृद्धी आणि विकासाच्या अनेक सिद्धान्तामध्ये पायाभूत सुविधांच्या विकासावर भर दिलेला दिसतो. तसेच अनेक वास्तव पाहणी अहवालामध्ये पायाभूत सुविधांचे महत्त्व दिसून आले आहे. पायाभूत सुविधांमध्ये सामाजिक वरकड भांडवल (Social Overhead Capital), आर्थिक वरकड भांडवल (Economic Overhead Capital), मूलभूत आर्थिक सुविधा (Basic Economic Facilities) यांसारख्या अनेक घटकांचा समावेश होतो. प्राध्यापक नर्क्स यांच्या मते, वाहतूक, ऊर्जा, पाणीपुरवठा इत्यादी सेवा पुरविणे हा वरकड भांडवल गुंतवणुकीचा उद्देश असतो. त्यामुळे अर्थव्यवस्थेत उत्पादक क्रियांना गती मिळते की, ज्या विदेशातून आयात करता येत नाहीत. वरकड गुंतवणुकीमध्ये परिपक्वता कालावधी खूप मोठा असतो. त्यामुळे या गुंतवणुकी विचारपूर्वक कराव्या लागतात. वरकड भांडवलासाठी प्रा. रोस्टो आणि हर्षमन यांनी 'सामाजिक वरकड भांडवल' हा शब्दप्रयोग केला आहे.

डब्ल्यू. डब्ल्यू. रोस्टो यांनी आपल्या आर्थिक वृद्धी अवस्था सिद्धान्तामध्ये असे म्हटले आहे की, उड्डाण अवस्थेचे स्वयंशाश्वत वृद्धीमध्ये (Self Sustained Growth) रूपांतर करण्यासाठी सामाजिक वरकड भांडवलाची उपलब्धता ही एक महत्त्वाची अट आहे. सामाजिक वरकड भांडवलामधील गुंतवणूक प्रवर्तकांना गुंतवणूक करण्यासाठी आणि जोखमी स्वीकारण्यासाठी प्रवृत्त करतात. सामाजिक वरकड भांडवलामुळे आर्थिक क्रियांच्या विस्तारासाठी मदत मिळते. कारण त्यांच्या उपलब्धतेमुळे खर्च कमी होतो आणि लाभप्रदतेमध्ये वाढ होते.

तसेच शिक्षित आणि प्रशिक्षित कामगारांचा पुरवठा वाढतो. संदेशवहन आणि दळणवळणाचे जाळे विस्तारते. ऊर्जापुरवठ्यात वाढ होते. मूलभूत नागरी सुविधा उपलब्ध होतात. तसेच कायदा व सुव्यवस्था यामध्ये सुधारणा होते. प्रा. रोस्टो यांच्या मते, या सर्व घटकांमुळे उद्योजकता क्षमतेत आणि कौशल्यात वाढ होते. अर्थव्यवस्थेत आशादायी निर्णय घेतले जातात. त्यामुळे अर्थव्यवस्थेच्या एकूण विकासाला गती मिळते.

हर्षमन यांच्या पायाभूत वरकड भांडवल संकल्पनेत सर्व प्रकारच्या सामाजिक सेवा – उदा., वाहतूक, दळणवळण, ऊर्जा, आरोग्य, पाणीपुरवठा, जलसिंचन इत्यादींचा समावेश होतो. या सुविधांशिवाय अर्थव्यवस्थेत प्राथमिक, द्वितीय आणि सेवाक्षेत्राचा विकास होणे अशक्य आहे.

रोझेस्टीन रोडान यांच्या मते, सामाजिक वरकड भांडवल अप्रत्यक्षपणे उत्पादक असतात आणि त्यांचा परिपक्वता कालावधी दीर्घ असतो. त्यांच्या मते, या पायाभूत सुविधांमध्ये ऊर्जा, वाहतूक, दळणवळण इत्यादींचा समावेश होतो. या घटकांमधील गुंतवणूक प्रत्यक्ष उत्पादक गुंतवणुकीला चालना देते. प्रा. रोडान यांच्या मते, राष्ट्रीय आणि आंतरराष्ट्रीय पातळीवर औद्योगिकीकरण व विकासाला चालना देण्यासाठी पायाभूत सुविधांमधील गुंतवणुकीला महत्त्व देणे गरजेचे आहे. तसेच रेल्वे, रस्ते, कालवे, जलविद्युत प्रकल्प यांसारख्या प्रकल्पांच्या उभारणीला चालना दिली की त्यामुळे इतर आर्थिक क्रियांच्या विकासाला आपोआप गती मिळते. अपूर्ण वाहतूक सुविधा हा आर्थिक प्रगतीमधील एक महत्त्वाचा अडथळा आहे असे चीन आणि लॅटिन अमेरिकेच्या अभ्यासावरून दिसून येते. जर मूलभूत उद्योगाच्या विकासासाठी पुरेशा प्रमाणात भांडवली गुंतवणूक झाली तर सर्वसाधारण गुणक परिणाम घडून येईल आणि त्यामधून नैसर्गिकपणे औद्योगिकीकरणाला चालना मिळेल.

सन 1965 मध्ये आर्थिक विकासामधील सार्वजनिक गुंतवणुकीची भूमिका अभ्यासताना 'हॅन्सन' यांच्या मते, सार्वजनिक पायाभूत सुविधा – आर्थिक वरकड भांडवल (Economic Overhead Capital) आणि सामाजिक वरकड भांडवल (Social Overhead Capital) अशा दोन गटांत विभागणी केली आहे. आर्थिक वरकड भांडवल उत्पादक क्रियांना प्रत्यक्ष साहाय्य करतात तर सामाजिक वरकड भांडवलामुळे मानवी भांडवलामध्ये सुधारणा होते. यामध्ये शिक्षण, सार्वजनिक आरोग्य सुविधा, आग आणि पोलीस संरक्षण, वृद्धाश्रम यांसारख्या सुविधांचा समावेश होतो.

भांडवल संकलन, जमीन भौतिक साधने आणि मानवी संसाधने यांमधील गुंतवणुकीवर मायकेल टोडॅरो यांनी भर दिलेला आहे. कारण त्यामुळे प्रचलित उत्पन्नाचा काही भाग बचत केला व त्याची भविष्यकालीन उत्पादन वृद्धीसाठी गुंतवणूक झाली तर त्यापासून आर्थिक विकासाला चालना मिळते. कारण नवीन कारखाने, मशिनरी, यंत्रसामग्री यांच्या भौतिक साठ्यामध्ये वाढ होते आणि त्याच्या साहाय्याने उत्पादन पातळीत वाढ करणे शक्य होते. यांसारख्या प्रत्यक्ष उत्पादक गुंतवणुकीला सामाजिक-आर्थिक पायाभूत सुविधांमधील (उदा., रस्ते, वीज, पाणी, दळणवळण) गुंतवणुकीने साहाय्य केले तर त्यामुळे विविध आर्थिक क्रियांची जोडणी केली जाते आणि त्यांची गतीदेखील वाढते. उदाहरणार्थ, जर एखाद्या शेतकऱ्याने ट्रॅक्टरमध्ये गुंतवणूक केली तर त्यामुळे तो भाजीपाल्याचे अधिक उत्पादन करू शकतो. परंतु योग्य वाहतूक सुविधांच्या अभावी तो हे जास्तीचे उत्पादन बाजारपेठांपर्यंत पोहोचवू शकत नाही. त्यामुळे तो देशाच्या एकूण अन्न उत्पादनात कोणतीही भर टाकत नाही. यावरून असे दिसून येते की, अनेक विकास अर्थशास्त्रज्ञांच्या मते, अर्थव्यवस्थेच्या विकासामध्ये (Development Economist) पायाभूत सुविधा एक महत्त्वाचा घटक आहे.

जागतिक स्तरावर पायाभूत सुविधा आणि आर्थिक विकास यासंबंधी वेगवेगळ्या प्रदेशात आणि वेगवेगळ्या कालावधीत अनेक अभ्यास केले गेले आहेत. त्या प्रत्यक्ष पाहणी अहवालावरून असे दिसून येते की, पायाभूत सुविधा आर्थिक वृद्धी व विकासावर परिणाम करतात. सन 1970 मध्ये अमेरिकेत असे आढळून आले की, पायाभूत सुविधांमधील घटती गुंतवणूक व घटती उत्पादकता यामध्ये जवळचा संबंध असल्याचे आढळून आले. अनेक प्रकल्प अभ्यासगटांनी असे सुचविले आहे की, पायाभूत सुविधांची गुंतवणूक आर्थिक कामगिरीला चालना देते. म्हणून पायाभूत सुविधांमधील गुंतवणूक वाढविणे गरजेचे आहे.

तक्ता क्र. 4.1 मध्ये पायाभूत सुविधांमधील गुंतवणूक आणि उत्पादकता व वृद्धीवरील परिणाम यांमधील संबंध प्रत्यक्ष पाहणी अहवालाच्या आधारे दिला आहे.

तक्ता क्र. 4.1 : पायाभूत सुविधांमधील गुंतवणुकीचे उत्पादकता व वृद्धी यांवरील परिणामासंबंधी निष्कर्षांचे वितरण

अभ्यासक्षेत्र	एकूण अभ्यास	धन संबंधाची टक्केवारी	लक्षणीय परिणाम नसलेल्यांची टक्केवारी	ऋण संबंध असलेल्यांची टक्केवारी
इतर विविध देश	30	40	50	10
युनायटेट स्टेट्स	41	41	54	05
स्पेन	19	74	26	00
विकसनशील देश	12	100	00	00
एकूण / सरासरी	102	53	42	05

संदर्भ : de la fuente and Estache (2004)

तक्ता क्र. 4.1 वरून असे दिसून येते की, अमेरिकेमध्ये 41 प्रकल्पांचा अभ्यास केला असता 41 टक्के प्रकल्पामध्ये पायाभूत सुविधांमधील गुंतवणूक आणि उत्पादकता यामध्ये धन संबंध असल्याचे दिसून आले तर हेच प्रमाण स्पेन आणि विकसनशील देश यामध्ये अनुक्रमे 74 टक्के आणि 100 टक्के असल्याचे दिसून आले. जागतिक पातळीवर सर्व देशांचा एकत्रित विचार केला तर 53 टक्के प्रकल्पामध्ये पायाभूत सुविधा आणि उत्पादकता यांच्यामध्ये धन संबंध असल्याचे दिसते तर 42 टक्के प्रकल्पामध्ये पायाभूत सुविधांमधील उत्पादकता यामध्ये लक्षणीय संबंध नसल्याचे आढळून आले तर 5 टक्के प्रकल्पामध्ये ऋण संबंध असल्याचे दिसून आले.

पायाभूत सुविधा विकास आणि आर्थिक विकास यांमधील सहसंबंध
(Infrastructure Development and Economic Growth Linkages)

जलद शाश्वत आर्थिक वृद्धी गाठण्यासाठी पायाभूत सुविधांची पुरेशा प्रमाणातील उपलब्धता आणि त्यांची देखभाल आवश्यक आहे. देशात विकास आणि आधुनिकीकरणाला गती देण्यासाठी ऊर्जा, दूरसंचार आणि वाहतूक या पायाभूत सुविधांची नितांत गरज आहे. पायाभूत सुविधा आणि विकास यांमधील संबंध फक्त एकदाच असतो असे नाही तर त्यामधील संबंध ही सातत्यपूर्ण प्रक्रिया आहे. कारण पायाभूत सुविधांचा विकास झाला की त्यातून आर्थिक विकास होतो आणि आर्थिक विकासातून पुन्हा भावी पायाभूत सुविधांचा विकास होतो. ही प्रक्रिया अर्थव्यवस्थेत सतत चालू असते असे डॉ. व्ही. के. आर. व्ही. राव यांचे मत आहे.

पायाभूत सुविधा आणि आर्थिक विकास यांमधील संबंध विविधांगी व गुंतागुंतीचा आहे. कारण पायाभूत सुविधांमुळे उत्पादन आणि उपभोगावर प्रत्यक्षपणे परिणाम होतो असे नाही; परंतु त्याचे उत्पादन आणि उपभोगावर अनेक प्रकारे प्रत्यक्ष आणि अप्रत्यक्ष परिणाम होत असतात. पायाभूत सुविधांमध्ये प्रचंड प्रमाणावर गुंतवणूक होत असल्याने त्यामधून मोठ्या प्रमाणावर रोजगारनिर्मिती होते.

संपूर्ण जगाचा असा अनुभव आहे. पायाभूत सुविधांच्या साठ्यात वाढ झाली तर उत्पादन आणि लोकांच्या जीवनमानाचा दर्जा यात वाढ होते. म्हणजेच लोकांच्या जीवनमानाचा दर्जा आणि पायाभूत सुविधांमधील गुंतवणूक किंवा त्यांची उपलब्धता यामध्ये सरळ संबंध आहे. त्यामुळे विकसनशील देशामध्ये उत्पन्नामधील वृद्धीचा उच्च दर, उत्पादकतेतील वाढीसाठी वृद्धीचा आकृतिबंध बदलणे आणि दारिद्र्यरेषेखालील लोकांच्या उत्पन्नात वाढ करणे तसेच गरिबांसाठी आवश्यक सार्वजनिक सेवा उपलब्ध करून देणे या सर्व घटकांमध्ये एकवाक्यता निर्माण करण्याची गरज आहे.

कमी उत्पन्न हीच फक्त गरीब लोकांची समस्या असते असे नाही तर त्यांच्या आरोग्यासाठी, उत्पादकतेसाठी लागणाऱ्या आवश्यक सार्वजनिक सेवा या देखील पुरेशा प्रमाणात मिळत नाही. कारण या सेवा खाजगीरीत्या खरेदी करता येत नाहीत तर त्या सार्वजनिक कार्यक्रमामार्फतच पुरविल्या जातात. त्यामुळे दारिद्र्यनिर्मूलनाच्या व्यूहरचनेत हा देखील एक घटक विचारात घेतला जातो.

मानवी भांडवलातील आणि पायाभूत सुविधांमधील गुंतवणूक एकमेकांवर धन परिणाम करतात. म्हणजेच मानवी भांडवलातील गुंतवणुकीमुळे पायाभूत सुविधांमध्ये सुधारणा होते आणि पायाभूत सुविधांमधील गुंतवणुकीमुळे मानवी जीवनमानाचा दर्जा सुधारतो. पायाभूत सुविधांमधील गुंतवणूक पुढील मार्गाने आर्थिक वृद्धीस मदत करते.

(1) व्यवहारखर्चात घट होते आणि देशांतर्गत व देशाबाहेर व्यापार सुलभता निर्माण होते.

(2) व्यक्ती, उद्योगसंस्था, सरकार यांच्याकडून नवीन प्रकारच्या मागणी वेगवेगळ्या ठिकाणी निर्माण होतात.

(3) आदानाचा खर्च घटतो. यामुळे उद्योजकाची नफाक्षमता वाढते.

(4) सार्वजनिक विभागाकडून रोजगारनिर्मिती होते आणि त्यामुळे सामाजिक संरक्षण तर मिळतेच; परंतु त्याचबरोबर मंदीविरुद्ध उपाययोजना होते.

(5) मानवी भांडवलाच्या दर्जात सुधारणा होते. (शाळा व आरोग्यविषयक सुविधांमुळे)

(6) पर्यावरण स्थिती सुधारते.

(7) आरोग्यामध्ये सुधारणा होते. त्यामुळे दारिद्र्यातील लोकांचे दुष्टचक्र भेदले जाते.

आकृती क्र. 4.1 वरून पायाभूत सुविधा आर्थिक वृद्धीला कशी मदत करतात ते अधिक चांगल्या तऱ्हेने स्पष्ट करता येईल.

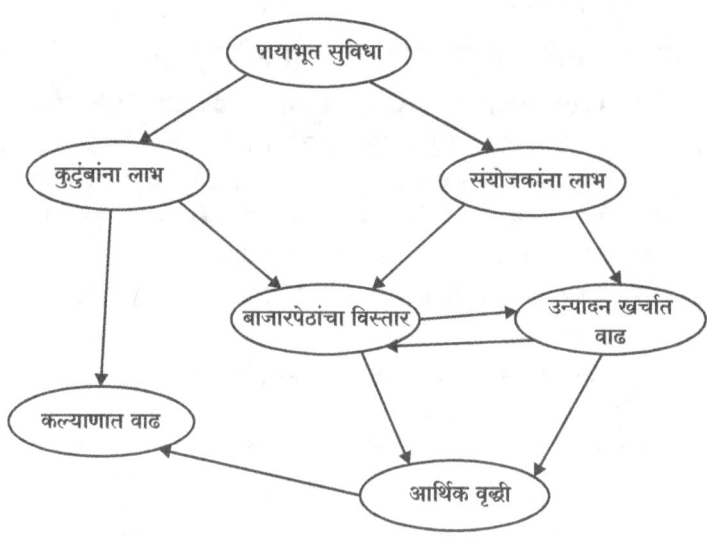

आकृती क्र. 4.1

संदर्भ : Prud'homme, 2004

4.2 स्वातंत्र्योत्तर काळातील भारतातील पायाभूत सुविधांचा विकास

INFRASTRUCTURAL DEVELOPMENT IN INDIA SINCE INDEPENDENCE

भारतीय नियोजनकारांना पायाभूत सुविधांचा विकास आणि सर्वसाधारण आर्थिक विकास यांमधील संबंधाची पूर्ण जाणीव होती. त्यामुळे नियोजनकाळात भारतात पायाभूत सुविधांचा विकास बऱ्यापैकी झाल्याचे दिसून येते; हे तक्ता क्र. 4.2 वरून दिसून येते.

पायाभूत सुविधा यामध्ये जलसिंचन, ऊर्जा, वाहतूक, दळणवळण, विज्ञान व तंत्रज्ञान आणि सामाजिक वरकड भांडवल यांचा प्रामुख्याने समावेश होतो.

तक्ता क्र. 4.2 : पायाभूत क्षेत्रातील कामगिरीची प्रवृत्ती

तपशील	1950 - 51	2011 - 12
(अ) ऊर्जा स्रोत		
1. कोळसा (दशलक्ष टन)	32	583.1
2. विद्युतनिर्मिती (बिलियन KWh)	5	876.9
3. पेट्रोलिअम - क्रूड ऑइल (दशलक्ष टन)	0.4	38.1
4. तयार पोलाद (दशलक्ष टन)	1.0	73.4
5. सिमेंट (दशलक्ष टन)	2.7	223.5
(ब) वाहतूक आणि दूरसंचार		
1. रेल्वे मालवाहतूक (दशलक्ष टन)	73	969
2. प्रमुख बंदरातील कार्गो वाहतूक (दशलक्ष टन)	19	560
3. दूरसंचार - एकूण पुरविलेली टेलिफोन सुविधा (दशलक्ष)	N. A.	951.4

संदर्भ : आर्थिक पाहणी, 2009

तक्ता क्र. 4.1 वरून असे दिसून येते की, सन 1950-51 ते 2011-12 या काळात कोळशाचे उत्पादन 32 दशलक्ष टनावरून 583.1 दशलक्ष टनापर्यंत वाढले. विद्युत उत्पादन 5 बिलियन KWh वरून 876 बिलियन KWh इतके झाले; तर कच्च्या तेलाचे उत्पादन 0.4 दशलक्ष टनावरून 38.1 दशलक्ष टनांपर्यंत वाढले. पक्क्या लोखंड-पोलादाचे उत्पादन 1 दशलक्ष टनावरून 73.4 दशलक्ष टन एवढे झाले.

रेल्वे मालवाहतूक 73 दशलक्ष टनावरून 969 दशलक्ष टनांपर्यंत वाढली. टेलिफोनची संख्या सन 1950-51 मध्ये अत्यंत नाममात्र होती. सन 2011-12 मध्ये भारतातील टेलिफोनधारकांची संख्या 951.4 दशलक्ष एवढी झाली आहे. याचे महत्त्वाचे कारण म्हणजे पायाभूत सुविधांच्या विकासामध्ये सरकारने जाणीवपूर्वक प्रचंड गुंतवणूक केली आहे.

ग्रामीण भागात जलसिंचन आणि विद्युतीकरणासाठी जाणीवपूर्वक प्रयत्न झालेले आहेत. त्यामुळे शहरी भागातच पायाभूत सुविधांचा विकास झाला असे नाही तर ग्रामीण भागातसुद्धा पायाभूत सुविधांचा विकास झाल्याचे पाहावयास मिळते.

भारतीय अर्थव्यवस्थेचे स्वरूप शेतीवर आधारित आहे हे बघता ही बाब महत्त्वाची आहे.

4.2.1 ऊर्जा (Energy)

ऊर्जेच्या वापरावरून अर्थव्यवस्थेच्या विकासाची पातळी ठरविता येते. भारतात दगडी कोळसा, नैसर्गिक वायू, विद्युत ही प्राथमिक ऊर्जासाधने मानली जातात.

तक्ता क्र. 4.3 मध्ये जगातील निवडक देशांमधील आणि भारतातील ऊर्जेचा दरडोई वापर दर्शविलेला आहे. त्यावरून जागतिक स्तरावरील भारताची ऊर्जा उपलब्धता व ऊर्जा वापराची स्थिती लक्षात येते.

तक्ता क्र. 4.3 : निवडक देशातील दरडोई उत्पन आणि दरडोई ऊर्जेचा वापर

देश	दरडोई उत्पन्न (डॉलरमध्ये) (सन : 2008 खरेदीशक्ती समता)	दरडोई ऊर्जेचा वापर (कि. ग्रॅ.)	देश	दरडोई उत्पन्न (डॉलरमध्ये) (सन : 2008 खरेदीशक्ती समता)	दरडोई ऊर्जेचा वापर (कि. ग्रॅ.)
भारत	2,930	529	जपान	35,190	4,019
चीन	6,010	1,484	अमेरिका	46,790	7,766
इंग्लंड	36,240	3,464			

संदर्भ : जागतिक विकास अहवाल, 2009-10

तक्ता क्र. 4.2 वरून असे लक्षात येते की, (सन 2008 च्या खरेदीशक्ती समतेनुसार अमेरिकन डॉलरमध्ये दरडोई उत्पन्न पातळी दर्शविले आहे तर दरडोई तेलाचा वापर दर्शविला आहे.) सन 2008 मध्ये भारताचे दरडोई उत्पन्न 2,930 डॉलर्स एवढे होते तर तेलाचा वापर 529 कि.ग्रॅ. एवढा होता. चीनचा विचार केल्यास चीनचे दरडोई उत्पन्न व दरडोई तेलाचा वापर अनुक्रमे 6,010 डॉलर्स व 1,484 कि.ग्रॅ. होता. याचा अर्थ, दरडोई उत्पन्न व तेलाचा वापर भारताच्या जवळपास दुप्पट आहे तर इंग्लंड, जपान, अमेरिका यांचा विचार केला तर वरील आकडेवारीवरून भारत किती मागे आहे हे लक्षात येते.

1. क्षेत्रनिहाय विजेचा वापर (Trends in Consumption of Commerical Energy)

शेती, उद्योगधंदे, वाहतूक आणि घरगुती वापर या वेगवेगळ्या क्षेत्रात ऊर्जेचा वापर केला जात असे. कोणत्या क्षेत्राला किती ऊर्जा उपलब्ध होते यावर विकासाची पातळी व स्वरूप अवलंबून असते.

तक्ता क्र. 4.4 मध्ये क्षेत्रनिहाय ऊर्जेच्या वापराची टक्केवारी दर्शविली आहे.

तक्ता क्र. 4.4 : क्षेत्रनिहाय ऊर्जेचा वापर (शेकडा प्रमाण)

क्षेत्र	1953-54	1970-71	2005-06	2009-10
1. घरगुती वापर	10	12	12	24.9
2. शेती	01	03	09	21.0
3. उद्योगधंदे	40	50	42	36.7
4. वाहतूक	44	28	22	15.2
5. इतर	05	07	15	2.2
एकूण	**100**	**100**	**100**	**100**

संदर्भ : भारतीय अर्थव्यवस्था, दत्त व सुंदरम.

सन 1953-54 मध्ये शेतीसाठी फक्त एक टक्का विजेचा वापर केला जात होता तर सन 2005-06 मध्ये ऊर्जेच्या वापरामध्ये 9 टक्क्यांपर्यंत वाढ झाली आहे. सन 2009-10 मध्ये शेतीसाठी ऊर्जेच्या वापराचे प्रमाण 21 टक्के होते. उद्योगधंद्यामधील ऊर्जेचा वापर 40 टक्क्यांवरून 42 टक्क्यांपर्यंत वाढ झाली तर वाहतूक क्षेत्रामधील ऊर्जेचा वापर 44 टक्क्यांवरून 22 टक्क्यांपर्यंत कमी झाला. याचे महत्त्वाचे कारण नवनवीन संशोधनामुळे वाहतूक व्यवस्थेत प्रगत तंत्रज्ञान, वाहतुकीच्या साधनांचा अधिक वापर केला जात आहे. वाहतुकीच्या साधनांमध्ये प्रचंड वाढ झालेली आहे. परंतु ही सर्व साधने ऊर्जेची बचत करणारी आहेत. सन 1953-54 मध्ये उद्योगधंद्यामधील ऊर्जेचा वापर 40 टक्के होता तर सन 2009-10 मध्ये 36.7 टक्के होता. ऊर्जेच्या घरगुती वापरात 10 टक्क्यांवरून 12 टक्के वाढ झालेली आहे. घरगुती विजेच्या वापराचे प्रमाण सन 2009-10 मध्ये 24.9 टक्के होते. त्याचे प्रमुख कारण म्हणजे घरगुती वापरात नवनवीन साधनांचा वापर केला जात आहे. त्याचप्रमाणे शहरी भागातील व ग्रामीण भागातील लोकांची राहणीमानाची पातळी व जीवनपद्धती यामध्ये मूलभूत स्वरूपाचा बदल झाला आहे.

व्यावसायिक ऊर्जा उत्पादनातील प्रवृत्ती : आर्थिक विकासातील ऊर्जा हे एक महत्त्वाचे आदान आहे. सन 1950-51 पासून भारतातील ऊर्जा उत्पादन व उपभोग यामध्ये सातत्याने वाढ झाल्याचे दिसून येते हे आपणास पुढील तक्ता क्र. 4.5 वरून स्पष्ट होईल.

तक्ता क्र. 4.5 : सन 1950-51 पासून व्यावसायिक ऊर्जेत झालेली वृद्धी

	1950-51	1970-71	2011-12
1. कोळसा (दशलक्ष टन)	33	76	583
2. क्रूड ऑइल (दशलक्ष टन)	03	7	38.1
3. वीज (प्रस्थापित क्षमता)	2.3	16.3	211.8
4. वीजनिर्मिती (बिलियन KWh)	7	61	876.9

संदर्भ : आर्थिक पाहणी, 2012-13

सन 1950-51 मध्ये भारतातील कोळशाचे उत्पादन 33 दशलक्ष टन एवढे होते; ते सन 2011-12 मध्ये 583.1 दशलक्ष टन एवढे झाले. कच्च्या तेलाचे उत्पादन 0.3 दशलक्ष टनावरून 38.1 दशलक्ष टनापर्यंत वाढते तर सन 1950-51 मध्ये विद्युतनिर्मितीची भारतातील प्रस्थापित उत्पादन क्षमता 2.3 हजार मेगावॅट एवढी होती; तर ती सन 2011-12 मध्ये 211.8 हजार मेगावॅट एवढी झाली. विद्युतनिर्मिती या कालावधीत 7 बिलियन KWh वरून 876.9 बिलियन KWh पर्यंत वाढली.

तक्ता क्र. 4.5 वरून ऊर्जेच्या उत्पादनात प्रचंड वाढ झालेली दिसत असली तरी भारतातील ऊर्जेची एकूण मागणी आणि एकूण पुरवठा यामध्ये आजही तफावत आहे. मागणीच्या तुलनेने ऊर्जा उत्पादन कमी होते. त्यामुळे भारतात ऊर्जा संकटाची स्थिती कायमच दिसून येते.

ऊर्जा संकट टाळण्यासाठी तेलाच्या उत्पादनात वाढ करण्यासाठी जाणीवपूर्वक प्रयत्न केले. त्याचबरोबर पेट्रोलिअम उत्पादनाच्या उपभोगावर काही नियंत्रणेदेखील सरकारने आणली आहेत. तेलाच्या वापराऐवजी कोळशाच्या वापरासाठी जाणीवपूर्वक प्रयत्न तसेच नवनवीन विद्युतनिर्मिती प्रकल्प (जलविद्युत आणि औष्णिक विद्युत प्रकल्प) सुरू केले जात आहेत तसेच नूतनीकरण, ऊर्जा स्रोत यांचाही शोध घेतला जात आहे.

पुढील तक्ता क्र. 4.6 वरून भारतातील विविध विद्युतप्रकल्पांची प्रस्थापित उत्पादन क्षमतेत झालेली वाढ दिसून येते.

तक्ता क्र. 4.6 : विद्युत प्रकल्पातील प्रस्थापित क्षमतेमधील वाढ

वर्ष	जलविद्युत	औष्णिक	अणुऊर्जा	एकूण
1950 - 51	0.6 (33)	1.1 (67)	–	1.7
1970 - 71	6.4 (43)	7.9 (59)	0.5 (2)	14.7
2000 - 01	25.1 (25)	73.6 (72)	2.9 (3)	101.6
2008 - 09	36.9 (25)	107.0 (72)	4.1 (3)	148.0 (100)
2009 - 10	36.9 (23.0)	118.0 (74.0)	4.5 (3.0)	159.4 (100)
2010 - 11	37.6	131.2	4.8	173.6
2011 - 12	38.9	132.0	4.8	173.6
30 एप्रिल, 2013	39.6	151.7	4.8	223.6

संदर्भ : आर्थिक पाहणी, 2011-12

सन 1950-51 मध्ये जलविद्युत निर्माण क्षमता फक्त 0.6 हजार मेगावॅट एवढी होती तर एप्रिल 2013 अखेर जलविद्युत निर्मिती क्षमता 39.6 हजार मेगावॅट एवढी झाली. औष्णिक विद्युतनिर्मिती क्षमता 1.1 हजार मेगावॅटवरून 151.7 हजार मेगावॅट इतकी झाली.

सन 1950-51 मध्ये भारतात अणुऊर्जेचे उत्पादन होत नव्हते. एप्रिल 2013 अखेर ते 4.8 हजार मेगावॅट एवढे झाले. अलीकडच्या काळात जलविद्युतपेक्षा औष्णिक ऊर्जेच्या वापराच्या प्रमाणात वाढ झाल्याचे दिसून येते.

2. भारतातील ऊर्जा टंचाई (Power Shortages in India)

नियोजनकाळात ऊर्जानिर्मितीसाठी सरकारने जाणीवपूर्वक प्रयत्न केले. ऊर्जानिर्मिती प्रकल्पाची प्रस्थापित ऊर्जानिर्मिती क्षमता वाढविली; परंतु प्रस्थापितनिर्मिती क्षमतेमध्ये जी वाढ करण्यात आलेली आहे त्यानुसार प्रत्यक्षात ऊर्जानिर्मिती करण्यामध्ये अपयश आले आहे. पुढील तक्ता क्र. 4.7 वरून ही बाब स्पष्ट होते.

प्रत्येक पंचवार्षिक योजनाकाळात ऊर्जानिर्मिती क्षमता वाढविण्याचे लक्ष्य व प्रत्यक्षातील ऊर्जानिर्मिती दर्शविली आहे.

तक्ता क्र. 4.7 : पंचवार्षिक योजनांमधील ऊर्जानिर्मिती लक्ष्ये आणि प्रत्यक्षातील ऊर्जानिर्मिती

पंचवार्षिक योजना	प्रस्थापित क्षमतेमधील वाढ		लक्ष्यप्राप्तीमधील अपयश (टक्केवारी)
	लक्ष्य (मेगावॅट)	प्रत्यक्षातील यश (मेगावॅट)	
पहिली पंचवार्षिक योजना	1,300	1,100	15
दुसरी पंचवार्षिक योजना	3,500	2,300	36
तिसरी पंचवार्षिक योजना	7,000	4,500	36
चौथी पंचवार्षिक योजना	9,300	4,600	50
सहावी पंचवार्षिक योजना	19,670	14,230	28
सातवी पंचवार्षिक योजना	22,250	21,500	04
आठवी पंचवार्षिक योजना	30,540	16,420	46
नववी पंचवार्षिक योजना	40,250	19,015	53
दहावी पंचवार्षिक योजना	41,110	23,250	40
अकरावी पंचवार्षिक योजना	78,000	54,964	70

संदर्भ : विविध पंचवार्षिक योजना

पहिल्या पंचवार्षिक योजनेत प्रस्थापित ऊर्जानिर्मिती क्षमतेत 1.300 मेगावॅट भर टाकण्याचे उद्दिष्ट होते. प्रत्यक्षात 1,100 मेगावॅट इतकीच ऊर्जानिर्मिती झाली. म्हणजेच लक्ष्य प्राप्त करण्यामध्ये 15 टक्क्यांनी अपयश आले. अशी परिस्थिती अकराव्या पंचवार्षिक योजनेपर्यंत असलेली दिसून येते. त्यामुळे अकराव्या पंचवार्षिक योजनेअखेर लक्ष्य प्राप्तीमध्ये 70 टक्क्याचा फरक असलेला दिसून येतो. यावरून भारतातील ऊर्जा टंचाई स्थिती लक्षात येते.

3. राज्य विद्युत मंडळे आणि ऊर्जा समस्या

भारतात ऊर्जास्रोतात गंभीर स्थिती निर्माण होण्यासाठी राज्य विद्युत महामंडळाची निकृष्ट कामगिरी हे महत्त्वाचे कारण समजले जाते. राज्य विद्युत महामंडळे ऊर्जानिर्मिती आणि वितरण करते तसेच ग्राहकांसाठी विजेच्या वापराचे दर निश्चित करून ग्राहकांकडून वसुली करते. आतापर्यंत राज्यात विद्युतनिर्मिती आणि वितरणामध्ये विद्युत बोर्डाची मक्तेदारी होती. बहुतेक सर्व राज्यांतील विद्युत मंडळांनी प्रस्थापित उत्पादन क्षमतेचा अत्यंत निकृष्ट वापर केला. तसेच विद्युतवहन आणि वितरण खर्चही अधिक असल्याने बहुतेक सर्व विद्युतमंडळे तोट्यात चालत असलेली दिसून येतात. सर्व विद्युतमंडळाचा एक महत्त्वाचा दोष म्हणजे त्यांना आर्थिक दृष्टिकोनातून विद्युत वापराचे दर ठरविता आले नाही. सन 1991-92 पासून विद्युतदरात अत्यंत नाममात्र वाढ झालेली आहे. त्यामधून या महामंडळांना आपले नियमित खर्चदेखील भागविता येत नाहीत. शेतीसाठी विद्युतवापराचे दर जवळपास शून्य आहे. राजकीय दडपणामुळे यामध्ये फारसा बदल झालेला नाही. शेती आणि घरगुती वापरासाठी सरकारी अनुदानाचा मोठ्या प्रमाणावर प्रभाव आहे. परंतु ही अनुदाने महामंडळांना मिळत नाहीत. त्यामुळे महामंडळाच्या तोट्यात सातत्याने वाढ झालेली दिसून येते.

पुढील तक्ता क्र. 4.8 वरून राज्य विद्युत मंडळाची आर्थिक स्थिती सरकारी अनुदानामुळे कशी डबघाईस आलेली आहे दिसून येते.

सन 1991-92 मध्ये विद्युत मंडळाचा व्यावसायिक तोटा 4,120 कोटी रुपयांचा होता; तो सन 2006-07 मध्ये 28,825 कोटी इतका झाला.

तक्ता क्र. 4.8 : राज्य विद्युत क्षेत्राची वित्तीय कामगिरी (कोटी ₹)

	1991 - 92	2006 - 07 (अंदाजे)
(अ) एकूण अर्थसाहाय्य		
1. विद्युत विक्रीसाठी		
(a) शेती	5,940	26,606
(b) घरगुती	1,310	13,172
(c) आंतरराज्य विक्री	200	276
एकूण अर्थसाहाय्य	7,450	40,054
2. राज्य सरकाराकडून मिळालेले अर्थसाहाय्य	2,050	13,752
3. निव्वळ अर्थसाहाय्य	5,400	26,302
4. इतर क्षेत्रांना केलेल्य विक्रीमधून मिळालेली जास्तीची प्राप्ती	2,170	5,276
5. भरून न निघालेले अनुदान	3,230	21,026
(ब) व्यापारी तोटा	4,120	28,825
(क) अतिरिक्त महसूल निर्मिती		
1. शेती व जलसिंचनासाठी प्रति युनिट (50 पैसे जास्त आकारणी केल्याने)	2,180	1,631

Source : Economic Survey, 2007-08; Page 214

4. ग्रामीण विद्युतीकरण (Rural Electrification)

लघुउद्योगाच्या विकासाला चालना देणे आणि संतुलित आर्थिक विकासासाठी ग्रामीण विद्युतीकरणाची नितांत गरज असते. कारण ऊर्जेच्या उपलब्धतेशिवाय ग्रामीण भागातील लघुउद्योग आणि शेतीचा विकास होणे अवघड आहे. म्हणून नियोजनकाळात ग्रामीण विद्युतीकरणावर सरकारने भर दिला आहे.

पुढील तक्ता क्र. 4.9 वरून भारतातील ग्रामीण विद्युतीकरणातील प्रगती स्पष्ट होते.

तक्ता क्र. 4.9 : ग्रामीण विद्युतीकरणाची प्रगती

वर्षे	विद्युतीकरण झालेल्या खेड्यांची संख्या (000)	नवीन बसविलेल्या विद्युत पंपाची संख्या (दशलक्ष)
1950 - 51	3	0.20
1960 - 61	22	0.19
1979 - 80	250	4
1984 - 85	370	6
2007 - 08	488	12
सप्टेंबर 2009	504	N. A.

संदर्भ : भारतीय नियोजन आयोग, दहावी पंचवार्षिक योजना (2002 - 2007); Vol. II

सन 1950-51 मध्ये भारतात फक्त तीन हजार खेड्यांमध्ये वीज पोहोचली होती तर सप्टेंबर 2009 पर्यंत 504 हजार खेड्यांपर्यंत वीज पोहोचली आहे. याचा अर्थ, ग्रामीण विद्युतीकरणामध्ये भारतीय लक्षणीय प्रगती झालेली दिसून येते.

4.2.2 वाहतूक व भारताचा आर्थिक विकास (Transport and Economic Development of India)

जर शेती आणि उद्योगाला अर्थव्यवस्थेची प्रमुख अंगे मानली तर वाहतूक व्यवस्था त्यामधील रक्तवाहिन्या आहेत. वाहतूक व्यवस्थेमुळे वस्तू व सेवांच्या बाजारपेठा कक्षा रुंदावतात. त्यामुळे उत्पादनाच्या प्रमाणात वाढ करावी लागते. त्यामुळे उत्पादकांना मोठ्या उत्पादन प्रमाणाचे फायदे मिळू लागतात. कच्चा माल, इंधन आणि यंत्रसामग्री यांचे एका ठिकाणाहून दुसऱ्या ठिकाणी स्थानांतर करणे नेहमीच गरजेचे असते. कोणत्याही वस्तू व सेवांच्या उत्पादनात विस्तार करावयाचा असेल तर वाहतूक व्यवस्थेच्या उपलब्धतेशिवाय ते अशक्य आहे. काही प्रदेशांमध्ये विविध प्रकारची नैसर्गिक संपत्ती मुबलक असूनही वाहतूक सुविधांच्या अभावामुळे या प्रदेशांचा विकास खुंटलेला दिसतो. म्हणून वाहतूक व्यवस्थेने विविध प्रदेश एकमेकांशी जोडण्याची गरज असते. वाहतूक व्यवस्थेच्या विस्तारामुळे औद्योगिकीकरणात प्रत्यक्षपणे चालना मिळते. त्यामुळे भारतासारख्या विकसनशील अर्थव्यवस्थेत वाहतूक व्यवस्थेच्या विकासाला मूलभूत महत्त्व आहे.

नियोजनकारांनी नियोजनकाळात वाहतूक व्यवस्थेच्या विकासासाठी अधिक प्राधान्य दिलेले आहे. त्यामुळे पहिल्या तीन पंचवार्षिक योजनांमध्ये 25 टक्क्यांपेक्षाही अधिक संसाधने वाहतूक क्षेत्राला उपलब्ध करून दिलेली आहेत. नंतरच्या पंचवार्षिक योजनांमध्ये वाहतूक क्षेत्रावरील संसाधनांची उपलब्धता उत्तरोत्तर घटलेली दिसून येते.

उदाहरणार्थ, आठव्या पंचवार्षिक योजनेतील एकूण खर्चामध्ये वाहतूक क्षेत्रावरील खर्चाचा वाटा फक्त 13 टक्के होता. याचा अर्थ, वाहतूक क्षेत्राचा पूर्ण विकास झाला; म्हणून त्यावरील खर्चात कपात केली असे नाही तर वित्तीय साधनांच्या उपलब्धतेवरील मर्यादा लक्षात घेऊन विकासामधील ऊर्जा आणि औद्योगिक क्षेत्राचे महत्त्व लक्षात घेऊन त्यावरील खर्चात वाढ करण्यात आली. म्हणून वाहतूक खर्चामध्ये घट करणे अनिवार्य होते.

पुढील तक्ता क्र. 4.10 वरून भारतातील वाहतूक व्यवस्थेची वृद्धी लक्षात येते.

तक्ता क्र. 4.10 : वाहतूक व्यवस्थेची प्रगती

तपशील	1950 - 51	1970 - 71	2005 - 06	2009 - 10	2011 - 12
1. रेल्वेमार्गाची लांबी (००० कि.मी.)	53,600	59,800	63,300	64,000	64,400
* मालवाहतूक (दशलक्ष टन)	93	196	680	888	975
2. रस्ते लांबी (००० कि.मी.)	400	915	2,713	4,582	4,610
* मालवाहतूक करणाऱ्या वाहनांची संख्या (०००)	82	343	4,782	6,432	7,064
3. जहाज वाहतूक (दशलक्ष टन) (आंतरराष्ट्रीय)	0.2	2.2	7.0	9.7	9.96
* देशांतर्गत वाहतक (दशलक्ष टन)	19	–	424	562.7	500.1
4. नागरी हवाई वाहतूक (प्रवाशी लाखात)	–	26	318	569	588

संदर्भ : भारतीय अर्थव्यवस्था, दत्त व सुंदरम्, 69th Ed., Page 137

तक्ता क्र. 4.9 मध्ये रेल्वे, रस्ते आणि जहाज वाहतूक तसेच विमान सेवा यांची वृद्धी कशी होत गेली हे दर्शविले आहे.

सन 1950-51 मध्ये भारतातील रेल्वेमार्गांची एकूण लांबी 53.600 हजार कि.मी. होती तर सन 2011-12 मध्ये रेल्वेमार्गांची एकूण लांबी 64.400 हजार कि.मी. झाली. मालवाहतूक याच काळात 93 मिलियन दशलक्ष टनांवरून 975 मिलियन टनांपर्यंत वाढली.

रस्त्यांची लांबी याच काळात 400 हजार किलोमीटरवरून 4.690 हजार कि.मी. इतकी झाली तर रस्त्यावरील वाहनांची संख्या 82 हजारवरून 7,.064 हजार इतकी झाली.

रस्ते आणि रेल्वे वाहतुकीबरोबरच जलवाहतूक आणि नागरी विमानसेवाही महत्त्वाची आहे. सन 1950-51 ते सन 2011-12 या काळात जहाज मालवाहतूक 0.2 मिलियन टनावरून 9.96 मिलियन टनापर्यंत वाढली तर सन 1970-71 मध्ये 26 लाख लोकांनी नागरी विमानसेवेचा लाभ घेतला तर हेच प्रमाण सन 2011-12 पर्यंत 588 लाखांपर्यंत पोहोचले.

भारतातील वाहतूक व्यवस्थेतील समस्या

सन 1950-51 पासून वाहतूक व्यवस्थेने लक्षणीय प्रगती केलेली असली तरी वाहतूक व्यवस्थेच्या विकासामध्ये अनेक अडथळे आणि मर्यादा आहेत. वाहतूक व्यवस्थेच्या झालेल्या अपूर्ण आणि असंतुलित विकासामुळे आर्थिक अभिवृद्धीमध्ये अडचणी निर्माण होतात आणि ग्रामीण व शहरी जीवनाचा दर्जा खालावतो.

भारताच्या वाहतूक व्यवस्थेच्या विकासात पुढील अडथळे आहेत :

1. **वाहतुकीमधील अडथळे** : भारतामध्ये वाहतूक व्यवस्थेची जितकी मागणी आहे त्या अनुषंगाने वाहतूक व्यवस्थेच्या सेवांचा पुरवठा फार मर्यादित आहे. रेल्वेच्या मालवाहतूक क्षमतेच्या मर्यादेमुळे कोळशासारख्या जड वस्तूंची वाहतूक रस्तेमार्गाने करावी लागते. त्यामुळे ती अधिक खर्चीक व गैरसोईची होते. त्यामधून अर्थव्यवस्थेच्या आर्थिक विकासात अडथळा निर्माण होतो.

वॅगन्सच्या गंभीर टंचाईमुळे औद्योगिक मालाच्या वाहतुकीवर प्रतिकूल परिणाम होतो. कोळशाच्या अपुऱ्या पुरवठ्यामुळे सिमेंट उद्योग, लोखंड व पोलाद उद्योग, रासायनिक खत कारखाने हे प्रकल्पदेखील अडचणीत आले आहेत.

सद्यःस्थितीत भारतात जवळपास 30 टक्के खेडी रस्तेमार्गांनी जोडली गेलेली नाहीत. रस्ते वाहतुकीवरदेखील ताण पडतो. तसेच रस्त्यांची स्थितीदेखील वाईट आहे. त्यामुळे मालवाहतुकीत विलंब होतो. इंधनाचे खर्च वाढतात.

2. **वाहतूक व्यवस्थेचे निकृष्ट नियोजन** : वाहतूक व्यवस्थेचे नियोजन करताना प्रदेशाची आर्थिक व भौगोलिक वैशिष्ट्ये या गोष्टीकडे लक्ष देणे गरजेचे आहे. उदाहरणार्थ, काही प्रमुख शहरांमध्ये आर्थिक क्रिया आणि लोकसंख्येचे केंद्रीकरण झालेले आहे. अशा ठिकाणी रस्ते व रेल्वे वाहतुकीवर ताण पडतो. त्यामुळे अशा प्रदेशात पर्यायी वाहतुकीच्या मार्गांचा विकास करणे फार गरजेचे आहे. परंतु भारतात अनेक ठिकाणी या बाबींवर फारसे लक्ष दिल्याचे आढळत नाही.

3. **रेल्वे व रस्ते वाहतुकीमधील असमन्वय** : रस्ते आणि रेल्वे वाहतूक ही भारतातील वाहतुकीची प्रमुख माध्यमे आहेत. यामध्ये भविष्यातही फारसा फरक पडणार नाही. भारतामध्ये या दोन साधनांमध्ये स्पर्धा असल्याचेही दिसून येते. त्यामुळे या दोन माध्यमांच्या विकासामध्ये समन्वय असणे गरजेचे आहे.

सन 1950-51 मध्ये 11 टक्के मालवाहतूक आणि 26 टक्के प्रवासी वाहतूक रस्तेमार्गांनी झालेली आहेत तर सन 2011-12 मध्ये हे प्रमाण अनुक्रमे 60 आणि 80 टक्के झाले. म्हणजेच रस्ते वाहतुकीचे महत्त्व वाढत आहे.

4. **जुनाट साधने आणि मालमत्ता** : भारतातील वाहतूक साधने आणि व्यवस्था खूपच जुनी झालेली आहे. उदाहरणार्थ, भारतीय रेल्वेचे 25 टक्के रेल्वेमार्ग आणि रेल्वे-वर्कशॉपमधील 80 टक्के यंत्रसामग्री जुनाट आहे व त्यांचे नूतनीकरण करणे गरजेचे आहे. राज्य परिवहन महामंडळाच्या 80 टक्के बसगाड्या तसेच जहाज कंपन्यांची 50 टक्के जहाजे आणि एक-तृतीयांश विमाने बदलण्याच्या स्थितीतील आहे. या सर्वांच्या नूतनीकरणासाठी प्रचंड निधीची गरज आहे. परंतु तो निधी आज सहजासहजी उपलब्ध होणे अवघड आहे.

5. **तंत्रज्ञानातील मागासलेपणा** : भारताच्या वाहतूक व्यवस्थेच्या सर्वच पातळ्यांवर इतर विकसित देशांच्या तुलनेने खूपच तांत्रिक मागासलेपणा आहे. त्यामध्ये सुधारणा होण्याची गरज आहे.

1. भारतीय रेल्वेची प्रगती (Progress of Indian Railway)

सन 1853 मध्ये मुंबई ते ठाणे अशा 22 मैलांच्या प्रवासाने भारतीय रेल्वेची सुरुवात झाली. सन 1900 पर्यंत भारतातील रेल्वेमार्गाची लांबी 25,000 मैलांपर्यंत वाढली; परंतु पुढील पन्नास वर्षांत रेल्वेमार्गांच्या विकासात मंद गती आली. त्यामुळे सन 1950 अखेर भारतातील रेल्वेमार्गांची एकूण लांबी 34,000 मैल इतकी झाली.

सुरुवातीला खाजगी रेल्वे कंपन्यांमार्फत रेल्वे वाहतूक केली जात होती. सन 1925 मध्ये सरकारने पहिली रेल्वे कंपनी ताब्यात घेतली आणि सन 1950 पर्यंत जवळपास सर्व कंपन्या भारत सरकारने ताब्यात घेतल्या.

भारतीय रेल्वे हा भारतातील सार्वजनिक क्षेत्रातील एक प्रमुख प्रकल्प आहे आणि जगातील सर्वाधिक मोठा 58,000 कोटी रुपयांची गुंतवणूक असलेला 63,000 कि.मी. लांबी असलेला जवळपास 8,000 रेल्वे-इंजिन्स असलेला, 42,000 प्रवासी कोच, 2 लाख 22 हजार वॅगन्स आणि 16 लाख कर्मचारी असलेला जगातील सर्वांत मोठा प्रकल्प आहे.

नियोजनकाळातील रेल्वेची प्रगती : पुढील तक्ता क्र. 4.11 वरून भारतीय रेल्वेच्या नियोजनकाळातील वृद्धीची प्रवृत्ती लक्षात येते. सन 1950-51 ते 2011-12 या काळात रेल्वेमार्गांची लांबी 20.5 टक्क्यांनी वाढली तर मालवाहतुकीत 948 टक्क्यांनी वाढ झाली तर प्रवासी वाहतूक 537 टक्क्यांनी वाढली.

वाफेच्या इंजिन्सची संख्या 8,120 वरून 45 इतकी कमी झाली तर डिझेल्स व इलेक्ट्रिक इंजिन्सची संख्या 90 वरून 9,549 इतकी झाली.

तक्ता क्र. 4.11 : सन 1950-51 पासून रेल्वेची प्रगती

तपशील	1950 - 51	1970 - 71	2009 - 10	2011 - 12
1. रेल्वेमार्गांची लांबी (कि.मी.)	53,600	59,800	63,974	64,600
पैकी विद्युतीकरण झालेले (कि.मी.)	390	3,700	18,927	20,275
2. प्रवाशी (दशलक्ष)	1.290	2.430	7.246	8.224
3. मालवाहतूक (दशलक्ष टन)	93	197	888	975
4. रेल्वे इंजिन्स	8,210	11,160	8,889	9,549
पैकी डिझेल्स इंजिन्स	17	1,170	5,022	5,197
विद्युत इंजिन्स	72	600	3,825	4,309
5. प्रवाशी बोग्यांची संख्या	19,630	35,150	57,535	61,047
6. वॅगन्सची संख्या (000)	206	384	–	239

संदर्भ : रेल्वे मंत्रालय, 2013-14

रेल्वेची सामाजिक जबाबदारी (Social Responsibilities of Railways) : रेल्वे ही सामाजिक उपयोगितेची सेवा आहे. त्यामुळे रेल्वेला सामाजिक जबाबदारीचे ओझे स्वीकारावे लागते. अन्नधान्य, कोळसा, फळे, भाजीपाला, मीठ, अनेक पशुखाद्य यांसारख्या वस्तूंची वाहतूक सवलतीच्या दरात करावी लागते. तसेच विद्यार्थ्यांना सवलतीच्या दराने शैक्षणिक कामासाठी जाण्या–येण्यासाठी पासेस द्यावे लागतात.

पुढील तक्ता क्र. 4.12 मध्ये सन 1971 ते 2012-13 या कालावधीत रेल्वेने वरील कामासाठी सवलतीच्या स्वरूपात जो तोटा स्वीकारला आहे तो तक्ता क्र. 4.12 मध्ये दर्शविला आहे.

तक्ता क्र. 4.12 : भारतीय रेल्वेवरील सामाजिक बोजा (कोटी ₹)

तपशील	1970-71	1980-81	2005-06	2012-13
1. प्रवासी शैक्षणिक सवलतीमुळे येणारा तोटा	70	250	8,490	25,803
2. कमी दरातील मालवाहतुकीमुळे येणारा तोटा	50	100	60	38
एकूण	120	300	8,550	25,841

संदर्भ : रेल्वे मंत्रालय, 2013-14

सन 1970-71 मध्ये शैक्षणिक सुविधांसाठी रेल्वेने 70 कोटी रुपयांचा तोटा स्वीकारला तर हाच तोटा सन 2012-13 मध्ये 25,803 कोटी झाला. सवलतीच्या दराने मालवाहतुकीसाठी सन 1970-71 मध्ये रेल्वेचा तोटा 50 कोटी रुपयांचा होता; तो सन 1980-81 मध्ये 100 कोटी रुपयांचा झाला. नंतरच्या वर्षात म्हणजे सन 2005-06 आणि सन 2012-13 मध्ये अनुक्रमे 60 कोटी व 38 कोटी असा झाला.

2. भारतातील रस्ते आणि रस्ते वाहतूक पद्धती (Road and Road Transport in India)

रस्ते वाहतुकीचे महत्त्व : रेल्वेच्या तुलनेने रस्ते वाहतुकीमधून निश्चितपणे मिळणारे वेगळे फायदे पुढीलप्रमाणे सांगता येतील :

(1) जागतिक स्तरावर रस्ते वाहतुकीमधून राष्ट्रीय उत्पन्नामध्ये जेवढे योगदान झालेले आहे तेवढे भारताच्या राष्ट्रीय उत्पन्नात रस्ते वाहतुकीतून झालेले नाही. त्याशिवाय रस्तेबांधणी आणि रस्त्यांची देखभाल यातून मोठ्या प्रमाणावर रोजगारनिर्मिती होऊ शकते. तसेच भारतात बराचसा प्रदेश असा आहे की, तेथे रस्त्यांशिवाय वाहतुकीच्या इतर सुविधा मिळू शकत नाही.

(2) रस्ते वाहतूक तुलनेने अधिक जलद, अधिक सोईची व अधिक लवचीक सुविधा आहे. जवळच्या प्रवासासाठी आणि मालवाहतुकीसाठी रस्ते वाहतूक अधिक सोईस्कर असते. रस्ते वाहतुकीच्या साहाय्याने कोणत्याही कानाकोपऱ्यातून प्रवासी आणि वस्तूंची वाहतूक करता येते. रेल्वेमार्ग निश्चित असतात. त्यांच्यामध्ये सहजासहजी बदल करता येत नाही.

(3) भारत हा खेड्यांचा देश आहे आणि ही खेडी रस्त्याने जोडली जाऊ शकतात. रस्ते वाहतूक रेल्वेला पूरक आहे; कारण रेल्वे स्टेशनच्या परिसरातील प्रवासी आणि वस्तू वाहून आणण्याचे काम रस्ते वाहतुकीनेच शक्य आहे. त्यामुळे रस्त्यांचा विकास झाला तरच रेल्वेचा व्यवसाय वाढण्यास मदत होईल.

(4) शेतकऱ्यांसाठी रस्ते वाहतूक अधिक फायदेशीर आहे. शेतकऱ्यांची अनेक नाशंवत शेती उत्पादने बाजारपेठेपर्यंत पोहोचविण्यासाठी रस्ते वाहतुकीचाच उपयोग होऊ शकतो. रस्त्यांच्या विकासामधूनच शेतकऱ्यांना त्यांच्या शेतीमालासाठी खात्रीशीर बाजारपेठ मिळते. रस्ते वाहतुकीमुळेच खेड्यांचा संबंध शहरांशी येतो. त्यामुळे शहरांमधील नवनवीन कल्पना खेड्यापर्यंत पोहोचण्यासाठी रस्ते वाहतूकच मदत करतो.

(5) देशाच्या संरक्षणाच्या दृष्टीनेही रस्ते वाहतूक महत्त्वाची आहे. देशाच्या अंतर्गत भागात सैनिकाच्या हालचाली जलद होण्यासाठी रस्ते वाहतूक महत्त्वाची आहे.

नियोजनकाळातील रस्तेबांधणी : पूर्वी विविध कारणांनी रस्ते विकासाकडे दुर्लक्ष झाले होते. विकासामध्ये रस्त्यांचे महत्त्व सरकारने फारसे लक्षात घेतले नाही व दुसरे महत्त्वाचे कारण म्हणजे रस्तेबांधणी आणि त्यांच्या देखभालीसाठी येणारा प्रचंड खर्च करण्याची सरकारची तयारी नव्हती किंवा सरकारची तशी आर्थिक स्थिती नव्हती.

नियोजनकाळात रस्त्यांचा विकास कसा झाला आहे हे पुढील तक्ता क्र. 4.13 वरून दिसून येईल.

तक्ता क्र. 4.13 : रस्तेबांधणीमधील प्रगती (000 किलोमीटर्स)

वर्ष	रस्त्यांची लांबी	राष्ट्रीय महामार्गांची लांबी	राज्य महामार्गांची लांबी	भूपृष्ठावरील एकूण वाहतूक मार्गांशी प्रमाण
1951	400	22.2	N.A.	39.25
1961	524	23.8	N.A.	50.1
1971	915	24	56.8	43.5
1981	1,485.4	31.7	94.4	46
1991	1,998.2	33.7	127.3	51.3
2000	3,325.8	52	132.8	47.32
2001	3,373.5	57.7	132.1	47.48
2002	3,426.6	58.1	137.7	48.49
2003	3,528.7	58.1	134.8	48.21
2004	3,621.5	65.6	133.2	48.62
2005	3,929.4	65.6	144.4	46.99
2006	4,003.9	66.6	148.1	47.72
2007	4,140.5	66.6	152.8	48.24
2008	4,236.4	66.8	154.5	49.34
2011	4,690	70.9	163.9	49.9

संदर्भ : (i) आर्थिक पाहणी, 2009-10 ; (ii) CSO पायाभूत सुविधा सांख्यिकी, 2013

सन 1951-52 मध्ये पहिल्या पंचवार्षिक योजनेचा प्रारंभ झाला. सन 1951 मध्ये पक्क्या रस्त्यांची लांबी 1.60,000 कि.मी. होती तर कच्च्या रस्त्यांची लांबी 2.40,000 कि.मी. होती. सन 1959 मध्ये हैदराबाद योजना स्वीकारण्यात आली. त्यामध्ये पुढील वीस वर्षांचा रस्ते विकासाचा कार्यक्रम केलेला होता. त्यानुसार पक्क्या रस्त्यांची लांबी 4.03,3000 आणि कच्च्या रस्त्यांची लांबी 6.48,000 कि.मी. करण्याचे निश्चित केले होते.

तिसऱ्या पंचवार्षिक योजनेमध्ये रस्ते विकास कार्यक्रमासाठी 830 कोटी रुपयांची तरतूद केली होती. पुढील तीन योजनांमध्ये रस्ते विकासासाठी नियोजन आयोगाने 8,600 कोटी रुपयांची तरतूद केलेली आहे. सातव्या योजनेत 5,200 कोटी रुपयांची तरतूद केली होती; परंतु प्रत्यक्षात 6,300 कोटी ₹ खर्च झाले.

सन 1951 ते 2011 या कालावधीत भारतातील रस्त्यांची लांबी 4 लाख कि.मी. वरून 46.9 कि.मी. पर्यंत वाढली. त्यापैकी 59 टक्के रस्ते हे पक्के रस्ते होते. भारतातील रस्ते राष्ट्रीय महामार्ग आणि राज्य महामार्ग या दोन गटांत वर्गीकृत केली जातात.

सन 1951 मध्ये राष्ट्रीय महामार्गांची लांबी 22,000 कि.मी. होती तर सन 2011 मध्ये राष्ट्रीय महामार्गांची लांबी 71,000 कि.मी. पर्यंत पोहोचली.

सन 1971 मध्ये राष्ट्रीय महामार्गाची लांबी 56.8 हजार कि.मी. होती तर सन 2011 मध्ये राज्य महामार्गाची लांबी 1,63,900 कि.मी. एवढी होती. भारतातील पन्नास टक्के रस्ते पक्के आहेत.

3. भारतातील जलवाहतूक (Water Transport in India)

भारतात अंतर्गत जलवाहतूक किंवा नदी जलवाहतूक आणि समुद्री जलवाहतूक असे जलवाहतुकीचे दोन प्रकारे केले जातात.

1. **अंतर्गत जलवाहतूक** *(Inland Water Transport)* : विविध नद्या, कालवे आणि खाड्यांमधून ही जलवाहूक होते. ऊर्जेच्या वापराच्या दृष्टिकोनातून अंतर्गत जलवाहतूक सेवा ही सर्वाधिक कमी खर्चीक वाहतूक सेवा आहे. इतर वाहतूक साधनासाठी जसा मूलभूत खर्च करावा लागतो तसा या वाहतुकीसाठी करावा लागत नाही. जलवाहतूक श्रमसघन सेवा आहे. त्यामुळे रोजगारनिर्मितीच्या दृष्टीनेही ही सेवा अधिक महत्त्वाची आहे. वाहतुकीसाठी पुरेसे पाणी उपलब्ध असणे हीच मुख्य अट आहे.

काही वर्षांपूर्वी नदी आणि कालव्यांमार्फत होणारी जलवाहतूक सर्वाधिक महत्त्वाची होती. परंतु विसाव्या शतकाच्या मध्यंतरी रेल्वे वाहतुकीस देण्यात आलेल्या महत्त्वामुळे आणि नदीचे पाणी जलसिंचनासाठी वापर करण्याच्या धोरणामुळे जलवाहतुकीकडे दुर्लक्ष झाले. मालवाहतुकीमध्ये अंतर्गत जलवाहतुकीला फारसे महत्त्व नाही. भारतामध्ये 550 दशलक्ष टन मालवाहतूक होते. त्यापैकी फक्त 17 दशलक्ष टन म्हणजे 0.15 टक्के मालवाहतूक अंतर्गत जलमार्गाने झालेली आहे.

आसाम, पश्चिम बंगाल आणि बिहारमध्ये अंतर्गत जलवाहतूक महत्त्वाची आहे. आसाम आणि कोलकता या दरम्यान 25 लाख टनांची वाहतूक होते. त्यापैकी 50 टक्के वाहतूक अंतर्गत जलवाहतुकीच्या मार्गाने होते. केरळ, ओडिशा, आंध्र प्रदेश व तमिळनाडू या राज्यांमध्येही जलवाहतुकीचे महत्त्व आहे.

भारतात अंतर्गत जलमार्गांची लांबी 14,500 कि.मी. आहे. त्यापैकी 5,200 कि.मी. मुख्य नद्यांमधून आणि 485 कि.मी. कालव्यांमधून होते. हे मार्ग यांत्रिक जहाजासाठी उपयुक्त आहेत.

भारतामध्ये जलवाहतूक विकासाची क्षमता असूनही पुढील कारणांमुळे त्या क्षमतांचा वापर होऊ शकला नाही.

(1) उन्हाळ्यामध्ये कालव्यांमधील पाण्याची खोली व रुंदी कमी होते.

(2) जहाजांच्या आधुनिकीकरणासाठी फारसे प्रयत्न झाले नाहीत. बरीचशी जहाजे जुनी झालेली आहेत.

(3) जलवाहतुकीसाठी लागणाऱ्या विविध सेवांच्या उपलब्धता व विकासामध्ये एकवाक्यता नाही.

- सन 1951 मध्ये भारतीय जहाजांची वाहतूक क्षमता 3.9 लाख टन एवढी होती; ती जून 2012 अखेर 110 लाख टन इतकी झाली. त्यानुसार भारताच्या अंतर्गत जलवाहतुकीमध्ये जगात सोळावा नंबर लागतो.
- बाराव्या योजनेच्या शेवटी जहाजांची वाहतूक क्षमता 124 लाख टन करण्याचे उद्दिष्ट आहे. भारताच्या एकूण विदेशी व्यापाराच्या वाहतुकीमध्ये 70 टक्के वाहतूक समुद्रामार्गे होते.

- पाचव्या पंचवार्षिक योजनेमध्ये जहाज विकास निधी समितीला 243 कोटी ₹ देण्याची व्यवस्था केली होती. त्यानुसार जहाज कंपन्यांची वाहतूक क्षमता 65 लाख टनांनी वाढेल अशी अपेक्षा होती. परंतु हे उद्दिष्ट पूर्ण होऊ शकले नाही.

- सहाव्या पंचवार्षिक योजनेत जलवाहतूक क्षमता 20 लाख टनांनी वाढविण्याचे उद्दिष्ट ठेवले होते. त्यासाठी 720 कोटी रुपयांची तरतूद केली होती. परंतु हेही उद्दिष्ट पूर्ण होऊ शकले नाही.

- सातव्या पंचवार्षिक योजनेत 693.42 कोटी ₹ खर्च करण्याचे उद्दिष्ट होते; परंतु प्रत्यक्षातील खर्च 670 कोटी ₹ झाला.

- आठव्या पंचवार्षिक योजनेत जलवाहतुकीसाठी 3,400 कोटी ₹ खर्चाची तरतूद केली होती; परंतु प्रत्यक्षातील खर्च 2,763 कोटी ₹ झाला.

- नवव्या पंचवार्षिक योजनेत जलवाहतूक क्षमता 90 लाख टन प्राप्त करण्याचे उद्दिष्ट होते; परंतु प्रत्यक्षात ही क्षमता 69.10 लाख टन एवढी झाली.

- दहाव्या पंचवार्षिक योजनेत जहाजांची संख्या 560 वरून 787 झाली तर वाहतूक क्षमता 68.2 लाख टनांवरून 86 लाख टनांपर्यंत वाढली.

- अकराव्या पंचवार्षिक योजनेत एक कोटी टन वृद्धीचे उद्दिष्ट ठेवले होते. या योजनाकाळात जहाजराणी क्षेत्रात 15,026 कोटी ₹ खर्च करण्याचे उद्दिष्ट ठेवले होते; परंतु प्रत्यक्षातील खर्च 9,788 कोटी ₹ होता.

2. **समुद्री जलवाहतूक** (*Sealant Water Transport*) : समुद्री जलवाहतुकीच्या दृष्टीने बंदरांना विशेष महत्त्व आहे. सध्या भारतात बारा मोठी आणि दोनशे लहान बंदरे आहेत. विविध योजनाकाळात जुन्या बंदरांचा विकास आणि नवीन बंदरांची निर्मितीसाठी वेगवेगळ्या योजना आखल्या आणि त्या पूर्णदेखील केल्या. देशामध्ये मोठ्या बंदरांचा विकास करण्याची जबाबदारी केंद्र सरकारकडे आहे तर लहान बंदरांचा विकास करण्याची जबाबदारी राज्य सरकारवर टाकली आहे. त्यासाठी केंद्र सरकार व राज्य सरकार यांना कर्जदेखील देते. 31 मार्च, 2011 अखेर मोठ्या बंदरात माल चढविणे आणि उतरविण्याची क्षमता 67.01 कोटी टन एवढी होती. सन 2010-11 मध्ये या बंदराकडून 57.01 कोटी टन मालाची चढ-उतार करण्यात आली. सन 2011-12 मध्ये या बंदरामधून 56.01 कोटी टन मालाची चढ-उतार करण्यात आली.

अलीकडील काळात जलद आर्थिक विकासामुळे सन 2002-03 पासून बंदरामधील मालाच्या ये-जा करण्यात दरवर्षी 11 टक्के वाढ झाली आहे. त्यामुळे भारतीय बंदरावरील मालवाहतुकीचा ताण बराच वाढला आहे.

4. भारतातील हवाई वाहतूक (Air Transport in India)

हवाई वाहतुकीचे आर्थिक विकासात विशेष महत्त्व आहे. हवाई वाहतुकीचा वेग, विशिष्ट अंतर कापण्यातील वेळेची बचत याबाबत भूपृष्ठ वाहतुकीच्या कोणत्याही साधनाबरोबर तुलना करणे शक्य होत नाही. अर्थव्यवस्थेतील दुर्मीळ संसाधनांच्या वापराच्या बाबतीत - उदाहरणार्थ, तंत्रज्ञान, व्यवस्थापकीय व प्रशासकीय कौशल्याच्या वापरामध्ये हवाई वाहतुकीत खूप महत्त्व होते. सन 1950 मध्ये राजाध्यक्ष यांच्या अध्यक्षतेखाली हवाई वाहतूक चौकशी समितीची स्थापना करण्यात आली. समितीने विमान कंपन्यांमधील स्पर्धा कमी करण्यासाठी विमान कंपन्यांचे चार विमान कंपन्यांमध्ये एकत्रीकरण करण्याची सूचना केली. परंतु खाजगी कंपन्यांनी ऐच्छिकपणे एकत्रीकरण नाकारले. त्यामुळे सरकारला पुढील तीन कारणांमुळे हवाई वाहतुकीचे राष्ट्रीयीकरण करावे लागले.

(1) राष्ट्रीयीकरणामुळे कार्यात्मक कार्यक्षमतेमध्ये वाढ होते.

(2) हवाई वाहतुकीच्या संघटनेमध्ये सुधारणा होते. त्यामुळे सरकारला प्रशिक्षित तंत्रज्ञ आणि पायलट उपलब्ध होतात. राष्ट्रीयीकरणामुळे विमानसेवांचे दुहेरीकरण टाळले जाईल. त्यामुळे उड्डाणाचे तास आणि वाहतुकीचा खर्च व तोटा यामध्ये घट होईल.

सन 1953 मध्ये सरकारने 'हवाई वाहतूक महामंडळ कायदा' पास केला. त्यानुसार भारतीय एअरलाइन्स कॉर्पोरेशनने अंतर्गत हवाई वाहतूक करावी आणि एअर इंडिया इंटरनॅशनलने बाह्य प्रवासी वाहतुकीची सेवा द्यावी असे ठरले. राष्ट्रीयीकरणामुळे सर्व दृष्टीने हवाई वाहतुकीत सुधारणा झाली. अंतर्गत व बाह्य हवाई वाहतुकीसाठी नवीन विमानतळे बांधण्यात आली.

विमानतळे *(Airports)* : भारतात वेगवेगळ्या हवाई वाहतूक सेवा देण्यासाठी अनेक संस्था सहभागी झाल्या आहेत. एअर इंडिया, इंडियन एअरलाइन्स, वायुदूत हवाई सेवा पुरवितात. भारतीय व आंतरराष्ट्रीय विमानतळ प्राधिकरण आणि डायरेक्टर जनरल ऑफ सिव्हिल एव्हिएशन पायाभूत सुविधा पुरविते. भारतीय व आंतरराष्ट्रीय विमानतळ प्राधिकरण चार आंतरराष्ट्रीय विमानतळांच्या विकासाकडे लक्ष देते.

अलीकडच्या काळात आर्थिक प्रक्रियांच्या वाढीमुळे हवाई वाहतुकीमध्ये वेगाने वृद्धी झाली आहे. हवाई वाहतुकीमध्ये दरवर्षी 18 टक्के दराने वृद्धी व्हावी अशी नियोजन मंडळाची अपेक्षा होती; परंतु दहाव्या पंचवार्षिक योजनेमध्ये हा दर 24 ते 28 टक्के होता. त्यामुळे विमान कंपन्यांना पायाभूत सुविधांची टंचाई भेडसावते. अकराव्या पंचवार्षिक योजनेत हवाई वाहतुकीसाठी लागणाऱ्या पायाभूत सुविधांच्या विकासासाठी विशेष लक्ष दिले आहे.

दिल्ली आणि मुंबई विमानतळाच्या आधुनिकीकरणासाठी दोन संयुक्त योजना राबविल्या. त्यानुसार दिल्ली व मुंबई विमानतळाच्या आधुनिकीकरणासाठी अनुक्रमे 7,960 कोटी ₹ आणि 6,130 कोटी ₹ खर्च अपेक्षित होता. चेन्नई विमानतळाचे आधुनिकीकरणाचे लक्ष्यही सरकारने स्वीकारले आहे. बेंगळुरू आणि हैदराबाद विमानतळाच्या आंतरराष्ट्रीय प्रमाणकांच्या आधारे आधुनिकीकरणाला सुरुवातदेखील झाली आहे.

भारत सरकारने हवाई वाहतुकीच्या विकासासाठी केलेल्या जाणीवपूर्वक प्रयत्नामुळे हवाई वाहतुकीत लक्षणीय प्रगती झालेली आहे, ती पुढील तक्ता क्र. 4.14 वरून दिसून येते.

तक्ता क्र. 4.14 : भारतातील नागरी हवाई वाहतुकीची वृद्धी

तपशील	2000 - 01	2010 - 11
(अ) अंतर्गत सेवा		
1. तास उड्डाणे (000 तास)	250	893
2. प्रवासी वाहतूक (दशलक्ष कि.मी.)	12.283	52.707
3. प्रवाशांची संख्या (000)	13,962	58,843
4. प्रवासी वाहतूक (प्रमाण घटक)	61.7	75
5. मालवाहतूक (दशलक्ष टन)	209	384
(ब) आंतरराष्ट्रीय सेवा		
1. तास उड्डाणे (000 तास)	98	462
2. मालवाहतूक (दशलक्ष कि.मी.)	1,222	6,006
3. प्रवाशांची संख्या (000)	3,828	26.319
4. मालवाहतूक (दशलक्ष टन)	102	263

संदर्भ : डायरेक्टर जनरल, नागरी विमान प्रवासी वाहतूक मंत्रालय, 2013

सन 2000-01 मध्ये अंतर्गत हवाई वाहतुकीची 250 हजार तास उड्डाणे झाली तर सन 2010-11 मध्ये 893 हजार तास उड्डाणे झाली. सन 2000-01 मध्ये 13,992 हजार प्रवाशांची वाहतूक झाली तर सन 2010-11 मध्ये 58,843 हजार प्रवाशांची वाहतूक झाली.

आंतरराष्ट्रीय हवाई वाहतुकीची सन 2000-01 मध्ये 98 हजार तासांची उड्डाणे झाली तर सन 2010-11 मध्ये 462 हजार हवाई तासांची उड्डाणे झाली तर या दोन वर्षांतील प्रवाशांची वाहतूक अनुक्रमे 3,828 हजार व 26,319 हजार प्रवासी वाहतूक झाली. यावरून हवाई वाहतुकीमध्ये लक्षणीय गतीने प्रगती झाल्याचे दिसते.

4.2.3 दूरसंचार (Telecommunication)

आंतरराष्ट्रीय बाजारपेठेत भारताला मिळालेल्या यशामध्ये आणि जागतिक स्पर्धेमध्ये दूरसंचार सेवेचे विशेष महत्त्व आहे. भारताच्या प्रत्येक कानाकोपऱ्यात दूरसंचारमुळे संदेशवहन सेवा उपलब्ध झाली आहे. एवढ्यापुरतेच संदेशवहनाचे महत्त्व आहे असे नाही तर भारतीय अर्थव्यवस्थेची जागतिक स्तरावर स्पर्धा क्षमता वाढविण्यामध्ये आणि दूरसंचार क्षेत्रात परकीय गुंतवणुकीला आकर्षित करण्याच्या दृष्टिकोनातून दूरसंचार क्षेत्राचे विशेष महत्त्व आहे.

सन 1995 नंतर दूरसंचार क्षेत्रात प्रचंड वेगाने वृद्धी झालेली आहे. सार्वजनिक क्षेत्रातील (BSNL अणि MTNL) दूरसंचार सेवेचे जाळे आशिया खंडात सर्वांत मोठे आहे. त्यामार्फत 40 दशलक्ष लोकांना 35,510 टेलिफोन केंद्रामार्फत (डिसेंबर 2002 अखेर) दूरसंचार सेवा पुरविली जात आहे. सन 1988-89 ते 1999-2000 या काळात नवीन कनेक्शनमधील वाढ दरवर्षी दहा टक्के दराने झालेली आहे तर सन 2001-02 मध्ये हा दर 17 टक्के झाला. सन 2003-04 या एकाच वर्षात 22 दशलक्ष लोकांना नवीन कनेक्शन दिली गेली. दूरसंचार सेवेमध्ये बिनतारी संदेशवहन सेवेत लक्षणीय वाढ झाली आहे. मोबाईल फोनच्या टेरिफदरातील घटीमुळे मोबाईल फोनच्या वापरात लक्षणीय प्रगती झाली आहे. स्वातंत्र्यप्राप्तीच्या वेळेस दर दहा हजार लोकसंख्येमागे फक्त दोन लोकांकडे टेलिफोन होते तर सन 2009 अखेर दहा लोकांपैकी चार लोकांकडे टेलिफोन होते. ज्याला टेलिफोन घेण्याची इच्छा आहे अशा कोणत्याही भारतीय व्यक्तीला काही क्षणात फोन कनेक्शन घेता येते. मोबाईल कंपन्यांच्या स्थापनेपूर्वी कनेक्शन मिळण्यासाठी आठ ते दहा वर्षे वाट पाहावी लागत होती. मार्च 2009 अखेर भारतात 43 कोटी टेलिफोन कनेक्शन होते; त्यांपैकी 90 टक्के कनेक्शन मोबाईल फोनचे होते.

आज प्लंबर, सुतार, इलेक्ट्रिशियन, ऑटोरिक्षा-ड्रायव्हर यांच्यासारख्या सर्वसामान्य लोकांच्या हातामधील मोबाईल फोन हे महत्त्वाचे हत्यार झाले आहे.

अलीकडच्या काळातील टेलिफोन क्षेत्रातील विकास *(Recent Developments in Telecom Sector)* :

अलीकडच्या काळात टेलिकॉम क्षेत्रात पुढील काही प्रमुख विकास झालेले आहेत :

(1) भारतातील बहुतेक खेडी वायरलेस इन लोकल लूप (Wireless in Local Loop – WLL) मार्फत जोडली गेली आहेत.

(2) राष्ट्रीय इंटरनेट बॅकबोनची सुरुवात.

(3) टॅरिफ दरातील प्रवृत्ती (Trends in Telecom Tariff Rate) : टेलिकॉम क्षेत्रातील प्रचंड स्पर्धेमुळे टॅरिफ रेटमध्ये लक्षणीय घट झाली आहे. सन 2000 ते 2004 या काळात दूर अंतराच्या दरामध्ये दर प्रतिमिनिट 30 रुपयांवरून 2 ₹ 40 पैसे असे कमी झाले आहेत तर आंतरराष्ट्रीय दर या काळात 61.2 रुपयांवरून 7.20 प्रतिमिनिट असे घटले आहेत.

(4) ग्रामीण भागातील टेलिकॉम सेवा : ग्रामीण भागात शहरी भागाच्या तुलनेने संदेशवहन सेवा मर्यादित आहे. त्यामुळे टेलिकॉम विभागाने ग्रामीण भागात या सुविधांच्या विकासासाठी विशेष सूचना केलेल्या आहेत. त्यामुळे सध्या ग्रामीण भागातही टेलिकॉम सेवा चांगल्या तऱ्हेने उपलब्ध होत आहे.

(5) सन 1999 च्या नवीन टेलिकॉम धोरणानुसार भारतातील प्रत्येक खेड्यात डिसेंबर 2002 अखेर किमान एक सार्वजनिक टेलिफोन राहील आणि ही जबाबदारी BSNL वर सोपविण्यात आली. डिसेंबर 2005 अखेर 5,40,000 खेड्यांमधून सार्वजनिक टेलिफोन उपलब्ध करून दिले आहेत.

भारतात सध्या जवळपास 951 दशलक्ष टेलिफोन कनेक्शन्स आहेत.

बाराव्या पंचवार्षिक योजनेच्या अखेरीस (2017) 1,500 दशलक्षपर्यंत वाढेल अशी अपेक्षा आहे.

भारतातील टेलिफोन घनता सन 2011-12 अखेर 78.7 इतकी होती.

4.3 पायाभूत सुविधांच्या विकासात खाजगी क्षेत्राची भूमिका

ROLE OF PRIVATE SECTOR IN INFRASTRUCTURAL DEVELOPMENT

स्वातंत्र्यप्राप्तीनंतरची बरीच वर्षे पायाभूत क्षेत्रात गुंतवणूक करण्याची मक्तेदारी सरकारकडे होती. पायाभूत क्षेत्रात फार मोठ्या प्रमाणात गुंतवणुकीची गरज असल्याने पूर्वीच्या काळी पायाभूत क्षेत्रात खाजगी गुंतवणूकदारांकडून गुंतवणूक केली जात नव्हती. पायाभूत क्षेत्रात केलेल्या गुंतवणुकीतून परतावा मिळण्यासाठी जास्त काळ थांबावे लागत असे. शिवाय मिळणारा नफा कमी आणि गुंतवणुकीत पत्करावा लागलेला जास्तीचा धोका यामुळे खाजगी क्षेत्राने पायाभूत उद्योगात अधिक प्रमाणात गुंतवणूक केली नाही. सरकारने मात्र पायाभूत उद्योगांमध्ये फार मोठ्या प्रमाणावर गुंतवणूक केली; परंतु या पायाभूत उद्योगांवर सरकारचे प्रभावी नियंत्रण नसल्याने अकार्यक्षमता आणि सर्वत्र भ्रष्टाचार सुरू झाला.

पायाभूत क्षेत्रातील गुंतवणुकीच्या मागणीमध्ये सतत वाढ होत आहे. परंतु त्या मागणीच्या प्रमाणात गुंतवणूक मात्र वाढत नाही. त्यामुळे गुंतवणुकीची कमतरता, अकार्यक्षम सुविधा, विद्युत पुरवठ्याची कमतरता, वाढलेले भारनियमन, निकृष्ट व अरुंद रस्ते, दूरध्वनीसाठी वाढलेली प्रतीक्षा यादी, निकृष्ट दर्जाच्या पायाभूत सेवांचा पुरवठा अशा प्रकारची परिस्थिती असताना भावी काळात अर्थव्यवस्थेचा विकासदर कसा वाढू शकेल असा प्रश्न निर्माण झाला. यातूनच पायाभूत क्षेत्रात सरकारबरोबरच खाजगी क्षेत्रांनी गुंतवणूक करणे आवश्यक मानले.

भारतात आज रस्ते, विद्युतपुरवठा निर्माण करणे व वितरण करणे, विमानतळ बांधणे, रेल्वे-पूल बांधणे, महामार्ग तयार करणे, रेल्वेलाइन्स तयार करणे, संदेशवहन यंत्रणा राबविणे इत्यादी पायाभूत क्षेत्रात खाजगी गुंतवणूक मोठ्या प्रमाणात वाढत आहे.

महाराष्ट्रात पायाभूत क्षेत्रात बऱ्याच ठिकाणी मोठ्या प्रमाणावर खाजगी गुंतवणूक वाढताना दिसते. उदाहरणार्थ, मुंबई-पुणे एक्स्प्रेस हायवे, मुंबईतील उड्डाणपूल, महामार्गासाठी बांधा - वापरा आणि हस्तांतरित करा योजना, विद्युतनिर्मिती व वितरणाच्या बाबतीत मुंबई व नवी मुंबई या शहरासाठी टाटा व रिलायन्स विद्युत कंपनीकडून केला जाणारा विद्युतपुरवठा, किंगफिशर व सहारा यांसारख्या विमान कंपन्यांकडून केली जाणारी वाहतूक व्यवस्था, आयडिया व व्होडाफोन यांसारख्या कंपन्यांचे विस्तारित जाळे इत्यादी.

पायाभूत क्षेत्रातील खाजगी गुंतवणुकीबाबतचे भारत सरकारचे धोरण

भारतीय अर्थव्यवस्थेच्या विकासदरात वाढ करावयाची असेल तर पायाभूत क्षेत्रातील गुंतवणुकीत वाढ होणे आवश्यक आहे. पायाभूत क्षेत्रातील सार्वजनिक गुंतवणुकीबरोबर खाजगी क्षेत्रालाही सहभागी करून घेण्यासाठी सरकारने काही तरतुदी केल्या आहेत, त्या पुढीलप्रमाणे :

1. **पायाभूत क्षेत्र विकास कंपनीची स्थापना** : भारत सरकारने खाजगी क्षेत्रातील गुंतवणुकीच्या साहाय्याने पायाभूत क्षेत्राचा विकास घडवून आणण्यासाठी जानेवारी 1997 मध्ये पायाभूत क्षेत्र वित्तीय विकास कंपनीची स्थापना केली.

2. **करांमध्ये सूट** : रस्ते, पूल, नवीन विमानतळे, बंदरे व रेल्वे प्रकल्प, आरोग्य व स्वच्छतागृहे तसेच पिण्याच्या पाण्याच्या संदर्भात गुंतवणूक करणाऱ्या कंपन्यांना करामध्ये सूट घोषित करण्यात आली.

3. **भारतीय राष्ट्रीय महामार्ग प्राधिकरणाची स्थापना** : पायाभूत क्षेत्रातील खाजगी गुंतवणूक वाढवून आर्थिक विकासाचा वेग वाढावा यासाठी भारत सरकारने भारतीय राष्ट्रीय महामार्ग प्राधिकरणाची स्थापना केली.

4. **विद्युतनिर्मितीसाठी प्रोत्साहन** : खाजगी क्षेत्राकडून पायाभूत क्षेत्रामध्ये गुंतवणूक केली जात असेल तर विद्युतनिर्मिती करणे, विद्युतनिर्मितीचे वितरण करणे यासाठी खाजगी क्षेत्राला प्रोत्साहन दिले जाते. त्यामुळे मोठ्या प्रमाणावर उत्पादन होऊन जादा विजेची गरज भागविली जाते. या दृष्टीने सरकारने रिलायन्स व टाटा यांसारख्या खाजगी कंपन्यांना विद्युतनिर्मितीसाठी प्रोत्साहन दिले आहे.

5. **खाजगी व्यक्तीजवळचा भांडवलाचा ओघ पायाभूत क्षेत्राकडे वळविणे** : खाजगी व्यक्ती व संस्थांजवळील भांडवलाचा ओघ पायाभूत क्षेत्राकडे वळविल्यास जलद आर्थिक विकासाचे उद्दिष्ट साध्य करता येईल. या उद्देशाने सार्वजनिक भविष्य निधी, पेन्शन निधी आणि विमा कंपन्यांचे भांडवल भारत सरकारमार्फत पायाभूत क्षेत्राकडे हस्तांतरित करण्याचे निश्चित करण्यात आले.

6. **खाजगी गुंतवणूकदारांना वित्तसाहाय्य** : पायाभूत क्षेत्रात खाजगी गुंतवणूकदारांनी गुंतवणूक करावी म्हणून सरकारतर्फे खाजगी गुंतवणूकदारांना स्वस्त दराने वित्तपुरवठा व्हावा यासाठी आशियन विकास बँकेमार्फत तीनशे मिलियन डॉलर्सचे कर्ज उपलब्ध करून दिले. तसेच आय.सी.आय.सी.आय. बँक, औद्योगिक वित्तपुरवठा महामंडळ यांच्यामार्फत बॉण्ड्स किंवा डिबेंचर्सच्या माध्यमातून खाजगी कंपन्यांना पंधरा वर्षांपर्यंतच्या कालावधीसाठी कर्ज उपलब्ध करून दिले जाते.

7. **पायाभूत क्षेत्रातील कंपनीच्या शेअर्स व कर्जरोख्यांवर कर सवलत** : ज्या खाजगी गुंतवणूकदारांनी पायाभूत क्षेत्रात गुंतवणूक केली असेल तर त्या गुंतवणूकदारांच्या कंपन्यांना लाभांशावर, दीर्घकालीन भांडवलाच्या व्याजावर कर सवलत देण्याचे निश्चित केले.

8. **खाजगी गुंतवणूकदारांसाठी विशेष उपाययोजना** : पायाभूत क्षेत्रामध्ये खाजगी गुंतवणूक आकर्षित व्हावी यासाठी भारत सरकारने अशी गुंतवणूक करू इच्छिणाऱ्या कंपन्यांच्या आयात कर रद्द करणे व करात सूट देणे अशा विशेष उपाययोजना लागू केल्या आहेत.

9. **'बांधा, वापरा आणि हस्तांतरित करा' या तत्त्वाचा स्वीकार** : रस्ते व पुलाच्या निर्मितीसाठी भारत सरकारने खाजगी क्षेत्राबाबत नवीन संकल्पना स्वीकारली आहे; ती म्हणजे खाजगी क्षेत्रामार्फत रस्त्याची निर्मिती करावयाची, येणारा खर्च टोलद्वारे वसूल करावयाचा आणि नंतर सरकारला रस्ते हस्तांतरित करायचे यासाठी भूसंपादनाचे काम सरकार करते आणि नुकसानभरपाईसुद्धा सरकार देते.

पायाभूत क्षेत्रात सरकारतर्फे केली जाणारी गुंतवणूक पुरेशी ठरत नाही. अशा वेळी सरकार पायाभूत क्षेत्रात गुंतवणूक करण्यासाठी विविध उपाययोजना सुचवित असते. य उपाययोजनांमुळेच आज पायाभूत क्षेत्रात अनेक खाजगी कंपन्या गुंतवणूक करत असलेल्या दिसून येतात.

4.4 पायाभूत सुविधांच्या विकासात सार्वजनिक क्षेत्राची भूमिका
ROLE OF PUBLIC SECTOR IN INFRASTRUCTURAL DEVELOPMENT

स्वातंत्र्यप्राप्तीनंतर भारताने समतोल आर्थिक विकासासाठी नियोजनाचा स्वीकार केला. प्रादेशिक समतोल, जलद आर्थिक विकास, आरोग्य, शिक्षण, रोजगारनिर्मिती, राष्ट्रीय उत्पन्नातील वाढ या सर्व बाबींचा विचार करून सन 1948 पासून वेगवेगळी औद्योगिक धोरणे स्वीकारून देशाची अर्थव्यवस्था सशक्त करण्याचा प्रयत्न केला गेला.

भांडवलशाही अर्थव्यवस्थेतील दोष दूर करणे, वाढत्या लोकसंख्येला आळा घालणे, देशाचा संतुलित विकास, साधनसंपत्तीचा योग्य व पर्याप्त वापर, स्थूल राष्ट्रीय उत्पादनात मोठ्या प्रमाणात वाढ करणे, भांडवलनिर्मितीमध्ये महत्त्वपूर्ण भूमिका, औद्योगिकीकरणाचा पाया भक्कम करणे, आवश्यक पायाभूत सुविधांचा विकास, समतोल आर्थिक विकास, आयात पर्यायीकरण, निर्यात प्रोत्साहन, औद्योगिक क्षेत्रातील वाढलेली मक्तेदारी दूर करणे, मोठ्या प्रमाणावरील रोजगारनिर्मिती, देशांतर्गत साधनसामग्रीची निर्मिती या सर्व उद्दिष्टांच्या पूर्ततेसाठी नियोजनकाळात सरकारकडून विविध उपाययोजना केल्या गेल्या.

लोककल्याणकारी राज्याची संकल्पना स्वीकारल्यानंतर आरोग्य, संरक्षण व संरक्षण साहित्य, शिक्षण, दूरसंचार, दळणवळण, ऊर्जानिर्मिती, वाहतूक सेवा, अणुऊर्जा, अभियांत्रिकी, रसायने, औषधे असे संवेदनशील उद्योग सरकारने बऱ्याच प्रमाणात आपल्या ताब्यात ठेवले. असे उद्योग खाजगी क्षेत्राकडे दिल्यास चांगल्या प्रकारच्या दर्जेदार सुविधा मिळून सर्वांगीण आर्थिक विकास साध्य होईलच याची खात्री सरकारला नव्हती.

खाजगी उद्योग फक्त नफ्याच्या प्रेरणेने प्रेरित झालेले असतात. सामाजिक हिताकडे दुर्लक्ष केले जाते. शिवाय विशिष्ट क्षेत्रातच उद्योग स्थापन होऊन विशिष्ट भागाचाच विकास होतो. असे होऊ नये म्हणून सामाजिक हिताच्या दृष्टीने महत्त्वपूर्ण असलेल्या उद्योगांमध्ये सरकारने स्वतः गुंतवणूक केली.

देशाच्या आर्थिक विकासाचा पाया भक्कम करायचा असेल तर देशातील पायाभूत सेवांचा विकास होणे गरजेचे असते. त्यासाठी फार मोठ्या प्रमाणात भांडवलाची गरज लागते. ती भागविण्यासाठी सन 1991 नंतरच्या खाजगीकरणाच्या धोरणात सरकारने आर्थिक विकासाच्या प्रक्रियेत खाजगी क्षेत्रालासुद्धा सहभागी करून घेतले.

स्वातंत्र्योत्तर काळात नियोजनाच्या माध्यमातून प्रगती साध्य करत असताना पायाभूत सुविधांची निर्मिती करण्यासाठी फार मोठ्या गुंतवणुकीची गरज भासू लागली.

पायाभूत सुविधांमधील सार्वजनिक गुंतवणूक म्हणजे केंद्र किंवा राज्य सरकारने केलेली गुंतवणूक होय. सामाजिक आरोग्य चांगले राहून देशाचा जलद आर्थिक विकास साध्य व्हावा यासाठी शिक्षण व आरोग्य यांसारख्या क्षेत्रामध्ये कमी दराने सेवा पुरविणे आवश्यक असते. स्वातंत्र्य मिळाल्यानंतर समाजातील शेवटच्या घटकांपर्यंत विकासाची संधी मिळावी म्हणून या क्षेत्रात सरकारने गुंतवणूक केली. ही क्षेत्रे स्वतःकडे ठेवली.

प्रादेशिक समतोल साध्य करण्यासाठी सार्वजनिक गुंतवणूक अतिशय महत्त्वाची आहे. सामाजिक पायाभूत सुविधांमध्ये रेल्वे व पाणीपुरवठा, वाहतूक यांसारख्या क्षेत्रात प्रचंड संधी आहे. परंतु या क्षेत्रामध्ये फार मोठी दीर्घकालीन गुंतवणूक करणे आवश्यक वाटल्याने सरकारने या क्षेत्रात गुंतवणूक केली.

आर्थिक विकासाचे उद्दिष्ट साध्य करण्यासाठी त्या देशातील मानवी संसाधनाचा विकास जलद गतीने व्हावा लागतो. त्यासाठी चांगल्या प्रकारचे पारंपरिक व आधुनिक शिक्षण आणि प्रशिक्षण आवश्यक असते. या शैक्षणिक कार्याची जबाबदारी सामाजिक उत्तरदायित्व या भावनेने पार पाडण्यासाठी सरकारची भूमिका फार महत्त्वाची असते. म्हणून सन 1950 नंतर पायाभूत क्षेत्राचा विकास व्हावा यासाठी सरकारने प्राधान्याने आरोग्य, ऊर्जा, मागासलेल्या भागातील महिलांचे जीवनमान उंचावणे यासाठी राज्य व केंद्र सरकारने पायाभूत सेवा उद्योगामध्ये मोठ्या प्रमाणात गुंतवणूक केली व ती सातत्याने वाढत आहे.

स्वातंत्र्योत्तर काळात पायाभूत सेवा उद्योगात सार्वजनिक व खाजगी क्षेत्रातील गुंतवणूक मोठ्या प्रमाणात वाढत आहे. सार्वजनिक व खाजगी क्षेत्रातील गुंतवणूक यातील फरक पुढील मुद्द्यांच्या साहाय्याने स्पष्ट करता येते.

पायाभूत सुविधांमधील सार्वजनिक व खाजगी गुंतवणूक यांमधील फरक

फरकाचे मुद्दे	पायाभूत सुविधांमधील सार्वजनिक गुंतवणूक	पायाभूत सुविधांमधील खाजगी गुंतवणूक
1. अर्थ	राज्य व केंद्र सरकारकडून पायाभूत सुविधांमध्ये केलेली गुंतवणूक होय. उदाहरणार्थ, BSNL, MSEB	खाजगी गुंतवणूकदारांनी पायाभूत सुविधा पुरविणाऱ्या उद्योगात केलेली गुंतवणूक म्हणजे खाजगी गुंतवणूक होय. उदाहरणार्थ, टाटा, रिलायन्स.
2. उद्देश	सामाजिक आरोग्य चांगले राहावे यासाठी शिक्षण, आरोग्य यांसारख्या सामाजिक सेवा वाजवी दरात उपलब्ध करून देणे. प्रसंगी तोटा झाला तरी उद्योग चालू ठेवला जातो.	नफा कमविणे व स्वतःचा विकास साधणे हे खाजगी गुंतवणूकदाराचे उद्दिष्ट असते. तोटा हात असेल तर उद्योग लगेच बंद केले जातात.

पुढे चालू ↶

फरकाचे मुद्दे	पायाभूत सुविधांमधील सार्वजनिक गुंतवणूक	पायाभूत सुविधांमधील खाजगी गुंतवणूक
3. प्रवेशाचा मार्ग	सर्वांसाठी शिक्षण, महिलांसाठी औपचारिक शिक्षण व प्रशिक्षण, सामाजिक आरोग्य, पारंपरिक व अपारंपरिक ऊर्जानिर्मिती व वितरण, कमकुवत घटकांची कार्यक्षमता वाढविणे, आदिवासी व मागासलेल्या प्रदेशातील महिलांचे जीवनमान उंचावणे इत्यादी. ग्रामीण भागाकडे लक्ष पुरविणे. उदाहरणार्थ, एस.टी. महामंडळाच्या गाड्या ग्रामीण भागातसुद्धा जातात.	जास्तीतजास्त फायदा कोणत्या ठिकाणी आहे त्याच भागावर लक्ष केंद्रित केले जाते. ज्या क्षेत्रातील गुंतवणुकीमध्ये हमखास फायदा आहे अशाच क्षेत्रामध्ये गुंतवणूक केली जाते. मोठी राजधानीची शहरे, तेल व वायू संशोधन आणि वितरण, दूरसंचार, स्वयंचलित वाहनांची निर्मिती, फ्रीज, वातानुकूलित यंत्रे यांची निर्मिती.
4. भविष्यातील संधी	भारताचा विचार करता, सामाजिक पायाभूत सुविधा पुरविणाऱ्या उद्योगांमध्ये सार्वजनिक गुंतवणुकीला चांगली संधी आहे. रेल्वे वाहतूक व पाणीपुरवठा या क्षेत्रात सार्वजनिक गुंतवणुकीला भविष्यात चांगली संधी आहे.	वाहतूक, दूरसंचार, रस्तेबांधणी यांसारख्या सार्वजनिक क्षेत्रातील गुंतवणूकदाराबरोबर खाजगी उद्योगांनाही आर्थिक पायाभूत सुविधांच्या क्षेत्रामध्ये प्रचंड वाव आहे.

4.5 सेवाक्षेत्रातील आधुनिक प्रवाह/कल

RECENT TREND IN SERVICE SECTOR

जलद आर्थिक विकासातील महत्त्वाचा अडथळा म्हणजे अयोग्य प्रमाणात उपलब्ध असलेल्या पायाभूत सुविधा होय, हे बाराव्या पंचवार्षिक योजनेत मान्य झाले आहे. त्यामुळे या योजनेत पायाभूत सुविधांमधील सार्वजनिक आणि खाजगी गुंतवणुकीवर अधिक भर देण्यात आला आहे. त्यामुळे अनेक सार्वजनिक व खाजगी सहभागित्वाचे अनेक प्रकार उदयास आले. रस्ते, रेल्वे, बंदरे, विद्युत, दूरसंचार, तेल, वायू, पाईपलाइन, जलसिंचन यामध्ये बाराव्या पंचवार्षिक योजनेत पायाभूत प्रकल्पांमधील गुंतवणूक राष्ट्रीय उत्पन्नाच्या 5.7 टक्क्यांवरून 8 टक्क्यांपर्यंत वाढ झाली. दूरसंचार आणि ऑइल व तेल पाईपलाइन्स यांमधील गुंतवणूक प्रचंड प्रमाणावर वाढली. परंतु विद्युत, रेल्वे, रस्ते, बंदरे यांमधील गुंतवणूक निश्चित केलेल्या उद्दिष्टांपेक्षा कमी झालेली आहे.

सार्वजनिक व खाजगी सहभागित्व मार्गाने खाजगी गुंतवणूक वाढविण्याचा प्रयत्न झाला आहे आणि पायाभूत सुविधांच्या बाबतीत त्याला लक्षणीय यश मिळाले आहे. हे यश केंद्र सरकार आणि राज्य सरकारच्या पातळीवरदेखील मिळाले आहे. बाराव्या पंचवार्षिक योजनेच्या काळात केंद्र व राज्य पातळीवर अनेक सार्वजनिक व खाजगी सहभागित्व प्रकल्प मोठ्या प्रमाणावर सुरू झाले.

आर्थिक वृद्धीच्या दराला गती देण्यासाठी आणि तो टिकवून ठेवण्यासाठी पायाभूत सुविधांमधील गुंतवणुकीवर भर देण्यात आला आहे. बाराव्या पंचवार्षिक योजनेत एकूण एक ट्रिलियन डॉलरपेक्षाही अधिक गुंतवणूक करण्याची अपेक्षा नियोजन मंडळाची आहे. बाराव्या पंचवार्षिक योजनेतील पायाभूत सुविधांमधील गुंतवणूक राष्ट्रीय उत्पन्नाच्या 7.9 टक्के करण्याचे उद्दिष्ट ठेवले होते. भारतात पायाभूत सुविधांमधील गुंतवणुकीमध्ये सार्वजनिक गुंतवणुकीचे महत्त्वाचे योगदान आहे. परंतु नंतरच्या काळात खाजगी गुंतवणूक ही सार्वजनिक गुंतवणुकीपेक्षा वाढविण्याची अपेक्षा आहे. त्यामुळे खाजगी गुंतवणूक वाढीतील अडथळे कोणते आहेत त्यांचा अभ्यास करणे आणि ते दूर करण्यासाठी काय उपाययोजना करता येऊ शकेल याचाही अभ्यास करण्याची गरज आहे.

आरोग्य, शिक्षण यांसारख्या सामाजिक क्षेत्रामध्येही सार्वजनिक व खाजगी सहभागित्व प्रकल्पांना विशिष्ट मर्यादेत चालना देण्याची गरज आहे. या दृष्टीने अनेक राज्य सरकारांनी पावले उचललेली आहे.

तथापि, मागासलेल्या आणि दुर्गम भागात सार्वजनिक सेवांसाठी पायाभूत सुविधांमधील गुंतवणुकीसाठी सार्वजनिक गुंतवणुकीकडेच अपेक्षेने बघितले जाते. त्यासाठी मर्यादित संसाधने ही महत्त्वाची मर्यादा सार्वजनिक गुंतवणुकीतील वाढीमध्ये आहे. अकराव्या पंचवार्षिक योजनेत सार्वजनिक व खाजगी सहभागित्व प्रकल्पामधील गुंतवणूक 30 टक्के होती. ती 50 टक्क्यांपर्यंत वाढविण्याचे उद्दिष्ट बाराव्या पंचवार्षिक योजनेत ठेवले आहे.

रस्ते आणि महामार्ग हे सार्वजनिक व खाजगी सहभागित्व (PPP) प्रकल्पासाठी महत्त्वाची क्षेत्रे मानली जातात तर दूरसंचार आणि विद्युत हे खाजगी गुंतवणुकीसाठी योग्य प्रकल्प मानले जातात. सध्या 758 नवीन सार्वजनिक व खाजगी सहभागित्व प्रकल्प सुरू करण्याचे प्रस्तावित आहे. त्यामध्ये 53 टक्के प्रकल्प रस्ते क्षेत्रात येतात तर 20 टक्के प्रकल्प नागरी विकास क्षेत्रात येतात.

मागील काही वर्षांत भारतात क्षेत्राने अधिक प्रमाणात खाजगी गुंतवणूक आकर्षित केली आहे. त्यामध्ये 56 प्रकल्पांमध्ये 22.6 बिलियन अमेरिकन डॉलर एवढी गुंतवणूक झाली. सार्वजनिक व खाजगी सहभागित्व प्रकल्पामधील एकूण गुंतवणुकीमध्ये त्याचे प्रमाण 18 टक्के येते. भारताची ऊर्जानिर्मितीची एकूण क्षमता 1 लाख 73 हजार 626.4 मेगावॅट्स एवढी आहे. त्यांपैकी 21.2 टक्के ऊर्जा खाजगी क्षेत्रात निर्माण केली जाते. ऊर्जानिर्मिती क्षेत्रात झालेल्या एकूण गुंतवणुकीत केंद्राचा वाटा 31 टक्के तर राज्य सरकारचा वाटा 18 टक्के तर खाजगी गुंतवणुकीचा वाटा 51 टक्के आहे.

जलद नागरिकीकरण, ग्रामीण विद्युतीकरण आणि उद्योगधंद्यांचा वाढता विस्तार लक्षात घेता ऊर्जानिर्मिती क्षेत्रात मोठ्या प्रमाणात गुंतवणूक करण्याची अपेक्षा आहे आणि बाराव्या पंचवार्षिक योजनेत खाजगी क्षेत्राचा वाटा खूप मोठा राहणार आहे. त्याचप्रमाणे या क्षेत्रातील गुंतवणुकीसाठी सार्वजनिक व खाजगी सहभागित्व प्रकल्प गुंतवणुकीसाठी एक महत्त्वाचा मार्ग मानला जातो.

भारतातील पायाभूत सुविधांसाठी वित्तपुरवठा (Infrastructural Financing in India)

बाराव्या पंचवार्षिक योजनेच्या मापनानुसार भारतीय अर्थव्यवस्थेतील एकूण गुंतवणुकीपैकी दोन-तृतीयांश गुंतवणूक ही खाजगी क्षेत्रामधून होणार आहे. अर्थव्यवस्थेचा 9 टक्के वृद्धिदर राखण्यासाठी अर्थव्यवस्थेत होणारी बचत गुंतवणुकीसाठी उपलब्ध होण्यासाठी अर्थव्यवस्थेतील वित्तीय व्यवस्था सक्षम असली पाहिजे. सक्षम वित्तीय व्यवस्थेमुळे कौटुंबिक बचतीची गतिशीलता वाढेल आणि खाजगी क्षेत्राच्या वेगाने होणाऱ्या विस्तारासाठी संसाधनाची योग्य वाटणी होईल. परंतु हे सर्व वित्तीय व्यवस्थेवर अवलंबून असेल. महत्त्वाचे म्हणजे खाजगी क्षेत्रामधून पायाभूत सुविधांमध्ये होणाऱ्या गुंतवणुकीकडे विशेष लक्ष द्यावे लागणार आहे. बाराव्या पंचवार्षिक योजनेच्या पहिल्या वर्षी (सन 2011-12) पायाभूत सुविधांमधील गुंतवणुकीत राष्ट्रीय उत्पन्नाच्या 8 टक्के दराने वाढली पाहिजे तर शेवटच्या वर्षातील (2016-17) हा दर 10 टक्क्यांपर्यंत वाढला पाहिजे. बाराव्या पंचवार्षिक योजनेनुसार पायाभूत सुविधांमधील गुंतवणूक 45 लाख कोटी किंवा 1 ट्रिलियन अमेरिकन डॉलरपेक्षा अधिक असणे गरजेचे आहे. जर गुंतवणुकीमध्ये अशी वाढ होण्याची गरज असेल तर सार्वजनिक क्षेत्रातील खर्चात वाढ होणे गरजेचे आहे. परंतु त्याचबरोबर खाजगी क्षेत्रातील खर्चातदेखील त्याच प्रमाणात वाढ होणे गरजेचे आहे.

अकराव्या पंचवार्षिक योजनेत खाजगी व सार्वजनिक-खाजगी सहभागित्व गुंतवणूक एकूण गुंतवणुकीच्या 30 टक्के होती; परंतु बाराव्या पंचवार्षिक योजनेत हे प्रमाण 50 टक्क्यांपर्यंत वाढावे ही अपेक्षा आहे.

1. **अंतर्गत बचतीमार्फत पायाभूत सुविधांसाठी निधी पुरवठा** *(Funding Infrastructure through Domestic Savings)* : भारतातील अंतर्गत बचतीचा दर खूप अधिक आहे आणि बाराव्या पंचवार्षिक योजनेत त्यामध्ये सातत्याने वाढ होईल असा अंदाज वर्तविला जातो. तो पुढील तक्ता क्र. 4.15 मध्ये दर्शविला आहे.

तक्ता क्र. 4.15 : बचत आणि पायाभूत सुविधांमधील गुंतवणुकीची गरज

(एकूण राष्ट्रीय उत्पन्नाच्या टक्केवारीत)

वर्ष	पायाभूत सुविधांमधील गुंतवणूक	एकूण देशी बचत	पायाभूत सुविधांमधील गुंतवणूक वाढीचा दर	वित्तीय बचतीमधील वाढीचा दर	पायाभूत सुविधांमधील गुंतवणुकीचे एकूण वित्तीय बचतीशी प्रमाण
2009-10	7.5	33.7	0.3	2.8	34
2012-13	9.0	37.8	0.6	–	36
2013-14	9.5	40.6	0.5	2.4	35
2014-15	9.9	42.9	0.4	1.9	34
2015-16	10.3	45.5	0.4	2.0	33
2016-17	10.0	48.2	0.4	2.3	32

संदर्भ : (i) अकरावी पंचवार्षिक योजना मध्यावधी पाहणी; (ii) WSEI, WGSF of the Twelth Five Year Plan.

पायाभूत सुविधांमधील गुंतवणुकीच्या बाबतीत महत्त्वाकांक्षी योजना आहेत आणि त्याला देशी बचतीमधूनच निधी पुरवठा होईल अशी अपेक्षा आहे.

वरील तक्ता क्र. 4.15 वरून असे लक्षात येते की, पायाभूत सुविधांमधील गुंतवणुकीतील अपेक्षित वाढ योग्य आहे आणि त्यासाठी लागणारा निधी पुरवठा हा देशी बचतीमधूनच उपलब्ध होऊ शकेल. परंतु महत्त्वाचे म्हणजे झालेली बचत वित्तीय व्यवस्थेमार्फत पायाभूत सुविधांच्या विकासासाठी उपलब्ध होणे गरजेचे आहे.

2. **कर्जउभारणीमार्फत वित्तपुरवठा** (*Availability of Debt Financing*) : पुढील तक्ता क्र. 4.16 मध्ये पायाभूत सुविधांच्या विकासासाठी निधी उपलब्धतेचे विविध मार्ग आणि त्यांच्याकडून अकराव्या पंचवार्षिक योजनेच्या काळात झालेल्या वित्तपुरवठ्याचे प्रमाण दर्शविले आहे.

तक्ता क्र. 4.16 : अकराव्या पंचवार्षिक योजनेतील निधी पुरवठ्याचे मार्ग

क्र.	निधी पुरवठ्याचे मार्ग	पायाभूत सुविधांमधील एकूण खर्चाचे प्रमाण (टक्केवारी)	क्र.	निधी पुरवठ्याचे मार्ग	पायाभूत सुविधांमधील एकूण खर्चाचे प्रमाण (टक्केवारी)
1.	व्यापारी बँका	21	4.	बाह्य व्यापारी कर्ज	6
2.	बँकेतर वित्तीय कंपन्या	10	5.	समभाग/थेट परकीय गुंतवणूक	14
3.	विमा कंपन्या	4	6.	अंदाजपत्रकीय मदत	45

संदर्भ : (i) बारावी पंचवार्षिक योजना मध्यावधी पाहणी योजना आयोग; (ii) WSEI, WGSF of the Twelth Five Year Plan.

वरील तक्ता क्र. 4.16 वरून असे दिसून येते की, अंदाजपत्रकीय साहाय्यामार्फत पायाभूत सुविधांसाठी 45 टक्के निधी पुरवठा झाला आहे तर व्यापारी बँकांमार्फत 21 टक्के व बँकेवर वित्तीय कंपन्या आणि थेट परकीय गुंतवणुकीबाबत अनुक्रमे 10 टक्के व 14 टक्के गुंतवणूक झाली आहे. याचा अर्थ, अर्थसंकल्पीय साहाय्य हाच पायाभूत सुविधांचा निधी पुरवठ्याचा महत्त्वाचा मार्ग आहे.

3. कर्ज वित्तपुरवठ्यामार्फत पायाभूत सुविधांमधील गुंतवणूक *(Infra Investment through Debt Financing)* : सन 2000 पर्यंत वित्तीय व्यवस्थेकडून पायाभूत सुविधांच्या गुंतवणुकीसाठी फारसी मागणी केली जात नव्हती. कारण पायाभूत सुविधांमधील गुंतवणुकीचा दर एकूण राष्ट्रीय उत्पन्नाच्या तीन ते पाच टक्के होता. त्यामुळे अंदाजपत्रकीय संसाधन वाटपानुसार पायाभूत सुविधांमधील गुंतवणुकीसाठी निधी उपलब्ध होत होता. तसेच पायाभूत सुविधांमध्ये गुंतलेल्या सार्वजनिक प्रकल्पामधून संसाधनाची अंतर्गत निर्मिती पुरेशी होती. परंतु अकराव्या पंचवार्षिक योजनेपासून खाजगी क्षेत्राच्या भूमिकेत प्रचंड वाढ झाली. त्यामुळे वित्तीय व्यवस्थेवरील पायाभूत सुविधांमधील गुंतवणुकीचे अवलंबित्व वाढले. बँका, बिगर-बँक वित्त कंपन्या, बाह्य व्यापारी कर्जे, म्युच्युअल फंड यांसारख्या संस्थांकडून हा वित्तपुरवठा होतो.

(अ) व्यापारी बँका : व्यापारी बँकांनी पायाभूत सुविधा कंपन्यांना वित्तपुरवठा करण्यासाठी पावले उचलली आहेत. सन 2010-11 मध्ये वैधानिक रोखता निधी प्रमाण 47.3 टक्क्यांवरून 29 टक्क्यांपर्यंत कमी झाले. त्यामुळे बँकांकडे कर्जपुरवठ्यासाठी जास्तीचा निधी उपलब्ध होऊ लागला. एकूण कर्जपुरवठ्यातील वाढीच्या दराच्या तुलनेने पायाभूत कर्जपुरवठा वाढीच्या दरामध्ये वेगाने वाढ झाली आहे. सन 2007 ते 2009 या काळात पायाभूत कर्जपुरवठा वाढीचा दर 6 टक्क्यांवरून 9 टक्के झाला तर मार्च 2011 मध्ये तो 11 टक्क्यांपर्यंत पोहोचला.

तक्ता क्र. 4.17 मध्ये सन 2007 ते 2011 या कालावधीत व्यापारी बँकांनी पायाभूत क्षेत्रामध्ये केलेला कर्जपुरवठा दर्शविला आहे.

तक्ता क्र. 4.17 : व्यापारी बँका व पायाभूत क्षेत्राला कर्जपुरवठा

च्या रोजी	एकूण थकीत कर्जे (कोटी ₹)	पायाभूत क्षेत्रासाठी कर्जपुरवठा	एकूण कर्जपुरवठ्याशी पायाभूत क्षेत्र कर्जपुरवठ्याचे प्रमाण
मार्च 2007	23,79,985	1,44,531	6.07
मार्च 2008	29,52,874	2,05,336	6.95
मार्च 2009	35,34,284	2,69,972	7.64
मार्च 2010	41,32,186	3,79,888	9.19
मार्च 2011	49,12,012	5,40,390	11.00

वरील तक्ता क्र. 4.17 वरून असे दिसून येते की, व्यापारी बँकांचा पायाभूत क्षेत्रामध्ये झालेल्या कर्जपुरवठ्यात उत्तरोत्तर वाढ झाली आहे. हे वाढ एकूण कर्जपुरवठ्यातील वाढीपेक्षा जास्त आहे. कारण याच काळात पायाभूत क्षेत्र कर्जपुरवठ्याचे एकूण कर्जाशी असलेले प्रमाण या काळात 6.07 टक्क्यांवरून 11 टक्क्यांपर्यंत वाढलेले आहे. याचा अर्थ व्यापारी बँकांचे पायाभूत क्षेत्र वित्तपुरवठ्यातील योगदान.

(ब) बिगर-बँक वित्त कंपन्या (NBFCs) : ऊर्जा, दूरसंचार व रस्ते या क्षेत्रातून पतपुरवठ्याची वाढती मागणी असल्यामुळे बिगर-बँक वित्त कंपन्यांना या क्षेत्रात कर्जपुरवठा करण्याची संधी उपलब्ध झाली. पायाभूत क्षेत्रासाठी वित्तपुरवठा करणाऱ्या कंपन्यांमध्ये ऊर्जा वित्तपुरवठा महामंडळ (PFC), ग्रामीण विद्युतीकरण महामंडळ, पायाभूत सुविधा विकास वित्तपुरवठा कंपनी (IDFC), भारतीय पायाभूत वित्तपुरवठा कंपनी, भारतीय औद्योगिक वित्तपुरवठा महामंडळ या प्रमुख बिगर-बँक वित्त कंपन्या आहेत. सन 2007-08, 2008-09, 2009-10 या तीन वर्षांतील बिगर-बँक वित्त कंपन्यांनी अनुक्रमे 1,10,549 कोटी ₹, 1,40,355 कोटी ₹ आणि 1,81,595 कोटी ₹ पायाभूत सुविधांसाठी वित्तपुरवठा केला. सन 2012 ते 2017 या कालावधीतील या क्षेत्रातील बिगर-बँक वित्त कंपन्यांचा कर्जपुरवठा वाढीचा दर 28 टक्के होता.

भारतातील सार्वजनिक - खाजगी भागीदारी (Public - Private Partnership in India – PPP)

मागील दशकामध्ये सरकारला वित्तीय संसाधनांच्या टंचाईची समस्या केंद्र व राज्य सरकारची मिळून संसाधनाची टंचाई राष्ट्रीय उत्पन्नाच्या दहा टक्के होती. या टंचाईमधूनच सार्वजनिक-खाजगी भागीदारीची (PPP) कल्पना पुढे आली.

पायाभूत क्षेत्रामध्ये सरकार खाजगी क्षेत्रातील गुंतवणुकीला प्रोत्साहन देत आहे. अर्थव्यवस्थेतील संसाधनांची गतिशीलता वाढविण्यासाठी व पायाभूत सुविधांचा विस्तार आणि त्यांच्यामध्ये सुधारणा करण्यासाठी खाजगी गुंतवणुकीला चालना देण्यात आली आहे. सार्वजनिक-खाजगी भागीदारी प्रतिमान विकसित देशांमध्ये खूप प्रसिद्ध झाले आहे. परंतु हे प्रतिमान आज भारतामध्ये अल्प प्रमाणात प्रसिद्ध झाले आहे. परंतु आज उत्तरोत्तर यांच्या प्रसिद्धीमध्ये वाढ होत आहे.

आज भारतामध्ये सार्वजनिक-खाजगी भागीदारी प्रतिमान अनेक क्षेत्रांमध्ये अनेक प्रकल्पाच्या बाबतीत यशस्वी झाले आहे. तथापि, पायाभूत सुविधांच्या बाबतीत या प्रतिमानाचा महत्त्वाचा दोष म्हणजे मोठ्या आकारमानाचे प्रकल्प उभारणीसाठी खूप मोठा कालावधी लागतो.

पुढील काही कारणांमुळे सार्वजनिक-खाजगी मालकी प्रतिमानाची अंमलबजावणी व कार्यवाहीमध्ये विलंब होत आहे. या प्रतिमानाच्या अपयशाची काही कारणे पुढीलप्रमाणे सांगता येतील :

(1) प्रकल्पासंबंधी निर्णय अयोग्य वेळी घेतले जातात.

(2) नवीन व्यावसायिक प्रक्रिया प्रचलित प्रक्रियांशी यशस्वीपणे जोडल्या जात नाही.

(3) प्रकल्पामध्ये सहभागी होणाऱ्या लोकांना आपली भूमिका व जबाबदारीची जाणीव होत नाही.

(4) प्रकल्पांतर्गत निर्माण होणाऱ्या कलहाची वेळेवर सोडवणूक केली जात नाही.

(5) प्रकल्पाच्या प्रगतीची गती मंद असते.

(6) प्रकल्पाचे अपेक्षित लाभ मिळविण्यात अपयश येते.

सार्वजनिक – खाजगी सहभागित्वासंबंधी भारतातील दृष्टिकोन *(Approach to PPPs in India)* :

भारतामध्ये आजही सार्वजनिक-खाजगी सहभागित्व ही संकल्पना नवीन आहे. सन 2004 पर्यंत फक्त 85 सार्वजनिक-खाजगी सहभागित्व प्रकल्प चालू होते. परंतु सन 2004-05 च्या दरम्यान ही संख्या पाचशेपर्यंत पोहोचली आणि सन 2011 पर्यंत ही संख्या 840 पर्यंत पोहोचली. बहुतेक सार्वजनिक-खाजगी सहभागित्व प्रकल्प रस्ते व पूल या क्षेत्रातील आहेत. त्यानंतर बंदरांचा नंबर लागतो.

पुढील तक्ता क्र. 4.18 मध्ये भारतातील सार्वजनिक-खाजगी सहभागित्व प्रकल्पाची सन 2011 मधील परिस्थिती दर्शविली आहे.

तक्ता क्र. 4.18 : भारतातील सार्वजनिक-खाजगी सहभागित्व प्रकल्प

अ केंद्र	प्रकल्पाची संख्या	प्रकल्प खर्च (कोटी ₹)	राज्य सरकार	प्रकल्पाची संख्या	प्रकल्प खर्च (कोटी ₹)
राष्ट्रीय महामार्ग	172	96,152	रस्ते	273	1,23,386
प्रमुख बंदरे	21	14,735	बंदरे	41	66,479
विमानतळे	05	19,111	विमानतळे	–	–
रेल्वे	07	2,418	रेल्वे	02	1,494
ऊर्जा	04	17,500	नागरी पायाभूत सुविधा प्रकल्प	166	84,914
एकूण	209	1,49,916	ऊर्जा	65	56,185
			पर्यटन	50	4,497
			इतर क्षेत्र	34	3,756
			एकूण (राज्य)	631	3,40,711
			एकूण (केंद्र व राज्य)	**840**	**4,90,627**

संदर्भ : नियोजन आयोग आणि पायाभूत सुविधा

केंद्र व राज्य क्षेत्रातील सार्वजनिक-खाजगी सहभागित्व प्रकल्पाची वेगवेगळ्या क्षेत्रामधील स्थिती पुढील तक्ता क्र. 4.19 मध्ये दर्शविली आहे.

तक्ता क्र. 4.19 : भारतातील सार्वजनिक - खाजगी सहभागित्व प्रकल्प

क्षेत्र	एकूण संख्या	क्षेत्र	एकूण संख्या
विमानतळे	05	रस्ते	445
शैक्षणिक	19	रेल्वे	09
आरोग्य	08	पर्यटन	53
ऊर्जा	72	नागरी विकास	167
बंदरे	62	**एकूण प्रकल्प**	**840**

संदर्भ : नियोजन आयोग

सार्वजनिक-खाजगी सहभागित्व प्रकल्पाच्या शाश्वततेसाठी मूलभूत पायाभूत प्रकल्पाच्या नियंत्रणासाठी स्वतंत्र नियामक मंडळाची स्थापना केली गेली पाहिजे.

राज्यामधील सार्वजनिक-खाजगी सहभागित्व प्रकल्पाच्या यशस्वितेसाठी राज्य सरकारने स्वतंत्र विभाग निर्माण करावा आणि त्यामार्फत धोरण आखणी व त्याची परिणामकारकपणे अंमलबजावणी करावी. या क्षेत्रातील प्रचलित प्रकल्पाच्या अनुभवाचादेखील उपयोग करून घेण्यात यावा. मोठ्या प्रकल्पाचे खर्च-लाभ मूल्यांकन कडक आणि काटेकोरपणे करण्यात यावे.

पायाभूत प्रकल्पांच्या विकासामधील अडथळे
(Major Obstacles to Infrastructure Development)

1. **वित्तपुरवठा** : अनेक कारणांमुळे पायाभूत सुविधांचा विकास सार्वजनिक क्षेत्रावर अवलंबून राहिला आहे. यासाठी सार्वजनिक वस्तूसारखे पायाभूत सुविधांचे स्वरूप, त्यामुळे काही पायाभूत सुविधांच्या बाबतीत नैसर्गिक मक्तेदारी निर्माण झाली आहे. तसेच या क्षेत्रात दीर्घकालीन प्रचंड भांडवली गुंतवणूक करावी लागते. सन 1990 नंतर आर्थिक धोरणामुळे मूलभूत स्वरूपाचा बदल झालेला असला तरी खाजगी गुंतवणूक अपेक्षेप्रमाणे वाढलेली नाही. वीज आणि दूरसंचार या दोन क्षेत्रापुरतेच खाजगी गुंतवणुकीचा प्रभाव असलेला दिसून येतो.

आजही भारतातील पायाभूत सुविधांचा विकास योग्य प्रमाणात झालेला नाही. त्याचे महत्त्वाचे कारण म्हणजे अपूर्ण वित्तपुरवठा. पायाभूत सुविधांच्या वित्तपुरवठ्यासाठी ज्या प्रमाणात वित्तीय क्षेत्राचा विकास व्हायला पाहिजे होता तसा तो आजही झालेला नाही. बहुतेक खाजगी-सार्वजनिक सहभागित्व प्रकल्पामध्ये खाजगी गुंतवणुकीला प्रोत्साहन देण्याचा प्रयत्न सरकारने केला आहे. परंतु निधी पुरवठ्याअभावी खाजगी गुंतवणूक अपेक्षेप्रमाणे वाढलेली नाही.

2. **भूमी संपादन** : पायाभूत सुविधांच्या विकासामधील सर्वांत मोठा अडथळा म्हणजे भूमी संपादन होय. भूमी संपादनामध्ये स्थानिक लोक खूप विरोध करतात. त्यामुळे भूमी संपादनात खूप मोठा कालावधी लोटला जातो. भूमी संपादनासाठी सरकारकडून देण्यात येणारे मूल्य आणि प्रत्यक्षातील बाजारमूल्य यात फार मोठी तफावत आहे. त्यामुळे सरकार आणि जमीनमालक यांच्यात कलह निर्माण होतात.

भूमी संपादनामधील कलह आणि अडथळे कमी करून कमीतकमी वेळेत भूमी संपादन करता यावे म्हणून सरकारने भूसंपादन (Land Acquisition) पुनर्वसन (Rehabilitation) आणि पुनर्स्थापना (Resettlement) विधेयक संसदेत सादर केले आहे. सदर विधेयकामध्ये जमीन मालकांचे जमिनीचे मोबदले बाजारमूल्यापेक्षा अधिक ठेवण्याचा प्रस्ताव आहे.

3. **नियमन चौकट** *(Regulatory Framework)* : भारतातील बहुतेक पायाभूत सुविधा प्रकल्प पूर्ण होण्यामध्ये विलंब झाला आहे. याचे महत्त्वाचे कारण म्हणजे प्रकल्पावरील अपूर्ण नियमन व्यवस्था आणि मंजुरीच्या प्रक्रियेतील अकार्यक्षमता होय. पायाभूत प्रकल्पांना वेगवेगळ्या सरकारी खात्याकडून वेगवेगळ्या प्रकारची परवानगी व मंजुरी घ्यावी लागते.

वेगवेगळ्या खात्यांचे मंत्री, सरकारी अधिकारी आणि प्रकल्पाचे पदाधिकारी व संबंधित अधिकारी यांच्यामध्ये वेगवेगळ्या स्तरावर चर्चा घडवून आणावी लागते. त्यासाठी सर्वच व्यक्तींची एका वेळी उपस्थिती आणि मंजुरी खूप अवघड गोष्ट आहे. त्यामुळे प्रकल्पाला वेगवेगळ्या प्रकारची परवानगी वेळेवर मिळत नाही.

4. **पूर्तता आणि अंमलबजावणीमध्ये विलंब** *(Delay in Clearances and Implementations)* : वरील मुद्द्यात सांगितल्याप्रमाणे कोणत्याही पायाभूत प्रकल्पाला वेगवेगळ्या सरकारी खात्यांची परवानगी घ्यावी लागते. परंतु या प्रकारची परवानगी वेळेवर मिळत नाही आणि त्यामुळे प्रकल्पाची उभारणी व अंमलबजावणी वेळेवर होत नाही. तसेच वाढणाऱ्या किमतीमुळे नियोजित खर्चामध्ये प्रकल्प पूर्ण होत नाही. म्हणून वाढीव खर्चाला सरकारची मंजुरी घ्यावी लागते.

5. **असंतुलित खाजगी सहभाग** *(Uneven Private Participation)* : सर्व प्रकारच्या पायाभूत क्षेत्रात खाजगी सहभाग समान झालेला नाही. काही क्षेत्रात खूप अधिक सहभाग तर काही क्षेत्रात खूप कमी झालेला आहे. फक्त दूरसंचार क्षेत्रात 3G-स्पेक्ट्रमच्या वाटपामुळे खाजगीकरणाचे अनेक अडथळे पार करून खाजगी सहभाग अधिक झालेला आहे. याउलट, ग्रामीण भागातील पायाभूत सुविधांमध्ये खाजगी सहभाग अत्यंत कमी आहे. बंदरामध्ये खाजगी सहभाग खूप प्रचंड आहे. तथापि, बंदराच्या अनेक कार्यांमध्ये खाजगी सहभागाला बराच वाव आहे. विमानतळाच्या बाबतीत, ग्रीनफील्ड एअरपोर्टच्या स्वरूपात खाजगी सहभाग वाढत आहे. ऊर्जानिर्मिती क्षेत्रात खाजगी गुंतवणुकीची खूप मोठी गरज आहे. आज ऊर्जानिर्मिती क्षेत्रात खाजगी गुंतवणूक खूप कमी आहे. रस्ते क्षेत्रात बीओटी (BOT) तत्त्वावर खाजगी सहभाग खूप मोठ्या प्रमाणावर वाढत आहे. रेल्वेमध्ये खाजगी सहभाग खूपच मर्यादित आहे.

6. **प्रकल्प शासन – प्रशासनसंबंधी मर्यादा/अडथळे** *(Governance related Constraints)* : पायाभूत सुविधा प्रकल्पाच्या शासन व प्रशासनसंबंधी अनेक अडचणी आहेत. पायाभूत प्रकल्पासाठी अनेक प्रकारच्या बक्षीस योजना राबविल्या जातात. परंतु बक्षीस योजना पारदर्शी नसतात. बक्षीस योजना पारदर्शी राहिल्या तर प्रकल्पांतर्गत स्पर्धा निर्माण होऊन कार्यक्षमतेत सुधारणा होते. प्रकल्पांना देण्यात येणाऱ्या प्रलोभनपर सवलती सर्व प्रकल्पांना समान रीतीने प्रलोभने दिली पाहिजेत. परंतु येथेही सरकारकडून भेदात्मक धोरण स्वीकारले जाते.

प्रचलित व्यूहरचनेनुसार भारतातील पायाभूत सुविधा जागतिक दर्जाच्या झाल्या पाहिजेत असा सरकारचा प्रयत्न आहे. जागतिक अर्थव्यवस्थेमधील सध्याच्या विकासावरून असे सुचविले जाते की, भारतीय अर्थव्यवस्थेचा वाढता वृद्धिदर हा फक्त अर्थव्यवस्थेतील लाभापासून वंचित असलेल्या मोठ्या गटालाच मिळेल असे नाही तर शाश्वत जागतिक वृद्धीसाठी त्याची गरज आहे.

7. **पायाभूत सुविधांची कार्यक्षम किंमत** *(Efficient Pricing of Infrastructure)* : पायाभूत क्षेत्रामध्ये खाजगी गुंतवणूक आकर्षित करणे आणि त्यांच्या किमती निश्चित करणे यामध्ये विशिष्ट संबंध प्रस्थापित करण्याच्या बाबतीत अनेक समस्या आहेत. त्यामधून अकराव्या आणि बाराव्या पंचवार्षिक योजनेत पायाभूत क्षेत्रातील किंमत व्यूहरचनेत अनेक आव्हाने निर्माण झालेली आहेत.

व्यापक दृष्टिकोनातून धोरण स्वीकारल्यास वैयक्तिक नियंत्रणाचे धोरण योग्य ठरते. दूरसंचार, ऊर्जा, विमानतळ आणि बंदरे या प्रमुख पायाभूत सुविधांच्या बाबतीत असेच स्वतंत्र धोरण स्वीकारले आहे. रस्ते व मूल्यआकारणीच्या बाबतीत अनेक मर्यादा आहेत. रेल्वेच्या बाबतीत सर्व सेवांची मूल्यआकारणी केली जाते. परंतु ज्यांच्याकडून सेवा पुरविली

जाते त्यांच्याकडूनच किंमत आकारणी करणे अपवादात्मक परिस्थितीत घडते. जलसिंचन क्षेत्रात किंमत आकारणे तर खूप क्लिष्ट आहे तर शेतीसाठी ऊर्जा आणि पाणीपुरवठ्याच्या किमती ठरविताना त्या इतक्या किमान पातळीवरून ठरविल्या जातात की त्यामधून त्यांचा देखभालीचा खर्चदेखील भागत नाही.

दूरसंचार क्षेत्रात किंमत नियंत्रकाला खूपच स्वातंत्र्य आहे. परंतु या क्षेत्राला स्पर्धेचे वर्चस्व आहे. त्यामुळे या क्षेत्रातील प्रचलित किमती या सिलिंग (Ceiling) किमतीच्याही खाली आहेत.

ऊर्जा पुरवठ्याच्या चीन आणि भारतातील किमतीतील तुलना केली तर असे दिसून येते की, चीनमध्ये वेगवेगळ्या उपभोक्ता गटाचे किंमत गुणोत्तर 1.08 आहे तर भारतात 7.8 आहे. यावरून भारतातील ऊर्जा क्षेत्रात किमतीमध्ये किती तफावत आहे हे दिसून येते. राष्ट्रीय किंमत धोरणाने असे सुचविले आहे की, किमतीतील तफावतीचे गुणोत्तर दोनपेक्षा अधिक नसावे.

प्रश्नावली

लघुत्तरी प्रश्न

1. आर्थिक विकासातील पायाभूत सुविधांचे महत्त्व स्पष्ट करा.
2. स्वातंत्र्योत्तर काळातील रेल्वे विकासाचा आढावा घ्या.
3. स्वातंत्र्योत्तर काळातील रस्ते विकासाचा आढावा घ्या.
4. ऊर्जानिर्मितीचे स्रोत स्पष्ट करा.
5. आर्थिक विकासात रस्ते वाहतुकीचे महत्त्व स्पष्ट करा.
6. खाजगी क्षेत्राची पायाभूत सुविधा निर्मितीमधील भूमिका स्पष्ट करा.
7. सार्वजनिक क्षेत्राची पायाभूत सुविधा निर्मितीमधील भूमिका स्पष्ट करा.
8. सेवाक्षेत्रातील आधुनिक प्रवाह स्पष्ट करा.

दीर्घोत्तरी प्रश्न

1. पायाभूत सुविधांचे विविध घटक सांगून सार्वजनिक क्षेत्रातील पायाभूत सुविधा निर्मितीमधील भूमिका स्पष्ट करा.
2. पायाभूत सुविधा म्हणजे काय ? आर्थिक विकासातील पायाभूत सुविधांचे महत्त्व स्पष्ट करा.
3. पायाभूत प्रकल्पाच्या विकासामधील अडथळे स्पष्ट करा.

☼ **टीपा लिहा.**

1. पायाभूत सुविधाचे घटक

2. ग्रामीण विद्युतीकरण

3. पायाभूत सुविधा व सार्वजनिक क्षेत्र

4. हवाई वाहतूक

5. जलवाहतूक

6. भारतातील सार्वजनिक – खाजगी भागीदारी

7. पायाभूत सुविधांचे आर्थिक विकासातील महत्त्व

8. पायाभूत सुविधांची आर्थिक विकासातील भूमिका.

❧ ❧

5

मानवी विकास
HUMAN DEVELOPMENT

प्रास्ताविक

मानवी श्रम हा उत्पादनाच्या घटकांमधील सजीव व एकमेव क्रियाशील घटक असल्याने प्रत्येक देशाच्या आर्थिक विकासात मानवी संसाधन विकासाला महत्त्वाचे स्थान आहे. एखाद्या देशाचा आर्थिक विकास किती प्रमाणात झालेला आहे हे केवळ देशातील समाजाच्या आर्थिक स्थितीवरून ठरत नाही. कोणत्याही देशातील फक्त वृद्धी महत्त्वाची नाही तर त्याबरोबरच विकास महत्त्वाचा असतो. विकासात गुणवत्तेचे प्रतिबिंब पडत असते. मानवी संसाधनाचा संबंध देशाच्या लोकसंख्येशी जोडला जातो. मानवाला नेहमीच प्रगती आवडते. म्हणून उत्क्रांतीचे अनेक टप्पे पार करत तो रानटी अवस्थेतून समाजाच्या मुख्य प्रवाहात आलेला आहे. मानवी संसाधनाचा दर्जा उंचावल्यामुळेच संबंधित देशाच्या आर्थिक विकासाचे ध्येय गाठणे शक्य झाले आहे. आर्थिक विकास हे सातत्याने चालणारी व चिरंतन प्रक्रिया आहे. कोणत्याही देशाच्या आर्थिक विकासासाठी उच्च दर्जाच्या मानवी भांडवलाची आवश्यकता असते. गुणवत्ता व उच्च प्रतीच्या मानवी भांडवलाच्या निर्मितीसाठी लोकसंख्येच्या पर्याप्त आकारमानाबरोबरच शिक्षण, आरोग्य, रोजगार इत्यादी घटक महत्त्वाचे ठरतात. देशाचा आर्थिक विकास हा पूर्णपणे मानवी भांडवलाच्या गुणवत्तेवरच अवलंबून असल्याने मानवी संसाधन विकासाशी संबंधित घटकांचा अभ्यास महत्त्वाचा ठरतो.

देशात उपलब्ध असलेले मानवी भांडवल हे त्या देशाच्या आर्थिक प्रगतीचा आरसा असतो. देशाच्या विकासाचे प्रतिबिंब त्यात दिसते. अर्थव्यवस्था विकसित, विकसनशील किंवा मागासलेली आहे हे मानवी विकासावरून समजते. उच्च दर्जाचे मानवी भांडवल पर्याप्त प्रमाणात उपलब्ध असेल तर तो देश झपाट्याने विकास साधतो. आरोग्य, चांगल्या दर्जाचे शिक्षण व प्रशिक्षण याचा मानवी भांडवलावर परिणाम होतो.

5.1 आर्थिक विकासात मानवी संसाधनाची भूमिका

ROLE OF HUMAN RESOURCE IN ECONOMIC DEVELOPMENT

आर्थिक विकासामध्ये मानवी संसाधन विकासाला अत्यंत महत्त्वाचे स्थान आहे. कारण मानवी संसाधन विकासामुळे उत्पादन पद्धतीत मोठ्या प्रमाणात बदल घडून येतात. ज्या देशात पुरेशा प्रमाणात उच्च दर्जाचे आणि कुशल मानवी साधनसंपत्ती असते तो देश अधिक वेगाने आर्थिक विकासाकडे वाटचाल करतो. मात्र ज्या देशात दर्जेदार व कुशल श्रमाची कमतरता भासते, मानवी संसाधनाचा दर्जा निकृष्ट प्रतीचा असतो व असे मनुष्यबळ मुबलक प्रमाणात उपलब्ध असले तरी त्या देशाच्या विकासामध्ये अडथळा ठरतो.

दवाखान्यात रुग्णाच्या हृदयाचे ठोके योजण्यासाठी ज्याप्रमाणे डॉक्टर स्टेथोस्कोपचा वापर करतो त्याचप्रमाणे एखाद्या देशाचा आर्थिक विकास झालेला आहे किंवा नाही ? समाजाचा विकास किती झाला याचे मापन करण्यापूर्वी पूर्वी स्थूल राष्ट्रीय उत्पन्न व दरडोई उत्पन्न हा निकष वापरला जात होता. त्यावरून त्या देशाची आर्थिक वृद्धी किती झाली याचा अंदाज येत असे. मात्र त्यावरून त्या देशाच्या आर्थिक विकास किंवा प्रगतीचे चित्र स्पष्ट दिसत नाही. आर्थिक विकास ही व्यापक संकल्पना असून विकासामध्ये संख्यात्मक व गुणात्मक बाबीचा विचार केला जातो.

आर्थिक विकासात मानवी संसाधन विकासाला असणारे महत्त्व पुढील मुद्द्यांच्या साहाय्याने स्पष्ट करता येईल.

1. **उत्पादन प्रक्रियेतील एकमेव कार्यशील घटक** : उत्पादनाच्या भूमी, श्रम, भांडवल आणि संयोजक यांपैकी 'श्रम' हा एकमेव सजीव व क्रियाशील घटक आहे. कारण तो उत्पादनाच्या इतर घटकांना एकत्र आणून उत्पादनाचे कार्य पार पाडतो. 'श्रम' हा घटक गतिशील असल्याने तो उत्पादनाच्या प्रक्रियेत महत्त्वाची भूमिका पार पाडतो. जर मानवी श्रम दर्जेदार असेल तर इतर घटकांचा पर्याप्त वापर होऊन एकूण उत्पादनात वाढ होते व देशाचा आर्थिक विकास जलद गतीने होण्यास मदत होते. आर्थिक विकासाचा दर उंचावण्यासाठी मानवी संसाधनाचा विकास होणे आवश्यक असते.

2. **उत्पादन घटकांचा पर्याप्त वापर** : भांडवल, यंत्रसामग्री व कच्च माल इत्यादी उत्पादन घटकांचा पर्याप्त वापर करणे संस्थेच्या मनुष्यबळाच्या हातात असते. संस्थेच्या एकूण कार्यक्षमतेच्या दृष्टीने या घटकांचा पर्याप्त वापर होणे महत्त्वाचे असते. असे झाले नाही तर या घटकांमध्ये केलेली गुंतवणूक संस्थेला फायदेशीर ठरत नाही आणि संस्थेचा उत्पादन खर्च वाढून नफा कमी होतो. उच्च प्रतीच्या मनुष्यबळाच्या साहाय्याने संस्था आपल्या उत्पादन साधनाचा योग्य आणि पर्याप्त वापर करून घेऊ शकते. म्हणूनच कोणत्याही संस्थेच्या दृष्टीने मानवी संसाधन महत्त्वाचे मानले जाते.

3. **श्रमाचा पुरवठा** : उत्पादनासाठी वापरल्या जाणाऱ्या उत्पादन घटकांमध्ये 'श्रम' हा महत्त्वाचा घटक आहे. कुशल व प्रशिक्षित मनुष्यबळावर उत्पादनाचा दर्जा अवलंबून असतो. श्रमाचा पुरवठा मानवी संसाधनावर अवलंबून असतो. म्हणजेच देशाला हव्या असलेल्या आवश्यक त्या श्रमाचा पुरवठा करणारा घटक या दृष्टीने मानवी संसाधन महत्त्वाचे आहे.

4. **भविष्यकालीन मनुष्यबळाच्या गरजांची पूर्तता** : संस्थेच्या विकासाबरोबर तिच्या कार्यक्षम मनुष्यबळाच्या गरजा वाढत जातात. वाढत्या विस्तारामुळे संस्थेला अधिक कार्यक्षम व विश्वासू व्यवस्थापकाची गरज भासू लागते. संस्थेकडे असलेले प्रचलित मनुष्यबळ पर्याप्त संख्येने व कुशल असेल तर संस्थेची कार्यक्षम मनुष्यबळाची भविष्यकालीन गरज आहे त्याच मनुष्यबळातून भागविणे शक्य होते. शिवाय असे करणे संस्थेच्या व कर्मचाऱ्यांच्या दृष्टीनेही फायद्याचे असते. या दृष्टिकोनातून संस्थेकडे असलेले प्रचलित मनुष्यबळ तिच्या भविष्यकालीन मनुष्यबळाच्या गरजा पूर्ण करण्याच्या दृष्टीने महत्त्वाचे मानले जाते.

5. **संशोधनास चालना** : देशाच्या आर्थिक विकासात संशोधनाला महत्त्वपूर्ण स्थान आहे. देशाचा सर्वांगीण विकास संशोधनावर अवलंबून असतो. संशोधनामुळे वेगवेगळे नवीन शोध लागतात. नवीन तंत्रज्ञान, उत्पादनाच्या नवीन पद्धती व कौशल्यांचा शोध लागतो. त्यामुळे उत्पादन पूर्वीपेक्षा अधिक दर्जेदार व कमी उत्पादन खर्चात होते. देशातील उपलब्ध मानव संसाधनांपैकी बहुतांश मनुष्यबळ संशोधनात व्यस्त असते. त्यामुळे नवीन संशोधनास चालना मिळते. अशा नवीन संशोधनाचा सर्वच क्षेत्रांना फायदा होतो. थोडक्यात, मानवी संसाधनामुळे संशोधन होते व या संशोधनाचा राष्ट्राच्या हितासाठी उपयोग होतो.

6. **बाजारातील अस्तित्व टिकून राहण्यासाठी मदत** : उच्च दर्जाच्या कुशल व कार्यक्षम मनुष्यबळामुळे संस्थेला स्पर्धेत टिकून राहणे शक्य होते. कुशल व कार्यक्षम मनुष्यबळ नवीन उत्पादने व उत्पादनाची नवीन तंत्रे शोधण्यास अग्रेसर असते. त्यामुळे उत्पादनाच्या दर्जात सुधारणा होऊन उत्पादन खर्चात बचत करणे शक्य होते. सध्याच्या स्पर्धेच्या युगात वाजवी किंमत दर्जेदार उत्पादन विकणारी संस्थाच बाजारात तग धरून राहू शकते.

7. **देशाची प्रतिमा उंचावते** : कुशल व दर्जेदार मनुष्यबळामुळे देशात उपलब्ध असलेल्या साधनसंपत्तीवर देशाची प्रतिमा अवलंबून असते. शिस्तप्रिय मानवी संसाधनामुळे जपान व इंग्लंड यांसारख्या देशांची प्रतिमा उंचावली आहे. सचिन तेंडुलकर, लता मंगेशकर, अभिताभ बच्चन यांसारख्या गुणवान माणसांमुळे देशाची प्रतिमा उंचावते.

8. **लोकसंख्या नियंत्रण** : मानवी संसाधन विकासामुळे समाजामध्ये शैक्षणिक जागृती होऊन लोकांना लहान कुटुंबाचे महत्त्व समजते. त्यामुळे देशामध्ये जितके उच्च दर्जाचे शिक्षित मनुष्यबळ असेल त्या देशाची लोकसंख्या नियंत्रणात राहते.

9. **निकोप नागरी समाजाची निर्मिती** : मानवी संसाधन विकासामुळे दारिद्र्य कमी होऊन एका निकोप नागरी समाजाची निर्मिती होते. लोकशाही मूल्ये रुजली जाऊन सामाजिक स्थिरता निर्माण होते.

5.2 मानवी विकास निर्देशांक संकल्पना (HDI)

CONCEPT OF HUMAN DEVELOPMENT INDEX (HDI)

आर्थिक विकासाच्या प्रक्रियेत मानवी साधनसंपत्तीला अतिशय महत्त्वाचे स्थान आहे. उच्च दर्जाच्या मानवी श्रमामुळे उत्पादनामध्ये मोठ्या प्रमाणात बदल घडून येतात. ज्या देशामध्ये पुरेशा प्रमाणात कुशल मानवी साधनसंपत्ती आहे तो देश झपाट्याने विकासाकडे वाटचाल करतो. याउलट, जर देशात उपलब्ध असलेल्या मानवी साधनसंपत्तीचा दर्जा निकृष्ट प्रकारचा असेल तर ती संख्येने जास्त असली तरी त्या देशाच्या विकासामध्ये अडथळा ठरते.

दवाखान्यात रुग्णाच्या छातीचे ठोके मोजण्यासाठी ज्याप्रमाणे डॉक्टर स्टेथोस्कोप वापरतो किंवा मागणीतील बदल मोजण्यासाठी जशी 'लवचीकता' ही संकल्पना वापरली जाते त्याचप्रमाणे एखाद्या देशाचा किंवा समाजाचा विकास किती झाला हे मोजण्यासाठी 'मानव विकास निर्देशांक' ही संकल्पना वापरली जाते. पूर्वी एखाद्या देशाचा किंवा समाजाचा विकास मोजण्यासाठी स्थूल राष्ट्रीय उत्पन्न हा निकष लावला जायचा. त्यावरून त्या देशाची आर्थिक वृद्धी किती झाली हे समजत होते. परंतु आर्थिक विकासाचे चित्र स्पष्ट होत नव्हते. आर्थिक विकास ही विस्तृत व मोठी संकल्पना आहे.

पूर्वी स्थूल राष्ट्रीय उत्पन्न हा निकष लावला जायचा. त्यावरून त्या देशाची आर्थिक वृद्धी किती झाली आहे याचा अंदाज येत असे. परंतु आर्थिक विकासाचे चित्र स्पष्ट होत नव्हते. आर्थिक विकासामध्ये गुणात्मक व संख्यात्मक अशा दोन्ही बदलांचा अभ्यास केला जातो. म्हणून पाकिस्तानचे अर्थशास्त्रज्ञ महबूब-उल-हक यांच्या नेतृत्वाखाली सर्वप्रथम सन 1990 मध्ये मानवी विकास निर्देशांक ही संकल्पना तयार झाली आणि त्याचा अहवाल प्रसिद्ध करण्यात आला. त्यानंतर दरवर्षी असा अहवाल प्रसिद्ध करण्यात येऊ लागला.

कोणत्याही देशाच्या प्रगतीचे मापन हे त्या देशाच्या मानव विकास निर्देशांकाच्या आधारे केले जाते. मानव विकास ही संकल्पना स्पष्ट करताना असे समजले जाते की, लोकांच्या आकांक्षा अमर्याद असतात तसेच त्यात काळानुसार व वेळेनुसार बदलही होत असतात. लोकांच्या या वाढत्या व बदलत्या आकांक्षाची पूर्तता करण्याची प्रक्रिया म्हणजे मानव विकास होय.

मानवी जीवनाची गुणवत्ता मोजण्यासाठी विकासाचे तीन निर्देशांक तयार करण्यात आले :

(1) मानवी विकास निर्देशांक (Human Development Index – HDI)

(2) लिंगसापेक्ष विकास निर्देशांक (Gender related Development Index – GDI)

(3) मानवी दारिद्र्य निर्देशांक (Human Poverty Index – HPI)

मानवी गुणवत्तेचे चित्र व्यक्त करण्यासाठी निर्देशांकाचा वापर केला जातो.

मानवी विकास निर्देशांक ही तीन वेगवेगळ्या निर्देशांकाचा मिळून बनलेला आहे. आरोग्याच्या मोजमापासाठी सरासरी आयुर्मान, शिक्षणाच्या मूल्यांकनासाठी साक्षरता आणि शिक्षणासाठी व्यतीत केलेली वर्षे जीवनमानाचे मोजमाप करण्यासाठी दरडोई देशांतर्गत उत्पन्न हे तीन मापदंड किंवा निर्देशांक आहेत. म्हणून मानवी विकास निर्देशांक हा प्रदीर्घ व निरामय आयुष्य, ज्ञान आणि चांगले जीवनमान या तीन मूलभूत पैलूंचे संमिश्र निर्देशांक आहे असे म्हटले जाते. मानवी विकास ही संकल्पना गणिती निर्देशांकाच्या मर्यादेत ठेवण्याइतकी साधी गोष्ट नाही; ती कितीतरी व्यापक संकल्पना आहे.

5.2.1 मानवी विकास निर्देशांकाचे मापन (Measurement of Human Development Index)

मानव विकास निर्देशांकावरून लोकसंख्येची गुणवत्ता समजते. मानव विकास निर्देशांकाचे तीन निर्देशांक असतात. जन्मापासूनचे सरासरी आयुर्मान, प्रौढ साक्षरता आणि प्राथमिक - माध्यमिक व उच्च शिक्षणार्थींची नोंदणी यांच्या संयुक्त गुणोत्तरातून व्यक्त होणारी शैक्षणिक प्रगती आणि खरेदीशक्ती क्षमता डॉलर मूल्यात व्यक्त होणारे दरडोई स्थूल देशांतर्गत उत्पन्न हा राहणीमान पातळीचा निर्देशांक होय.

मानवी विकास निर्देशांकाचे मोजमाप करण्यासाठी वरील तीन घटकांचा एकत्रित निर्देशांक तयार केला जातो. यासाठी किमान आणि कमाल किमती विचारात घेतल्या जातात :

(1) जन्मापासूनचे सरासरी आयुर्मान : किमान 25 व कमाल 85 वर्षे

(2) प्रौढ साक्षरता प्रमाण : किमान 0 टक्के व कमाल 100 टक्के एकत्रित

(3) शैक्षणिक नोंदणी गुणोत्तर : किमान 0 टक्के व कमाल 100 टक्के

(4) दरडोई वास्तव स्थूल देशांतर्गत उत्पादन (क्रयशक्ती क्षमता) : किमान 100 डॉलर्स व कमाल 40,000 डॉलर्स.

मानव विकास निर्देशांकातील वरील तिन्ही निर्देशांकाचे मूल्य प्रथम स्वतंत्रपणे काढून या तिन्ही मूल्यांच्या बेरजेतून मानव विकास निर्देशांक काढतात. त्यासाठी पुढील सूत्र वापरले जाते.

$$\text{निर्देशांक} = \frac{\text{प्रत्यक्ष मूल्य} - \text{किमान मूल्य}}{\text{कमाल मूल्य} - \text{किमान मूल्य}}$$

साध्या सरासरी पद्धतीने मानव विकास निर्देशांक काढला जातो.

तक्ता क्र. 5.1 : निवडक देशांचा मानवी विकास निर्देशांक (2005)

मानव विकास निर्देशांक (HDI) देशांचे क्रमांक	आयुर्मान (वर्षे) (2005)	प्रौढ साक्षरता (टक्केवारी) (2005)	प्राथमिक, माध्यमिक आणि उच्च माध्यमिक शिक्षणाची एकत्रित नोंद (टक्केवारी) (2005)	दरडोई वास्तव स्थूल देशांतर्गत उत्पादन (अमेरिकन डॉलर) (2005)	मानवी विकास निर्देशांक (2005)
■ उच्च मानव विकास गट (निर्देशांक 0.8 आणि पुढे)					
2. नॉर्वे	81.5	99.0	99.2	41,420	0.968
4. कॅनडा	80.3	99.0	99.2	33,375	0.961
8. जपान	82.3	99.0	85.9	31,267	0.953
12. अमेरिका	77.9	99.0	93.3	41,890	0.951
16. इंग्लंड	79.0	99.0	93.0	33,238	0.946
26. दक्षिण कोरिया	77.9	99.0	96.0	22,029	0.921
52. मेक्सिको	75.6	91.6	75.6	10,751	0.829
61. सौदी अरेबिया	72.2	82.7	76.0	15,711	0.812
63. मलेशिया	73.7	88.7	74.3	10,882	0.811
67. रशिया	65.0	99.4	88.9	10,845	0.802
70. ब्राझील	71.7	88.6	87.5	8,402	0.800
■ मध्यम मानव विकास गट (निर्देशांक 0.5 ते 0.8)					
74. व्हेनेझुएला	73.2	93.0	75.5	6,632	0.792
81. चीन	72.5	90.9	69.1	6,757	0.777
90. फिलिपिन्स	71.0	92.6	81.1	5,137	0.771
99. श्रीलंका	71.6	90.7	62.7	4,595	0.743
94. इराण	70.2	82.4	72.8	7,968	0.759
107. इंडोनेशिया	69.7	90.4	68.2	3,843	0.728
105. व्हिएतनाम	73.7	90.3	63.9	3,071	0.733
112. इजिप्त	70.7	71.4	76.9	4,337	0.708
128. भारत	**67.7**	**61.0**	**63.8**	**3,452**	**0.619**
136. पाकिस्तान	64.6	49.9	40.0	2,370	0.551
140. बांगलादेश	63.1	47.5	56.0	2,053	0.547
■ अल्प मानव विकास गट (निर्देशांक 0.5 पेक्षा कमी)					
159. नायजेरिया	46.5	69.1	56.2	1,128	0.470
174. नायजर	55.8	28.7	22.7	781	0.374

संदर्भ : जागतिक विकास अहवाल, 2005

सन 2005 च्या मानवी विकास अहवालानुसार निर्देशांकाच्या आधारे जगातील देशांची विभागणी तीन गटांत करण्यात आली.

ज्या देशाचा मानव विकास निर्देशांक 0.8 पेक्षा अधिक आहे त्या देशांचा उच्च मानव विकास गट; ज्या देशाचा मानव विकास निर्देशांक 0.5 ते 0.8 आहे त्या देशांचा मध्यम मानव विकास गट; आणि ज्या देशांचा निर्देशांक 0.5 पेक्षा कमी आहे त्या देशांचा अल्प मानव विकास गट म्हणून ओळखला जातो.

तक्ता क्र. 5.1 वरून पुढील गोष्टी स्पष्ट होतात :

- उच्च मानव विकास गटामध्ये नॉर्वेचा मानव विकास निर्देशांक सर्वाधिक 0.968 होता. या गटात नॉर्वेबरोबरच कॅनडा, जपान, अमेरिका, इंग्लंड, मलेशिया, रशिया, ब्राझील, मेक्सिको इत्यादी देशांचा समावेश होतो.
- मध्यम मानव विकास गटामध्ये ज्या देशांचा निर्देशांक 0.5 ते 0.8 आहे असे देश समाविष्ट केले जातात. या गटात व्हेनेझुएला, चीन, फिलिपिन्स, श्रीलंका, इराण, इंडोनेशिया, व्हिएतनाम, इजिप्त, भारत, पाकिस्तान व बांगलादेशाचा समावेश होतो.
- ज्या देशाचा मानव विकास निर्देशांक 0.5 पेक्षा कमी आहे अशा देशांचा समावेश अल्प मानव विकास गटात केला जातो. या गटात नायजेरिया, नायजर यांसारख्या मागासलेल्या देशांचा समावेश होतो.
- भारताचा मानव विकास निर्देशांक 0.619 असल्याने जगात भारताचा 128 वा क्रमांक लागतो.
- नॉर्वेचा मानव विकास निर्देशांक 0.968 असून त्याचा जगातील 174 देशांत प्रथम क्रमांक लागतो.

5.2.2 मानव विकास अहवाल, 2011 (Human Development Report, 2011)

संयुक्त राष्ट्राच्या विकास कार्यक्रमाच्या (United Nations Development Programme – UNDP) वतीने सन 2011 मध्ये एकविसावा मानव विकास अहवाल प्रसिद्ध करण्यात आला. या अहवालात मानव विकासाचे मोजमाप पुढील तीन निकषांच्या आधारे करण्यात आले आहे.

(1) दीर्घ व आरोग्यसंपन्न जीवन जगणे.

(2) चांगले शिक्षण प्राप्त करणे व ज्ञानसंपन्न असणे.

(3) चांगल्या प्रतीच्या राहणीमानाचे जीवन जगणे.

वरील तीन निकषांचा विचार केला असता जगातील राष्ट्रांचे चार गट पडतात :

1. **अत्युच्च मानव विकास असलेली राष्ट्रे** : ज्या राष्ट्रांचा मानव विकास निर्देशांक 0.8 किंवा त्याहून अधिक आहे त्या राष्ट्रांचा अंतर्भाव उच्चतम मानव विकास साध्य केलेल्या राष्ट्रांच्या गटात करण्यात आला आहे. सन 2011 च्या अहवालातील नॉर्वे हे राष्ट्रच मानव विकासाच्या बाबतीत प्रथम क्रमांकावर आहे. त्याचा मानव विकास निर्देशांक 0.943 इतका आहे.

या गटात अजून काही राष्ट्रांचा समावेश होतो. ती राष्ट्रे पुढीलप्रमाणे :

ऑस्ट्रेलिया (0.929); नेदरलँड्स (0.910); अमेरिका (0.910); न्यूझीलंड (0.908).

2. **उच्च मानव विकास असलेली राष्ट्रे** : ज्या राष्ट्रांचा मानव विकास निर्देशांक 0.7 ते 0.8 या दरम्यान आहे त्यांचा समावेश उच्च मानव विकास असलेल्या राष्ट्रांच्या गटात करण्यात आला आहे. या गटात पुढील राष्ट्रे असून मानव विकास निर्देशांक कंसात दिलेले आहेत.

उरुग्वे (0.783); मलेशिया (0.761); मॉरिशस (0.728); ब्राझील (0.718).

3. **मध्यम मानव विकास असलेली राष्ट्रे** : ज्या राष्ट्रांचा मानव विकास निर्देशांक 0.5 ते 0.7 या दरम्यान आहे त्या राष्ट्रांचा समावेश मध्यम मानव विकास असलेल्या राष्ट्रांच्या गटात करण्यात आला आहे. या गटातील काही राष्ट्रे व त्यांचा मानव विकास निर्देशांक पुढीलप्रमाणे :

श्रीलंका (0.691); चीन (0.687); थायलंड (0.682); इंडोनेशिया (0.617); व्हिएतनाम (0.593).

आपल्या भारताचा समावेश याच गटात होता. भारताचा मानव विकास निर्देशांक 0.547 इतका होता. मानव विकासाच्या निकषावर जगातील 187 देशांच्या यादीत भारताचा 134 वा क्रमांक लागत होता. सन 2010 च्या मानव विकास अहवालात आपला देश 169 देशांच्या यादीत 119 व्या क्रमांकावर होता.

4. **निम्न मानव असलेली राष्ट्रे** : 0.5 पेक्षा कमी मानव विकास निर्देशांक असलेल्या राष्ट्रांचा यात समावेश होतो.

या गटातील काही राष्ट्रे व त्यांचे मानव विकास निर्देशांक पुढीलप्रमाणे :

बुरूंडी (0.316); नायजर (0.295); डेमोक्रॅटिक रिपब्लिक ऑफ कांगो (0.286).

आंतरराष्ट्रीय समुदायातील 187 देशांच्या यादीत मानव विकासाच्या निकषावर डेमोक्रॅटिक रिपब्लिक ऑफ कांगो या देशाचा शेवटचा क्रमांक लागतो.

5.2.3 मानव विकास अहवाल, 2014 (Human Development Report, 2014)

संयुक्त राष्ट्राच्या सन 2014 च्या मानव विकास अहवालानुसार जगातील काही देशांचे मानव विकास निर्देशांक पुढील तक्ता क्र. 5.2 मध्ये दर्शविलेले आहेत.

तक्ता क्र. 5.2 : मानव विकास अहवाल, 2014

क्र.	देश	2013		2014	
		निर्देशांक	गुणानुक्रम	निर्देशांक	गुणानुक्रम
1.	नॉर्वे	0.955	1	0.944	1
2.	ऑस्ट्रेलिया	0.938	2	0.933	2
3.	स्वित्झर्लंड	0.913	9	0.913	3
4.	नेदरलँड	0.921	4	0.915	4
5.	संयुक्त संस्थाने	0.937	3	0.914	5
6.	रशिया	0.788	55	0.778	57
7.	श्रीलंका	0.715	92	0.750	73
8.	ब्राझील	0.730	85	0.744	79
9.	चीन	0.699	101	0.791	91
10.	मालदीव	0.688	104	0.698	103
11.	दक्षिण आफ्रिका	0.629	121	0.658	118
12.	भारत	0.554	136	0.586	135
13.	भूतान	0.538	140	0.584	136
14.	बांगलादेश	0.515	146	0.558	142
15.	नेपाळ	0.463	157	0.540	145
16.	पाकिस्तान	0.515	146	0.537	146
17.	म्यानमार	0.498	149	0.524	150

संदर्भ : जागतिक विकास अहवाल, 2014

संयुक्त राष्ट्राच्या सन 2014 च्या मानव विकास अहवालानुसार (UNDP), नॉर्वेचा मानव विकास निर्देशांक 0.944 होता व जगातील 187 देशांमध्ये नॉर्वेचा क्रमांक पहिला होता. ऑस्ट्रेलिया, स्वित्झर्लंड, नेदरलँड, संयुक्त संस्थाने हे देश अनुक्रमे 2, 3, 4, 5 या क्रमांकावर होते. चीनचा मानव विकास निर्देशांक 0.791 होता व त्याचा जगातील देशांमध्ये 91 वा क्रमांक होता.

भारताचा मानव विकास निर्देशांक 0.586 होता व 187 देशांमध्ये भारताचा क्रमांक 135 वा होता.

पाकिस्तानचा मानव विकास निर्देशांक 0.537 होता व पाकिस्तानचा क्रमांक 146 वा होता.

जागतिक महासत्ता होण्याची स्वप्ने पाहणाऱ्या भारताला ही कामगिरी निश्चितच भूषणावह नाही. जागतिक प्रगत देश सोडा; अगदी श्रीलंका, थायलंड, फिलिपिन्स, इंडोनेशिया, मलेशिया यांसारखे आशियातील लहान आणि भारतानंतर स्वतंत्र झालेले देशदेखील भारतापेक्षा वरच्या क्रमांकावर आहेत ही भारतासाठी शरमेची गोष्ट आहे.

5.3 मानवी दारिद्र्य निर्देशांक संकल्पना (HPI)
CONCEPT OF HUMAN POVERTY INDEX (HPI)

1987 साली प्रसिद्ध झालेल्या मानव विकास अहवालात 'दारिद्र्य निर्देशांक' या संकल्पनेचा स्वीकार करण्यात आला. आयुर्मान, शिक्षण आणि राहणीमानाचा योग्य दर्जा या तीन घटकांवर ही संकल्पना आधारित आहे.

1. **आयुर्मान** : मानव दारिद्र्य निर्देशांक काढण्यातील सर्वांत महत्त्वाची गोष्ट म्हणजे मृत्यूचे सरासरी वय होय. 40 वर्षे वयाच्या आत मृत्यू पावणाऱ्या लोकांचे प्रमाण किती आहे यावरून दारिद्र्य निर्देशांक काढला जातो.

2. **शिक्षण** : शिक्षण ही मानव दारिद्र्य निर्देशांक काढण्याची दुसरी महत्त्वाची बाब आहे. शिक्षणाचा विचार करत असताना प्रौढ निरक्षरतेचे प्रमाण किती आहे याचा विचार केला जातो.

3. **राहणीमानाचा दर्जा** : राहणीमानाचा योग्य दर्जा ही मानव विकास निर्देशांक काढण्याची तिसरी महत्त्वाची बाब आहे. पिण्यासाठी शुद्ध पाण्याचा पुरवठा, आरोग्य सेवा व पाच वर्षांखालील कुपोषित बालकांचे प्रमाण यावरून राहणीमानाचा दर्जा ठरत असतो. स्थूल राष्ट्रीय उत्पादनात खाजगी व सार्वजनिक सुविधांचा समावेश केला जातो. म्हणून मानव दारिद्र्य निर्देशांकात उत्पन्नाचा समावेश केला जात नाही. दारिद्र्यरेषा मोजताना आवश्यक वस्तूंच्या बाबतीत देशनिहाय विविधता दिसून येते. कपडे, राहण्याची व्यवस्था, संवादाची विविध साधने यामध्ये देशादेशात फरक आढळतो.

आरोग्य सेवा, शुद्ध पाण्याचा पुरवठा व कुपोषित बालकांचे प्रमाण या घटकांच्या आधारे दारिद्र्य निर्देशांकाचे मापन करणे सोपे जाते. विकास संघटन आणि निवडक आर्थिक सहकार्य असणाऱ्या देशांमध्ये विविध मानव विकास निर्देशांकाचा वापर केला जातो. हे निर्देशांक यादीत असताना चार घटकांचा वापर केला जातो.

(1) साठ वर्षांच्या आत मृत्यू न पावणाऱ्या लोकांचे प्रमाण;

(2) प्रौढ निरक्षरतेचे प्रमाण;

(3) बारा महिने किंवा त्यापेक्षा जास्त बेकारीचा दर (दीर्घकालीन बेकारीचा दर);

(4) दर दिवस 11 अमेरिकन डॉलर्स खर्च करण्याइतके उत्पन्न नसणाऱ्या दारिद्र्यरेषेखालील लोकांचे प्रमाण.

या चार घटकांच्या आधारे विकसनशील देशातील उच्च मानव दारिद्र्य निर्देशांक असणाऱ्या देशात नायजर (56.4%), बांगलादेश (44.2%), पाकिस्तान (36.3%), भारत (31.3%) यांचा समावेश होतो.

इजिप्तचा मानव दारिद्र्य निर्देशांक 20 टक्के आहे.

तक्ता क्र. 5.3 वरून असे लक्षात येते की, मानव दारिद्र्य निर्देशांक व उत्पन्न दारिद्र्य निर्देशांक हा दर दिवसाला 11 अमेरिकन डॉलर्सपेक्षा कमी उत्पन्न असणाऱ्या लोकसंख्येच्या प्रमाणावरून मापन केलेले आहे. नायजेरियात अशा लोकांचे प्रमाण 70.3 टक्के आहे. परंतु मानव दारिद्र्य निर्देशांक 37.3 टक्के आहे. याउलट, बांगलादेशातील मानव दारिद्र्य निर्देशांक 40.5 टक्के आहे; परंतु दारिद्र्यरेषेखालील लोकांचे प्रमाण 41.3 टक्के आहे.

भारतीय अर्थव्यवस्थेच्या संदर्भात आंतरराष्ट्रीय दारिद्र्यरेषेखालील लोकांचे प्रमाण 34.3 टक्के आहे; परंतु मानव दारिद्र्य निर्देशांक 31.3 टक्के आहे.

मानव दारिद्र्य निर्देशांकाचे मापन शिक्षण, आरोग्य व राहणीमानाच्या आधारे केले जाते तर दारिद्र्यरेषेचे मापन फक्त उत्पन्नाच्या आधारे केले जाते. **(तक्ता क्र. 5.3 पुढील पानावर पाहा.)**

तक्ता क्र. 5.3 : मानव दारिद्र्य निर्देशांक

देश	मानवी विकास निर्देशांक (2005)	लिंगधारीत विकास निर्देशांक	मानव दारिद्र्य निर्देशांक	उत्पन्न दारिद्र्यरेषा (अमेरिकन डॉलर) (एक दिवसासाठी सन 1993 च्या किमतीनुसार)
■ उच्च मानव विकास गट				
2. नॉर्वे	0.968	0.957	6.8	4.3 ♦
4. कॅनडा	0.961	0.956	10.9	7.4 ♦
8. जपान	0.953	0.942	11.7	11.8 ♦
12. अमेरिका	0.951	0.937	15.4	13.6 ♦
16. इंग्लंड	0.946	0.944	14.8	15.7 ♦
26. दक्षिण कोरिया	0.921	0.910	–	2.0
52. मेक्सिको	0.829	0.820	6.8	3.3
63. मलेशिया	0.811	0.802	8.3	2.0
74. व्हेनेझुएला	0.792	0.787	8.8	18.5
70. ब्राझील	0.800	0.798	9.7	7.5
■ मध्यम मानव विकास गट				
81. चीन	0.777	0.776	11.7	9.9
90. फिलिपिन्स	0.771	0.768	15.3	14.8
99. श्रीलंका	0.743	0.735	17.8	5.6
94. इराण	0.759	0.750	12.9	2.0
107. इंडोनेशिया	0.728	0.721	218.2	7.5
105. व्हिएतनाम	0.733	0.732	15.2	–
112. इजिप्त	0.708	0.634	20.2	3.1
128. भारत	**0.619**	0.600	31.3	34.3
136. पाकिस्तान	0.551	0.525	36.2	17.0
140. बांगलादेश	0.547	0.539	40.5	41.3
■ अल्प मानव विकास गट				
159. नायजेरिया	0.470	0.456	37.3	70.8
174. नायजर	0.374	0.355	54.7	60.6

♦ For 1994-95, Using US Dollar 11 a day (1994, PPP US $)

Source : *Compiled from UNDP, Human Development Report, 2007-08*

5.4   लिंग असमानता निर्देशांक (GDI)
GENDER – RELATED DEVELOPMENT INDEX (GDI)

महिलांची प्रतिष्ठा व प्रश्नांशी ही संकल्पना संबंधित आहे. कोणत्याही समाजात महिलांना किती प्रतिष्ठा मिळते, त्यांचा किती आदर केला जातो, शिवाय स्त्री-पुरुष समानतेच्या तत्त्वांचे कितपत पालन केले जाते यावरून तेथील मानव विकासाचे मूल्यमापन करता येणे शक्य आहे.

संयुक्त राष्ट्रांनी अगोदरपासूनचे लिंग समानतेचा पुरस्कार केला आहे किंवा त्याचा आग्रह धरला आहे. त्याचाच एक भाग म्हणून संयुक्त राष्ट्रांनी महिलांच्या प्रश्नांचा पाठपुरावा करण्यासाठी जागतिक महिला परिषदांचे वेळोवेळी आयोजन केले आहे.

मानव विकासाच्या प्रश्नाचा विचार करताना संयुक्त राष्ट्रांनी लिंग समानतेच्या मुद्द्यावर विशेष लक्ष दिले आहे. सन 2013 च्या मानव विकास अहवालात लिंग असमानता निर्देशांक प्रसिद्ध करण्यात आले. त्याचे मूल्य शून्यापासून एकपर्यंत (0 ते 1) निश्चित करण्यात आले आहे. शून्य मूल्य म्हणजे महिलांच्या बाबतीत असमानतेचा अभाव किंवा संपूर्ण स्त्री-पुरुष समानता होय. त्याचप्रमाणे एक मूल्य म्हणजे महिलांच्या बाबतीत पूर्णपणे असमानतेची स्थिती होय. थोडक्यात, निर्देशांक जितका जास्त तितकी महिलांच्या बाबतीत असमानता अधिक असते. म्हणूनच या निर्देशांकाला 'लिंग असमानता निर्देशांक' (Gender Inequality Index – GII) असे म्हटले जाते.

भारत आणि लिंग समानता

लिंग समानता किंवा स्त्री-पुरुष समानता हे आधुनिक सुसंस्कृत समाजाचे एक महत्त्वाचे लक्षण मानले जाते. लिंग-समानता याचा अर्थ स्त्री व पुरुष यांच्यात कोणत्याही प्रकारचा भेदभाव न करता सामाजिक जीवनात दोघांनाही समान प्रतिष्ठा व सन्मान मिळेल अशा प्रकारची व्यवस्था निर्माण करणे होय.

भारताचा लिंग असमानता निर्देशांक 0.563 इतका आहे. महिलांना समान हक्क, प्रतिष्ठा व सन्मान देण्याच्या बाबतीत आपल्या देशाचा क्रमांक जगात 127 वा लागतो. लिंग असमानता निर्देशांक जितका कमी तितकी त्या देशात व समाजात अधिक प्रतिष्ठा ठेवलेली असते. त्या ठिकाणी लिंग समानतेची जोपासना होते. याउलट, लिंग असमानता निर्देशांक जितका जास्त तितकी त्या समाजात स्त्रियांची अवहेलना होते.

लिंग असमानतेचा जागतिक निर्देशांक (Global Index) 0.451 इतका आहे. यावरून असे दिसून येते की, भारताचा लिंग असमानता निर्देशांक जागतिक निर्देशांकापेक्षा अधिक आहे. यावरून असे स्पष्ट होते की, जगातील बहुसंख्य देशापेक्षा आपल्या देशातील लिंग समानतेची स्थिती वाईट आहे.

लिंग समानतेच्या बाबतीत आपल्या शेजारील राष्ट्रांचा लिंग असमानता निर्देशांक आपल्यापेक्षाही कमी आहे. म्हणजेच त्या देशातील महिलांची स्थिती भारतीय महिलांपेक्षा चांगली आहे. भारत व चीन ही जागतिक राजकारणातील संभाव्य महासत्ता म्हणून ओळखले जाणारे देश आहेत. दोन्ही देशांना आशियाई महासत्ता म्हणून ओळखले जाते. त्यामुळे अनेक बाबतीत त्यांची तुलना होणे अपरिहार्य आहे. तरीदेखील लिंग समानतेच्या बाबतीत चीन हा भारताच्या कितीतरी पुढे आहे. लिंग असमानता निर्देशांकाच्या आधारावर कमी लिंग असमानतेच्या बाबतीत चीनचा जगात 37 वा क्रमांक लागतो तर भारत 127 व्या क्रमांकावर आहे.

त्याच्याहीपेक्षा दुःखाची गोष्ट अशी की, मानव विकास निर्देशांकात भारतापेक्षा मागे असलेले बांगलादेश (142) व नेपाळ (145) ही आपली शेजारील राष्ट्रेही लिंग समानतेच्या बाबतीत भारताच्या पुढे आहेत. दोन्ही देशांचा लिंग असमानता निर्देशांक भारतापेक्षा कमी असून जागतिक क्रमवारीत ती अनुक्रमे 115 व्या व 98 व्या स्थानावर आहेत. स्त्री-पुरुष समानतेच्या मूल्याचा खऱ्या अर्थाने स्वीकार करण्याची मानसिकता तयार होत नाही तोपर्यंत मानव विकासाचा उच्च स्तर गाठण्याची अपेक्षा ठेवता येणार नाही.

मानव विकासाच्या संदर्भात भारताचे स्थान

(1) सन 2000 च्या मानव विकास अहवालात मानव विकास निर्देशांकाच्या बाबतीत भारताचा जगात 128 वा क्रमांक होता व कॅनडा प्रथम स्थानावर होता. नॉर्वे व अमेरिका अनुक्रमे दुसऱ्या व तिसऱ्या स्थानावर होते.

(2) संयुक्त राष्ट्राच्या सन 2001 च्या मानव विकास अहवालानुसार, मानव विकास निर्देशांकाच्या आधारे जगातील 162 देशांच्या यादीत भारताचे स्थान 115 वर होते. यावेळी मानव विकास निर्देशांकानुसार नॉर्वे या देशाने प्रथम क्रमांक मिळविला होता.

(3) सन 2002 च्या मानव विकास अहवालात भारत 124 व्या क्रमांकावर होता.

(4) सन 2003 मधील मानव विकास अहवालात भारताचा 127 वा क्रमांक होता.

(5) सन 2004 मधील मानव विकास अहवालात भारताने मागचा (2003) 127 वा क्रमांक कायम राखला होता. सन 2005 च्या मानव विकास अहवालात भारताने परत एकदा आपला 127 वा क्रमांक राखला होता.

(6) सन 2006 च्या मानव विकास अहवालानुसार, भारताचा जगातील 177 देशांच्या यादीत 126 वा क्रमांक होता.

(7) संयुक्त राष्ट्राच्या 2007 च्या मानव विकास अहवालानुसार, भारताच्या जागतिक क्रमवारीत 128 वे स्थान होते.

(8) संयुक्त राष्ट्राच्या सन 2009 मधील मानव विकास अहवालानुसार, जगातील 182 देशांच्या यादीत भारताचा 134 वा क्रमांक होता.

(9) सन 2011 च्या मानव विकास अहवालानुसार, जागतिक क्रमवारीत आपले 134 वे स्थान कायम राखले होते.

(10) संयुक्त राष्ट्राच्या सन 2013 मधील मानव विकास अहवालानुसार, मानव विकासात भारत 136 व्या क्रमांकावर होता.

(11) संयुक्त राष्ट्राच्या सन 2014 मधील मानव विकास अहवालानुसार, भारत 135 व्या स्थानावर होता.

(12) सन 2009, 2010, 2011, 2013 आणि 2014 च्या मानव विकास अहवालात नॉर्वे प्रथम स्थानावर होता.

5.5 महिला सक्षमीकरण मापक (GEM)
GENDER EMPOWRMENT MEASURE (GEM)

स्त्री-पुरुष समानता हे आधुनिक सुसंस्कृत समाजाचे एक महत्त्वाचे लक्षण मानले जाते. संयुक्त राष्ट्राच्या सन 2013 च्या मानव विकास अहवालात, लिंग असमानता निर्देशांक प्रसिद्ध करण्यात आले आहेत. त्यांचे मूल्य शून्यापासून एकपर्यंत (0 ते 1) निश्चित करण्यात आले आहे. शून्य मूल्य याचा अर्थ महिलांच्या बाबतीत पूर्णपणे असमानतेची स्थिती. निर्देशांक जितका जास्त तितकी महिलांच्या बाबतीत असमानता अधिक असणे होय. लिंग असमानतेचा जागतिक निर्देशांक 0.451 आहे. भारताचा हा निर्देशांक जागतिक निर्देशांकापेक्षा अधिक आहे.

अलीकडच्या काळात आंतरराष्ट्रीय पातळीवर मानव समानता मोजण्याचे सूत्र म्हणजे मानव समानता निर्देशांक होय. या निर्देशांकाची संकल्पना सर्वप्रथम पाकिस्तानी अर्थशास्त्रज्ञ मेहबूब-उल-हक यांनी मांडली. स्त्री-पुरुष समानता प्रस्थापित करण्यासाठी महिला सक्षमीकरण आवश्यक आहे. कोणत्याही समाजाची प्रगती किती झाली हे त्या समाजातील स्त्रियांना किती प्रमाणात समान संधी दिल्या आहेत यावरून समजते. लिंग समानता निर्देशांकात स्त्री-पुरुष यांची आर्थिक व राजकीय जीवनात सहभागी होण्याची इच्छा आणि त्यांचा संपत्तीवर मान्य केलेला कायदेशीर अधिकार या गोष्टींचा समावेश होतो. लिंग समानता निर्देशांक काढताना महिलांचे सक्षमीकरण विचारात घेतले जाते.

जगातील महिलांचे सक्षमीकरण मोजण्यासाठी तीन निकष तयार केले आहेत. या तीन निकषांच्या आधारे सक्षमीकरण मोजले जाते.

(1) महिलांचा राजकीय सहभाग म्हणजे लोकसभेत स्त्रियांनी भूषविलेल्या पदांची टक्केवारी;

(2) महिला, आमदार, वरिष्ठ अधिकारी व तंत्रज्ञ यांची टक्केवारी;

(3) पुरुषांच्या अर्जित उत्पन्नाशी स्त्रियांच्या अर्जित उत्पन्नाची टक्केवारी.

या तिन्हींना समान भारांक देऊन त्याचे सरासरी मूल्य काढले जाते. आर्थिक व राजकीय सत्तेत स्त्रियांना पुरुषांच्या बरोबरीने सहभाग मिळाला तर महिला सक्षमीकरण मापकाचे मूल्य एक येते.

आर्थिक विकासाबाबत जरी भारत हा पाकिस्तान आणि बांगलादेशापेक्षा पुढे असला तरी मानव विकासाबाबत प्रामुख्याने मानव विकासातील लिंगभेद कमी करण्याबाबतचा पुरेसा जागृत नाही.

तक्ता क्र. 5.4 : महिला सक्षमीकरण मापक क्रमांक

वर्ष	महिलांचा राजकीय सहभाग	महिला आमदार, वरिष्ठ अधिकारी व तंत्रज्ञ (टक्केवारी)	पुरुषांच्या अर्जित उत्पन्नाशी स्त्रियांच्या उत्पन्नाशी टक्केवारी	महिला सक्षमीकरण मापक
2006	0.625	0.625	0.319	0.499
1996	0.573	0.443	0.231	0.416

संयुक्त राष्ट्रसंघाच्या मानव विकास निर्देशांकानुसार, वरील तीन निकषांच्या आधारे विचार केला असता सन 1996 ते 2006 या दशकात महिलांचा राजकीय सहभाग 0.573 वरून 0.625 झाला. महिला आमदार, वरिष्ठ अधिकारी व तंत्रज्ञ यांचे प्रमाण सन 1996 मध्ये 0.443 होते; ते सन 2006 मध्ये 0.625 झाले. पुरुषांच्या अर्जित उत्पन्नाशी स्त्रियांच्या अर्जित उत्पन्नाचे प्रमाण जे सन 1996 मध्ये 0.231 होते ते सन 2006 मध्ये 0.319 झाले.

पुढील तक्ता क्र. 5.5 मध्ये भारतातील राज्यनिहाय महिला सक्षमीकरण मापक क्रमांक दर्शविलेले आहेत.

तक्ता क्र. 5.5 : महिला सक्षमीकरण मापक (GEM)

क्र.	राज्य/प्रदेश	GEM 2006				GEM 1996			
		PI	EI	POERI	GEM	PI	EI	POERI	GEM
1.	आंध्र प्रदेश	0.628	0.595	0.418	0.547	0.559	0.498	0.344	0.467
2.	अरुणाचल प्रदेश	0.482	0.566	0.360	0.469	0.223	0.370	0.330	0.307
3.	आसाम	0.588	0.476	0.187	0.417	0.529	0.354	0.057	0.313
4.	बिहार	0.628	0.252	0.258	0.379	0.399	0.303	0.133	0.278
5.	गोवा	0.494	0.697	0.463	0.551	0.458	0.638	0.387	0.494
6.	गुजरात	0.585	0.554	0.317	0.485	0.544	0.426	0.256	0.409
7.	हरियाना	0.682	0.586	0.328	0.532	0.604	0.558	0.204	0.455
8.	हिमाचल प्रदेश	0.696	0.605	0.318	0.540	0.491	0.482	0.206	0.393
9.	जम्मू व काश्मीर	0.407	0.451	0.207	0.355	0.358	0.474	0.147	0.326
10.	कर्नाटक	0.581	0.611	0.385	0.526	0.549	0.417	0.301	0.422
11.	केरळ	0.610	0.537	0.426	0.525	0.561	0.505	0.393	0.486
12.	मध्य प्रदेश	0.632	0.531	0.225	0.463	0.622	0.430	0.167	0.406
13.	महाराष्ट्र	0.605	0.567	0.376	0.516	0.556	0.461	0.298	0.438
14.	मणिपूर	0.498	0.403	0.353	0.418	0.585	0.404	0.151	0.380
15.	मेघालय	0.279	0.176	0.583	0.346	0.407	0.131	0.156	0.231
16.	मिझोराम	0.250	0.418	0.455	0.374	0.250	0.338	0.349	0.312

पुढे चालू ⌒

क्र.	राज्य/प्रदेश	GEM 2006				GEM 1996			
		Pl	El	POERI	GEM	Pl	El	POERI	GEM
17.	नागालँड	0.250	0.254	0.364	0.289	0.249	0.040	0.205	0.165
18.	ओडिशा	0.635	0.375	0.169	0.393	0.611	0.293	0.084	0.329
19.	पंजाब	0.707	0.643	0.191	0.514	0.634	0.613	0.106	0.451
20.	राजस्थान	0.627	0.490	0.208	0.442	0.640	0.438	0.130	0.403
21.	सिक्कीम	0.536	0.581	0.223	0.447	0.393	0.327	0.178	0.300
22.	तमिळनाडू	0.611	0.480	0.404	0.498	0.499	0.526	0.352	0.459
23.	त्रिपुरा	0.491	0.408	0.247	0.382	0.552	0.305	0.148	0.335
24.	उत्तर प्रदेश	0.625	0.517	0.213	0.552	0.565	0.303	0.134	0.334
25.	पश्चिम बंगाल	0.678	0.426	0.202	0.435	0.643	0.308	0.098	0.356
26.	छत्तीसगड	0.590	0.495	0.309	0.464	0.622	0.430	0.168	0.407
27.	झारखंड	0.614	0.415	0.277	0.435	0.399	0.303	0.133	0.278
28.	उत्तराखंड	0.556	0.566	0.276	0.466	0.565	0.303	0.135	0.334
29.	अंदमान व निकोबार	0.701	0.437	0.547	0.560	0.575	0.355	0.381	0.437
30.	चंदीगड	0.505	0.715	0.279	0.500	0.514	0.683	0.151	0.499
31.	दादरा व नगर हवेली	0.590	0.459	0.389	0.479	0.532	0.333	0.290	0.385
32.	दमण व दीव	0.594	0.490	0.426	0.503	0.575	0.330	0.333	0.413
33.	NCT दिल्ली	0.609	0.657	0.426	0.564	0.560	0.597	0.280	0.479
34.	लक्षद्वीप	0.575	0.417	0.397	0.463	0.577	0.337	0.341	0.418
35.	पुद्दुचेरी	0.585	0.624	0.464	0.558	0.282	0.565	0.371	0.406
	भारत	**0.625**	**0.546**	**0.319**	**0.497**	**0.573**	**0.443**	**0.231**	**0.416**

टीप : Pl : राजकीय सत्तेतील सहभाग व निर्णय स्वातंत्र्य

El : आर्थिक बाबींमधील सहभाग व त्या संदर्भातील निर्णय घेण्याचे अधिकार

POERI : संपत्तीवर अधिकार किंवा मालमत्तेमध्ये समान वाटा

Pl : महिलांचा राजकीय सहभाग म्हणजे लोकसभेत स्त्रियांनी भूषविलेल्या पदांची टक्केवारी

El : महिला आमदार, वरिष्ठ अधिकारी व तंत्रज्ञ यांची टक्केवारी

POERI : पुरुषांच्या अर्जित उत्पन्नाशी स्त्रियांच्या अर्जित उत्पन्नाची टक्केवारी

महिला सक्षमीकरण मापकात सन 1996 मध्ये नॉर्वे पहिल्या क्रमांकावर होता. दक्षिण आशियाई राष्ट्रात चीन 23 व्या क्रमांकावर आणि नेपाळ व भारत अनुक्रमे 73 व्या क्रमांकावर होते.

(1) गेल्या दशकात (सन 1996 ते 2006) केंद्र व राज्य या दोन्ही पातळ्यांवर महिला सक्षमीकरण मापकामध्ये वाढ झालेली आहे. चौदा राज्यांमध्ये हा क्रमांक 0.485 च्या वर गेलेला दिसून येतो.

(2) गोवा आणि केरळ या दोन्ही राज्यांनी उच्च महिला सक्षमीकरणाचा क्रमांक साध्य केला आहे.

(3) महिला सक्षमीकरण मापक क्रमांकात सन 1996 मध्ये दिल्लीचा क्रमांक 3 होता; सन 2006 मध्ये दिल्लीचा क्रमांक प्रथम स्थानी आला.

(4) सन 1996 आणि 2006 मध्ये नागालँड शेवटच्या क्रमांकावर होते.

(5) नव्याने स्थापन झालेली झारखंड आणि उत्तराखंड या राज्यांचे क्रमांक सुधारले आहेत.

(6) अरुणाचल प्रदेश, हिमाचल प्रदेश व पुदुचेरी हे अनुक्रमे 13 व 14 क्रमांकावर आहेत.

(7) जम्मू, काश्मीर, केरळ, राजस्थान, मध्य प्रदेश, तमिळनाडू, त्रिपुरा, चंदीगड या ठिकाणच्या क्रमांकामध्ये घसरण झाल्याचे दिसून येते.

प्रश्नावली

लघुत्तरी प्रश्न

1. मानवी संसाधन विकास ही संकल्पना स्पष्ट करा.
2. मानवी दारिद्र्य निर्देशांक संकल्पना स्पष्ट करा.
3. लिंग असमानता निर्देशांक संकल्पना स्पष्ट करा.

दीर्घोत्तरी प्रश्न

1. मानवी संसाधन विकास म्हणजे काय ? मानवी संसाधनाची आर्थिक विकासातील भूमिका स्पष्ट करा.

टीपा लिहा.

1. मानवी विकास निर्देशांक (HDI
2. मानवी दारिद्र्य निर्देशांक (HPI)
3. महिला सक्षमीकरणाचे मापन (GEM).

6

जागतिक आर्थिक विकास आणि परकीय भांडवल

GLOBAL ECONOMIC DEVELOPMENT AND FOREIGN CAPITAL

प्रास्ताविक

भारताने सन 1991 पासून नवीन आर्थिक धोरणाचा स्वीकार केल्याने अर्थव्यवस्थेची वाटचाल मुक्त अर्थव्यवस्थेच्या दिशेने सुरू केली आहे. नवीन आर्थिक धोरणामध्ये परकीय भांडवल गुंतवणुकीवरील निर्बंध आणि आयात-निर्यात व्यापारातील निर्बंध कमी करून अर्थव्यवस्था जागतिकीकरणाच्या दिशेने वाटचाल करू लागली आहे. यामध्ये आर्थिक विकासात परकीय भांडवलास विशेष महत्त्वाचे स्थान दिले आहे.

6.1 उदारीकरण, खाजगीकरण आणि जागतिकीकरण : अर्थ आणि आव्हाने

MEANING AND CHALLENGES OF LIBERALISATION, PRIVATISATION AND GLOBALISATION (LPG)

6.1.1 उदारीकरण (Liberalisation)

व्याख्या : आर्थिक उदारीकरण म्हणजे ''अर्थव्यवस्थेतील गुंतवणूक, उत्पादन, आयात व निर्यात यांवरील अनावश्यक निर्बंध, नियंत्रण, नियमन व परवाना पद्धती कमीतकमी करण्याची प्रक्रिया होय.''

भारतातील आर्थिक उदारीकरण : भारतातील आर्थिक उदारीकरणाला सन 1975 पासून सुरुवात झाल्याने भारतीय उदारीकरणाचे स्पष्टीकरण पुढील दोन भागांत करता येते :

1. सन 1975 ते 1991 या कालखंडातील उदारीकरण :

या कालखंडात आर्थिक उदारीकरणासाठी पुढील निर्णय घेण्यात आले :

(1) ऑक्टोबर 1975 मध्ये 21 उद्योग परवानामुक्त करण्यात आले.

(2) सन 1975-80 या दरम्यान विदेशी भांडवलासंबंधी उदार धोरण स्वीकारण्यात आले.

(3) सन 1979-80 मध्ये भांडवली वस्तू, कच्चा माल, सुटे भाग यांवरील निर्बंध शिथिल करण्यात आले.

(4) कोणत्याही उद्योगास आपली उत्पादन क्षमता 25 टक्क्यांपर्यंत वाढविण्यास परवानगी देण्यात आली.

(5) मक्तेदारी प्रतिबंधक कायद्यांतर्गत कंपन्यांना मागास भागात कारखाने सुरू करण्यास परवाना देण्याचे धोरण स्वीकारण्यात आले.

(6) आयातीच्या उदारीकरणातून निर्यातवृद्धीचे तत्त्व स्वीकारण्यात आले.

(7) सन 1986-87 मध्ये 27 उद्योगांना मक्तेदारी प्रतिबंधक कायद्याच्या कक्षेबाहेर आणण्यात आले. तसेच 20 कोटी रुपयांऐवजी आता 100 कोटी रुपयांपर्यंत भांडवल असणाऱ्या कंपन्यांना मक्तेदारी प्रतिबंधक कायदा लागू होणार नव्हता.

(8) इलेक्ट्रॉनिक्स उद्योगांना तंत्रज्ञान आयातीला पूर्ण परवानगी देण्यात आली.

2. सन 1991 नंतरचे आर्थिक उदारीकरण :

सन 1991 नंतर पी. व्ही. नरसिंह राव यांच्या नेतृत्वाखालील सरकारने आर्थिक उदारीकरणासंबंधी पुढील निर्णय घेतले :

(1) राष्ट्रीय संरक्षणाच्या दृष्टीने किंवा राष्ट्राच्या डावपेचाचा महत्त्वाचा भाग म्हणून आवश्यक उद्योग वगळता सर्व उद्योग परवानामुक्त करण्यात आले.

(2) भारतीय औद्योगिक व व्यावसायिक कंपन्यांच्या समभागात 51 टक्के किंवा त्यापेक्षा अधिक गुंतवणूक करण्यास विदेशी गुंतवणूकदार/कंपन्यांना परवानगी देण्यात आली.

(3) मक्तेदारी प्रतिबंधक कायद्यातील गुंतवणुकीची कमाल मर्यादा रद्द करण्यात आली.

(4) भारताचे पायाभूत क्षेत्र व सेवाक्षेत्रात विदेशी गुंतवणूकदारांना प्रवेश देण्यात आला.

(5) आयात-निर्यातीचे उदार धोरण स्वीकारण्यात आले.

(6) सुरुवातीला व्यापार खात्यावर व नंतर चालू खात्यावर रुपया परिवर्तनीय करण्यात आला.

(7) परकीय चलन व्यवहार नियंत्रण (FERA) कायद्याऐवजी अधिक उदार परकीय चलन व्यवस्थापन कायदा (FEMA) लागू करण्यात आला.

(8) नरसिंहम् समितीच्या शिफारशी स्वीकारून सार्वजनिक क्षेत्रातील बँकांचे खाजगीकरण, बँकक्षेत्रात विदेशी बँकांना प्रवेश, व्याजदरात कपात इत्यादी निर्णय घेण्यात आले.

(9) डॉ. राजा चेल्लय्या यांच्या समितीच्या 85 टक्के शिफारशी स्वीकारून करांचे दर व करआकारणीचे टप्पे कमी करण्यात आले.

(10) भांडवलबाजाराद्वारे विदेशी गुंतवणूक आकर्षित करण्याचे प्रयत्न करण्यात आले.

परंतु जागतिक बँक व नाणेनिधी यांच्या दबावाखाली घेतलेल्या उदारीकरणाच्या निर्णयामुळे कुटीरोद्योग व लघुउद्योगांच्या विकासावर प्रतिकूल परिणाम होऊन मोठ्या प्रमाणात बेकारी वाढण्याची भीती व्यक्त होत होती.

6.1.2 खाजगीकरण (Privatisation)

व्याख्या : खाजगीकरण म्हणजे ''सार्वजनिक क्षेत्रातील उद्योगांच्या मालकीत किंवा व्यवस्थापनात खाजगी व्यक्तींना/उद्योजकांना सहभागी करून घेण्याची प्रक्रिया होय.''

भारताने खाजगीकरणासाठी घेतलेले निर्णय :

(1) सन 1988 मध्ये सार्वजनिक उद्योगांना काही प्रमाणात 'निर्णय स्वातंत्र्य' देण्यात आले.

(2) जुलै 1991 मध्ये खाजगीकरणावर आधारित नवीन औद्योगिक धोरण स्वीकारण्यात आले.

(3) सार्वजनिक क्षेत्रासाठी राखीव उद्योगांची संख्या 17 वरून केवळ 6 करण्यात आली.

(4) सार्वजनिक क्षेत्रातील उपक्रमांना सरकारकडून मिळणारी विशेष मदत बंद करण्यात आली.

(5) सार्वजनिक क्षेत्रातील आजारी उद्योगांचे पुनरुज्जीवन करण्यासाठी किंवा बंद करण्यासाठी औद्योगिक व वित्तीय पुनर्रचना मंडळाकडे (BIFR) सोपविण्याचे ठरविण्यात आले. सन 1996 अखेर 36 आजारी उद्योगांचे पुनरुज्जीवन करण्याचा तर 34 आजारी उद्योग गुंडाळण्याचा निर्णय मंडळाने जाहीर केला.

(6) अपगुंतवणूक/निर्गुंतवणूक (Dis-investment).

निर्गुंतवणूक म्हणजे ''सार्वजनिक क्षेत्रातील उद्योगांच्या भागभांडवलाची विक्री खाजगी व्यक्ती, कंपन्या, वित्तीय संस्था यांना करणे होय.''

सन 1997-98 मध्ये सरकारने सार्वजनिक क्षेत्रातील उद्योगातील भागभांडवलाचा सरकारी वाटा 26 टक्क्यांपर्यंत कमी करण्याचा निर्णय घेतला. भारत सरकारने अपगुंतवणुकीद्वारे मार्च 1999 पर्यंत 18,698 कोटी ₹ उभे केले.

6.1.3 जागतिकीकरण (Globalisation)

व्याख्या : जागतिकीकरण म्हणजे ''जागतिक अर्थव्यवस्था अस्तित्वात आणण्यासाठी सर्व राष्ट्रांची एकच बाजारपेठ निर्माण करणे होय.''

जागतिक बँकेने जागतिकीकरणाचे वर्णन पुढीलप्रमाणे केले आहे :

(1) उपभोग्य वस्तूंसह सर्व वस्तूंच्या आयातीवरील निर्बंध रद्द करणे.

(2) आयात कर (Import Duty) कमीतकमी पातळीवर आणणे.

(3) सार्वजनिक क्षेत्रातील उद्योगांचे खाजगीकरण करणे.

(4) भांडवल, वस्तू व तंत्रज्ञान यांच्या गतिशीलतेत वाढ होण्यासाठी व्यापारातील अडथळे दूर करणे.

भारताने जागतिकीकरणासाठी योजलेले उपाय :

भारतीय अर्थव्यवस्थेचे जागतिकीकरण व्हावे यासाठी भारताने पुढील उपाययोजना केल्या आहेत :

(1) भारतीय उद्योग व व्यवसायात 51 टक्क्यांपर्यंत प्रत्यक्ष परकीय गुंतवणूक करण्यास तत्पर मान्यता देण्याचे जाहीर करण्यात आले.

(2) सन 1991 पर्यंत हॉटेल व्यवसायाव्यतिरिक्त इतर सेवाक्षेत्रात विदेशी गुंतवणुकीवर निर्बंध होते. सन 1991 च्या धोरणामुळे दळणवळण, पर्यटन, व्यापारी संस्था इत्यादींमध्ये विदेशी गुंतवणूक करण्यास मान्यता मिळाली. पायाभूत सेवा उद्योगात (उदा., वीजनिर्मिती, रस्तेबांधणी) एकूण समभागाच्या 100 टक्क्यांपर्यंत विदेशी गुंतवणुकीस मान्यता दिली जाते.

(3) अग्रक्रम क्षेत्रातील उद्योगांच्या समभागात 100 टक्के गुंतवणूक करण्यास अनिवासी भारतीयांना व त्यांच्या मालकीच्या कंपन्यांना परवानगी देण्यात आली.

(4) विदेशातील गुंतवणूकदार संस्थांना भारतीय भांडवलबाजारात गुंतवणूक करण्यास परवानगी देण्यात आली. यासाठी त्यांना आपली नोंदणी 'सेबी'कडे करावी लागेल. सन 1992 पासून भारतीय कंपन्यांच्या समभागात केलेली गुंतवणूक मोकळी करण्याची आणि मिळालेला पैसा परदेशी चलनात मायदेशी नेण्याची परवानगी देण्यात आली.

(5) विदेशी भांडवलाचा प्रवाह मोठ्या प्रमाणावर भारतात यावा म्हणून 'फेरा' (FERA) या कायद्यात सुधारणा करून नवीन उदार 'फेमा' (FEMA) कायदा तयार करण्यात आला.

(6) भारतात व्यवसाय करणाऱ्या विदेशी कंपन्यांना स्वतःचे नाव आणि स्वतःचा ट्रेडमार्क वापरण्याची परवानगी देण्यात आली.

(7) सार्वजनिक क्षेत्रातील तोट्यातील उपक्रम खाजगी क्षेत्राला हस्तांतरित करणे, अपगुंतवणुकीचे धोरण राबविणे, सार्वजनिक क्षेत्रातील उद्योगाला दिली जाणारी विशेष मदत बंद करणे इत्यादी उपाययोजनांद्वारे खाजगीकरण करण्याचा प्रयत्न केला गेला.

(8) डॉ. राजा चेल्लय्या यांच्या अध्यक्षतेखाली कर सुधारणा समितीच्या शिफारशी स्वीकारून प्रत्यक्ष व अप्रत्यक्ष करांचे दर कमी करण्यात आले. 15 एप्रिल, 1994 रोजी भारताने 'गॅट' करारावर सही केली.

जागतिकीकरणाचे दोष :

(1) बहुराष्ट्रीय कंपन्यांच्या गळेकापू स्पर्धेमुळे भारतीय उद्योगांवर प्रतिकूल परिणाम होईल.

(2) जागतिकीकरणामुळे विकसित राष्ट्रांतील चंगळवादाचे वारे भारतात येतील. त्यामुळे चैनीच्या वस्तूंची मागणी वाढेल. हजारो खेड्यांत पिण्याच्या पाण्याचे दुर्भिक्ष असताना बहुराष्ट्रीय कंपन्या पायाभूत सुविधांमध्ये गुंतवणूक करण्याऐवजी थंड पेये, मिनरल वॉटर यात गुंतवणूक करतील.

(3) विकसित राष्ट्रांतील व विशेषतः अमेरिकेतील प्रदूषण निर्माण करणारे घातक उद्योग भारतात स्थलांतरित होतील.

(4) विदेशी गुंतवणूकदारांनी देशातील गुंतवणूक काढून घेतल्यास आर्थिक मंदी निर्माण होईल.

6.2 परकीय भांडवल : अर्थ आणि भूमिका
MEANING AND ROLE OF FOREIGN CAPITAL

भांडवल हा आर्थिक विकासाचा सर्वांत महत्त्वाचा घटक असून अल्पविकसित आणि विकसनशील देशांनी देशाचा जलद आर्थिक विकास साध्य करण्यासाठी आर्थिक नियोजनाचा स्वीकार केलेला आहे. जगातील अनेक देशांनी नैसर्गिक साधनसंपत्ती, मानवी संसाधन, विज्ञान व तंत्रज्ञान, संशोधन आणि विकास आणि आंतरराष्ट्रीय व्यापाराच्या माध्यमातून देशांतर्गत उत्पादन, रोजगार आणि उत्पन्नात वाढ करून जलद आर्थिक विकास साध्य केलेला आहे. प्रत्येक देशाला

त्याच्या विकासाच्या प्राथमिक अवस्थेत भांडवलाची मोठ्या प्रमाणात आवश्यकता भासते. आज जे देश विकसित किंवा प्रगत देश म्हणून ओळखले जातात त्या इंग्लंडने सतराव्या व अठराव्या शतकात हॉलंड या देशाकडून कर्जरूपाने भांडवलाची उभारणी करून आर्थिक विकास साधण्याचा प्रयत्न केलेला आहे. तसेच सध्या जगातील सर्वांत श्रीमंत म्हणून ओळखल्या जात असलेल्या अमेरिकेने एकोणिसाव्या शतकात अनेक देशांतून कर्जरूपाने भांडवल आयात केले होते. एकोणिसाव्या शतकात इंग्लंड, फ्रान्स, जपान, कॅनडा, ऑस्ट्रेलिया, रशिया आणि युरोपातील देशांचा आर्थिक विकासाचा वेग वाढल्याने त्या देशांच्या राष्ट्रीय आणि दरडोई उत्पन्नात वेगाने वाढ झालेली आहे. त्यामुळे सध्या त्या देशांच्या बचतीमध्ये वाढ होऊन ते देश स्वतःची भांडवलाची गरज भागवून जगातील अनेक अल्पविकसित व विकसनशील देशांना भांडवलाचा पुरवठा करत आहेत. भारतानेदेखील स्वातंत्र्योत्तर काळात जलद आर्थिक विकास साध्य करण्यासाठी परकीय भांडवलाची मदत घेतली आहे आणि विकासाचे विविध कार्यक्रम यशस्वीपणे राबविले आहेत.

प्रत्येक देशाला आर्थिक विकास साध्य करण्यासाठी परकीय भांडवलाची मदत घ्यावीच लागते. ज्या देशात अंतर्गत बचती कमी आहेत त्या देशात बाह्य बचतीची आवश्यकता असते.

''बाह्य बचत म्हणजेच परकीय भांडवल गुंतवणूक होय.''

6.2.1 परकीय भांडवलाचा अर्थ (Meaning of Foreign Capital)

- **''विदेशातील व्यक्ती, औद्योगिक कंपन्या, वित्तीय संस्था, आंतरराष्ट्रीय नाणेनिधी, जागतिक बँक यांची देशातील भांडवलबाजारातील गुंतवणूक, दिलेली कर्जे, आर्थिक मदत, अनुदान, देणगी इत्यादी स्वरूपातील गुंतवणुकीला परकीय भांडवल किंवा परकीय गुंतवणूक असे म्हणतात.''**
- **''विकसित देशांमधून प्रत्यक्ष आणि अप्रत्यक्ष गुंतवणूक तसेच परकीय सहकार्यातून उभारलेले भांडवल म्हणजे परकीय भांडवल होय.''**

थोडक्यात, यावरून असे म्हणता येते की, देशाच्या सीमारेषेच्या बाहेरून जे भांडवल उभारले जाते त्यास 'परकीय/विदेशी भांडवल' असे म्हणतात. आज जे देश प्रगत किंवा विकसनशील देश म्हणून ओळखले जातात त्यांनीदेखील विकासाच्या प्राथमिक अवस्थेत असताना इतर देशांची/परकीय भांडवलाची मदत घेतलेली आहे.

भारतासारख्या विकसनशील देशाने जलद आर्थिक विकास साध्य करण्यासाठी परकीय भांडवलाची मदत घेतलेली आहे. त्याची कारणे पुढीलप्रमाणे :

(1) भारतात देशांतर्गत भांडवलाची कमतरता असल्याने आर्थिक विकास साध्य करण्यासाठी परकीय भांडवलाची आवश्यकता निर्माण होते.

(2) देशांतर्गत काही भांडवलदार व उद्योजक विशिष्ट क्षेत्रात भांडवल गुंतवणूक करण्यास फारसे तयार नसतात. उदाहरणार्थ, पायाभूत उद्योगात मोठ्या प्रमाणात व दीर्घकालीन गुंतवणूक करावी लागते व त्या गुंतवणुकीपासून तत्काळ लाभ मिळत नाहीत. म्हणून खाजगी भांडवलदार त्या क्षेत्रात गुंतवणूक करण्यास तयार नसतात. मात्र ती गुंतवणूक आर्थिक विकासाच्या दृष्टीने अत्यंत महत्त्वाची असल्याने पायाभूत उद्योगांची उभारणी करण्यासाठी परकीय भांडवलाची/कर्जाची मदत घ्यावी लागते.

(3) आर्थिक विकासाच्या प्रारंभीच्या काळात विकासाला गती देण्यासाठी देशांतर्गत बचत अपुरी पडते. म्हणून आर्थिक व्यवहाराला गती देण्यासाठी विदेशी भांडवलाची मदत घेतली जाते.

(4) आर्थिक विकासाच्या दृष्टीने महत्त्वाच्या असलेल्या प्रकल्पांना आवश्यक असणारे भांडवल उभारणे अल्पविकसित व विकसनशील देशांना शक्य होत नाही. देशातील भांडवलबाजारदेखील विकसित झालेला नसतो. त्यामुळे भांडवल उभारणीचा तातडीचा उपाय म्हणून परकीय भांडवलास महत्त्व प्राप्त होते.

(5) परकीय भांडवल त्या देशात दुर्मीळ असलेले उत्पादक घटक, तंत्रज्ञान, व्यावसायिक अनुभव आणि ज्ञान इत्यादी स्वतःबरोबर घेऊन येतात; जे आर्थिक विकासाच्या दृष्टीने अत्यंत महत्त्वाचे असतात.

6.2.2 परकीय भांडवलाची भूमिका (Role of Foreign Capital)

अल्पविकसित देशाच्या आर्थिक विकासामध्ये वाढती लोकसंख्या, बेकारी, दारिद्र्य, भांडवलाची टंचाई इत्यादींमुळे अडचणी निर्माण होतात. आर्थिक विकास साध्य करण्यासाठी मोठ्या प्रमाणावरील भांडवल गुंतवणुकीची आवश्यकता असते. म्हणून विकासाच्या दिशेने वाटचाल करणाऱ्या देशांना परकीय भांडवलाची मदत घ्यावीच लागते. जगातील अनेक प्रगत देशांनीदेखील विकासाच्या प्राथमिक अवस्थेत असताना इतर देशांची आर्थिक मदत घेतल्याचे दिसून येते. त्यास प्रगत समजले जाणारे अमेरिका, इंग्लंड, जपान, जर्मनी, फ्रान्स यांसारखे प्रगत देशही अपवाद नाहीत. कारण या प्रगत देशांनीदेखील प्रारंभीच्या काळात परकीय भांडवलाची मोठ्या प्रमाणात मदत घेतली आहे. प्रा. नर्क्स यांनीदेखील असे मत मांडले आहे की, अल्पविकसित देशांना विकास साध्य करण्यासाठी आवश्यक असलेला कच्चा माल, यंत्रसामग्री व तंत्रज्ञानाची आयात करण्यासाठी परकीय भांडवलाची मदत घ्यावी लागते.

अल्पविकसित व विकसनशील देशाच्या आर्थिक विकासामध्ये परकीय भांडवलास असणारे महत्त्व पुढीलप्रमाणे स्पष्ट करता येईल :

1. **भांडवलाची टंचाई दूर करणे** : अल्पविकसित व विकसनशील देशाचे राष्ट्रीय उत्पन्न आणि दरडोई उत्पन्न कमी असल्याने लोकांची बचतशक्ती कमी असते. त्यामुळे भांडवलसंचय आणि भांडवलनिर्मितीचा दरही कमी असतो. त्यामुळे गुंतवणुकीचा वेग कमी राहून आर्थिक विकासाचा वेगदेखील कमी असतो. म्हणून आर्थिक विकासाचा वेग वाढविण्यासाठी परकीय भांडवलाची मदत घेतली जाते. प्रत्यक्ष विदेशी गुंतवणूक आणि सार्वजनिक विदेशी गुंतवणुकीमुळे देशांतर्गत भांडवलाची टंचाई दूर होऊन जलद गतीने आर्थिक विकास होण्यास मदत होते.

2. **पायाभूत उद्योगांचा व सेवांचा विकास** : कोणत्याही देशाच्या औद्योगिक व आर्थिक विकासासाठी लोखंड-पोलाद उद्योग, सिमेंट उद्योग, वीजनिर्मिती, रस्तेबांधणी, रेल्वे वाहतूक, हवाई वाहतूक व जलवाहतुकीचा विकास होणे आवश्यक असते. या उद्योग व सेवांच्या विकासावरच इतर उद्योगांचाही विकास अवलंबून असल्याने त्यांना पायाभूत उद्योग व पायाभूत सुविधा असे म्हणतात. पायाभूत उद्योगांमध्ये प्रचंड प्रमाणात व दीर्घकालीन गुंतवणूक होणे आवश्यक असते. अल्पविकसित व विकसनशील देशात भांडवलाची टंचाई असल्याने पायाभूत क्षेत्रात गुंतवणूक करण्यासाठी परकीय भांडवलाची मदत घ्यावी लागते. पायाभूत क्षेत्राचा विकास झाल्यास देशातील इतर उद्योग व क्षेत्राचा विकास होऊन देशाचा जलद आर्थिक विकास होण्यास मदत होते.

3. **पायाभूत सुविधांची निर्मिती** : अल्पविकसित देशांना रस्ते, रेल्वे, पूल, वीजनिर्मिती, पाणीपुरवठा योजना, मोठ्या सिंचन प्रकल्पांच्या उभारणीसाठी मोठ्या प्रमाणावरील भांडवलाची आवश्यकता असते. तसेच अशा सुविधा निर्माण करण्यासाठी दीर्घकालीन गुंतवणूक होणे आवश्यक असते. भारतासारख्या विकसनशील देशाने वरील प्रकारच्या सुविधा निर्माण करण्यासाठी जागतिक बँक व मित्र-राष्ट्रांकडून कर्ज घेतले आहे. त्यामुळे पायाभूत सुविधांच्या निर्मितीसाठी परकीय भांडवलास महत्त्व प्राप्त झाले आहे.

4. **नैसर्गिक साधनसामग्रीचा पर्याप्त वापर** : अल्पविकसित व विकसनशील देशात नैसर्गिक साधनसंपत्ती व मानवी साधनसंपत्ती प्रचंड प्रमाणात उपलब्ध असूनदेखील केवळ भांडवलाअभावी ती साधनसामग्री पडून असते. अशा साधनसामग्रीचा जास्तीतजास्त वापर करण्यासाठी परकीय भांडवलाची मदत घ्यावी लागते. परकीय भांडवलाच्या साहाय्याने देशाच्या विविध भागात उपलब्ध असणारी साधनसामग्री व कच्च्या मालावर आधारित लहान-मोठे उद्योग उभारल्यास उपलब्ध साधनसामग्रीचा पर्याप्त वापर होऊन रोजगाराच्या अधिक संधी प्राप्त होतात. त्यामुळे मानवी साधनांचाही पर्याप्त वापर होऊन देशातील बेरोजगारीची समस्या सुटण्यास मदत होते.

5. **मानवी संसाधनांचा विकास** : अल्पविकसित व विकसनशील देशात सर्वसाधारण शिक्षणावरच भर दिला जातो. तांत्रिक शिक्षण, व्यवस्थापन व व्यावसायिक शिक्षणाकडे फारसे लक्ष दिले जात नाही. त्यामुळे उद्योगवाढीसाठी आवश्यक असणारे मनुष्यबळ उपलब्ध होत नाही. विकसनशील देशाकडे भांडवलाची टंचाई असल्याने त्या देशात

संशोधन आणि विकास, अभावाने उत्पादनात वापरले जाणारे तंत्रज्ञान मागास असते व त्यामुळे त्याची उत्पादकता कमी असते. बहुराष्ट्रीय कंपन्या विकसनशील देशात संशोधन व विकास कार्यक्रम हाती घेऊन तंत्रज्ञान विकसित करतात. त्याचा फायदा देशातील इतर कंपन्यांना होऊन देशाच्या आर्थिक विकासाची गती वाढते.

6. **देशी उद्योजकांना प्रोत्साहन** : अल्पविकसित व विकसनशील देशातील काही कंपन्या बहुराष्ट्रीय कंपन्यांशी तांत्रिक सहकार्य करार करतात. त्यांच्याशी भागीदारी करतात. यातून नवीन तंत्रज्ञान, यंत्रसामग्री, कुशल कामगार व तंत्रज्ञ, कुशल व्यवस्थापक यांच्या संपर्कात देशी उद्योजक येतात. त्यातून त्यांच्यातील उद्‌गमशीलता वाढीस लागते. बहुराष्ट्रीय कंपन्यांना लागणारा कच्चा माल, अर्धपक्क्या वस्तू, सुटे भाग, वाहतूक आणि दळणवळणाची साधने, पॅकेजिंग साहित्य इत्यादी वस्तू व सेवा पुरविण्यात नवीन उद्योजक पुढे येतात. काही बहुराष्ट्रीय कंपन्या लाभार्थी देशात संशोधन आणि विकास कार्यक्रमाबरोबरच शिक्षण व प्रशिक्षण कार्यक्रम राबवितात. यातून देशात नवीन उद्योजकांची पिढी तयार होण्यास मदत होते.

7. **विकासासाठीची आयात** : आर्थिक विकासाच्या प्रारंभीच्या काळात विकास साध्य करण्यासाठी भांडवली वस्तू, यंत्रसामग्री, तंत्रज्ञान आणि आवश्यक असणाऱ्या कच्च्या मालाची आयात करावी लागते. अल्पविकसित व विकसनशील देशांच्या विकासाच्या समस्या गंभीर स्वरूपाच्या असल्याने त्या तातडीने सोडविणे आवश्यक असते. अशा देशांना भांडवली वस्तू आणि तंत्रज्ञानाची आयात करावी लागते. अल्पविकसित देशाकडे अशा आयातीसाठी पुरेसे परकीय चलन उपलब्ध नसल्याने परकीय भांडवलाची मदत घ्यावी लागते.

8. **आयात-निर्यात व्यापारात वाढ** : अल्पविकसित देशांना विकास साध्य करण्यासाठी अत्यावश्यक वस्तूंची आयात करावी लागते तर प्रगत देशांना त्या वस्तूंची निर्यात करण्याची आवश्यकता असते. परकीय भांडवल किंवा कर्जामुळे देशादेशात द्विपक्षीय व बहुपक्षीय करार केले जातात. त्यामुळे देशादेशामधील व्यापारी संबंध वाढीस लागतात. त्यामुळे देशांचा आयात-निर्यात व्यापार वाढून देशादेशात सहकार्य वाढीस लागते.

9. **व्यवहारतोलाच्या स्थितीत सुधारणा** : अल्पविकसित व विकसनशील देश हे कृषिप्रधान देश म्हणून ओळखले जातात. त्यामुळे त्या देशातून होणाऱ्या निर्यातीत कृषी उत्पादने, कच्चा माल व पारंपरिक वस्तूंचे प्राबल्य राहत असते. त्यामुळे निर्यातीचे मूल्य कमी असते. मात्र त्या देशांना जलद गतीने आर्थिक विकास साध्य करण्यासाठी प्रगत देशातून भांडवली वस्तू, यंत्रसामग्री व उच्च प्रतीचे तंत्रज्ञान, आवश्यक असणारा कच्चा माल व लोकसंख्येची अन्नधान्याची गरज भागविण्यासाठी काही वेळा अन्नधान्याचीदेखील आयात करावी लागते. त्यामुळे आयतीचे मूल्य अधिक राहून व्यापारतोल आणि व्यवहारतोलात तूट निर्माण होते. व्यवहारतोलातील तूट भरून काढण्यासाठी परकीय चलनातील कर्ज घ्यावे लागते. म्हणून व्यवहारतोलातील असमतोल दूर करण्यासाठी परकीय भांडवलाची मदत घ्यावी लागते.

10. **रोजगाराच्या संधी वाढतात** : विदेशी भांडवल गुंतवणुकीमुळे अल्पविकसित व विकसनशील देशात नवीन उद्योग स्थापन होऊन उत्पादन, वितरण, किरकोळ व्यापार, वित्त आणि सेवाक्षेत्रात रोजगाराच्या अनेक संधी निर्माण होतात. किरकोळ व्यापारी केंद्रामध्ये खूप मोठ्या प्रमाणात वेगवेगळ्या कौशल्यांच्या कामगारांना रोजगाराच्या संधी निर्माण होतात. किरकोळ दुकाने (Retail Stores) उभारणे, त्यांची देखभाल करणे, रस्त्यांची निर्मिती, शीतगृहांची निर्मिती व किरकोळ व्यापारासाठी मदत करणाऱ्या सेवांमध्ये रोजगाराच्या संधी निर्माण होतात. त्यामुळे देशातील बेरोजगारी कमी होण्यास मदत होते.

11. **परकीय चलनाचा साठा वाढतो** : प्रत्यक्ष विदेशी गुंतवणुकीच्या माध्यमातून विकसनशील देशात परकीय चलनाचे आगमन होते. ते चलन परकीय चलनसाठ्यात जमा केले जाते. परकीय चलनसाठ्यात वाढ झाल्यास देशाची आंतरराष्ट्रीय बाजारातील पत वाढते. परकीय चलनाच्या साहाय्याने आवश्यक ती यंत्रसामग्री, भांडवली वस्तू, तंत्रज्ञान आणि कच्च्या मालाची आयात करता येते.

12. सरकारच्या उत्पन्नात वाढ : बहुराष्ट्रीय कंपन्या प्रत्यक्ष गुंतवणूक करून उत्पादन, विक्री आणि नफा वाढवितात. सरकार अशा कंपन्यांच्या उत्पादनावर, विक्रीवर आणि मिळणाऱ्या नफ्यावर कर आकारते. तसेच वस्तूंच्या आयात-निर्यातीवर करआकारणी करून अपल्या उत्पन्नात वाढ करू शकते.

13. गुंतवणुकीतील धोका स्वीकारणे : अल्पविकसित व विकसनशील उद्योजक व गुंतवणूकदार मोठ्या प्रमाणावरील उद्योगात दीर्घकालीन भांडवल गुंतवणूक करण्यास व धोका पत्करण्यास सहजासहजी तयार नसतात. परकीय भांडवल गुंतवणुकीच्या माध्यमातून त्या क्षेत्रात गुंतवणूक करतात. त्यामुळे देशाच्या औद्योगिकीकरणाच्या प्रक्रियेत चांगली गती प्राप्त होते. त्यामुळे देशाचा औद्योगिक व आर्थिक विकास होण्यास मदत होते.

थोडक्यात, विदेशी भांडवल गुंतवणुकीमुळे निर्यातीच्या मर्यादा दूर करणे, रोजगाराच्या संधी वाढणे, आर्थिक नियोजनाला हातभार, बचत व भांडवलनिर्मितीच्या दरात वाढ होते, पायाभूत उद्योग व सेवाक्षेत्राचा विकास होण्यास मदत होते. यामुळे अल्पविकसित व विकसनशील देशांमध्ये आर्थिक विकासाच्या दृष्टीने परकीय भांडवलास अधिक महत्त्व प्राप्त झाले आहे.

6.3 परकीय भांडवलाचे प्रकार

FORMS OF FOREIGN CAPITAL

परकीय भांडवल पुढील मार्गाने उभारले जाते :

1. प्रत्यक्ष विदेशी/परकीय गुंतवणूक *(Direct Foreign Investment)* : भारतात प्रत्यक्ष विदेशी गुंतवणुकीद्वारे परकीय भांडवल प्रवेश करते. विदेशी भांडवलदार व गुंतवणूक संस्था अल्पविकसित व विकसनशील देशात उद्योगसंस्थांमध्ये गुंतवणूक करतात. परकीय गुंतवणूकदार कर्जरोखे खरेदी करून गुंतवणूक करतात.

2. परकीय सहयोग *(Foreign Collaboration)* : परकीय भांडवलदार व गुंतवणूक संस्था देशातील गुंतवणूकदारांच्या सहयोगाने संयुक्तपणे उद्योग उभारणी करतात. अशी गुंतवणूक विदेशी नागरिक/भांडवलदार आणि देशी भांडवलदार, विदेशी सरकार आणि देशातील सरकारकडून केली जाते.

3. सरकार अंतर्गत कर्जे *(Inter Government Loans)* : दुसऱ्या महायुद्धानंतर सरकार अंतर्गत कर्जे दिली व घेतली जात आहेत. महायुद्धात विस्कळीत झालेल्या अर्थव्यवस्थांची पुनउभारणी/पुनर्रचना करण्यासाठी अमेरिकेने युरोपियन देशांना कर्जे व मदत केली आहे. इतर प्रगत देशांनीदेखील अनुदाने आणि कर्जाच्या रूपाने अल्पविकसित देशांच्या सरकारांना मदत केली आहे. जागतिकीकरणाच्या युगात देशांतर्गत कर्जामध्ये मोठ्या प्रमाणात वाढ झालेली आहे.

4. आंतरराष्ट्रीय वित्तीय संस्थांकडून कर्जे *(Loans from International Institutions)* : दुसऱ्या महायुद्धानंतर आर्थिक सहकार्यासाठी स्थापन करण्यात आलेल्या आंतरराष्ट्रीय नाणेनिधी (IMF), जागतिक बँक/आंतरराष्ट्रीय पुनर्रचना व विकास बँक (IBRD), आशियाई विकास बँका (ADB), आंतरराष्ट्रीय वित्तीय महामंडळ (IFC) यांसारख्या वित्तीय संस्था विदेशी भांडवल उभारणीसाठी मदत करतात.

5. बाह्य व्यापारी कर्जउभारणी *(External Commercial Borrowing)* : भारतासारख्या विकसनशील देशाने अमेरिकेची आयात-निर्यात बँक, जपानची आयात-निर्यात बँक, इंग्लंड या देशांच्या भांडवलबाजारातून व्यापारी कर्जे घेतली आहेत. म्हणून व्यापारी कर्जे उभारणी हा परकीय भांडवल उभारणीचा महत्त्वाचा स्रोत मानला जातो.

6.4 खाजगी परकीय गुंतवणूक

PRIVATE FOREIGN INVESTMENT

जलद आर्थिक विकास घडवून आणण्यासाठी मोठ्या प्रमाणावरील भांडवलाची आवश्यकता असते. अशा भांडवलाच्या साहाय्याने प्रगत देशातून आधुनिक यंत्रसामग्री, तंत्रज्ञान, सुटे भाग, दुर्मीळ कच्चा माल, रसायने इत्यादींची आयात करता येते. अशा वस्तूंची आयात करण्यासाठी एकतर देशांतर्गत उपभोगाला कात्री लावून किंवा उपभोग कमी करून वस्तूंची निर्यात वाढवावी लागते. मात्र विकसनशील देशांना प्रत्येक वेळी उपभोग कमी करून निर्यातीत वाढ करणे शक्य होत नाही. म्हणून इतर देशातून आधुनिक यंत्रसामग्री आणि तंत्रज्ञानाची आयात करण्यासाठी परकीय भांडवलाची मदत घेणे याशिवाय दुसरा मार्ग असूच शकत नाही.

भारतानेदेखील स्वातंत्र्योत्तर काळात जलद आर्थिक विकासाचे उद्दिष्ट गाठण्यासाठी परकीय भांडवल गुंतवणुकीला महत्त्व दिले आहे. भारताचे पहिले पंतप्रधान स्व. पंडित जवाहरलाल नेहरू यांनी सन 1949 मध्ये असे जाहीर विधान केले होते की, भारतात परकीय भांडवल गुंतवणुकीचे नेहमीच स्वागत केले जाईल. भांडवलाच्या बाबतीत देशी भांडवल गुंतवणूक आणि परकीय भांडवल गुंतवणूक असा भेदभाव केला जाणार नाही. परकीय भांडवलदारांना पुरेशा प्रमाणात सुविधा उपलब्ध करून दिल्या जातील. परकीय भांडवल गुंतवणुकीबाबतचे सरकारचे हे धोरण सन 1991 पर्यंत म्हणजेच नवीन आर्थिक धोरणाचा किंवा जागतिकीकरणाच्या धोरणाचा स्वीकार करेपर्यंत कायम होते. सन 1991 मध्ये भारत सरकारने असे मान्य केले की, देशांतर्गत बचतीला पाठबळ देण्यासाठीच परकीय भांडवलास महत्त्व राहील. मात्र परकीय भांडवल गुंतवणुकीवर सरकारचे नियंत्रण राहील. सन 1991 च्या आर्थिक धोरणामध्ये काँग्रेस सरकारने देशात विदेशी गुंतवणुकीत वाढ व्हावी म्हणून ज्या उद्योगसंस्था उत्पादनाची शंभर टक्के निर्यात करतील त्यांना देशांतर्गत उद्योगांमध्ये 51 टक्के भांडवल गुंतवणूक करता येईल. परकीय तंत्रज्ञान करारानुसार अशा कंपन्यांना आपोआपच परवानगी मिळू शकेल. प्रत्यक्ष परकीय गुंतवणुकीची प्रक्रिया राबविण्यासाठी सरकारने परकीय गुंतवणूक निर्यात मंडळाची (Foreign Investment Promotion Board – FIPB) स्थापना केली. त्याचप्रमाणे विदेश विनिमय नियंत्रण कायदा (Foreign Exchange Regulation Act – FERA) रद्द करण्यात आला व त्याऐवजी 'विदेश विनिमय व्यवस्थापन कायदा' (Foreign Exchange Management Act – FEMA) करण्यात आला.

प्रत्यक्ष परकीय गुंतवणुकीची आवश्यकता (Need for FDI)

भारतात प्रत्यक्ष परकीय गुंतवणुकीची आवश्यकता पुढील कारणांमुळे निर्माण होते :

(1) अपुऱ्या देशांतर्गत भांडवलाच्या साहाय्याने देशाचा जलद गतीने आर्थिक विकास घडवून आणण्यासाठी व देशाला महासत्ता बनविण्यासाठी परकीय भांडवल गुंतवणुकीची आवश्यकता निर्माण होते.

(2) परकीय भांडवलाच्या साहाय्याने विकसनशील देशांना प्रगत देशातून आधुनिक यंत्रसामग्री, तंत्रज्ञान, व्यावसायिक तज्ज्ञ, उच्च तंत्रज्ञ यांचीही आयात करता येते.

(3) अल्पविकसित देशाच्या भांडवलबाजाराचा विकास न झाल्यामुळे देशांतर्गत बचत पुरेशा प्रमाणात गोळा करता येत नाही. म्हणून परकीय भांडवलाची आवश्यकता भासते.

(4) बाराव्या पंचवार्षिक योजनेमध्ये गतिमान व सर्वसमावेशक आर्थिक वृद्धी हे योजनेचे ध्येय गाठण्यासाठी अधिक प्रमाणावरील परकीय भांडवलाची आवश्यकता निर्माण होते.

(5) देशाच्या आर्थिक विकास आणि वृद्धीमध्ये शिक्षण आणि कौशल्य विकास याला अत्यंत महत्त्वाचे स्थान असल्याचे तत्कालीन केंद्रीय अर्थमंत्री ना. पी. चिदंबरम् यांनी अंदाजपत्रक जाहीर करताना अधोरेखित करून शिक्षणक्षेत्रातील परकीय गुंतवणुकीचे समर्थन केले होते.

6.4.1 खाजगी परकीय गुंतवणुकीचे प्रकार (Types of Private Foreign Investment)

खाजगी परकीय गुंतवणुकीचे प्रमुख दोन प्रकार सांगितले जातात :

1. **रोखारूपी गुंतवणूक/अप्रत्यक्ष आर्थिक गुंतवणूक** (*Portfolio Investment*) : एका देशातील खाजगी गुंतवणूकदार, बँका, वित्तीय संस्था, इतर गुंतवणूकदार दुसऱ्या देशातील नाणेबाजार व दुय्यम भांडवलबाजारात व्यापारी हुंड्या, विनिमय पत्रे, भागभांडवल, कर्जरोखे, डिबेंचर्स इत्यादींची खरेदी करून गुंतवणूक करतात. तेव्हा त्यास 'रोखारूपी गुंतवणूक' किंवा 'अप्रत्यक्ष परकीय भांडवल गुंतवणूक' असे म्हणतात. अशा गुंतवणुकीला विभागनिहाय गुंतवणूक किंवा भाडोत्री गुंतवणूक असेही म्हणतात. रोखारूपी गुंतवणुकीपासून गुंतवणूकदारांना भांडवली लाभ आणि वार्षिक लाभांश या स्वरूपात प्राप्ती होते. विकसनशील देशातील निव्वळ भांडवलप्रवाहात एक–तृतीयांश वाटा रोखेरूपी भांडवलाचा आहे. गुंतवणूकदारांनी केलेल्या गुंतवणुकीवर उच्च दराने प्राप्ती किंवा व्याज मिळते. त्यामुळे विकसनशील देशांची वित्तपुरवठ्याची गरज पूर्ण होते. खाजगी देशांतर्गत कंपन्यांना भांडवलप्रवाहाचे लाभ मिळतात. अप्रत्यक्ष परकीय गुंतवणुकीत परकीय संस्थात्मक गुंतवणूकदार, अमेरिकन डिपॉझिटरी रिसिप्ट्स (ADR), ग्लोबल डिपॉझिटरी रिसिप्ट्स (FIIS) यांचा समावेश होतो. भारतात नवीन आर्थिक धोरणाचा स्वीकार करण्याच्या वेळी (1991-92) 4 दशलक्ष अमेरिकन डॉलर्सची गुंतवणूक झाली होती. ती सन 2000-01 मध्ये 2,760 दशलक्ष अमेरिकन डॉलर्सपर्यंत तर सन 2012-13 मध्ये अप्रत्यक्ष परकीय गुंतवणूक 27,770 दशलक्ष अमेरिकन डॉलर्सपर्यंत वाढली होती.

2. **प्रत्यक्ष परकीय गुंतवणूक** (*Foreign Direct Investment*) : जेव्हा एका देशातील उद्योगसंस्था दुसऱ्या देशातील प्राथमिक भांडवलबाजारातून एखाद्या कंपनीचे 26 टक्क्यांपेक्षा अधिक भागभांडवल, डिबेंचर्स, कर्जरोखे खरेदी करून त्या कंपनीवर व्यवस्थापकीय मालकी हक्क प्रस्थापित करतात. तसेच विकसित देशातील बहुराष्ट्रीय कंपन्या विकसनशील व अल्पविकसित देशात स्वतः कंपनी सुरू करून, दुसऱ्या कंपनीशी भागीदारी करून, तांत्रिक सहयोग करार करून, कंपनी ताब्यात घेऊन विलीनीकरण करतात तेव्हा त्यास थेट परकीय गुंतवणूक किंवा प्रत्यक्ष परकीय गुंतवणूक म्हणतात. गुंतवणूकदार करणारे परकीय गुंतवणूकदार, अनिवासी भारतीय नागरिक, बहुराष्ट्रीय कंपन्या अल्पविकसित व विकसनशील देशात गुंतवणूक करतात. विकसनशील देशात परकीय कंपन्या त्यांच्या उपकंपन्या सुरू करतात. अशा संस्थांना 'बहुराष्ट्रीय कंपन्या' (MNC's) म्हणतात. काही मोठ्या उद्योगसंस्थांनी त्यांच्या उपसंस्थांचे जाळे अनेक अल्पविकसित देशात निर्माण केले आहे. अशा उपसंस्थांवर उत्तर अमेरिका, युरोप किंवा जपानमध्ये स्थित असलेल्या प्रत्येक संस्थेचे नियंत्रण असते.

प्रत्यक्ष परकीय गुंतवणुकीला दुसरा पर्याय म्हणजे स्थानिक कंपन्यांबरोबर सहकार्य करून प्रत्यक्ष परकीय खाजगी गुंतवणूक करणे. उदाहरणार्थ, एखाद्या परकीय संस्थेने 49 टक्के भांडवलाचा वाटा देऊन राहिलेले 51 टक्के भांडवल अल्पविकसित देशातील स्थानिक संस्थेने उभारणे होय. जागतिक विकास अहवालाने असे अनुमान काढले आहे की, देशांतर्गत गुंतवणूक तंत्रज्ञान, हस्तांतरण आणि रोजंदारी निर्मितीस पूरक भांडवलाचा स्रोत म्हणून प्रत्यक्ष परकीय गुंतवणुकीकडे बघता येईल.

सन 1991 मध्ये नवीन आर्थिक धोरणाचा स्वीकार केल्यानंतर भारतात गुंतवणूक वाढावी म्हणून भारत सरकारने परकीय गुंतवणूकदारांना अनेक सवलती जाहीर केल्या. त्यामुळे परकीय गुंतवणूकदार आणि बहुराष्ट्रीय संस्थांनी पायाभूत सेवाक्षेत्र, व्यापारक्षेत्र, शिक्षणक्षेत्र, गृहनिर्माण व स्थावर मालमत्ता क्षेत्रात मोठ्या प्रमाणात भांडवल गुंतवणूक केली आहे. त्यामुळे सन 1991 नंतर भारताच्या आर्थिक विकासाचा वेग वाढण्यास मदत झाली आहे.

सन 1991-92 मध्ये भारतातील विविध क्षेत्रामध्ये परकीय नागरिक, बहुराष्ट्रीय कंपन्या, गुंतवणूक संस्था आणि अनिवासी भारतीय नागरिकांनी एकूण 129 दशलक्ष अमेरिकन डॉलर्स एवढी प्रत्यक्ष परकीय भांडवल गुंतवणूक केली होती. त्यापैकी विदेशी गुंतवणूकदार व बहुराष्ट्रीय कंपन्यांनी 66 दशलक्ष अमेरिकन डॉलर्सची तर अनिवासी भारतीय नागरिकांनी 63 दशलक्ष डॉलर्सची भारतात गुंतवणूक केली होती. सन 2000-01 मध्ये भारतातील प्रत्यक्ष विदेशी गुंतवणूक 4,029 दशलक्ष डॉलर्सपर्यंत वाढली होती. त्यापैकी विदेशी गुंतवणूक संस्था आणि बहुराष्ट्रीय कंपन्यांनी 3.600 दशलक्ष डॉलर्स व अनिवासी भारतीय नागरिकांनी फक्त 4,029 दशलक्ष डॉलर्सची गुंतवणूक केली होती. सन 2012-13 मध्ये

भारतातील प्रत्यक्ष विदेशी गुंतवणूक 36,860 दशलक्ष अमेरिकन डॉलर्स होती. त्यापैकी विदेशी संस्था व बहुराष्ट्रीय कंपन्यांनी 20,893 दशलक्ष डॉलर्स तर अनिवासी भारतीयांनी 15,967 दशलक्ष डॉलर्सची गुंतवणूक केली होती. यावरून भारतात प्रत्यक्ष परकीय गुंतवणूक वाढत असल्याचे स्पष्ट होते.

एप्रिल 2000 ते मार्च 2013 या कालावधीत भारतात प्रत्यक्ष परकीय गुंतवणूक 8,96,913 कोटी रुपयांची झाली होती. त्यांपैकी सर्वाधिक गुंतवणूक मॉरिशस (38%), सिंगापूर (10%), इंग्लंड (9%), अमेरिका (6%), जपान (8%) होती. ही गुंतवणूक प्रामुख्याने सेवाक्षेत्र, बांधकाम, दूरसंचार, औषधनिर्मिती, रसायने, वाहन उद्योग, वीजनिर्मिती इत्यादींमध्ये मोठ्या प्रमाणात करण्यात आली आहे.

6.4.2 प्रत्यक्ष परकीय गुंतवणुकीचे फायदे (Advantages of FDI)

अल्पविकसित व विकसनशील देशांना प्रत्यक्ष विदेशी गुंतवणुकीचे अनेक फायदे मिळतात. सेवारूपी गुंतवणुकीपेक्षा (Portfolio Investment) प्रत्यक्ष परकीय गुंतवणूक अर्थव्यवस्थेच्या विकासासाठी अधिक फायदेशीर असते. कारण अशा गुंतवणुकीचे पुढील फायदे मिळतात :

1. **जागतिक अर्थव्यवस्थेबरोबर सहभाग** : प्रत्यक्ष विदेशी गुंतवणूक करणाऱ्या कंपन्यांचा जागतिक बाजारपेठेत मोठा सहभाग असतो. अशा गुंतवणुकीमुळे विकसनशील देशातील उद्योजकांना जागतिक बाजारपेठेत शिरकाव करता येतो. त्याचबरोबर आंतरराष्ट्रीय व्यापाराचा भक्कम पाया तयार होतो. किरकोळ व्यापारातील प्रत्यक्ष गुंतवणुकीमुळे लहान व मध्यम उद्योगांच्या आर्थिक अडचणी दूर होऊन त्यांना जागतिक अर्थव्यवस्थेत प्रवेश करण्याची संधी प्राप्त होते.

2. **आर्थिक विकासाला मदत** : प्रत्यक्ष विदेशी गुंतवणुकीमुळे विविध उद्योगांचा व सेवाक्षेत्राचा विकास होऊन औद्योगिक उत्पादनात वाढ होते. त्यामुळे देशातील लोकांना रोजगाराच्या अधिक संधी निर्माण होऊन देशाचे दरडोई उत्पन्न वाढते. थोडक्यात, प्रत्यक्ष परकीय गुंतवणुकीमुळे विकसनशील देशांच्या आर्थिक विकासास मदत होते.

3. **व्यापारात वाढ** : प्रत्यक्ष परकीय गुंतवणुकीमुळे वस्तू व सेवांचा देशांतर्गत व्यापार तसेच आयात-निर्यात व्यापार वाढण्याची संधी प्राप्त होते. विदेशी गुंतवणुकीमुळे उच्च प्रतीचे उत्पादन होत असल्याने व्यापार वाढण्यास मदत होते.

4. **तांत्रिक विकासाला मदत** : प्रत्यक्ष परकीय गुंतवणुकीबरोबरच प्रगत देशातून उच्च प्रतीचे तंत्रज्ञान आयात होत असल्याने देशातील कामगारांना विदेशात जाऊन त्या तंत्रज्ञानाचे प्रशिक्षण सहजपणे उपलब्ध होऊ शकते. त्यामुळे जागतिक दर्जाच्या उच्च तंत्रज्ञानाचा लाभ प्रत्यक्ष विदेशी गुंतवणुकीमुळे विकसनशील देशांना होतो. त्यामुळे असे तंत्रज्ञान आत्मसात केलेल्या कामगारांना विदेशातदेखील रोजगाराच्या अधिक संधी प्राप्त होतात.

5. **निरोगी स्पर्धात्मकता वाढते** : प्रत्यक्ष परकीय गुंतवणुकीला चालना दिल्यामुळे यजमान देशात अनेक लहान-मोठे उद्योग व सेवाकेंद्रे स्थापन होतात. त्यामुळे देशात व्यवसायामध्ये स्पर्धात्मक वातावरण निर्माण होते. देशांतर्गत उत्पादनाचा दर्जा सुधारतो, उत्पादनाचे विविध पर्याय आणि वाजवी किंमत याची खात्री मिळतेच; देशांतर्गत विशिष्ट उत्पादनात असलेल्या विशिष्ट उद्योगाच्या मक्तेदारीला पायबंद बसतो.

6. **रोजगाराच्या अधिक संधी प्राप्त होतात** : अल्पविकसित व विकसनशील देशांमध्ये प्रत्यक्ष परकीय गुंतवणुकीला संधी मिळाल्याने देशात लहान-मोठे उद्योग स्थापन होतात. त्यामुळे गुंतवणूक, उत्पादन, वितरण, किरकोळ व्यापार, वित्त आणि सेवाक्षेत्रात रोजगाराच्या अनेक संधी निर्माण होतात.

7. **देशातील स्थानिक उद्योगांचा विकास** : प्रत्यक्ष परकीय गुंतवणुकीमुळे अल्पविकसित व विकसनशील देशात नवीन उद्योग आल्याने स्थानिक गुंतवणूकदारांना पूरक उद्योग तसेच Joint Venture, एजन्सीज सुरू करण्याची संधी मिळते. विदेशी उद्योगांमुळे देशांतर्गत रोजगार पातळी वाढते. त्यामुळे लोकांच्या क्रयशक्तीत वाढ होऊन स्थानिक उद्योजकांनी उत्पादित केलेल्या वस्तूंनाही अधिक मागणी येते.

8. **मानवी संसाधनाची गुणवत्ता वाढते** : प्रत्यक्ष परकीय गुंतवणुकीमुळे जागतिक स्तरावरील उच्च तंत्रज्ञान, व्यवस्थापन कौशल्य, विपणन कौशल्य, वित्त व्यवस्थापन इत्यादींची ओळख, शिक्षण आणि प्रशिक्षण देशातील कामगारांना मिळत असल्याने त्यांची गुणवत्ता वाढते.

प्रत्यक्ष परकीय गुंतवणुकीमुळे अल्पविकसित देशातील भांडवलाची टंचाई दूर होते. प्रगत तंत्रज्ञानाच्या वापरामुळे देशातील उत्पादनाचा दर्जा उंचावतो. त्यामुळे देशाची निर्यात वाढून परकीय चलनाचा साठा वाढतो. अशा गुंतवणुकीमुळे आयात-निर्यात व्यापारात वाढ होऊन देशादेशामध्ये व्यापारी संबंध निर्माण होतात. त्यामुळे आंतरराष्ट्रीय सहकार्य वाढीस लागते. अशा परकीय गुंतवणुकीमुळे अल्पविकसित देशात पायाभूत सुविधा निर्माण झाल्याने औद्योगिक विकासाला चालना मिळते. त्यामुळे देशातील नैसर्गिक व मानवी साधनसामग्रीचा पर्याप्त वापर होऊन देशात विविध क्षेत्राचा विकास होऊन आर्थिक विकास होण्यास मदत होते.

6.4.3 प्रत्यक्ष परकीय गुंतवणुकीचे तोटे/प्रतिकूल परिणाम (Disadvantages of FDI)

प्रत्यक्ष परकीय गुंतवणुकीचे अल्पविकसित व विकसनशील देशांवर पुढील प्रतिकूल परिणाम होतात :

(1) जेव्हा अल्पविकसित देशात परकीय भांडवलदार गुंतवणूक करतात तेव्हा परकीय चलनाच्या साठ्यात भर पडते. परंतु जेव्हा ते गुंतवणूकदार मिळालेला नफा मायदेशी पाठवितात तेव्हा परकीय चलनाचा साठा कमी होतो.

(2) बहुराष्ट्रीय कंपन्या जेव्हा प्रत्यक्ष गुंतवणूक करतात तेव्हा त्यांना भूखंड, पाणी, वाहतूक, वीजपुरवठा यांसारख्या सुविधा कमी दरात उपलब्ध करून द्याव्या लागतात. त्यामुळे सरकारचा खर्च वाढतो; मात्र अशा बहुराष्ट्रीय कंपन्यांना नफा मिळतो.

(3) प्रत्यक्ष परकीय गुंतवणुकीमुळे देशातील उद्योगावर विपरीत परिणाम होतो. विदेशी कंपन्या स्वदेशी कंपन्यांशी अनिष्ट स्पर्धा करतात. त्यात स्वदेशी कंपन्या स्पर्धेत टिकू शकत नाहीत.

(4) प्रत्यक्ष परकीय गुंतवणूक करणाऱ्या बहुराष्ट्रीय कंपन्यांचे मोठे अधिकारी हे लाभार्थी देशातील अधिकारी आणि राजकीय पुढाऱ्यांना हाताशी धरून आर्थिक धोरणे स्वतःला अनुकूल करून घेतात व राजकीय वर्चस्व निर्माण करतात.

(5) बहुराष्ट्रीय कंपन्या उच्च पदावरील अधिकारी आपल्या देशातून पाठवितात. त्यांना अधिक वेतन व भत्ते दिले जातात व हलक्या किंवा दुय्यम प्रतीच्या कामासाठी देशी कामगारांची नेमणूक करतात. उच्च अधिकारी मिळालेल्या वेतनाचा काही भाग आपल्या देशात पाठवित असल्याने देशाच्या व्यवहारतोलावर प्रतिकूल परिणाम होतो.

(6) प्रत्यक्ष परकीय गुंतवणुकीमुळे उच्च तंत्रज्ञान आत्मसात केलेल्या/संगणकाचे ज्ञान प्राप्त करणाऱ्या तरुणांना जरी रोजगार संधी प्राप्त झालेल्या असल्या तरी सर्वसामान्य शिक्षण घेतलेल्या तरुणांना रोजगाराच्या फारशा संधी राहिलेल्या नाहीत. त्यामुळे त्यांची बेकारी वाढली आहे.

6.5 सार्वजनिक परकीय गुंतवणूक
PUBLIC FOREIGN INVESTMENT

सार्वजनिक परकीय गुंतवणुकीचे प्रकार (Types of Public Foreign Investment)

सार्वजनिक परकीय कर्जाचे पुढील महत्त्वाचे प्रकार सांगितले जातात :

1. **द्वि-पक्षीय कठीण कर्ज** (*Bilateral Hard Loan*) : अल्पविकसित आणि विकसनशील देश विकसित देशांकडून कर्ज घेण्यासाठी करार करतात तेव्हा त्यास 'द्विपक्षीय कठीण कर्ज' असे म्हणतात. उदाहरणार्थ, भारत हा अमेरिका, जपान, इंग्लंड यांसारख्या देशांकडून कर्ज घेण्यासाठी करार करतो तेव्हा सरकारला अमेरिकन डॉलर्स, जपानी येन व इंग्लंडचा पौंडच्या स्वरूपात कर्ज मिळते. अशा कर्जाची मुदत आणि व्याजाचा दर निश्चित केलेला असतो. मात्र घेतलेले कर्ज कोणत्या कारणासाठी वापरले जाणार आहे याचा स्पष्ट उल्लेख करारात केलेला नसतो.

2. **द्वि-पक्षीय मृदू कर्ज** (*Bilateral Soft Loan*) : जेव्हा विकसित देश अल्पविकसित किंवा विकसनशील देशाच्या अडचणी विचारात घेऊन कर्ज मंजूर करतो व त्यासंबंधीच्या कर्जाचा दोन देशांमध्ये करार केला जातो तेव्हा त्यास 'मृदू कर्ज' असे म्हणतात. उदाहरणार्थ, अमेरिकेचे राष्ट्रपती सार्वजनिक कायदा, 480 (Public Law, 480) अनुसार,

गरीब देशांना अन्नधान्याच्या स्वरूपात सवलतीच्या व्याजदराचे कर्ज देऊ शकतात. भारताने या कायद्यानुसार अमेरिकेकडून अन्नधान्याची आयात केलेली आहे. अशा घेतलेल्या कर्जाची परतफेड देशी चलनाच्या (रुपयाच्या) माध्यमातून करता येत असल्याने या कर्जाला सार्वजनिक मृदू कर्ज असे म्हणतात.

3. **बहुपक्षीय कर्ज** (Multilateral Loan) : जेव्हा एखादा विकसनशील देश आंतरराष्ट्रीय वित्तपुरवठा करणाऱ्या संस्थेमध्ये आपला हिस्सा जमा करतो तेव्हा त्या आधारावर जे कर्ज दिले जाते त्यास बहुपक्षीय कर्ज असे म्हणतात. अशा संस्था स्थापन करण्यामागचा प्रमुख उद्देश अल्पविकसित व विकसनशील देशाच्या आर्थिक विकासाला हातभार लावणे हा असतो. भारताने जलद आर्थिक विकास साध्य करण्यासाठी आंतरराष्ट्रीय नाणेनिधी (IMF), आशियाई विकास बँक (ADB), आंतरराष्ट्रीय वित्तीय महामंडळ (IFC), आंतरराष्ट्रीय विकास साहाय्य (IDA) यांसारख्या वित्तीय संस्थांकडून वेळोवेळी कर्ज घेतले आहे. म्हणून अशा कर्जाला 'संस्थात्मक परकीय कर्ज' असेही म्हणतात.

4. **आंतरसरकार अनुदान (विदेशी मदत)** (Intra-Government Grants) : एका सरकारने दुसऱ्या सरकारला अधिकृतरीत्या दिलेले अनुदान या प्रकारात समाविष्ट होते. असे अनुदान विशिष्ट कारणासाठी आणि विशिष्ट परिस्थितीत दिले जाते. त्यासाठी काही अटींची पूर्तता करावी लागते. परकीय मदत ही प्रामुख्याने रोख स्वरूपात व वस्तुरूपात दिली जाते. जागतिक विकास अहवालानुसार, गरीब व विकसनशील देशांना सवलतीच्या स्वरूपात कर्ज दिले जाते.

6.6   परकीय भांडवल : फायदे व तोटे
ADVANTAGES AND DISADVANTAGES OF FOREIGN CAPITAL

भारताने सन 1991 मध्ये नवीन आर्थिक धोरण स्वीकारल्यानंतर परकीय भांडवल गुंतवणुकीत मोठ्या प्रमाणात वाढ झाल्याचे पुढील तक्ता क्र. 6.1 वरून स्पष्ट होते.

तक्ता क्र. 6.1 : भारतातील परकीय भांडवल गुंतवणूक (दशलक्ष डॉलर्स)

वर्ष	प्रत्यक्ष परकीय गुंतवणूक	अप्रत्यक्ष परकीय गुंतवणूक	एकूण परकीय गुंतवणूक
1991 - 92	129	04	133
1999 - 2000	2,155	3,026	5,181
2000 - 01	4,029	2,760	6,789
2001 - 02	6,130	2,021	8,151
2002 - 03	5,035	979	6,014
2003 - 04	4,322	11,377	15,699
2004 - 05	6,051	9,315	15,366
2005 - 06	8,961	12,492	21,453
2006 - 07	22,826	7,003	29,829
2007 - 08	34,335	27,271	62,106
2008 - 09	37,838	13,855	23,983
2009 - 10	37,763	32,376	70,139
2010-11	27,024	31,471	58,495
2011-12	46,553	17,191	63,729
2012-13	36,060	27,770	64,630
एकूण (1991 ते 2013)	2,70,195	1,86,663	4,56,858

संदर्भ : *Indian Economy, Datt & Mahajan, 69th Ed., Page 374.*

तक्ता क्र. 6.1 वरून असे स्पष्ट होते की, सन 1991-92 नंतर भारतातील विदेशी भांडवल गुंतवणुकीत प्रचंड प्रमाणात वाढ झालेली आहे. सन 1991-92 मध्ये एकूण परकीय गुंतवणूक 133 दशलक्ष अमेरिकन डॉलर्सची झालेली होती. त्यांपैकी प्रत्यक्ष परकीय गुंतवणूक 129 दशलक्ष डॉलर्स व अप्रत्यक्ष गुंतवणूक फक्त 4 दशलक्ष डॉलर्स होती. सन 2001-02 मध्ये एकूण परकीय गुंतवणूक 8,151 दशलक्ष डॉलर्सची होती. त्यांपैकी प्रत्यक्ष परकीय गुंतवणूक 6,130 दशलक्ष डॉलर्स तर अप्रत्यक्ष परकीय गुंतवणूक 2,021 दशलक्ष डॉलर्स होती.

सन 2012-13 मध्ये एकूण परकीय गुंतवणूक 64,630 दशलक्ष डॉलर्सपर्यंत वाढली. त्यांपैकी प्रत्यक्ष गुंतवणूक 36,860 दशलक्ष डॉलर्स तर अप्रत्यक्ष गुंतवणूक 27,770 दशलक्ष डॉलर्स होती.

सन 1991 मध्ये भारताने नवीन आर्थिक धोरणाचा स्वीकार करून परकीय भांडवलदारांना अनेक प्रकारच्या सवलती दिल्यामुळे परकीय गुंतवणुकीत प्रचंड प्रमाणात वाढ झालेली आहे. सन 1991-92 ते 2012-13 या कालावधीत एकूण 4,56,858 दशलक्ष डॉलर्सची परकीय गुंतवणूक झाली होती. त्यामध्ये प्रत्यक्ष परकीय गुंतवणूक 2,70,195 दशलक्ष डॉलर्स व अप्रत्यक्ष परकीय गुंतवणूक 1,86,663 दशलक्ष डॉलर्स होती. परकीय भांडवल गुंतवणूक प्रामुख्याने सेवाक्षेत्र, बांधकाम, दूरसंचार, वाहननिर्मिती उद्योग, वीजनिर्मिती, हॉटेल आणि पर्यटन व्यवसायात झालेली आहे. परकीय भांडवल गुंतवणुकीत मॉरिशसचा वाटा सर्वाधिक असून त्या खालोखाल सिंगापूर, इंग्लंड, जपान, अमेरिका, नेदरलँड, पश्चिम जर्मनी, फ्रान्स इत्यादी देशांनीदेखील भारतात मोठ्या प्रमाणात भांडवल गुंतवणूक केलेली आहे. त्यामुळे भारताच्या आर्थिक विकासामध्ये परकीय भांडवल गुंतवणुकीला विशेष महत्त्वाचे स्थान प्राप्त झाले आहे.

6.6.1 परकीय भांडवलाचे फायदे (Advantges of Foreign Capital)

परकीय भांडवल गुंतवणुकीचे भारताला मिळालेले फायदे पुढीलप्रमाणे स्पष्ट करता येतील :

1. **भांडवल उभारणीस मदत** : भारतात नैसर्गिक व मानवी साधनसंपत्ती प्रचंड प्रमाणात उपलब्ध असूनदेखील केवळ भांडवलाच्या अभावी ती पडून राहिली होती. कारण देशातील लोकांचे दरडोई उत्पन्न अत्यल्प असल्याने बचत आणि भांडवल संचयाचे प्रमाण कमी आहे. म्हणून आर्थिक विकासासाठी आवश्यक असणारे भांडवल परकीय भांडवलाच्या साहाय्याने उभारण्यास देशाचा आर्थिक विकास घडवून आणणे शक्य झाले आहे.

2. **विकासासाठी आयात** : भारताने जलद आर्थिक विकास साध्य करण्यासाठी प्रगत देशातून भांडवली वस्तू, यंत्रसामग्री, तंत्रज्ञान व कच्च्या मालाची आयात करण्यासाठी परकीय भांडवलाची मदत घेतली आहे.

3. **पायाभूत उद्योगांचा विकास** : कोणत्याही देशातील शेती, उद्योग व वाहतूक, व्यापार इत्यादी क्षेत्राच्या विकासासाठी काही पायाभूत उद्योगांचा विकास होणे आवश्यक असते. पायाभूत उद्योगामध्ये लोखंड व पोलाद उद्योग, वीजनिर्मिती, सिमेंट, भांडवली वस्तू आणि यंत्रसामग्रीची निर्मिती करणारे उद्योग स्थापन होणे आवश्यक असते. मात्र त्यासाठी प्रचंड प्रमाणात व दीर्घकालीन स्वरूपाची भांडवल गुंतवणूक करावी लागते. अशी गुंतवणूक करण्यास भारतीय भांडवलदार फारसे तयार होत नाहीत. मात्र या उद्योगाच्या विकासावरच इतर अनेक उद्योग आणि व्यवसायाचा विकास अवलंबून असल्याने भारत सरकारने रूरकेला, दुर्गापूर, बोकारो, विशाखापट्टणम् इत्यादी ठिकाणी रशिया व पश्चिम जर्मनी यांसारख्या देशाची भांडवलाची मदत घेऊन लोखंड-पोलादाचे मोठे प्रकल्प उभारले आहेत. तसेच अमेरिकेच्या मदतीने दाभोळ येथे एन्रॉनचा वीजनिर्मिती प्रकल्प उभारला आहे. तसेच जैतापूर येथे अणुऊर्जा प्रकल्पाची उभारणी करण्यासाठी परकीय भांडवलाची मदत घेतली आहे.

4. **पायाभूत सुविधांचा विकास** : देशाच्या आर्थिक विकासामध्ये पायाभूत सुविधांचा - उदा., वाहतूक, दळणवळण, वीजनिर्मिती, बँकव्यवसाय, बाजारपेठा इत्यादींच्या विकासाला अत्यंत महत्त्वाचे स्थान आहे. त्यासाठी प्रचंड प्रमाणात व दीर्घकालीन गुंतवणूक करावी लागत असल्याने या गुंतवणुकीपासून दीर्घकाळात नफा मिळत असल्याने खाजगी भांडवलदार अशी गुंतवणूक करण्यास फारसे तयार नसतात. मात्र पायाभूत सुविधा आर्थिक विकासासाठी आवश्यक असल्याने सरकार परकीय भांडवलाची मदत घ्यावी लागली आहे.

5. **तांत्रिक विकासाला मदत** : अल्पविकसित व भारतासारख्या विकसनशील देशात शेती व उद्योगात पारंपरिक उत्पादन तंत्राचा वापर होत असल्याने उत्पादन खर्च अधिक असतो. म्हणून प्रगत देशातून आधुनिक यंत्रसामग्री, तंत्रज्ञान, भांडवली वस्तू आणि व्यावसायिक कौशल्याची आयात केल्यास उत्पादकता वाढते. तसेच अशाच प्रकारचे आधुनिक तंत्रज्ञान विकसित करण्यासाठी शिक्षण व प्रशिक्षण दिले जाते. त्यामुळे देशातील मानवी संसाधनाचा दर्जा सुधारण्यास व जलद आर्थिक विकास होण्यास मदत होते.

6. **खाजगी भांडवल गुंतवणुकीला प्रोत्साहन** : परकीय भांडवल गुंतवणुकीच्या माध्यमातून पायाभूत उद्योग आणि सेवांची निर्मिती झाल्यास देशात भांडवलदारांना गुंतवणुकीची प्रेरणा मिळते. भारतासारख्या विकसनशील देशातील काही कंपन्या बहुराष्ट्रीय कंपन्यांशी तांत्रिक करार करून त्यांच्याशी भागीदारी करतात. त्यातून नवीन तंत्रज्ञान, यंत्रसामग्री, कुशल कामगार व तंत्रज्ञ, व्यवस्थापक यांच्या संपर्कात देशी उद्योजक येऊन त्यांच्यात व्यावसायिक कौशल्ये वाढतात. बहुराष्ट्रीय कंपन्यांना लागणारा कच्चा माल, सुटे भाग, पॅकिंगचे साहित्य, वाहतूक व दळणवळणाची साधने इत्यादी पुरविण्यासाठी देशातील भांडवलदार गुंतवणूक करण्यासाठी पुढे येतात व त्यांना भांडवल गुंतवणुकीसाठी प्रेरणा मिळते.

7. **रोजगाराच्या संधी वाढतात** : भारतात वाढत्या लोकसंख्येमुळे प्रचंड प्रमाणात मनुष्यबळ उपलब्ध आहे. परंतु औद्योगिक विकासाअभावी बेकारी सतत वाढत आहे. परकीय भांडवलाच्या मदतीमुळे देशात लहान-मोठ्या प्रमाणात उद्योगांची वाढ होऊन रोजगाराच्या अधिक संधी निर्माण झालेल्या आहेत. उद्योगाच्या विकासाबरोबरच वाहतूक व दळणवळण, व्यापार, सामाजिक व आर्थिक सेवाक्षेत्रात रोजगाराच्या नवीन संधी निर्माण होतात.

8. **आंतरराष्ट्रीय सहकार्य वाढते** : परकीय भांडवल गुंतवणुकीमुळे देशादेशात व्यापार आणि गुंतवणुकीसंबंधीचे करार केले जातात. त्यामुळे देशादेशांमध्ये आयात-निर्यात व्यापार वाढतो. व्यापारी संबंधाबरोबरच देशादेशामध्ये सहकार्य व सामंजस्य वाढीस लागते. भारताने परकीय भांडवलाच्या मदतीने पायाभूत उद्योगांचा विकास केल्याने भारतातून उपभोग्य व पारंपरिक वस्तूंच्या निर्यातीबरोबरच भांडवली वस्तू, यंत्रसामग्री, कुशल तंत्रज्ञ, सॉफ्टवेअर व हार्डवेअरची मोठ्या प्रमाणात निर्यात होऊ लागली आहे. त्यामुळे भारताच्या निर्यातीत मोठ्या प्रमाणात वाढ झाली आहे.

वरील विवेचनावरून असे स्पष्ट होते की, भारतीय अर्थव्यवस्थेत आर्थिक विकासाच्या दृष्टीने परकीय भांडवलास अतिशय महत्त्व प्राप्त झाले आहे.

6.6.2 परकीय भांडवलाचे तोटे (Disadvantges of Foreign Capital)

अल्पविकसित व विकसनशील देशाच्या आर्थिक विकासात परकीय भांडवल आणि मदतीला जरी महत्त्वाचे स्थान असले तरी परकीय भांडवलामुळे अर्थव्यवस्थेपुढे अनेक प्रकारच्या समस्या निर्माण झालेल्या आहेत. काही महत्त्वाच्या समस्या पुढीलप्रमाणे सांगता येतील :

1. **परावलंबित्व वाढते** : भारताने आर्थिक विकासाच्या विविध योजना राबविण्यासाठी वेळोवेळी अमेरिकेची मदत घेतली आहे. त्यामुळे भारताला नेहमीच अमेरिकेच्या दबावाखाली राहावे लागते. अनेक वेळा भारत सरकारला दबावापोटी आपल्या इच्छेविरुद्ध आर्थिक धोरणात बदल करावा लागला आहे. अमेरिकेच्या दबावामुळेच भारताला सन 1966 मध्ये भारतीय रुपयाचे अवमूल्यन करावे लागले आहे. तसेच घेतलेली मदत भांडवली वस्तूच्या उत्पादन आणि आयातीसाठी वापरावी लागली आहे. देशात अन्नधान्याचे उत्पादन वाढलेले असताना राजकीय दबावापोटी अनावश्यक असलेली अन्नधान्याची/गव्हाची आयात करावी लागली आहे. तसेच दबावापोटीच देशातील गरिबांना स्वस्त धान्य दुकानामार्फत केला जाणारा अन्नधान्याचा पुरवठा व शेतकऱ्यांना दिले जाणारे खतावरील अनुदान कमी करावे लागले आहे. तसेच अमेरिकेच्या दबावामुळेच अर्थव्यवस्थेत सार्वजनिक क्षेत्राला असलेले महत्त्व कमी करून खाजगी क्षेत्राला अधिक महत्त्व द्यावे लागले. तसेच भारत-पाक आणि भारत-बांगलादेशाच्या युद्धाच्या वेळी अमेरिकेने भारताला दिली जाणारी मदत बंद करण्याची धमकी दिली होती. थोडक्यात, परकीय भांडवल आणि मदतीमुळे देशाचे दुसऱ्या देशावरील परावलंबित्व वाढत

जाते. अमेरिकेच्या दबावामुळेच भारताला तारापूर वीजनिर्मितीसाठी अणुऊर्जेची केलेली मागणी सन 1978 मध्ये नाकारली होती तसेच नंतरच्या काळात डंकेल प्रस्ताव अनिच्छेने स्वीकारावा लागला आहे.

2. **कर्जाचा भार वाढत जातो** : भारताने आर्थिक विकास साध्य करण्यासाठी वेळोवेळी अमेरिका व इतर मित्र–राष्ट्रांकडून तसेच आंतरराष्ट्रीय नाणेनिधी, जागतिक बँक, आशियाई विकास बँक व इतर आंतरराष्ट्रीय संस्थांकडून कर्ज घेतले आहे. त्यामुळे वाढत्या कर्जाबरोबरच कर्जाची परतफेड आणि कर्जावरील द्याव्या लागणाऱ्या व्याजाचा बोजा दिवसेंदिवस वाढत गेला आहे. सन 1985-86 ते 1989-90 या कालावधीत भारताला 22,699 कोटी रुपयांची परकीय मदत मिळाली. त्यापैकी 55.7 टक्के मदत कर्जरोख्यासाठी आणि व्याज व कर्जाचे हप्ते देण्यासाठी वापरली गेली. फक्त 44.3 टक्के मदत म्हणजेच 10,047 कोटी ₹ विकास कार्यासाठी व 12,652 कोटी ₹ कर्जफेडीसाठी वापरली गेली. सन 2012-13 मध्ये भारताला जी विदेशी मदत प्राप्त झाली. त्यापैकी कर्जसेवेसाठी 18,606 कोटी ₹ व कर्जावरील व्याजासाठी 4,466 कोटी ₹ असे एकूण 23,072 कोटी ₹ द्यावे लागले आहेत. त्यामुळे विकास कार्यासाठी फक्त 4,750 कोटी रुपयांची विदेशी मदत शिल्लक राहिली होती. थोडक्यात, भारतावरील विदेशी कर्जाचा भार दिवसेंदिवस वाढत जाऊन देश कर्जाच्या सापळ्यात अडकत गेला आहे.

3. **विदेशी मदतीमधील अनिश्चितता** : परकीय कर्ज आणि मदतीमध्ये एक प्रकारची अनिश्चितता दिसून येते. विदेशी मदतीचे स्वरूप आणि परिणामाच्या अनिश्चिततेमुळे देशाच्या विकास प्रक्रियेत अडचणी निर्माण होतात. एकूण विदेशी मदतीपैकी मदतीची मोठी रक्कम कर्जसेवा आणि व्याजाची परतफेड करण्यासाठी वापरली जात असल्याने विकास योजना राबविण्यासाठी किती रक्कम उपलब्ध होईल हे निश्चितपणे सांगता येत नाही.

4. **व्यवहारतोलावरील ताण वाढतो** : अल्पविकसित देशाचा व्यापारतोल नेहमी त्या देशासाठी प्रतिकूल असतो. कारण त्या देशातून होणाऱ्या निर्यातीत पारंपरिक वस्तू, कृषी उत्पादने, कच्च्या मालाचे प्राबल्य असते. त्यामुळे निर्यातीचे मूल्य कमी असते. याउलट, विकसनशील देशांना आर्थिक विकासासाठी प्रगत देशातून भांडवली वस्तू, यंत्रसामग्री आणि तंत्रज्ञानाची आयात करावी लागत असल्याने आयातीचे मूल्य अधिक राहून व्यापारतोलात नेहमीच तूट राहते. व्यापारतोलातील तूट भरून काढण्यासाठी भारतासारख्या देशाला वेळोवेळी परकीय चलनाच्या स्वरूपात कर्ज घ्यावे लागते. त्यामुळे दिवसेंदिवस कर्ज आणि व्याजाचा बोजा वाढत जाऊन देशाच्या व्यवहारतोलावरील ताण वाढत जातो.

5. **नैसर्गिक साधनसंपत्तीचा अतिवापर व अपव्यय** : परकीय भांडवलाच्या सहज उपलब्धतेमुळे देशात उपलब्ध असणाऱ्या नैसर्गिक साधनसंपत्तीचा अतिवापर तर काही वेळा गैरवापर होतो. परकीय भांडवलदार आणि बहुराष्ट्रीय कंपन्या जास्तीतजास्त नफा मिळविण्यासाठी नैसर्गिक साधनसंपत्तीचा अतिरिक्त वापर करतात. स्वार्थ साधण्याबरोबरच कच्चा माल आणि महत्त्वाच्या वस्तू निर्यात केल्या जातात.

6. **नफ्याचे बाह्य निस्सारण** : परकीय भांडवलाच्या अधिक वापरामुळे विकसनशील देशातून भांडवलावरील व्याज, कर्जाचे हप्ते, गुंतवणूकदार आणि बहुराष्ट्रीय कंपन्यांना मिळणारा नफा त्या संस्था स्वदेशी पाठवितात. त्यामुळे अल्पविकसित व विकसनशील देशातून संपत्ती आणि पैशाचा बाह्य प्रवाह वाढून अर्थव्यवस्थेचे आर्थिक निस्सारण होते.

7. **देशांतर्गत गुंतवणुकीवर परिणाम** : परकीय भांडवलदार व बहुराष्ट्रीय कंपन्या अशा क्षेत्रात गुंतवणूक करतात की ज्यामध्ये नफ्याचे प्रमाण अधिक असते. तसेच काही बहुराष्ट्रीय कंपन्या देशातील उद्योगाशी अनिष्ट स्वरूपाची स्पर्धा करतात. त्यामुळे देशातील अनेक उद्योगांवर व गुंतवणुकीवर प्रतिकूल परिणाम होतो.

8. **परकीय कर्जाचा गैरवापर** : कोणत्याही देशाला साधनसामग्रीची जमवाजमव करण्यासाठी करआकारणी करणे व कर्ज उभारणे हे दोन मार्ग उपलब्ध असतात. लोकशाही असलेल्या देशात करआकारणीपेक्षा कर्जउभारणीचा सहज व सोपा मार्ग सरकारकडून स्वीकारला जातो. घेतलेल्या कर्जाचा उपयोग प्राधान्यक्षेत्रात व उत्पादक कार्यासाठी न करता

महसुली खर्च भागविण्यासाठी केला जातो. बहुराष्ट्रीय कंपन्या आणि परकीय गुंतवणूक करणाऱ्या संस्था शीतपेय, टूथपेस्ट, साबण, सौंदर्यप्रसाधने अशा वस्तूंच्या उत्पादनक्षेत्रात गुंतवणूक करतात व त्या वस्तूच्या आकर्षक जाहिरातीमुळे चैनीच्या वस्तूची मागणी व उपभोग वाढतो आणि त्याचा प्रतिकूल परिणाम विकसनशील देशांच्या बचत आणि भांडवलनिर्मितीवर होतो.

9. बेकारीत वाढ : प्रगत देशातील बहुराष्ट्रीय कंपन्या उत्पादनासाठी भांडवलप्रधान उत्पादन तंत्राचा वापर करत असल्याने विकसनशील देशातील लोकांना रोजगाराच्या फारशा संधी निर्माण होत नाहीत. उद्योगक्षेत्रात केवळ उच्च दर्जाचे तंत्रज्ञान आत्मसात केलेल्या लोकांनाच रोजगार मिळतो. इतरांना रोजगाराची संधी मिळत नसल्याने देशातील बेकारी वाढत जाते.

10. सार्वभौमत्वावर संकट : देशाचे स्वातंत्र्य व सार्वभौमत्व टिकविणे हे प्रत्येक देशाच्या सरकारचे पहिले कर्तव्य असते. मात्र परकीय कर्ज आणि मदतीमुळे देशाच्या सार्वभौमत्वाला बाधा पोहोचण्याची शक्यता असते. कारण कर्ज देणारे देश व वित्तीय संस्था कर्ज देताना कर्ज घेणाऱ्या देशांवर जाचक स्वरूपाच्या अटी घालतात. अशा अटीमुळे अल्पविकसित देशाचे स्वातंत्र्य धोक्यात येते.

परकीय भांडवल आणि मदतीचे फायदे आणि त्यामुळे निर्माण होणाऱ्या समस्या यांचा कर्ज घेणाऱ्या देशाने विचार करणे आवश्यक आहे. परकीय भांडवलाच्या मदतीमुळे अनेक देशांनी आपला विकास साध्य केला असल्याने व विकसनशील देशात भांडवलाची टंचाई असल्याने विकास साध्य करण्यासाठी परकीय भांडवलाची मदत घेतल्याशिवाय पर्याय राहत नाही. मात्र घेतलेले कर्ज जर उत्पादक कार्यासाठी आणि कार्यक्षमतेने व काटकसरीने वापरले तर वाढलेल्या उत्पन्नातून घेतलेल्या कर्जाची सहजपणे परतफेड करता येऊ शकेल. मात्र जर घेतलेल्या कर्जाचा गैरवापर झाला तर कर्जाचे ओझे वाढत जाऊन देश कर्जबाजारी होण्याचीच शक्यता असते.

प्रश्नावली

लघुत्तरी प्रश्न

1. आर्थिक विकासात परकीय भांडवलाची भूमिका स्पष्ट करा.
2. परकीय भांडवलाचे प्रकार स्पष्ट करा.
3. प्रत्यक्ष परकीय गुंतवणुकीचे फायदे सांगा.
4. खाजगीकरण, उदारीकरण व जागतिकीकरण या संकल्पना स्पष्ट करा.

दीर्घोत्तरी प्रश्न

1. आर्थिक विकासात परकीय भांडवलाची भूमिका स्पष्ट करा.
2. परकीय भांडवलाचे प्रकार सांगून त्याचे गुण व दोष स्पष्ट करा.

⟳   **टीपा लिहा.**

1.   परकीय भांडवलाचे प्रकार

2.   प्रत्यक्ष परकीय गुंतवणुकीचे फायदे

3.   सार्वजनिक परकीय गुंतवणूक

4.   परकीय गुंतवणुकीचे तोटे.

7

परकीय व्यापार आणि व्यवहारतोल

FOREIGN TRADE AND BALANCE OF PAYMENTS

प्रास्ताविक

'व्यापार' म्हणजे वस्तूंचा विनिमय असा सर्वसाधारण व्यवहारामध्ये व्यापाराचा अर्थ घेतला जातो. व्यापार अंतर्गत त्याचप्रमाणे बाह्यदेखील असतो. देशाच्या भौगोलिक सीमांच्या अंतर्गत चालणारा व्यापार म्हणजे अंतर्गत किंवा देशी व्यापार. त्यालाच 'आंतरप्रादेशिक व्यापार' (Inter-Regional Trade) असेही म्हटले जाते. आंतरराष्ट्रीय व्यापार देशाच्या राजकीय सीमा ओलांडून होत असतो. म्हणून आंतरराष्ट्रीय व्यापार म्हणजे वेगवेगळ्या देशांमध्ये होणारा वस्तू व सेवांचा विनिमय होय. या व्यापाराला 'परकीय व्यापार' (Foreign Trade) असेही म्हटले जाते. थोडक्यात, दोन देशांमध्ये होणारा व्यापार म्हणजे आंतरराष्ट्रीय व्यापार आणि देशाच्या दोन प्रदेशातील व्यापार म्हणजे 'अंतर्गत' किंवा 'आंतरप्रादेशिक व्यापार' होय.

एका देशातील वस्तू वा सेवा यांची इतर देशांबरोबर होणाऱ्या विनिमयाशी संबंधित असणारी अर्थशास्त्राची व्याख्या म्हणजे आंतरराष्ट्रीय अर्थशास्त्र होय. अंतर्गत व्यापारासाठी जे आर्थिक कारण जबाबदार असते ते म्हणजे परस्पर गरजांची पूर्तता. हेच कारण आंतरराष्ट्रीय व्यापारासही जबाबदार असते. आंतरराष्ट्रीय व्यापाराशिवाय अधिक समाधानकारक जीवन व्यतीत करणे कोणत्याही समाजाला आज शक्य नाही. जीवनमानात सुधारणा करण्यासाठी आंतरराष्ट्रीय व्यापाराची गरज असते. आधुनिक समाजाने आपल्या जीवनमान पातळीत जी सुधारणा करून घेतली आहे ती केवळ आंतरराष्ट्रीय व्यापारामुळेच शक्य झाली आहे.

ज्या वस्तूंचे उत्पादन एखाद्या देशाला करता येत नाही त्या वस्तूंची इतर देशांमधून आयात केली जाते. तसेच ज्या वस्तूंचे गरजेपेक्षा अधिक उत्पादन होत असते त्या वस्तूंची इतर देशांना निर्यात केली जाते. काही वस्तूंच्या उत्पादनाच्या बाबतीत एखाद्या देशाला इतर देशांपेक्षा विशेष लाभ मिळत असतात. त्यामुळे त्या वस्तू तो इतर देशांपेक्षा कमी खर्चात उत्पादित करतो. परंतु सर्वच वस्तूंच्या बाबतीत अशी शक्यता नसते. म्हणून काही वस्तूंचे उत्पादन करणे अधिक खर्चीक होत असते. उत्पादनाच्या बाबतीत ही परिस्थिती लक्षात घेतल्यास सहजपणे असे सांगता येते की, आंतरराष्ट्रीय पातळीवर उत्पादनाच्या बाबतीत श्रमविभागणी (Division of Labour) किंवा विशेषीकरणाची (Specialisation) गरज असते.

आंतरराष्ट्रीय व्यापार *(International Trade)* : "दोन किंवा अनेक राष्ट्रांमध्ये चालणाऱ्या व्यापारास आंतरराष्ट्रीय व्यापार असे म्हणतात."

उदाहरणार्थ, भारताचा व्यापार अमेरिका, रशिया, चीन, इंग्लंड इत्यादी देशांशी चालत असेल तर तो आंतरराष्ट्रीय व्यापार ठरतो. आंतरराष्ट्रीय व्यापारामध्ये विविध देशांतील भिन्न चलनाच्या साहाय्याने व्यापार होत असतो.

बॅस्टॅबलच्या शब्दांत सांगायचे झाल्यास, "समाजविज्ञानाच्या दृष्टीने असे म्हणता येते की, आंतरराष्ट्रीय व्यापार विभिन्न समाजामधील व्यापार असतो."

व्यवहारतोल *(Balance of Payments)* : आंतरराष्ट्रीय व्यापाराच्या चलनविषयक स्थितीचे वर्णन करण्याचे एक महत्त्वाचे साधन म्हणजे व्यवहारतोल होय. विदेशी व्यापारात एक देश दुसऱ्या देशातून काही वस्तूंची आयात करीत असतो तर काही वस्तूंची निर्यात करीत असतो. या व्यापारात देशाची आयात कधी कमी तर कधी जास्त होऊ शकते. वस्तूंच्या आयात-निर्यातीबरोबरच इतर काही बाबींमुळे परकीय देशांबरोबर देणे-घेणे निर्माण होत असते. या सर्व गोष्टींचे एकत्रितपणे ताळेबंद पत्रक मांडताना दोन प्रकारच्या संकल्पनांचा वापर होत असतो. त्या म्हणजे (1) व्यापारतोल (Balance of Trade) आणि (2) व्यवहारतोल (Balance of Payment).

या प्रकरणात आपण आंतरराष्ट्रीय व्यापार व व्यवहारतोल यांचा अभ्यास करणार आहोत.

7.1 आर्थिक विकासात परकीय व्यापाराचे महत्त्व

IMPORTANCE OF FOREIGN TRADE IN ECONOMIC DEVELOPMENT

आर्थिक विकासाच्या दृष्टीने आंतरराष्ट्रीय व्यापारास अतिशय महत्त्व प्राप्त झाले आहे. आंतरराष्ट्रीय व्यापाराचे महत्त्व पुढील मुद्द्यांच्या साहाय्याने स्पष्ट करता येईल :

1. **श्रमविभागणी आणि विशेषीकरणाचे फायदे** : आंतरराष्ट्रीय व्यापार दोन किंवा अधिक देशांत चालत असतो. त्यामुळे व्यापाराची व्याप्ती वाढते. प्रत्येक देश उपलब्ध असणारी साधनसामग्री विचारात घेऊन त्या साधनसामग्रीचा पर्याप्त वापर करण्यासाठी श्रमविभागणी आणि विशेषीकरणाचा अवलंब करतो. त्यामुळे कमी वेळात अधिक व दर्जेदार उत्पादन घेऊन मोठ्या प्रमाणावरील उत्पादनाचे सर्व फायदे मिळतात.

2. **बाजाराची कक्षा रुंदावते** : आंतरराष्ट्रीय व्यापारामुळे बाजारपेठेची व्याप्ती वाढत जाते. व्याप्ती वाढल्यामुळे प्रत्येक देशाला आपल्या उपलब्ध नैसर्गिक साधनसंपत्तीचा अधिकाधिक वापर करता येतो.

3. **उत्पादनात वाढ** : आंतरराष्ट्रीय व्यापारामुळे ज्या वस्तूंचे उत्पादन करणे कमी खर्चाचे व अधिक फायद्याचे असते अशाच वस्तूंचे उत्पादन करण्यासाठी प्रत्येक देश श्रमविभागणी आणि विशेषीकरणाचा वापर करतो. विशेषीकरणामुळे आर्थिक व दर्जेदार उत्पादन होऊन एकूण जागतिक उत्पादनात वाढ होते. उत्पादन वाढल्यामुळे उपभोक्त्यांना जास्तीतजास्त वस्तूंचा उपभोग घेता येतो.

4. **उत्पादन पद्धतीत सुधारणा** : आंतरराष्ट्रीय व्यापारामुळे देशादेशात उत्पादनवाढीची स्पर्धा निर्माण होते. अशा स्पर्धेत टिकून राहण्यासाठी प्रत्येक देश उत्पादनात नवनवीन शोध लावून अधिकाधिक उत्पादन करण्याचा प्रयत्न करतात. त्यामुळे उत्पादन पद्धतीत नवसंशोधनास चालना मिळून उत्पादन पद्धतीत सुधारणा घडून येते. आधुनिक पद्धतीने उत्पादन केल्यास उत्पादनाचा सरासरी खर्च कमी येतो, म्हणजेच आंतरराष्ट्रीय व्यापारामुळे उत्पादकांमध्ये स्पर्धा वाढीस लागून उत्पादन पद्धतीत सुधारणा घडून येते.

5. **रोजगार आणि उत्पादनात वाढ** : आंतरराष्ट्रीय व्यापारामुळे उत्पादन घटक एका देशातून दुसऱ्या देशात सहजपणे जाऊ शकतात. त्यामुळे उत्पादन घटकांची गतिशीलता वाढते. गतिशीलता वाढल्यामुळे एकूण रोजगार पातळीत वाढ होऊन लोकांच्या उत्पन्न पातळीत वाढ होते. त्याचप्रमाणे देशाची निर्यात वाढल्यास देशाला मोठ्या प्रमाणात परकीय चलन प्राप्त होते. त्यामुळे देशाच्या एकूण उत्पादनात भर पडते. निर्यात वाढविण्यासाठी मोठ्या प्रमाणात गुंतवणूक केली जाऊन रोजगाराच्या अधिक संधी निर्माण होतात. थोडक्यात, आंतरराष्ट्रीय व्यापारामुळे देशातील रोजगार पातळी आणि उत्पन्न पातळी उंचावते.

6. **उपभोक्त्यांचे समाधान वाढते** : आंतरराष्ट्रीय व्यापारामुळे विशेषीकरण आणि श्रमविभागणीच्या तत्त्वाचा अवलंब होऊन कमी खर्चात अधिक उत्पादन होते. तसेच ज्या वस्तूंचे उत्पादन देशात होत नाही अशा वस्तूंची आयात केली जाते. त्यामुळे उपभोक्त्यांना कमी किमतीत जास्तीतजास्त वस्तूंचा उपभोग घेता येतो, उपभोक्त्याचे समाधान वाढते.

7. **आर्थिक संकटात मदत** : बऱ्याच वेळा देशात अतिवृष्टी, महापूर, दुष्काळ, भूकंप यांसारखी नैसर्गिक आपत्ती निर्माण झाल्याने उत्पादनात घट येते. अशा परिस्थितीत आंतरराष्ट्रीय व्यापाराच्या माध्यमातून इतर देशांतून अत्यावश्यक वस्तूंची आयात करता येते आणि उद्भवलेल्या नैसर्गिक परिस्थितीवर प्रभावीपणे मात करता येते.

8. **मक्तेदारीचे नियंत्रण** : आंतरराष्ट्रीय व्यापारामुळे उत्पादकांमध्ये स्पर्धा निर्माण होते. प्रत्येक उत्पादक स्पर्धेत टिकून राहण्यासाठी आपल्या उत्पादनाचा दर्जा उंचावण्याचा प्रयत्न करतो. त्यामुळे विशिष्ट वस्तू उत्पादनात एखाद्या उत्पादकाची मक्तेदारी निर्माण होत नाही.

9. **उत्पादनात सातत्य** : आंतरराष्ट्रीय व्यापारामुळे वस्तूच्या आयातीबरोबरच कच्च्या मालाचीदेखील आयात करता येते. त्यामुळे देशात कच्च्या मालाची टंचाई निर्माण झाल्यास इतर देशांतून कच्चा माल आयात करून उत्पादनात सातत्य टिकवून ठेवता येते.

10. **किंमतपातळी स्थिर राहते** : आंतरराष्ट्रीय व्यापारामुळे एखाद्या देशात विशिष्ट वस्तूची मागणी वाढल्यास इतर देशांतून वस्तूची आयात करून मागणी आणि पुरवठा यांच्यात समतोल राखता येतो. त्यामुळे किंमतपातळी स्थिर राहण्यासाठी आंतरराष्ट्रीय व्यापारास महत्त्व प्राप्त होते.

11. **तांत्रिक प्रगती** : आंतरराष्ट्रीय व्यापारामुळे प्रगत देशांतून आधुनिक यंत्रसामग्री, भांडवली वस्तू व तंत्रज्ञानाची आयात करता येते. अशा आयातीमुळे तशाच प्रकारचे तंत्रज्ञान देशात विकसित करण्याचा प्रयत्न केला जाऊन देशाची तांत्रिक प्रगती होते.

12. **आंतरराष्ट्रीय सहकार्य वाढते** : आंतरराष्ट्रीय व्यापारामुळे वस्तू व सेवांच्या आयात-निर्यातीबरोबरच इतर देशांतील रूढी, परंपरा, संस्कृती आणि विचारांची देवाण-घेवाण होते आणि देशादेशांमधील संबंध वाढत जाऊन सहकार्य वाढीस लागते. त्यातून आंतरराष्ट्रीय सामंजस्य आणि एकात्मता निर्माण होण्यास मदत होते.

आधुनिक अर्थव्यवस्थेत आंतरराष्ट्रीय व्यापारास अतिशय महत्त्वाचे स्थान असल्याचे सर्वमान्य झाले आहे. ॲडम स्मिथ, डेव्हिड रिकार्डो, हेक्श्चर-ओहलीन यांसारख्या अर्थशास्त्रज्ञांनी आंतरराष्ट्रीय व्यापाराचे महत्त्व आपल्या सिद्धान्तातून स्पष्ट केले आहे.

7.2 व्यापारतोल आणि व्यवहारतोल : संकल्पना
CONCEPT OF BALANCE OF TRADE AND BALANCE OF PAYMENT

I. व्यापारतोल (Balance of Trade)

व्यापारतोलामध्ये फक्त वस्तूंच्या आयात-निर्यातीमधून निर्माण होणाऱ्या चलनविषयक देण्या-घेण्याचा (Payment and Receipts) विचार केला जात असतो. आपण दुसऱ्या देशातून वस्तू आयात करतो त्याचे मूल्य आपणास द्यावे लागते. व्यापारतोलामध्ये आयात देणे बाजूला असते तर आपण दुसऱ्या देशाला जी निर्यात करतो त्याचे मूल्य आपणास परकीय देशांकडून मिळत असते. त्यामुळे व्यापारतोलामध्ये निर्यात येणे किंवा उत्पन्न (Receipts) बाजूला येते. आयात-निर्यात मूल्यामध्ये समानता राहीलच असे नाही. त्यांच्यामध्ये असमानता राहू शकते.

व्यापारतोलाचे दोन प्रकार केले जातात :

(1) अनुकूल व्यापारतोल (Favourable Balance of Trade)

(2) प्रतिकूल व्यापारतोल (Unfavourable Balance of Trade)

1. **अनुकूल व्यापारतोल** *(Favourable Balance of Trade)* : "जेव्हा देशाची वस्तूंची एकूण निर्यात आयातीपेक्षा जास्त होते तेव्हा पैशाच्या स्वरूपात दुसऱ्या देशामधून आपल्या देशात येणारे उत्पन्न अधिक असते. म्हणून अशा व्यापारतोलाला 'अनुकूल व्यापारतोल' असे म्हणतात."

2. **प्रतिकूल व्यापारतोल** *(Unfavourable Balance of Trade)* : "जेव्हा देशाची वस्तूंची एकूण आयात निर्यातीपेक्षा जास्त होते तेव्हा देशाचे परकीय देशाला द्यावे लागणारे देणे हे उत्पन्नापेक्षा जास्त असते. अशा व्यापारतोल स्थितीला 'प्रतिकूल व्यापारतोल' असे म्हणतात."

थोडक्यात, व्यापारतोलामध्ये देशातून निर्यात होणाऱ्या आणि परदेशातून आयात होणाऱ्या वस्तूंच्या संदर्भात जे देणे आणि घेणे निर्माण होते, त्याचा सर्वांगीण विचार केला जातो. म्हणजेच, व्यापारतोल, व्यापारी वस्तूंच्या आयात-निर्यातीमधून निर्माण होणाऱ्या पैशातील देण्या-घेण्याचे ताळेबंद पत्रक (Balance Sheet) होय.

II. व्यवहारतोल (Balance of Payment)

एका देशाचे दुसऱ्या देशाबरोबरचे पैशातील देणे-घेणे फक्त व्यापारी वस्तूंच्या आयात-निर्यातीमधूनच निर्माण होते असे नाही तर अशा अनेक बाबी आहेत की, त्यांच्यामुळे देश दुसऱ्या देशाला काही देणे लागतो व त्याच वेळेस दुसऱ्या देशातून काही उत्पन्नही येत असते.

''व्यापारी बाबींना किंवा वस्तूच्या आयात-निर्यातीला दृश्य बाबी (Visible Items) असे म्हणतात.'' या बाबींची नोंद बंदरावरील कस्टम्स अधिकाऱ्यांकडे असते. म्हणजे आपल्या देशातून किती वस्तू बाहेरच्या देशात निर्यात झाल्या आणि किती आयात झाल्या याची प्रत्यक्ष नोंद बघण्यास मिळते. म्हणून या बाबींना दृश्य बाबी असे म्हणतात.

अदृश्य बाबी (Invisible Items) म्हणजे ज्याची नोंद बंदरावरील कस्टम्स अधिकाऱ्यांकडे होत नाही; परंतु देशाच्या बाबतीत देणे आणि घेणे निर्माण होत असते. उदाहरणार्थ, वाहतूक, बँक व विमा सेवा, पर्यटन इत्यादी. उदाहरणार्थ, समजा, आपल्या देशातील बँकेने परकीयांना सेवा दिली तर परकीय लोक त्याचा काही मोबदला आपल्या बँकेला देतील. त्यामुळे ते आपल्या देशाचे उत्पन्न असेल.

एकंदरीत व्यवहारतोलामध्ये देशाच्या सर्वांगीण देण्या-घेण्याचा विचार केला जात असतो. व्यवहारतोलाच्या डाव्या बाजूला देशामध्ये येणाऱ्या उत्पन्नाचे विवरण असते तर उजव्या बाजूला देशाच्या देणे बाजूचे विवरण असते. या दोन्ही बाबींमध्ये जे अंतर निर्माण होते त्याला व्यवहारतोल असे म्हणतात. म्हणून व्यवहारतोल म्हणजे ''एखाद्या देशाच्या आंतरराष्ट्रीय वित्त व्यवहारांचा परिणामात्मक सारांश होय.''

व्यवहारतोलाच्या वेगवेगळ्या अर्थशास्त्रज्ञांनी व्याख्या करण्याचा प्रयत्न केला आहे. त्यापैकी काही प्रमुख व्याख्या पुढीलप्रमाणे आहेत :

≺ ''व्यवहारतोल म्हणजे एका विशिष्ट कालखंडात एखाद्या देशातील रहिवासी व उर्वरित जगाच्या दरम्यान केल्या गेलेल्या सर्व देण्या-घेण्याचे संक्षिप्त विधान होय.''
      – पी. टी. एल्सवर्थ

"This is a summary statement of all the transactions between the residents of one country and the rest of the world. It covers a given period of time, usually a year." **– P. T. Ellsworth**

≺ ''व्यवहारतोल म्हणजे एखाद्या देशातील नागरिकांच्या व शेष जगाच्या नागरिकांच्या दरम्यान एका विशिष्ट कालखंडांतर्गत, सर्वसाधारणपणे एका वर्षाच्या कालावधीत करण्यात आलेल्या सर्व आर्थिक देण्या-घेण्याचे एक व्यवस्थित रेकॉर्ड होय.''
      – वॉल्टर क्रॉस

"The Balance of Payment of a country is a systematic record of all economic transactions completed between its residents and residents of the rest of the world during a given period of time, usually a year." **– Walter Kruase**

≺ ''एखाद्या देशातील रहिवासी, व्यापारी, सरकार आणि इतर संस्था यांचे उर्वरित जगाशी वस्तू, सेवा, कर्ज इत्यादींमार्फत विशिष्ट कालावधीत निर्माण होणाऱ्या पैशातील देण्या-घेण्याचे संक्षिप्त विवरण म्हणजे 'व्यवहारतोल' होय.''
      – डेल्बर्ट ए. स्नायडर

"Balance of Payment may be defined as a summary of the money value of all exchanges and transfer of goods, services, evidences of debt or ownership appropriately classified between the residents, business and government and other institution of one country and the rest of the world for a given period of time." **– Delbert A. Snider**

≺ ''एका देशाचे रहिवासी (व्यक्ती, संस्था आणि सरकार) आणि शेष जग यामधील निश्चित कालावधीत होणारे आर्थिक व्यवहाराचे संक्षिप्त विवरण म्हणजे 'व्यवहारतोल' होय.''
      – जेम्स इन्ग्राम

"The Balance of Payment is a summary record of economic transactions between residents of one country (individuals, firms and government agencies) and the rest of the world during a given period of time." **– James Ingram**

7.2.1 व्यवहारतोलाची वैशिष्ट्ये (Characteristics of the Balance of Payment)

व्यवहारतोलाची प्रमुख वैशिष्ट्ये पुढीलप्रमाणे आहेत :

(1) व्यवहारतोल देशाचा परकीय देशाबरोबरचा देण्या-घेण्याचा एक संक्षिप्त आढावा आहे. एका देशाचे इतर देशांबरोबर लाखो व्यवहार होत असतात. ते सर्व व्यवहारतोलात दाखविणे शक्य नसते. म्हणून त्यांचा संक्षिप्तपणे विचार व्यवहारतोलात केलेला असतो. असंख्य व्यापारी व्यवहारांचे काही थोड्या गटांमध्ये वर्गीकरण करून त्यांची नोंद करण्यात येत असते.

(2) व्यवहारतोल हे सर्व आंतरराष्ट्रीय व्यवहारांचे रेकॉर्ड असते. देशातील व्यक्ती आणि जगातील इतर देशांच्या व्यक्ती यांच्यामध्ये वस्तू, सेवा आणि इतर मालमत्ता यांचा विनिमय होत असतो. त्याचप्रमाणे देणग्या, सेवांचे मोबदले यांच्या माध्यमातूनही वित्तीय व्यवहार होत असतात. ते सर्व व्यवहारतोलात समाविष्ट होतात.

(3) आंतरराष्ट्रीय व्यवहार 'देणी' (Payments) आणि 'घेणी' (Receipts) अशा दोन गटांत वर्गीकृत केले जातात. ज्या-ज्या बाबींमार्फत विदेशातून उत्पन्न आपल्या देशात येते त्या सर्व बाबी 'येणे बाजूला' (Receipts Side) येतात तर ज्या-ज्या बाबींमुळे देश दुसऱ्या देशाला देणे लागतो त्या सर्व बाबी 'देणे बाजूला' (Payments Side) येतात.

वस्तू व सेवांची निर्यात, देणग्यांच्या स्वरूपातील उत्पन्न आणि परदेशातून आपल्या देशामध्ये येणारा भांडवलाचा प्रवाह 'येणे बाजूला' दर्शवितात आणि ते अधिक (+) या चिन्हाने दर्शविले जाते. 'देणे बाबी' ऋण (–) या चिन्हाने दर्शविल्या जातात. परदेशातून केली जाणारी वस्तूंची आयात, परकीयांना दिलेल्या देणग्या, भांडवलाचे बाह्य प्रवाह या बाबी 'देणे बाजूला' दर्शवितात.

(4) देशाच्या आंतरराष्ट्रीय व्यवहारांची केली जाणारी नोंद ही द्विनोंदी पद्धतीने (Double Entry Book-keeping System) केली जात असते. याचा अर्थ, प्रत्येक आंतरराष्ट्रीय विनिमय व्यवहार दोन वेळा नोंदला जातो. एकदा येणे (Credits) आणि दुसऱ्यांदा देणे (Debits) म्हणून नोंदविला जातो.

7.2.2 व्यवहारतोलाचे घटक (Components of the Balance of Payment)

आंतरराष्ट्रीय व्यापार खात्यावर जे-जे आर्थिक व्यवहार होतात त्या सर्वांच्या नोंदी व्यवहारतोलात येतात.

व्यवहारतोलाचे दोन भाग केले जातात :

(1) चालू खाते (Current Account) ; (2) भांडवली खाते (Capital Account).

त्याचप्रमाणे आर्थिक व्यवहारांचे (1) वास्तव व्यवहार व (2) वित्तीय व्यवहार असे दोन प्रकार केले जातात. परकीयांबरोबर वस्तू व सेवांचे वास्तव स्वरूपात होणारे व्यवहार वास्तव व्यवहारात येतात. उदा., आयात-निर्यात. निर्यात उत्पन्न निर्माण करते तसेच देशातील लोक परकीयांकडून वस्तू व सेवा खरेदी करतात, त्याला आपण आयात म्हणतो. ती परकीयांसाठी उत्पन्न निर्माण करते, म्हणून वास्तव व्यवहार उत्पन्न निर्माण करणारे असतात.

याउलट, पैशाच्या किंवा चलनाच्या स्वरूपात होणारे व्यवहार वित्तीय व्यवहारात मोडतात. वित्तीय व्यवहार बऱ्याचदा भांडवली व्यवहार म्हणून ओळखले जातात. हे व्यवहार देशाच्या उत्पन्न पातळीवर प्रत्यक्षपणे परिणाम करत नाहीत. या व्यवहारांमध्ये फक्त भांडवल आणि भांडवली संपत्ती तसेच देशाची देयता यांच्यात बदल होत असतो. म्हणून उत्पन्न निर्माण करणारे व्यवहार किंवा वास्तव व्यवहार व्यवहारतोलाच्या चालू खात्यामध्ये येतात तर वित्तीय किंवा भांडवली व्यवहार भांडवली खात्यात येतात.

भांडवली आणि चालू खात्यातील व्यवहार कसे आहेत हे बघणे आर्थिक विश्लेषणाच्या दृष्टीने खूप उपयुक्त असते. देशाच्या आंतरराष्ट्रीय व्यापाराचा उत्पन्न आणि रोजगार पातळीवर काय परिणाम होतो हे बघण्यासाठी चालू खात्यातील व्यवहार बघावे लागतात. चालू खात्यावरून देशी वस्तूंसाठी परकीयांचा किती खर्च होतो आणि परकीय वस्तूंवर आपला

किती खर्च होतो हे समजते. यावरून देशाची उत्पन्न व रोजगार पातळी त्याचप्रमाणे परकीयांचीही उत्पन्न व रोजगार पातळी कशी बदलेल याबद्दल अनुमाने काढता येतात. त्याचप्रमाणे व्यवहारतोलातील भांडवली खाते, व्यापार आणि देणे, देशाची संपत्ती आणि कर्ज यांवर होणारा परिणाम दर्शविते.

1. चालू खाते *(Current Account)* : चालू खात्यामध्ये मुख्यत्वे दोन प्रकारच्या बाबी असतात :

(अ) दृश्य बाबी किंवा दृश्य खाते (Visible Account)

(ब) अदृश्य बाबी किंवा अदृश्य खाते (Invisible Account)

दृश्य खात्यांमध्ये वस्तूंची आयात आणि निर्यात समाविष्ट होते तर अदृश्य खात्यामध्ये सेवांचे मोबदले किंवा देणग्या यांचा समावेश होतो. म्हणजेच बदली देण्याचा समावेश या खात्यात होतो. सर्वसाधारणपणे बँक, विमा, कर्जावरील व्याज, पर्यटकांचा खर्च, वाहतूक शुल्क आणि देणग्या यांचा समावेश या विभागात होतो.

आंतरराष्ट्रीय नाणेनिधीने पुढील बाबींचा समावेश अदृश्य बाबींमध्ये केलेला आहे :

(1) वस्तूंची आंतरराष्ट्रीय वाहतूक. यामध्ये वाहतूक करताना कराव्या लागणाऱ्या साठवणूक खर्च आणि इतर खर्चांचाही समावेश होतो. (2) व्यवसाय, शिक्षण, आरोग्य, आंतरराष्ट्रीय समारंभ इत्यादींसाठीचा प्रवास खर्च (3) विम्याचे हप्ते आणि दावे (4) व्याज, खंड, लाभांश आणि नफा यांसारखे गुंतवणूक उत्पन्न (5) जाहिराती, दलाली, सिनेमाचे भाडे, निवृत्तिवेतन, पेटंट फी, रॉयल्टीज आणि नियतकालिकांची वर्गणी (6) देणग्या (7) भांडवली गुंतवणुकीवरील घसारा.

तक्ता क्र. 7.1 वरून पुढील चालू खाते आणि भांडवली खाते यांची समग्र कल्पना येते.

तक्ता क्र. 7.1

बाबी *(Items)*	जमा *(Receipts)*	खर्च *(Payments)*
चालू खाते	–	–
(अ) वस्तू व्यापार : आयात-निर्यात	–	–
(ब) सेवा	–	–
(1) प्रवास		
(2) वाहतूक		
(3) विमा		
(4) गुंतवणूक		
(5) सरकारी खर्च		
(6) संकीर्ण (तंत्रज्ञ, चित्रपट)		
(7) बदली देणे		
भांडवली खाते	–	–
(अ) कर्जे	–	–
(1) खाजगी कर्जे		
(2) बँकांकडील कर्जे		
(3) सरकारी कर्जे		
(4) प्रत्यक्ष परकीय गुंतवणूक		
(5) निधी वगैरे		
समायोजन खाते (Settlement Account)	–	–
चूक-भूल (Errors and Omissions)	–	–
एकूण	–	–

2.   **भांडवली खाते** (*Capital Account*) : कर्ज आणि इतर दावे भांडवली खात्यात येतात. आयात-निर्यातीसाठी करण्यात येणारा भांडवल पुरवठा तसेच आंतरराष्ट्रीय वित्तीय संस्थांकडून येणारा भांडवल पुरवठा इत्यादी कर्जाऊ व्यवहारांचा समावेश या खात्यात होतो. त्यानुसार खाजगी भांडवल खाते, आंतरराष्ट्रीय संस्था भांडवली खाते आणि सरकारी भांडवली खाते अशी विविध खाती भांडवली खात्यात असतात.

खाजगी भांडवल खात्यात महामंडळे आणि व्यापारी बँका यांचे आंतरराष्ट्रीय भांडवली व्यवहार येतात. हे व्यवहार अल्पकालीन आणि दीर्घकालीन असू शकतात. आंतरराष्ट्रीय भांडवली खात्यात जागतिक बँक, आंतरराष्ट्रीय वित्तपुरवठा महामंडळ, आंतरराष्ट्रीय विकास संस्था, बँक फॉर इंटरनॅशनल सेटलमेंट यांसारख्या संस्थांनी अल्पकालीन आणि दीर्घकालीन केलेल्या भांडवली व्यवहारांचा समावेश होतो. सरकारी भांडवली खात्यात अनुदाने, अल्पकालीन आणि दीर्घकालीन कर्जाचे सरकारी पातळीवर होणारे व्यवहार समाविष्ट असतात.

व्यवहारतोल नेहमी संतुलित असतो (Balance of Payments is always Balance) :

कोणत्याही देशाचा व्यापारतोल द्विनोंदी लेखाकर्म (Double Entry Book-keeping System) पद्धतीने तयार केलेला असतो. व्यवहारतोलाचे महत्त्वाचे वैशिष्ट्य म्हणजे त्याच्या दोन्ही बाजू म्हणजेच जमा आणि खर्च (Receipts and Payments) सारखे असतात. असे होण्याचे कारण म्हणजे प्रत्येक बाब देणे आणि येणे बाजूला येते. त्यामुळे लेखाकर्माच्या दृष्टीने देशाचे देणे आणि घेणे दोन्ही सारखे दिसतात. म्हणून असे विधान केले जाते की, व्यवहारतोल नेहमी समतोल असतो.

7.2.3 व्यवहारतोलाचे महत्त्व (Importance of the Balance of Payment)

कोणत्याही देशाच्या व्यवहारतोलाचा तटस्थपणे अभ्यास केला तर त्यावरून त्या देशाच्या आर्थिक परिस्थितीचे विश्लेषण करता येते. त्याच्या आधारे व्यवहारतोलाचे महत्त्व पुढीलप्रमाणे स्पष्ट करता येईल :

(1)   व्यवहारतोलावरून आपल्या देशाला परकीय देशांकडून किती रक्कम मिळते आणि आपण परकीयांना किती रक्कम देतो हे समजते.

(2)   विकसनशील देशांच्या व्यवहारतोलावरून ते देश आर्थिक विकासासाठी परकीय भांडवलावर किती अवलंबून आहेत हे समजते. त्याचप्रमाणे विकसित देशांच्या व्यवहारतोलावरून त्यांना परदेशी गुंतवणुकीपासून किती उत्पन्न मिळते ते समजते.

(3)   व्यवहारतोल हा देशाच्या आर्थिक परिस्थितीचा मापदंड आहे असे मानले जाते. कारण व्यवहारतोलाची भूतकाळातील स्थिती आणि चालू स्थिती यांची तुलना करून देशाच्या आर्थिक परिस्थितीत काय बदल होत आहेत या संदर्भात निष्कर्ष काढता येतात.

(4)   व्यवहारतोलाच्या वेगवेगळ्या भागांचा अभ्यास करून देश आपल्या आर्थिक स्थितीबद्दल अंदाज करू शकतो. सामान्यपणे व्यवहारतोल जेव्हा प्रतिकूल असतो तेव्हा देशाची आर्थिक स्थिती काळजी करण्यासारखी आहे, याचा तो निर्देशक आहे. याउलट, व्यवहारतोल आधिक्याचा (Surplus) किंवा अनुकूल असेल तर देशाची आर्थिक स्थिती समाधानकारक असल्याचा तो निर्देशक आहे.

(5)   व्यवहारतोल स्थितीवरून सरकारला चलनविषयक, राजकोषीय, परकीय व्यापार आणि परकीय चलन नियंत्रण या संदर्भात धोरण ठरविणे सोपे जाते.

(6)   व्यवहारतोलावरून देश आयातीचे देणे हे वस्तूंची निर्यात करून, कर्ज उभारून अथवा परकीयांकडून देणग्या स्वीकारून फेडत आहे हे समजते.

(7)   देश कर्ज घेतो की कर्जपुरवठा करतो तसेच देशाची चलनी आणि परकीय विनिमयातील साधने भक्कम बनत आहेत की दुर्बल बनत आहेत याचीही कल्पना व्यवहारतोलावरून येते.

(8) देशाच्या चलनाचे बाह्य मूल्य किंवा परकीय चलनातील मूल्य वाढत आहे की घटत आहे याचीही कल्पना व्यवहारतोलावरून येते.

(9) व्यवहारतोलावरून चलनाच्या अवमूल्यनाचे परीक्षणही करता येते. अवमूल्यनामुळे निर्यातीमध्ये परिणामकारक वाढ होईल की नाही या संदर्भातही भाकीत करता येते.

7.2.4 व्यवहारतोलातील असमतोल (Disequilibrium in Balance of Payment)

लेखाकर्माच्या (Accounting) दृष्टीने व्यवहारतोल नेहमी संतुलनावस्थेत असतो. व्यवहारतोलातील सर्व बाबींच्या नोंदी लेखाकर्म पद्धतीने केल्या तर देणे आणि घेणे, खर्च आणि उत्पन्न दोघेही समान असतात. म्हणजेच एकूणाच्या दृष्टिकोनातून विचार केल्यास व्यवहारतोल नेहमी संतुलित असतो. परंतु व्यवहारतोलाच्या असमतोलाबद्दल जेव्हा आपण बोलतो तेव्हा संपूर्ण व्यवहारतोलाबद्दल आपण बोलत नसतो तर व्यवहारतोलाच्या काही भागापुरताच आपला विचार मर्यादित असतो. जेव्हा सोन्याची आयात-निर्यात करून संतुलन प्रस्थापित केले जाते तेव्हा तो केवळ हिशेबी समतोल असतो. वास्तव समतोल नसतो. या अर्थाने एकूण देण्या-घेण्याची समानता प्रस्थापित होऊन समतोल होत असतो. परंतु त्यामध्ये एक अंतर्गत असमतोल असतो. म्हणून एकूण घेणी आणि एकूण देणी यात केवळ हिशेबी समानतेच्या आधारावर कोणत्याही देशाच्या व्यवहारतोलाच्या अवस्थेत समतोल किंवा स्थैर्य असण्याबाबत कोणतीही आशा किंवा कल्पना केली जाऊ शकत नाही.

देणी आणि घेणी यांच्या समतोलामध्येच सर्व प्रकारची आर्थिक अस्थिरता आणि संकटे यांची लक्षणे आढळतात. जर व्यवहारतोलातील दोन बाजूंमध्ये समतोल टिकविण्यासाठी सोन्याचे अवागमन होत असेल, परदेशात देशाच्या संचित कोषाचे आहरण (Withdrawal) करावे लागत असेल किंवा अल्पकालीन व दीर्घकालीन कर्ज घ्यावे लागत असेल तर समतोल धोकादायक आहे आणि त्यात जो समतोल असतो तो फसवा असतो. कारण हे उपाय नेहमी उपयोगात आणणे शक्य नसते.

असमतोलाची परिस्थिती असे दर्शविते की, देशाच्या अर्थव्यवस्थेत एखादी गंभीर विसंगती (Maladjustments) अस्तित्वात आहे आणि तिचा प्रतिबंध करण्यासाठी आयात कमी करणे व निर्यात वाढविणे यांसारख्या उपाययोजना करण्याची आवश्यकता असते. थोडक्यात, समतोलातच असमतोलाचे अस्तित्व असल्याने देशाची वास्तव आर्थिक परिस्थिती समजण्यासाठी व्यवहारतोलातील असमतोलाचा अर्थ लक्षात घ्यावा लागतो आणि धोरणात्मक दृष्टीनेही त्याची काळजी घ्यावी लागते.

जेव्हा एखाद्या देशाची देणी त्याच्या घेण्याच्या तुलनेत इतकी अधिक असतात की, त्यासाठी मोठ्या प्रमाणात सोने पाठवावे लागते किंवा परदेशात ठेवण्यात आलेल्या कोषामधून मोठ्या प्रमाणात आहरण करावे लागते किंवा परकीयांकडून कर्ज घ्यावे लागते तेव्हा व्यवहारतोल देशाला प्रतिकूल झाला आहे किंवा त्यात तूट आहे असे म्हणता येईल. याउलट, देणे कमी आणि उत्पन्न जास्त असेल तर व्यवहारतोल अनुकूल किंवा आधिक्याचा आहे असे म्हटले जाते.

सांकेतिक भाषेत व्यवहारतोल पुढीलप्रमाणे पारिभाषित करता येतो :

$$B = Rf - Pf$$

येथे, B – व्यवहारतोल

Rf – विदेशातून मिळणारे एकूण उत्पन्न

Pf – परकीयांना द्यावे लागणारे एकूण देणे

जर B = O किंवा Rf – Pf = O अशी स्थिती असेल तर देशाचा व्यवहारतोल समतोलावस्थेत आहे आणि Rf जर Pf पेक्षा अधिक असेल तर B हा धनात्मक असतो, तेव्हा देशाचा व्यवहारतोल अनुकूल असतो. तसेच Rf जर Pf पेक्षा कमी असेल तर B ऋणात्मक असतो आणि देशाचा व्यवहारतोल देशासाठी प्रतिकूल असतो.

जेव्हा देशाचा व्यवहारतोल आधिक्याचा असतो तेव्हा तो देश 'आधिक्य (Surplus) असलेला देश', त्याचप्रमाणे ज्या देशाच्या व्यवहारतोलात तूट असते तेव्हा त्या देशाला 'तूट (Deficit) असलेला देश' म्हणून ओळखले जाते.

येथे एक गोष्ट पुन्हा लक्षात घेतली पाहिजे की, व्यवहारतोलातील असमतोलाचे वरील विश्लेषण काही विशिष्ट गटांशी किंवा बाबींशी फक्त निगडित आहे, संपूर्ण देण्या-घेण्याशी निगडित नाही. कारण यापूर्वीच आपण असे लक्षात घेतले आहे की, लेखाकर्माच्या द्विनोंदी पद्धतीने तो नेहमी समतोलावस्थेत असतो. म्हणजेच समतोलातील असमतोल अशी विरोधाभासात्मक परिस्थिती दिसून येते.

विशिष्टपणे सांगायचे झाल्यास चालू खात्यातील देणे आणि घेणे (Debits and Receipts) समान असतील तर व्यवहारतोल समतोल अवस्थेत असतो. परंतु समजा, चालू खात्यामध्ये देणे अधिक असेल आणि ते आयातीच्या निर्यातीवरील आधिक्याने निर्माण झालेले असेल तर भांडवली खात्यामध्ये आधिक्य निर्माण करून व्यवहारतोलात समतोल निर्माण केला जातो. व्यवहारतोलातील समतोल हा काळजीपूर्वक निर्माण केलेला असतो. कारण अशा स्थितीत देशाच्या आर्थिक स्थितीवर त्याचा वाईट परिणाम होत असतो. म्हणजेच, हिशेबाच्या दृष्टीने व्यवहारतोलात समतोल असला तरी वास्तव स्वरूपात त्यामध्ये असमतोल असतो. अशा स्थितीत देशाला काही उपाययोजना कराव्या लागतात. उदाहरणार्थ, निर्यात वाढविणे किंवा आयात कमी करणे. जर या उपाययोजना केल्या नाहीत तर हा असमतोल दीर्घकाळ टिकून राहतो आणि त्याचे अर्थव्यवस्थेला दूरगामी परिणाम भोगावे लागतात. याउलट, जेव्हा चालू खात्यातील उत्पन्न बाजू खर्च बाजूपेक्षा अधिक असेल तेव्हा व्यवहारतोलात आधिक्य आहे आणि असा व्यवहारतोल देशाला अनुकूल आहे असे म्हटले जाते.

व्यवहारतोलामध्ये स्वायत्त आणि प्रेरित असे दोन प्रकारचे घटक असतात. स्वायत्त घटकांमध्ये वस्तूची आयात-निर्यात व सेवा यांचा समावेश होतो, म्हणून त्यांना 'वास्तव घटक' असे म्हणतात. स्वायत्त घटकांमध्ये जर काही असमतोल निर्माण होत असेल तर त्या अनुषंगाने परकीय चलनसाठा आणि अल्पकालीन भांडवली हालचाली निर्माण होऊन समतोल निर्माण केला जाईल.

त्याचप्रमाणे व्यवहारतोलात समतोल निर्माण करण्यासाठी काही प्रेरित घटक भांडवली खात्यात कार्यान्वित होतात. या प्रेरित घटकांमध्ये अल्पकालीन हालचाली, सोन्याचे आवागमन, परकीय चलनसाठ्यात वाढ किंवा घट इत्यादींचा समावेश होतो. प्रेरित घटक क्षतीपूरक (Compensation) स्वरूपाचे असतात. त्यांच्यामध्ये असलेला असमतोल फारसा लक्षणीय नसतो.

खरी असमतोलाची समस्या आहे ती देशाच्या स्वायत्त घटकांची. प्रा. एल्सवर्थ *(Ellsworth)* यांच्या मते, ज्या वेळेस व्यवहारतोलात स्वायत्त घटकांसाठी द्यावी लागणारी देणी त्यांच्या येण्यापेक्षा अधिक असतात तेव्हा तूट आणि स्वायत्त घटकांची येणी त्यांच्या देण्यांपेक्षा अधिक होतात तेव्हा व्यवहारतोलात आधिक्य निर्माण होऊन असमतोलाची स्थिती निर्माण होते. थोडक्यात, व्यवहारतोलातील असमतोल म्हणजेच चालू खात्यातील असमतोल होय. व्यवहारतोलातील असमतोल (आधिक्य किंवा तूट) यामुळे देशाची बाह्य भांडवली स्थिती सुदृढ किंवा दुर्बल बनत असते. तिची तीव्रता व्यवहारतोलातील असमतोलाच्या परिणामावरून मोजता येते.

व्यवहारतोलातील असमतोलाचे प्रकार (Kinds of Disequilibrium in Balance of Payments)

व्यवहारतोलातील असमतोलाचे ढोबळमानाने तीन मुख्य प्रकार केले जातात :

1. **चक्रीय असमतोल** *(Cyclical Disequilibrium)* : व्यापारचक्रीय बदलाच्या प्रभावामुळे व्यवहारतोलात चक्रीय असमतोल निर्माण होतो. चक्रीय असमतोलाची काही कारणे पुढीलप्रमाणे सांगता येतील :

(अ) व्यापारचक्राचे स्वरूप वेगवेगळ्या देशांत वेगवेगळे असते तसेच व्यापारचक्राचा कालावधी आणि निर्माण होण्याची वेळ वेगवेगळ्या देशांत वेगवेगळी असते.

(ब) वेगवेगळ्या देशांत समतोलासाठी सारख्याच प्रकारचे कार्यक्रम आणि उपाययोजना केल्या जात नाहीत.

(क) वेगवेगळ्या देशांत आयात मागणीची किंमत लवचीकता वेगवेगळी असते.

(ड) वेगवेगळ्या देशांतील आयातीच्या मागणीची उत्पन्न लवचीकताही वेगवेगळी असते.

2. **दीर्घकालीन असमतोल** (*Secular Disequilibrium*) : हा समतोल काही मूलभूत कारणांमुळे निर्माण होत असतो आणि तो दीर्घकाळ टिकून राहतो. भांडवलनिर्मिती, लोकसंख्यावाढ, प्रादेशिक विस्तार, तांत्रिक सुधारणा, नवनिर्मिती इत्यादी. यांसारख्या कारणांमुळे असा असमतोल निर्माण होतो. नवीन विकसनशील अर्थव्यवस्थेत आर्थिक वृद्धीसाठी अंतर्गत बचतीपेक्षा मोठ्या प्रमाणात गुंतवणूक करावी लागते. भांडवलनिर्मितीचा कमी दर लक्षात घेऊन या देशांना मोठ्या प्रमाणात भांडवलाची आयात करावी लागते. म्हणून आयात मोठ्या प्रमाणात होऊन व्यवहारतोलात असमतोल निर्माण होतो. असा असमतोल एकाएकी दुरुस्त करता येत नाही. तो दीर्घकाळ टिकून राहतो. म्हणून त्याला 'दीर्घकालीन असमतोल' असे म्हणतात. त्याचप्रमाणे एखाद्या देशामध्ये लोकसंख्यावाढ वेगाने होत असेल तर या देशाची आयात वाढते. त्याच वेळेला निर्यातीत घट होते आणि अर्थव्यवस्थेत दृढमूल (Chronic) स्वरूपाचा असमतोल निर्माण होतो.

3. **संरचनात्मक असमतोल** (*Structural Disequilibrium*) : देशात/देशाबाहेर निर्माण होणाऱ्या रचनात्मक बदलांतून आयात आणि निर्यात वस्तूंच्या मागणी-पुरवठ्यात रचनात्मक स्वरूपाचे बदल होतात आणि त्यातून व्यवहारतोलात संरचनात्मक असमतोल निर्माण होतो. समजा, भारताची ज्यूट वस्तूंची विदेशातील मागणी कमी झाली म्हणून भारताला ज्यूट उद्योगातील साधनांना इतर निर्यात उद्योगात स्थानांतरित करावे लागेल. जर ते शक्य झाले नाही तर भारताच्या निर्यातीत घट होईल आणि त्याच वेळेला आयात पूर्वीसारखीच राहील आणि व्यवहारतोलात असमतोल निर्माण होईल. या असमतोलाला 'संरचनात्मक असमतोल' असे म्हणतात.

त्याचप्रमाणे लोकांची पसंती, फॅशन, सवयी, उत्पन्न, आर्थिक प्रगती यांसारख्या कारणांनीही मागणीत व आयात प्रवृत्तीत बदल होतो. काही आयात वस्तूंची मागणी वाढते तर काही वस्तूंची मागणी घटते. त्यामुळे रचनात्मक बदल घडून असमतोल स्थिती निर्माण होते.

7.3 सन 1991 पासूनचा भारताचा व्यवहारतोल
INDIAN BALANCE OF PAYMENT POSITION SINCE 1991

यापूर्वीच्या विवेचनात आपण भारताच्या व्यापारतोलाच्या स्थितीचा अभ्यास केला; परंतु व्यापारतोल देशाच्या आंतरराष्ट्रीय व्यापाराचे अपूर्ण चित्र दर्शवितो. म्हणून व्यापाराचे पूर्ण चित्र लक्षात येण्यासाठी व्यवहारतोलाबरोबरच इतर बाबींमधून निर्माण होणाऱ्या देण्या-घेण्याचा विचार करावा लागतो.

भारताचा व्यवहारतोल दोन प्रकारात वर्गीकरण केला आहे :

(1) चालू खात्यावरील व्यवहारतोल ; (2) भांडवली खात्यावरील व्यवहारतोल

चालू खात्यामध्ये भारतात (1) दृश्य स्वरूपातील आयात-निर्यात; (2) अदृश्य बाबी - उदाहरणार्थ, जहाज, विमा, बँका यांसारख्या सेवांमधून निर्माण होणारे देणे आणि घेणे (उदा., देणग्या) कोणत्याही वर्षात देशाच्या दृष्टीने व्यापारतोल अनुकूल आहे की प्रतिकूल आहे हे चालू खात्यावरून समजते. चालू खात्यावरील व्यवहारांमध्ये देशाच्या आंतरराष्ट्रीय वित्तीय स्थितीवर काय परिणाम होतो हे भांडवली खात्यावरून लक्षात येते. चालू खात्यातील तूट किंवा आधिक्याचे भांडवली खात्यात पडणारे प्रतिबिंब परकीय चलनाच्या साठ्यातील बदलामार्फत पडत असते. त्यावरून देशाची आंतरराष्ट्रीय बाजारातील पत लक्षात येते.

पहिल्या पंचवार्षिक योजनेत भारताच्या व्यवहारतोलावर कोरियन युद्धाचा अनुकूल परिणाम, सन 1953 मधील अमेरिकेतील घसरण आणि भारतीय शेतीला लाभलेल्या अनुकूल हवामानामुळे कृषी उत्पादनात मोठ्या प्रमाणात वाढ झाली असली तरी व्यवहारतोलात 42 कोटी रुपयांची तूट निर्माण झाली. एकंदरीत पहिल्या पंचवार्षिक योजनेतील चित्र समाधानकारक होते. नंतरच्या पंचवार्षिक योजनांमध्ये व्यवहारतोलाची तूट दिवसेंदिवस वाढत गेली आहे.

तक्ता क्र. 7.2 : चालू खात्यावरील भारताचा व्यवहारतोल (सन 1991 नंतर) (कोटी ₹)

क्र.	पंचवार्षिक योजना	व्यापारतूट	निव्वळ अदृश्य बाबी	व्यवहारतोल	अदृश्य बाबींचे व्यापार तुटीशी प्रमाण (टक्केवारी)
1.	1991 - 92	– 6,494	+ 4,259	– 2,235	65.6
2.	आठवी पंचवार्षिक योजना (1992 -1997)	– 1,49,004	+ 86,090	– 62,914	57.7
3.	नववी पंचवार्षिक योजना (1997 - 2002)	– 3,02,334	+ 2,49,159	– 53,175	82.4
4.	दहावी पंचवार्षिक योजना (2002 - 2007)	– 7,76,474	+ 7,70,823	– 5,651	99.3
5.	2007 - 2008	– 3,67,664	+ 3,04,185	– 63,479	82.7
6.	2008 - 2009	– 5,47,452	+ 4,19,821	– 1,27,631	76.7
7.	2009 - 2010	– 5,59,900	+ 3,80,200	– 1,79,700	67.9
8.	2010 - 2011	– 5,95,600	+ 3,85,500	– 2,10,100	64.7
9.	2011 - 2012	– 9,12,100	+ 5,36,200	– 3,76,000	58.8
	एकूण (2007 – 2012)	– 29,82,716	+ 20,25,906	– 9,56,910	67.9

Source : *Indian Economy, Datt & Mahajan, 69th Ed., Page 802*

तक्ता क्र. 7.2 वरून असे स्पष्ट होते की, व्यापारतोलातील तूट भरून काढण्यासाठी परकीय कर्जाची मदत घ्यावी लागली. आठव्या पंचवार्षिक योजनेपूर्वीच भारताने सन 1991 मध्ये मुक्त व्यापार धोरणाचा स्वीकार केल्यामुळे आयात-निर्यात व्यापारावरील निर्बंध हटविण्यात आले. त्याचा परिणाम होऊन सन 1992-93 ते 1996-97 या पाच वर्षांत व्यापारतोलातील तूट सातव्या पंचवार्षिक योजनेत 54,204 कोटी रुपयांवरून आठव्या पंचवार्षिक योजनेच्या अखेरीस 1,49,004 कोटी रुपयांपर्यंत वाढली तर व्यवहारतोलातील तूट 41,047 कोटी रुपयांवरून 62,914 कोटी रुपयांपर्यंत वाढली. नवव्या पंचवार्षिक योजनेच्या पहिल्या वर्षी व्यवहारतोलातील तूट 20,883 कोटी ₹ होती; ती पंचवार्षिक योजनेच्या अखेरीस सन 2011-12 मध्ये व्यवहारतोलात प्रथमच 16,426 कोटी रुपयांची शिल्लक निर्माण झाली.

दहाव्या पंचवार्षिक योजनेमध्ये एकूण तूट 5,651 कोटी ₹ हेती तर सन 2011-12 मध्ये ही तूट 9,56,910 कोटी रुपयांपर्यंत वाढली.

7.3.1 व्यवहारतोलातील असमतोलाची कारणे

(Causes of Disequilibrium in the Balance of Payments)

यापूर्वीच्या विश्लेषणामध्ये आपण वेगवेगळ्या पंचवार्षिक योजनांमधील असमतोलाच्या स्थितीचा आणि काही कारणांचा विचार केला आहे. भारताच्या व्यवहारतोलातील असमतोलाची पुढील कारणे सांगता येतील :

1. **आयात उदारीकरण** *(Import liberalisation)* : सन 1980 च्या दशकात भारताने आयात उदारीकरणाचे धोरण स्वीकारल्याने आयातीमध्ये मोठी वाढ झाली. यामध्ये भांडवली वस्तू आणि आधुनिक तंत्रज्ञानाची आयात मोठ्या प्रमाणात करण्यात आली. सन 1991 च्या नवीन आर्थिक धोरणातदेखील उदारीकरणाचा पुरस्कार करण्यात आल्याने भारताच्या व्यापारतोलात आणि व्यवहारतोलातदेखील तूट निर्माण झाली.

2. **आयातीच्या तीव्रतेत वाढ** *(Increase in Import Intensity)* : सातव्या पंचवार्षिक योजनेपासून आयात वृद्धिदर, औद्योगिक वृद्धिदर आणि राष्ट्रीय उत्पन्न वृद्धिदर यांची तुलना केल्यास आयातवृद्धी अधिक असल्याचे लक्षात येते. टिकाऊ स्वरूपाच्या उपभोग्य वस्तूंच्या आयातीत वेगाने वाढ झाल्याने व्यवहारतोल असमतोल बनला.

3. **पेट्रोलजन्य उत्पादनाची आयात** *(Import of Petrol and Petrolium Products)* : भारताच्या एकूण आयातीमध्ये 65 टक्के आयात पेट्रोलिअम पदार्थांची आहे. पेट्रोल उत्पादक देशांनी पेट्रोलच्या किमतीत वेळोवेळी वाढ केल्याने भारताच्या आयातीचे मूल्य वाढत गेले व व्यवहारतोलात तूट निर्माण झाली आहे.

4. **आवश्यक वस्तूंची आयात** *(Import of Essential Items)* : भारतासारख्या खंडप्राय देशात वेळोवेळी निर्माण होणाऱ्या दुष्काळी स्थितीमुळे अन्नधान्याची टंचाई निर्माण होते. अन्नधान्याची टंचाई दूर करण्यासाठी आणि वाढत्या लोकसंख्येला उपभोग्य वस्तू पुरेशा प्रमाणात उपलब्ध व्हाव्यात म्हणून अन्नधान्याची आयात करावी लागते.

5. **आयात वस्तूंच्या किमतीत वाढ** *(Rising Prices of Imports)* : भारतात आयात केल्या जाणाऱ्या पेट्रोल आणि रासायनिक खतांच्या किमती सतत वाढत गेल्याने आयातीचे मूल्य वाढले. त्यामुळे व्यवहारतोलात असमतोल निर्माण होण्यास मदत होते.

6. **रुपयाच्या विनिमय मूल्यात होणारी घट** *(Reduction in External Value of Rupee)* : अमेरिकन डॉलर आणि स्टर्लिंग पौंड यांच्या तुलनेत भारतीय रुपयाच्या मूल्यात अनेक वर्षांपासून सतत घट होत आहे. सन 1991 मध्ये भारतीय रुपयाचे अवमूल्यन केल्याने भारताला आयातीच्या स्वरूपात द्याव्या लागणाऱ्या रकमेत वाढ झाली आहे.

7. **अदृश्य खात्यावरील आधिक्य** *(Surplus in Invisible Accounts)* : व्यवहारतोलातील तूट वाढविण्यास व्यापार खात्यातील बाबी जबाबदार आहेत. परंतु भारतात अदृश्य बाबींपासून मिळणारी प्राप्ती वाढत आहे. बऱ्याच वेळा या बाबींपासून मिळणारी प्राप्ती देय रकमेपेक्षा अधिक असल्याचे दिसते. म्हणजेच व्यवहारतोलातील तूट कमी करण्यास अदृश्य बाबी महत्त्वपूर्ण ठरल्या आहेत.

8. **भांडवली खात्यावरील व्यवहार** *(Capital Accounts Transactions)* : अलीकडच्या काळात भारताच्या भांडवली खात्यावरील देयता वाढत गेल्या आहेत. सवलतीच्या दराने मिळणारी परकीय मदत कमी होत गेल्याने देशाची देणी वाढून व्यवहारतोलात तूट निर्माण होत आहे.

व्यापारतोल आणि व्यवहारतोलातील तूट कमी करण्यासाठी सरकारने बाह्य व्यापारी कर्जाचा आधार घेतला आहे. आंतरराष्ट्रीय नाणेनिधीकडून मदत, प्रत्यक्ष परकीय गुंतवणुकीला प्रोत्साहन देणे यांसारख्या मार्गांचा वापर करून व्यवहारतोलातील तूट कमी करण्याचा प्रयत्न केला आहे. यामुळे भविष्यकाळातील देयतामध्ये वाढ होणार आहे. प्रसिद्ध अर्थशास्त्रज्ञ व रिझर्व्ह बँकेचे माजी गव्हर्नर बिमल जालान (Bimal Jalan) यांच्या मते, व्यवहारतोलातील असमतोलाची मुळे आयाती उदारीकरणात नाहीत, तर राजकोषीय धोरणासह एकूण आर्थिक धोरणाच्या चौकटीत आहेत.

सन 1990-91 मध्ये भारतीय व्यवहारतोलाची स्थिती धोकादायक बनली होती. परकीय चलनाचा अत्यल्प साठा, घसरती पत आणि साधनांच्या उभारणीमधील निकृष्ट स्थिती अशा दुष्टचक्रात अर्थव्यवस्था सापडलेली होती. या स्थितीतून मार्ग काढण्यासाठी आयात कमी करणे, चालू खात्यातील तूट कमी करण्यासाठी अपवादात्मक वित्तपुरवठ्याच्या मार्गांचा शोध घेणे यांसारख्या मार्गांचा सरकारने अवलंब केला आहे.

7.3.2 सन 1991 नंतर व्यवहारतोलातील तूट कमी करण्यासाठी भारत सरकारने योजलेले उपाय (Measures Adopted by the Government of India to Correct the Deficit After 1991)

भारताच्या व्यवहारतोलातील तूट सतत वाढत आहे. भारताच्या प्रतिकूल व्यवहारतोलाचे सर्वांत महत्त्वाचे कारण म्हणजे व्यापारतोलात निर्माण झालेली प्रचंड तूट होय. सहाव्या पंचवार्षिक योजनेत एकूण व्यापारी तूट 30,456 कोटी रुपयांची होती, ती सातव्या पंचवार्षिक योजनेत (1985 ते 1990) 54,204 कोटींपर्यंत वाढली. त्यामुळे व्यापारतोलातील तूट हेच व्यवहारतोलातील तुटीचे कारण मानले जाते. म्हणून व्यापारतोलातील तूट कमी करण्यासाठी सन 1990-91 पासून कोणते प्रयत्न करण्यात आले हे पाहणे महत्त्वाचे ठरते. व्यापारतोलातील तूट कमी करण्यासाठी आयात कमी करणे आणि निर्यात वाढविणे आवश्यक असल्याचे मत सुकुमय चक्रवर्ती यांनी आपल्या *'Development Planning – The Indian Experience'* या पुस्तकात व्यक्त केले. त्यांच्या मते, भारत जोपर्यंत नत्रयुक्त खते, ऊर्जा आणि खाद्य तेले यांच्या बाबतीत आयात पर्यायीकरणाचे धोरण राबवित नाही, तोपर्यंत आयातीचे दडपण कमी होणार नाही.

डॉ. रंगराजन समितीची नियुक्ती

भारतीय रिझर्व्ह बँकेचे भूतपूर्व गव्हर्नर सी. रंगराजन यांच्या अध्यक्षतेखाली व्यवहारतोलाच्या अभ्यासासाठी एक उच्चस्तरीय समिती नियुक्त करण्यात आली. या समितीने आपला अहवाल 4 जून, 1993 रोजी भारत सरकारला सादर केला. या अहवालात समितीने व्यवहारतोलातील तूट कमी करण्यासाठी पुढील सूचना केल्या :

(1) व्यापारी व्यवहार आणि अदृश्य बाबींच्या व्यवहारावर नियंत्रण घालून विनिमय दरात स्थैर्य निर्माण करता येईल.

(2) दरम्यानच्या काळात भांडवलाचे उड्डाण होणार नाही याची काळजी घेतली पाहिजे.

(3) चालू खात्यावरील तुटीची कमाल मर्यादा स्थूल राष्ट्रीय उत्पन्नाच्या 1.6 टक्के इतकीच असली पाहिजे.

(4) परकीय कर्ज, गुंतवणूक आणि परकीय कर्ज व्यवस्थापन या संदर्भात समितीने पुढील शिफारशी केल्या आहेत :

(अ) सरकारने परकीय गुंतवणूकदारांना यापूर्वी दिलेल्या सवलती वाढविताना काळजी घेण्याची आवश्यकता आहे.

(ब) समितीचे असे मत होते की, भारतात कर्जाच्या स्वरूपात येणारा प्रवाह भागभांडवलाच्या स्वरूपात वळवावा. म्हणजे व्याजाच्या स्वरूपात द्यावे लागणारे देणे कमी होऊ शकेल.

(क) परकीय गुंतवणूक वाढविण्यासाठी समितीने असे सुचविले की, वर्तमान कायद्यामध्ये परकीय गुंतवणूकदारांना लाभांश आपल्या मायदेशात पाठविणे, निर्गुंतवणूक या संदर्भात योग्य ते बदल करण्यात यावेत.

(ड) व्यवहारतोलाच्या समस्या सोडविण्यासाठी परकीय कर्जाची जी मदत घेतली जाते ती कर्जे सवलतीच्या अटींवर असली पाहिजेत. तसेच अशा कर्जाच्या परतफेडीचा कालावधी दीर्घ असला पाहिजे.

(इ) समितीच्या मते, अल्पकालीन कर्जाचे व्यवस्थापन पाच मुख्य सूत्रांवर आधारलेले असावे :

- व्यापारी व्यवहारासाठीच अल्पकालीन कर्जास परवानगी देण्यात यावी.
- परकीय चलनाच्या साठ्यासाठी अल्पकालीन कर्जाची मदत घेऊ नये.
- परिणामाचा विचार केल्याशिवाय अल्पकालीन कर्जाची मुदत सहा महिन्यांपेक्षा अधिक वाढविता येऊ नये.
- अल्पकालीन कर्ज वरील तीन तत्त्वांनुसार नसेल तर रिझर्व्ह बँकेने विशेष मंजुरी दिली पाहिजे.
- कोणत्याही क्षणाला परकीय कर्जाची रक्कम शोधून काढता येईल अशी पद्धती रिझर्व्ह बँकेने शोधली पाहिजे.

(ई) परकीय चलनाच्या राखीव साठ्याचे लक्ष्य असे निश्चित करण्यात यावे की, ज्यामधून देशाला तीन महिन्यांसाठी लागणाऱ्या आयातीची व्यवस्था करता येईल.

(उ) ऊर्जा क्षेत्राच्या संदर्भात समितीने असे सुचविले आहे की, खाजगी क्षेत्राला कोणत्याही प्रकारची अशी हमी देऊ नये की, ज्यामध्ये व्यवस्थापनावरील नियंत्रण कामगिरी, देशी व परकीय कंपन्यांमधील भेद असा प्रश्न निर्माण होणार नाही.

रंगराजन समितीने केलेल्या शिफारशींचा विचार करून भारताच्या व्यवहारतोलातील असमतोल कमी करण्यासाठी सरकारने पुढील प्रकारच्या उपाययोजना केल्या आहेत :

1. **परकीय चलनाचे संपादन** (*Acquisition of Foreign Currency*) : सन 1989 ते 1991 या कालावधीत भारतात विदेशी चलनाची तीव्र टंचाई जाणवू लागली होती. साधारणपणे देशाकडे तीन महिन्यांच्या आयातीसाठी आवश्यक असणारे विदेशी चलन असले पाहिजे. परंतु भारताकडे फक्त तीन आठवड्यांच्या आयातीसाठी पुरेल इतकाच अल्प साठा होता. म्हणून सरकारने मे 1991 मध्ये स्वीस बँकेला वीस टन सोने विकले तसेच जुलै 1991 मध्ये इंग्लंड व जपानकडून परकीय चलन मिळविण्यासाठी भारतीय रिझर्व्ह बँकेने बँक ऑफ इंग्लंडकडे 47 टन सोने जमा केले व सन 1991 च्या मध्यापर्यंत विदेशी चलनाच्या समस्या सोडविण्यासाठी 600 दशलक्ष रुपये किमतीचे परकीय चलन प्राप्त केले. सन 1991 मध्ये भारताने नवीन आर्थिक धोरणाचा स्वीकार केल्याने विदेशी चलनाचा साठा जो मार्च 1991 मध्ये फक्त 5.8 अब्ज डॉलर्स होता तो मार्च 1995 अखेर 25.2 अब्ज डॉलर्स; 31 मार्च, 2000 अखेर तो 38.0 अब्ज डॉलर्सपर्यंत; मार्च 2005 अखेर तो 141.5 अब्ज डॉलर्सपर्यंत तर 14 एप्रिल, 2008 पर्यंत तो 313.5 अब्ज डॉलर्सपर्यंत वाढला.

2. **भारतीय रुपयाचे अवमूल्यन** (*Devaluation of Rupee*) : भारताची निर्यात वाढावी आणि आयात कमी व्हावी म्हणून भारत सरकारने जुलै 1991 मध्ये रुपयाचे बाह्य चलनातील मूल्य 18.20 टक्क्यांनी कमी केले. त्यामुळे सन 1992-93 मध्ये रुपयाचे अंशतः परिवर्तन करण्यात आले तर सन 1993-94 मध्ये व्यापारी खात्यावर पूर्णतः परिवर्तन करण्यात आले. त्यामुळे विनिमय दर बाजारातील चलनाच्या मागणी–पुरवठ्यानुसार निश्चित होऊ लागला.

3. **आयात कमी करणे** (*Reduction of Imports*) : व्यवहारतोलातील तूट कमी करण्याचा एक महत्त्वाचा उपाय म्हणून आयात कमी करण्यावर भर देण्यात आला. इतर देशांतून आयात होणाऱ्या वस्तूला पर्यायी वस्तूचे उत्पादन करणे, अनावश्यक स्वरूपाची आयात होणार नाही याकडे लक्ष देणे तसेच भांडवली वस्तू वगळता इतर वस्तूंच्या आयातीसाठी कर्ज देण्याच्या प्रमाणावर रिझर्व्ह बँकेने मर्यादा वाढविल्या आहेत. तसेच सन 1991 मध्ये आयात कर्जावरील व्याजावर 25 टक्के सरचार्ज आकारण्याचे धोरण जाहीर केले.

4. **निर्यात प्रोत्साहन** (*Export Promotion*) : सन 1991 च्या व्यापार धोरणानुसार निर्यातगृहांना व व्यापारीगृहांना विस्तृत प्रमाणात वस्तूंची आयात करण्यास परवाने देण्यात आले आहेत. अशा व्यापारी व निर्यातगृहांमध्ये विदेशी गुंतवणूक 51 टक्क्यांपर्यंत वाढविण्यास परवानगी देण्यात आली आहे. तसेच मार्च 2000 मध्ये जाहीर केलेल्या आयात-निर्यात धोरणामध्ये निर्यातवृद्धीसाठी विशेष आर्थिक क्षेत्राची निर्मिती करण्यावर भर दिला आहे. अशा क्षेत्रात देशांतर्गत व विदेशी गुंतवणूक वाढावी यासाठी सरकारने विशेष सवलती जाहीर केल्या आहेत. तसेच विशेष निर्यात युनिट स्थापन करण्यात आले आहेत. कृषी मालाची निर्यात वाढावी म्हणून कृषी निर्यात क्षेत्र स्थापण्यास परवानगी देण्यात आली आहे. तसेच सन 2002-07 च्या व्यापार धोरणात सेवाक्षेत्राच्या निर्यातवाढीवर भर देण्यात आला आहे. विशेष आर्थिक क्षेत्रातील उद्योगाची निर्यात वाढावी म्हणून पहिल्या दहा वर्षांसाठी करमाफी जाहीर केली आहे. तसेच निर्यात वस्तूंचे उत्पादन करणाऱ्या उत्पादकांना आवश्यक असणारी यंत्रसामग्री व तंत्रज्ञानाची आयात करता यावी म्हणून मुक्त परवाने देण्याचे धोरण जाहीर करण्यात आले.

5. **विदेशी निधी देशात येण्यासाठी प्रोत्साहन** (*Encouragement to Inflow of Funds from Abroad*) : भारतात सन 1970 पासूनच परकीय चलन येण्यास सुरुवात झाली होती. मात्र, इतर देशांच्या तुलनेने ते अतिशय कमी होते. सन 1991 मध्ये नवीन आर्थिक धोरणाचा स्वीकार करण्यात आल्यानंतर विदेशी भांडवल गुंतवणूक वाढावी म्हणून

सरकारने विदेशी गुंतवणूकदारांना गुंतवणुकीत 51 टक्क्यांपर्यंत वाढ करण्यास परवानगी देण्यात आली आहे. तसेच आंतरराष्ट्रीय नाणेनिधी, जागतिक बँक, आंतरराष्ट्रीय विकास संघटना यांच्याकडून कर्ज घेणे, अनिवासी भारतीयांनी भारतीय बँकांमध्ये ठेवी ठेवाव्यात यासाठी प्रयत्न केले आहेत. विदेशी भांडवल गुंतवणुकीला उत्तेजन देण्यासाठी विविध प्रकारचे प्रयत्न करण्यात आल्यामुळे देशाची परकीय चलनाची गंगाजळी सन 1991 ते 2008 या कालावधीत 5.8 अब्ज डॉलर्सवरून 313.5 अब्ज डॉलर्सपर्यंत वाढली. सन 1993-94 मध्ये निव्वळ भांडवली खात्यावर 9,882 दशलक्ष डॉलर्स जमा होते, ती रक्कम सन 2007-08 मध्ये 1,08,031 दशलक्ष डॉलर्सपर्यंत जमा झाली. याच कालावधीत विदेशी मदत 1,901 दशलक्ष डॉलर्सवरून 2,114 दशलक्ष डॉलर्सपर्यंत वाढली. विदेशी भांडवल गुंतवणूक 4,235 दशलक्ष डॉलर्सवरून 44,806 दशलक्ष डॉलर्सपर्यंत वाढली. अनिवासी भारतीयांच्या ठेवी सन 1993-94 मध्ये 1,205 दशलक्ष डॉलर्सवरून सन 2006-07 मध्ये 4,121 दशलक्ष डॉलर्सपर्यंत वाढल्या. विदेशी चलनसाठ्यात वाढ झाल्यामुळेच व्यवहारतोलात नवव्या पंचवार्षिक योजनेत असणारी 53,175 कोटी रुपयाची तूट दहाव्या पंचवार्षिक योजनेत 6,611 कोटी रुपयांपर्यंत कमी झाली. यावरून भारत सरकारने सन 1991 नंतर व्यवहारतोलातील तूट कमी करण्यासाठी जे प्रयत्न केले त्यांना बऱ्यापैकी यश आले असल्याचे स्पष्ट होते.

7.4 भारतीय रुपयाची परिवर्तनीयता : चालू खाते व भांडवली खाते

CONVERTIBILITY OF INDIAN RUPEE – CURRENT AND CAPITAL ACCOUNT

भारतात मार्च 1993 पासून बाजारव्यवस्थेशी निगडित विनिमय दर धोरणाचा प्रारंभ झाला आहे. विनिमय दर निर्धारण बाजारव्यवस्थेनुसार म्हणजे विदेशी चलनाच्या मागणी-पुरवठ्याच्या स्थितीनुसार होणार आहे. रुपयाचे बाह्यमूल्य व्यापारतोलाच्या स्थितीनुसार, वास्तव व विश्वसनीय आहे याची खात्री देणे हे विनिमय दर व्यवस्थापनाचे प्रमुख उद्दिष्ट होते. या प्रमुख उद्दिष्टाव्यतिरिक्त विनिमय दरातील अतिरिक्त बदल कमी करणे, विनिमय दरात बदल करणाऱ्या सट्टेबाजीच्या कृती कमी करणे, विदेशी चलनाचा पुरेसा साठा बाळगणे आणि परकीय विनिमय बाजाराचा शिस्तबद्ध विकास करणे ही देखील विनिमय दर व्यवस्थापनाची इतर उद्दिष्टे आहेत.

सन 1966 च्या भारतीय रुपयाच्या अवमूल्यनापूर्वी अमेरिकेचा एक डॉलर भारताच्या 4.76 रुपयाबरोबर होता. सन 1961 ते 1965 या काळात भारत व अमेरिकेदरम्यानचा विनिमय दर हाच म्हणजे 4.76 ₹ = 1 डॉलर असा स्थिर होता. सन 1966 च्या रुपयाच्या अवमूल्यनानंतर तो 1 डॉलर = 7.50 ₹ असा झाला. ही विनिमय दरव्यवस्था सन 1973 पासून बहुतेक देशांनी सोडून दिली. भारतानेदेखील ही व्यवस्था सोडून दिली आणि रुपयाचा संबंध भारताच्या प्रमुख व्यापारी भागीदार असलेल्या देशांच्या चलनाशी जोडला. या तरत्या (Floating) विनिमय दरव्यवस्थेत 1 डॉलर = 18.07 ₹ असा झाला. भारत सरकारने जुलै 1991 मध्ये रुपयाचे अवमूल्यन केल्याने पाच चलनांच्या संदर्भात भारतीय रुपयाच्या मूल्यात 22 टक्क्यांनी घसरण झाली.

''आंतरराष्ट्रीय व्यापारात एका देशाच्या चलनाचे दुसऱ्या देशाच्या चलनामध्ये सहज रूपांतर करता येते तेव्हा त्यास चलनाची परिवर्तनीयता असे म्हणतात.''

भारतीय रुपयाचे दुसऱ्या चलनात जेव्हा मुक्तपणे परिवर्तन करता येते तेव्हा त्यास रुपयाची परिवर्तनीयता असे म्हणतात. जेव्हा चलन परकीय चलनात परिवर्तनीय केले जाते आणि वस्तू व सेवांच्या आयात-निर्यातीमध्ये कोणतीही मर्यादा नसते, खर्चासाठी चलनाचा मुक्तपणे वापर करता येते तेव्हा त्यास 'परिवर्तनीय चलन' असे म्हणतात.

चलनाचे परिवर्तन चालू खात्यातील व्यवहाराबरोबरच भांडवली खात्यातील व्यवहारावरील खात्यात होते.

7.4.1 चालू खात्यावरील रुपयाची परिवर्तनीयता (Convertibility of Rupee on Current Account)

चालू खात्यावरील परिवर्तनीयता ही जेव्हा व्यापार उदारीकरणात प्रवर्तनशील स्पर्धा असते तेव्हा ती ग्राहकांना फायदेशीर असते. तसेच जर अर्थव्यवस्था आर्थिक विकासाच्या दिशेने वाटचाल करीत असेल तर इतर देशांतून आवश्यक असणाऱ्या वस्तू व सेवा खरेदीची संधी प्राप्त होते. त्यामुळे उत्पादनवाढीला प्रोत्साहन मिळते. अर्थव्यवस्थेच्या स्थैर्य प्राप्तीसाठी चालू खात्याची स्थिती सांभाळणे आणि ती स्थिती टिकविणे आवश्यक असते.

1. **रुपयाची आंशिक परिवर्तनीयता** *(Partial Convertibility of Rupee)* : भारत सरकारने स्वीकारलेल्या उदारीकरणाच्या धोरणानुसार दुहेरी विनिमय दर धोरणाचा स्वीकार केला आहे. सन 1992-93 च्या अंदाजपत्रकात अर्थमंत्र्यानी मुक्त विनिमय दर पद्धती अमलात आणली. या पद्धतीमध्ये रुपयाच्या आंशिक परिवर्तनीयतेची सुरुवात झाली. आंशिक परिवर्तनीयतेअंतर्गत दुहेरी विनिमय दर निश्चित केले जातात. या धोरणानुसार 40 टक्के परकीय चलनातील उत्पन्न सरकारी विनिमय दराने (Official Rate of Exchange) विकावे लागते तर राहिलेले शिल्लक 60 टक्के उत्पन्न बाजारदराने रूपांतरित करता येते. सरकारी दराने विकलेल्या परकीय चलनाचा उपयोग पेट्रोलिअम पदार्थ, रासायनिक खते, औषधे इत्यादी अत्यावश्यक वस्तूंच्या आयातीसाठी केला जातो आणि बाजारदराने रूपांतरित केलेले परकीय चलन इतर वस्तूंच्या आयातीसाठी वापरले जाते. सरकारी विनिमय दर हा बाजारातील विनिमय दरापेक्षा कमी असल्याने त्याचा अर्थ असा होतो की, सरकारी आयातीसाठी निर्यातदारांवर एक प्रकारचा कर लादण्यासारखे आहे. या अव्यक्त कराचा दर जवळपास 8 ते 10 टक्के आहे आणि तो निर्यातदारांना अजिबात पसंत पडलेला नाही.

2. **व्यापारी खात्यावरील पूर्ण परिवर्तनीयता** *(Full Convertibility on Trade Account)* : सन 1993-94 च्या अंदाजपत्रकात रुपयाची व्यापारी खात्यावरील पूर्ण परिवर्तनीयता (Full Convertibility of the Rupee on Trade Account) लागू करण्यात आली. त्याचा परिणाम म्हणून दुहेरी विनिमय दर व्यवस्थेऐवजी एकत्रित विनिमय दरव्यवस्था लागू करण्यात आली. या एकत्रित विनिमय दरव्यवस्थेत 60 : 40 चे गुणोत्तर 100 टक्क्यांपर्यंत परिवर्तनासाठी वाढविण्यात आले. ही 100 टक्के परिवर्तन पद्धती (अ) सर्व प्रकारच्या व्यापारी व्यवहारासाठी म्हणजे वस्तूंच्या आयात-निर्यातीसाठी आणि (ब) सर्व प्रकारचे येणे (Receipt) म्हणजे व्यवहारतोलाच्या चालू व भांडवली खात्यावरील येण्यासाठी व देण्यासाठी (Payments) लागू करण्यात आली. एकीकृत बाजार दरव्यवस्थेअंतर्गत ज्या बाबींच्या परिवर्तनाची परवानगी नाही अशा चालू व भांडवली खात्यावरील अदृश्य बाबींसाठी भारतीय रिझर्व्ह बँकेचा सरकारी दरही अस्तित्वात राहणार होता. त्याशिवाय भारतीय रिझर्व्ह बँकेची काही विनिमय नियंत्रण साधनेदेखील वापरात राहणार होती.

3. **चालू खात्यावरील पूर्ण परिवर्तनीयता** *(Full Convertibility on Current Account)* : खालील आंतरराष्ट्रीय व्यवहारासाठी विदेशी चलन खरेदी किंवा विक्री करण्याचे स्वातंत्र्य म्हणजे चालू खात्यावरील रुपयाची पूर्ण परिवर्तनीयता होय.

(1) आंतरराष्ट्रीय व्यापार, अल्पकालीन बँकसेवा आणि पतसवलतीबाबतचे देणे.

(2) कर्जावरील व्याज आणि गुंतवणुकीवरील निव्वळ उत्पन्नाचे देणे.

(3) प्रत्यक्ष गुंतवणुकीवरील घसाऱ्याची देय रक्कम.

(4) कौटुंबिक जीवनमान खर्चावरील देय रक्कम.

फेब्रुवारी 1994 मध्ये भारतीय रिझर्व्ह बँकेने अशा प्रकारची परिवर्तनीयता निर्माण करण्यासाठी अनेक पावले उचललेली आहेत. यामध्ये अनेक प्रकारच्या अदृश्य बाबींवरील देण्यांच्या बाबतीत सवलती जाहीर केल्या. तसेच विनिमय नियंत्रणाच्या बाबतीत विशिष्ट मर्यादेपर्यंत उदार धोरण स्वीकारले आहे. हे उदार धोरण प्रामुख्याने मूलभूत प्रवासी कोटा, परदेशामधील शिक्षण, बक्षिसी यांच्या स्वरूपातील देय रकमा, देणग्या आणि परकीय संस्थांनी दिलेल्या सेवांचे मोबदले यासाठी स्वीकारण्यात आले होते.

भारताने चालू खात्यावरील रुपयाच्या पूर्ण परिवर्तनाचे धोरण 19 ऑगस्ट, 1994 रोजी स्वीकारले. त्याच वेळी भारतीय रिझर्व्ह बँकेने आंतरराष्ट्रीय नाणेनिधीच्या मर्यादेत अदृश्य बाबींच्या देण्याच्या बाबतीतही उदार धोरण स्वीकारले आणि त्याच्या साहाय्याने व्यवहारतोलाचे व्यवस्थापन करण्याचा प्रयत्न केला. पुढील काही वर्षांमध्ये सलगपणे चालू खात्यावरील व्यवहाराच्या बाबतीत इतर काही सवलती जाहीर केल्या. त्यामध्ये विनिमय नियंत्रणातील सवलती, परकीय चलनाच्या अधिकृत विक्रेत्यांच्या कमाल मर्यादेवरील सूट - ही सूट प्रवासी कोटा, विदेशातील शिक्षण, वैद्यकीय खर्च, बक्षिसांची पाठवणी तसेच देणग्या यांच्या संदर्भात होती.

मार्च 1993 मध्ये देशात एकक बाजारदर पद्धती निश्चित केल्यानंतर पुढील दोन वर्षांमध्ये रुपयाला बऱ्यापैकी स्थैर्य प्राप्त झाले होते. रुपया आणि डॉलरचा विनिमय दर 31.6 रुपयाच्या जवळपास स्थिर राहिला होता. तथापि, ऑगस्ट 1995 ते फेब्रुवारी 1996 च्या दरम्यान विनिमय दर 31.6 रुपयांवरून 36.6 रुपयांपर्यंत झाला. म्हणजेच रुपयाच्या बाह्यमूल्यात घट झाली. एप्रिल 1996 मध्ये डॉलरबरोबरचा विनिमय दर 34.2 ₹ असा झाला. याचा अर्थ, रिझर्व्ह बँकेच्या परिणामकारक हस्तक्षेपामुळे रुपयास पुनर्स्थैर्य प्राप्त झाले. पुढील अठरा महिन्यांपर्यंत हे स्थैर्य बऱ्यापैकी टिकून होते. परंतु पूर्व-आशियाई देशांतील चलनविषयक गोंधळाच्या स्थितीमुळे रुपयाच्या स्थैर्यावर प्रतिकूल परिणाम झाला. सन 1999-2000 मध्ये विनिमय बाजाराला बऱ्यापैकी स्थैर्य होते. परंतु सन 2000-01 मध्ये रुपयाच्या डॉलरमधील मूल्यात 5.15 टक्क्यांनी घट करून विनिमय दर 1 डॉलर = 45.68 ₹ असा करण्यात आला. जानेवारी 2002 अखेर हा विनिमय दर 48.58 ₹ असा घटला.

7.4.2 भांडवली खात्यावरील रुपयाची परिवर्तनीयता
(Convertibility of Rupee on Capital Account)

चालू खात्यावरील परिवर्तनीयता परिपूर्णपणे अमलात आणली जाते तेव्हा भांडवली खात्यावरील परिवर्तनीयता सावकाश व काळजीपूर्वक आणावी लागते. भांडवली खात्यावरील परिवर्तनीयतेमुळे परकीय भांडवलाचे देशातून उड्डाण होऊ शकते. म्हणून भांडवली खात्यावरील परिवर्तनीयता आणताना दक्षता घ्यावी लागते. विनिमय दरात चढ-उतार निर्माण होतात. त्यामुळे आपल्या अर्थव्यवस्थेत अनेक गंभीर स्वरूपाची विचलने निर्माण होत असतात. त्यामुळे भारत सरकारने भांडवली खात्यावरील रुपयाची परिवर्तनीयता टप्प्याटप्प्याने आणली आहे. भारत सरकारच्या अंदाजपत्रकात उत्तरोत्तर भांडवली खात्यावरील व्यवहारांच्या बाबतीत उदार धोरण स्वीकारण्यात आले आहे.

रुपया भांडवली खात्यावर परिवर्तनीय करण्याबाबत शिफारशी करण्यासाठी भारत सरकारने 8 फेब्रुवारी, 1997 रोजी एस. एस. तारापोर यांच्या अध्यक्षतेखाली एक समिती स्थापन केली. या समितीने भारतीय रुपयाचे भांडवली खात्यावर एका टप्प्यात परिवर्तन करण्याऐवजी सन 1999-2000 या आर्थिक वर्षात तीन टप्प्यात परिवर्तन करण्याची शिफारस केली आहे. मात्र जुलै 1997 मध्ये पूर्व आशियाई संकटामुळे हा प्रयत्न सोडून देण्यात आला. सध्या परकीय चलनाचा साठा भारतात वाढल्यामुळे भारत सरकारने भांडवली खात्यावरील व्यवहारासंबंधीची परकीय चलनाच्या विनिमयावरील नियंत्रणे शिथिल केली आहेत. भांडवली खात्यावरील रुपयाच्या पूर्ण परिवर्तनासंबंधी शिफारशी करण्यासाठी भारतीय रिझर्व्ह बँकेने पुन्हा सन 2006 मध्ये एस. एस. तारापोर यांच्या अध्यक्षतेखाली एका दुसऱ्या समितीची स्थापना केली. या समितीने आपला अहवाल 5 सप्टेंबर, 2006 रोजी भारतीय रिझर्व्ह बँकेला सादर केला.

भांडवली खात्यावर रुपयाची पूर्ण परिवर्तनीयता
(Full Convertibility of Rupee on Capital Account)

तारापोर समिती, 2006 च्या अहवालानुसार, रुपयाच्या पूर्ण परिवर्तनीयतेची योजना सन 2010-11 पर्यंत तीन टप्प्यात लागू करण्याची शिफारस समितीने केली. समितीच्या अहवालात पहिला टप्पा सन 2006-07 पासून लागू करण्याची शिफारस केली असून दुसरा टप्पा सन 2007 ते 2009 साठी तर तिसरा टप्पा सन 2009 ते 2011 मध्ये लागू करण्याची शिफारस केली. यात भारत सरकारने तारापोर समितीच्या शिफारशींची पूर्ण अंमलबजावणी केलेली नाही.

सन 2002-03 च्या अर्थसंकल्पात पुढील उपाय जाहीर करण्यात आले आहेत :

(1) अनिवासी भारतीयांच्या ठेव योजनांसाठी पूर्ण परिवर्तनीयता असेल. परकीय चलन अनिवासी योजना (Foreign Currency Non-Resident Scheme) आणि अनिवासी बाह्य रुपया योजना (Non-Resident External Rupee Scheme) यांसारख्या प्रचलित योजनांसाठीही पूर्ण परिवर्तनीयता योजना चालू राहील.

(2) ज्या योजनाअंतर्गत अनिवासी भारतीयांसाठी पूर्ण परिवर्तनीयता लागू होणार नाही. त्या योजना 1 एप्रिल, 2002 पासून बंद करण्यात येतील. अनिवासी रुपया खात्यामध्ये ज्या शिल्लक रकमा असतील त्या मुदतीनंतर अनिवासी बाह्य रुपया खात्यांतर्गत परिवर्तनीय असतील.

(3) खंड किंवा भाडे, लाभांश, निवृत्ती वेतन आणि व्याजाच्या स्वरूपात मिळणारे उत्पन्न ते परकीय चलनात परिवर्तनीय करू शकतील.

(4) ज्या भारतीय कंपन्यांना विदेशात गुंतवणूक करावयाची असेल त्या 100 दशलक्ष अमेरिकन डॉलरची गुंतवणूक करू शकतील. पूर्वी ही मर्यादा 50 दशलक्ष अमेरिकन डॉलर्स इतकी होती.

(5) भारतीय कंपन्या विदेशात बाजार खरेदीमार्फत संयुक्त प्रकल्पात गुंतवणूक करू शकतात. त्यासाठी त्यांना फक्त पूर्वपरवानगी घेण्याची आवश्यकता आहे. अशा प्रकारची गुंतवणूक जास्तीतजास्त 50 टक्क्यांपर्यंतच करता येऊ शकेल.

(6) कंपनी-संस्था त्यांच्या नोंदी किंवा कागदपत्रे दाखवून त्यांच्या परकीय चलन उत्पन्नातून शैक्षणिक संस्थांमध्ये गुंतवणूक करू शकतील. तसेच इतर काही कल्याणकारी योजनांमध्ये गुंतवणूक करू शकतील.

(7) ज्या देशांची चलने पूर्ण परिवर्तनीय आहेत अशा देशांमध्ये भारतीय म्युच्युअल फंडांना (Mutual Fund) रोख्यांमध्ये गुंतवणूक करण्यास परवानगी देण्यात आली आहे.

(8) परकीय चलन मिळविणाऱ्यांच्या खात्यामधील शिल्लक रकमेनुसार बाह्य व्यापारी कर्जाची मुदतपूर्व परतफेड करता येईल. बाह्य व्यापारी कर्जधारकांना कमी व्याजदराचा फायदा मिळण्यासाठी निर्यात उत्पन्नातून रकमांच्या अधिक वापराचा भारतीय रिझर्व्ह बँक विचार करणार आहे.

भांडवली खात्यावरील परिवर्तनीयतेचे फायदे
(Advantages of Convertibility on Capital Account)

1. **परदेशात गुंतवणुकीच्या वाढत्या संधी** : भांडवली खात्यावरील परिवर्तनीयतेचे भारतीय गुंतवणूकदारांना परदेशात गुंतवणूक करण्याची संधी निर्माण झाली आहे.

2. **परकीय भांडवलाचे आकर्षण** : मुक्त आणि स्वतंत्र खात्यावर परकीय भांडवलाचे आकर्षण निर्माण होते. त्यामुळे परकीयांच्या सहयोगाने देशांतर्गत उद्योगात कायमस्वरूपी भागीदारीसारखी परिस्थिती निर्माण होते. उदाहरणार्थ, तंत्रज्ञानातील भागीदारी, व्यवस्थापकीय व्यवहार, बाजार इत्यादी.

3. **भारतीय बाजारपेठ ते जागतिक बाजारपेठेची साखळी** : भांडवली खात्यावरील रुपयाच्या परिवर्तनीयतेमुळे भारतीय भाग, पैसा, परकीय विनिमय आणि वस्तूच्या बाजारपेठांमध्ये जागतिक बाजारात साखळी निर्माण झाली आहे. भारतीय उद्योग आणि शेतीव्यवसायासाठी कमी व्याजदराने वित्तपुरवठा उपलब्ध होतो.

4. **कार्यक्षमतेत वाढ** : भांडवली खात्यावरील परिवर्तनीयतेमुळे जागतिक स्पर्धेत अर्थव्यवस्थेच्या निर्यातीमध्ये कार्यक्षमता आणि स्थैर्य प्राप्त होते.

5. **बचत आणि गुंतवणुकीत सुधारणा** : देशांतर्गत किंमतपातळी स्थिर असल्यास बचत आणि गुंतवणुकीत वाढ होण्यास मदत होते.

6. **वास्तव मालमत्तेला स्थैर्य** : जागतिक अर्थव्यवस्थेत वाढत्या विभागणीचा उपयोग बचत आणि गुंतवणुकीला स्थैर्य प्राप्त होत असल्याने वास्तव मालमत्तेच्या मूल्यास संरक्षण प्राप्त होते.

भांडवली खात्याच्या परिवर्तनीयतेचे प्रतिकूल परिणाम

1. **भांडवलाच्या उड्डाणास गती मिळते** : रुपयाच्या भांडवली खात्यावरील परिवर्तनीयतेमुळे भांडवली उड्डाणाची स्थिती निर्माण होते. परकीय भांडवलास आकर्षित करण्यासाठी देशात राजकीय स्थैर्य असले पाहिजे.

2. **भांडवली प्रवाहाचा चुकीचा संदेश** : एकूण भांडवलावरचे नियंत्रण काढण्याची आवश्यकता व्यापारक्षेत्रात असते. जेव्हा व्यापारक्षेत्र तडजोडीची प्रक्रिया राबविते तेव्हा अर्थव्यवस्थेत चुकीचा संदेश जाऊन त्याचा परिणाम विविध क्षेत्रांच्या नफ्यावर होतो.

3. **प्रमंडळाच्या नफ्यावर अधिक परिणाम** : भांडवली खात्यावरील पूर्ण परिवर्तनीयता म्हणजे पूर्ण उदारीकरण होय. त्यामुळे भारतीय उद्योगक्षेत्र आणि भागबाजारावर आर्थिक संकट येऊ शकते. औद्योगिक विकासावर त्याचा प्रतिकूल परिणाम होऊन उद्योगांचा नफा कमी होईल.

7.5 आयात-निर्यात धोरण [सन 2015 ते 2020]

CURRENT EXPORT-IMPORT POLICY (EXIM POLICY)

भारताच्या व्यापारमंत्री श्रीमती निर्मला सीतारामन यांनी भारताचे सन 2015 ते 2020 साठीचे विदेशी व्यापार धोरण जाहीर केले.

सन 2020 पर्यंत भारताला जागतिक व्यापारातील एक महत्त्वाचा भागीदार बनविणे. जागतिक व्यापारामध्ये भारताने नेतृत्व करावे. सन 2013-14 मधील भारताची निर्यात 465.9 बिलियन डॉलरची होती; ती सन 2020 मध्ये 900.00 बिलियन डॉलर्स करण्याचे सरकारचे उद्दिष्ट आहे आणि भारताचा जागतिक निर्यात व्यापारातील वाटा 2 टक्क्यांवरून 3.5 टक्के करण्याचा सरकारचा मानस आहे.

परकीय व्यापारामध्ये एक शाश्वत धोरणात्मक वातावरण निर्माण करावे हा देखील या धोरणाचा मानस आहे. भारताच्या 'Make in India' आणि 'Skill India' सारख्या योजना साकार करणे. अर्थव्यवस्थेच्या विविध क्षेत्रांना मदत करून निर्यात व्यापारात विविधता आणणे, विविध देशांना निर्यात करणे, जागतिक पातळीवरील भारताची स्पर्धात्मकता वाढविणे, वेगवेगळ्या प्रदेशामध्ये समन्वय निर्माण करणे ही या धोरणाची प्रमुख उद्दिष्टे आहेत.

या धोरणाची खालील काही उद्दिष्टे गाठण्याचा मानस आहे.

(1) व्यापारी वस्तू व सेवांच्या परकीय व्यापारात स्थिर व शाश्वत धोरणात्मक वातावरणनिर्मिती करणे.

(2) 'Make in India', 'Digital India', 'Skill India' यांसारख्या प्रेरणात्मक बाबी आयात-निर्यातसंबंधी नियम व पद्धतीशी जुळविणे; जेणेकरून निर्यात प्रोत्साहन होईल व परकीय व्यापारासंबंधी विविध प्रक्रिया सुलभ होतील.

(3) निर्यातीत विविधीकरण करणे, भारताची जागतिक पातळीवरील स्पर्धाशक्ती वाढविणे.

(4) जागतिक व्यापारातील भारताचा वाटा वाढविणे, भारताच्या बाहेरील बाजारपेठा विस्तृत करणे, प्रमुख देश व प्रदेशांशी व्यापारी संबंध बळकट करणे.

(5) धोरणाचे नियमितपणे मूल्यांकन करणे की, जेणेकरून आयात-निर्यातीचे वाजवीकरण होईल व व्यापारातील असमतोल कमी केला जाईल.

वरील उद्दिष्टे साध्य करावयाची असतील तर पुढील उपाययोजना करणे गरजेचे आहेत :

(1) भारताची निर्यात स्पर्धाक्षमता वाढविणे व नवीन बाजारपेठांचा शोध घेणे.

(2) निर्यात बाजारपेठांची विस्तृतता व सधनता करणे.

(3) व्यापारातील प्रक्रिया खर्च कमी करणे.

(4) बंदरे, संशोधन प्रयोगशाळा, सामान्य सेवा केंद्रे यांसारख्या पायाभूत सुविधांचा विकास करणे.

(5) भारतीय वस्तूंची प्रतवारी, प्रमाणीकरण व पॅकेजिंग याबाबत प्रोत्साहन देणे.

(6) करभाराचे वाजवीकरण करणे. वस्तू व सेवा कर (GST) लागू करणे.

(7) परकीय बाजारपेठा काबीज करणाऱ्या भारतीय निर्यातदारांना प्रोत्साहन देणे.

परकीय व्यापार धोरण : सन 2015 ते 2020 ची प्रमुख वैशिष्ट्ये

(अ) बक्षीस योजनांचे सुलभीकरण व एकत्रीकरण *(Simplification and Merger of Reward Schemes)* :

(1) भारताकडून व्यापारी वस्तू निर्यात योजना (Merchandise Exports from India Scheme – MEIS) : अगोदर यासंबंधी निर्यातदारांना प्रोत्साहन देण्यासाठी पाच बक्षीस योजना होत्या. आता या सर्व योजना एकत्र करून भारताकडून व्यापारी वस्तू निर्यात योजना' (Merchandise Export from India Scheme – MEIS) नावाची एकच योजना सुरू करण्यात येणार आहे. त्यानुसार विशिष्ट निर्देशित वस्तू विशिष्ट देशांना निर्यात करणाऱ्या निर्यातदारांना वेगवेगळे फायदे देण्यात येणार आहेत.

त्यासाठी देशांचे वर्ग 'अ', 'ब' आणि 'क' असे तीन गट करण्यात आले आहेत. 'अ' गटात पारंपरिक बाजारपेठा, युरोपियन युनियन, अमेरिका व कॅनडा यांचा समावेश आहे. 'ब' गटात नवीन उदयोन्मुख 139 बाजारपेठा, 55 आफ्रिकेतील देश, लॅटिन अमेरिका व मेक्सिकोमधील 45 बाजारपेठा, तुर्की व पश्चिम आशियाई देश, जपान, साऊथ कोरिया, चीन व तैवान यांचा समावेश आहे. 'क' गटात उरलेल्या 70 देशांचा समावेश आहे.

त्याचप्रमाणे वस्तूंचेही गट करण्यात आले आहेत. शेती व ग्रामीण उद्योग उत्पादने, पर्यावरण हित जोपासणारी शेती उत्पादने की, ज्यामधून शेतकऱ्यांचे उत्पन्न वाढेल. श्रमप्रधान वस्तू, उच्च तंत्रज्ञान वस्तू या वस्तूंच्या निर्यातीसाठी विशेष बक्षिसे देण्यात येणार आहेत.

(2) सर्व्हिस एक्सपोर्ट फ्रॉम इंडिया स्कीम (Service Exports from India Scheme – SEIS) : या योजनेमधून जे भारतीय निवासी सेवा निर्यातीमधून परकीय चलन मिळवित असतील त्यांना विशेष बक्षिसे देण्यात येणार आहेत. या निर्यातदारांना देण्यात येणारा मोबदला त्यांनी केलेल्या निर्यातीच्या मूल्यावर आधारित असणार आहे. सध्याचे बक्षिसाचे दर तीन टक्के व पाच टक्के आहेत. सेवांची सूची व बक्षिसांच्या दराचे 30 सप्टेंबर, 2015 रोजी पुनरावलोकन केले जाणार आहे.

व्यावसायिक सेवा - उदा., कायदाविषयक सेवा, लेखांकन, कर, स्थापत्य विशारद, अभियांत्रिकी, संशोधन, R & D सेवा; इत्यादी सेवा निर्यातीसाठी बक्षिसांचा दर पाच टक्के आहे तर जाहिरात, व्यवस्थापन, बाजारपेठ, संशोधन इत्यादींसाठी बक्षिसांचा दर तीन टक्के आहे.

संदेशवहन सेवा, शैक्षणिक सेवा, पर्यावरणविषयक सेवा, आरोग्यासंबंधी सामाजिक सेवा, सांस्कृतिक व खेळ सेवा, विमान वाहतूक सेवा इत्यादींसाठीदेखील बक्षिसांचे दर पाच टक्के आहे.

(3) विशेष आर्थिक क्षेत्र (SEZ) : विशेष आर्थिक क्षेत्रात वसलेल्या प्रकल्पांना MEIS व SEIS या दोन योजनांतर्गत लाभ मिळणार आहेत.

(4) शुल्क प्रत दाखल्याचे हस्तांतरण (Duty Credit Scripts to be Freely Transferable and Usable for Payment of Customs Duty, Excise Duty and Service Tax) : MEIS व SEIS योजनांमध्ये निर्यातदारांना बक्षिसांचे जे दाखले मिळणार आहेत त्यांचा उपयोग निर्यातदारांना सेवाकर, कस्टम्स शुल्क, उत्पादन शुल्क भरण्यासाठी करता येणार आहे.

(5) निर्यातकांचे स्थान निर्धारण (Status Holder) : ज्या निर्यातकांनी निर्यातीमधून भारताला लक्षणीय प्रमाणात परकीय चलन मिळवून दिले आहे त्यांना विशेष दर्जा देण्यात येईल व त्यांना विशेष प्रकारची वागणूक देण्यात येईल. या निर्यातकांचे एक, दोन, तीन, चार व पाच असे तारांकन करण्यात येईल (One star, Two star, Three star, Four star and Five star) व त्यांना त्या अनुषंगाने सुविधा देण्यात येतील.

तारांकनाचा दर्जा ठरविण्याचा निकष पुढीलप्रमाणे असेल. (मागील तीन वर्षांतील निर्यातीचे मूल्य)

*	One Star Export House	:	3	दशलक्ष डॉलर्स
*	Two Star Export House	:	25	दशलक्ष डॉलर्स
*	Three Star Export House	:	100	दशलक्ष डॉलर्स
*	Four Star Export House	:	500	दशलक्ष डॉलर्स
*	Five Star Export House	:	2,000	दशलक्ष डॉलर्स

या स्टार निर्यातकांना आपले उत्पादन प्रमाणित करण्याचा अधिकार देण्यात आला आहे.

(ब) 'Make in India' च्या उत्तेजनासाठी *(Boost to Make in India)* : भांडवली वस्तू निर्यात प्रोत्साहन योजनेअंतर्गत (Export Promotion Capital Goods – EPCG) निर्यातकांच्या निर्यात देयतेमध्ये घट करण्यात आली आहे. भांडवली वस्तूंच्या बाबतीत ही देयता या पूर्वी 90 टक्के होती; ती आता 75 टक्क्यांपर्यंत कमी करण्यात आली आहे. म्हणजे या योजनेअंतर्गत ज्यांनी सरकारकडून वेगवेगळे लाभ घेतले आहे त्यांना आयात केलेल्या भांडवली वस्तूंचे जे उत्पादन केले जाते त्यांपैकी 90 टक्के उत्पादनाची निर्यात करणे बंधनकारक होते. आता ती मर्यादा 75 टक्क्यांपर्यंत कमी करण्यात आली आहे.

(क) व्यापार सुलभीकरण आणि व्यावसायिक ताण मुक्तता :

(Trade Facilitation and Ease of doing Business)

(1) कागदपत्रे/अर्ज ऑनलाइन (Online) भरण्याची 24 × 7 सुविधा उपलब्ध करून देणे आणि कागदाशिवाय व्यापार असे वातावरण निर्माण करणे. यापूर्वी ऑनलाइन अर्ज करण्याची सुविधा होती. परंतु अनेक दाखले, प्रमाणपत्रे प्रत्यक्ष भौतिक स्वरूपात सादर करावी लागत होती. नवीन धोरणानुसार या सर्व कटकटीपासून आयातदार व निर्यातदारांची सुटका होणार आहे. विनाकागद व्यवस्था निर्माण करण्यासाठी चार्टर्ड अकौंटंट/कंपनी सेक्रेटरी किंवा कॉस्ट अकौंटंट यांना डिजिटली (Digitally) साक्षांकित केलेली कागदपत्रे ऑनलाइन सादर करण्याची पद्धती विकसित करण्यात येईल.

(2) येथून पुढे वास्तव स्वरूपात कागदपत्रे सादर करण्याची गरज राहणार नाही. त्यामुळे निर्यातकांचा वेळ व पैसा यांची बचत होणार आहे.

(3) आयात-निर्यातसंबंधी परवाने घेताना वेगवेगळ्या मंत्रालयांमार्फत कागदपत्रांची पूर्तता करावी लागत असते. नवीन धोरणानुसार संबंधित विविध मंत्रालयांमध्ये ऑनलाइन संवाद व कागदपत्रांची पूर्तता केली जाईल. त्यामुळे निर्यातकांचे विविध मंत्रालयांमधील हेलपाटे कमी होतील.

(4) भांडवली वस्तू निर्यात प्रोत्साहन योजनेअंतर्गत (EPCG) विविध कागदपत्रांची पूर्तता करण्याच्या कामाची विभागणी अधिकाऱ्यांमध्ये करून देण्यात येईल.

(5) आयात-निर्यातकांचे ऑनलाइन प्रोफाईल तयार केले जाईल व त्यावरून संबंधित कागदपत्रे अपलोड केली जातील.

(6) सध्या EPGC संबंधी माहिती तीन वर्षांपर्यंत सांभाळावी लागत होती. आता ती फक्त दोन वर्षे सांभाळावी लागेल. तसेच संबंधित कागदपत्रे इलेक्ट्रॉनिक स्वरूपात तयार करण्याच्या विचारात आहे.

(7) आयातदार व निर्यातदारांशी संदेश घेवाणीसाठी मोबाईल नंबर, ई-मेल अ‍ॅड्रेस इत्यादी माहिती देणे बंधनकारक करण्यात येईल.

(8) विविध मंत्रालये व कर मंडळे यांच्यामध्ये ऑनलाइन मेसेजेस आदान-प्रदान केले जातील.

यांसारख्या विविध तरतुदी नवीन आयात-निर्यात धोरणामध्ये करून भारत सरकारने भारताचा जागतिक व्यापारातील वाटा वाढविण्याचा प्रयत्न केला आहे.

नवीन आयात-निर्यात धोरणातील प्रमुख तरतुदी थोडक्यात पुढीलप्रमाणे मांडता येतील :

(1) सन 2013-14 ते 2019-20 या काळात भारताची निर्यात 466 बिलियन डॉलर्सवरून 900 बिलियन डॉलर्सपर्यंत वाढविणे.

(2) जागतिक निर्यातीमधील भारताचा वाटा दोन टक्क्यांवरून साडेतीन टक्क्यांपर्यंत वाढविणे.

(3) Merchandise Export from India Scheme (MEIS) आणि Service Exports from India (SEIS) या दोन योजना सुरू करण्यात आल्या.

(4) ज्या निर्यात वस्तूंमध्ये देशी वस्तूंचा समावेश अधिक असेल आणि वर्धित मूल्य अधिक असेल त्यांच्यासाठी अधिक बक्षिसे.

(5) विशेष आर्थिक क्षेत्रामधील (SEZ) प्रकल्पांना अधिक प्रोत्साहनपर सवलती.

(6) देशी कारखानदारी भांडवली वस्तूंसाठीचे निर्यात उत्तरदायित्व 75 टक्क्यांपर्यंत कमी केले.

(7) Make in India, Digital India, Skill India या योजना आयात-निर्यात धोरणाशी जोडण्यात आल्या.

(8) कस्टम्स ड्युटी, एक्साईज ड्युटी व सेवाकरांचा भरणा करण्यासाठी Duty Credit Scrips मुक्तपणे वापरण्यास परवानगी.

(9) राज्य सरकारांचा निर्यात प्रोत्साहन मिशनमध्ये सहभाग.

(10) अडीच वर्षांनंतर आयात-निर्यात धोरणाचे पुनर्विलोकन.

(11) संरक्षण वस्तू, शेतीमाल, पर्यावरण संवर्धन पूरक वस्तूसाठी अधिकचे साहाय्य.

प्रश्नावली

☞ लघुत्तरी प्रश्न

1. आर्थिक विकासात परकीय व्यापाराचे महत्त्व स्पष्ट करा.

2. व्यापारतोल आणि व्यवहारतोल या संकल्पना स्पष्ट करा.

3. सन 1991 पासून भारताच्या व्यवहारतोलात असमतोल निर्माण होण्याची कारणे स्पष्ट करा.

4. भारताच्या सन 2015 - 2020 च्या आयात-निर्यात व्यापार धोरणाची वैशिष्ट्ये स्पष्ट करा.

☞ दीर्घोत्तरी प्रश्न

1. आर्थिक विकासात आयात-निर्यात व्यापाराचे महत्त्व स्पष्ट करा.

2. सन 1991 पासूनच्या भारताच्या व्यवहारतोलातील असमतोलाची कारणे सांगून असमतोल दूर करण्याचे उपाय सुचवा.

3. सध्याच्या भारताच्या आयात-निर्यात व्यापार धोरणाची वैशिष्ट्ये स्पष्ट करा.

टीपा लिहा.

1. व्यवहारतोलाचे घटक
2. व्यवहारतोलाच्या असमतोलाची कारणे
3. भारतीय रुपयाची परिवर्तनीयता
4. आंतरराष्ट्रीय व्यापाराचे महत्त्व.

प्रादेशिक आणि आंतरराष्ट्रीय आर्थिक सहकार्य

REGIONAL AND INTERNATIONAL ECONOMIC CO-OPERATION

प्रास्ताविक

दुसऱ्या महायुद्धामध्ये विस्कळीत झालेल्या अर्थव्यवस्थांची पुनर्रचना करण्यासाठी आणि आंतरराष्ट्रीय व्यापारात वाढ होण्यासाठी, देशा-देशामध्ये आर्थिक सहकार्य निर्माण होण्यासाठी आंतरराष्ट्रीय व प्रादेशिक पातळीवर अनेक प्रकारच्या संस्थांची स्थापना करण्यात आली. यामध्ये आंतरराष्ट्रीय नाणेनिधी, जागतिक बँक, प्रादेशिक सहकार्यासाठी दक्षिण आशियाई सहकार्य संघटन, जागतिक व्यापार संघटना इत्यादींचा समावेश होतो. या संस्थांच्या स्थापनेची उद्दिष्टे व कार्यपद्धतीचा अभ्यास या प्रकरणात करण्यात आलेला आहे.

8.1 प्रादेशिक सहकार्यासाठी दक्षिण आशियाई सहकार्य संघटन (SAARC)

South Asian Association for Regional Co-operation (SAARC)

आर्थिक विकास साध्य करण्यासाठी प्रादेशिक आर्थिक सहकार्य करण्याच्या हेतूने ज्या संस्थांची स्थापना करण्यात आली आहे त्यामध्ये 'सार्क'चा प्रामुख्याने उल्लेख करावा लागतो. दक्षिण आशियातील भारत, पाकिस्तान, बांगलादेश, श्रीलंका, नेपाळ, भूतान आणि मालदीव या देशांनी एकत्रित येऊन परस्परांच्या सहकार्याने आर्थिक विकास साध्य करण्यासाठी या देशांच्या सचिवांची पहिली बैठक कोलंबो येथे पार पडली व त्यातूनच सन 1985 मध्ये दक्षिण आशियाई प्रादेशिक सहकार्य संघटनेची (South Asian Association for Regional Co-operation – SAARC) स्थापना झाली आहे.

सार्कचे मुख्य कार्यालय नेपाळची राजधानी काठमांडू येथे आहे. या संघटनेचे उद्दिष्ट सभासद-देशांचा आर्थिक व सामाजिक विकास घडवून आणणे हे आहे. सभासद देशांचे प्रमुख वर्षातून एकदा एकत्र येऊन प्रदेशाच्या विकासाच्या दृष्टीने महत्त्वाचे निर्णय घेतात.

सार्कचे सर्व सभासद देश प्रामुख्याने कृषिप्रधान देश म्हणून ओळखले जातात. या देशांतून होणाऱ्या निर्यातीत कच्चा माल आणि कृषी उत्पादनाचा मोठ्या प्रमाणात समावेश होत असून आयातीत औद्योगिक क्षेत्रातील उत्पादित वस्तूंचा मोठा भरणा असतो. 'सार्क'च्या सभासद देशांत जगाच्या एकूण लोकसंख्येपैकी एक-षष्ठांश लोकसंख्या वास्तव्य करत असून जगातील एकूण गरीब लोकसंख्येपैकी 50 टक्के लोकसंख्या या प्रदेशात वास्तव्य करते. त्यामुळे या प्रदेशात दारिद्र्य, बेकारी, उपासमार इत्यादी समस्या दिसून येतात. म्हणून या समस्या सोडविण्यासाठी प्रादेशिक पातळीवर सार्कची स्थापना करण्यात आली आहे.

सार्क देशाच्या व्यापारशर्ती त्या देशांसाठी नेहमीच प्रतिकूल राहिल्या आहेत. या देशात नैसर्गिक आणि मानवी साधनसंपत्ती मोठ्या प्रमाणात उपलब्ध असूनदेखील केवळ भांडवलाच्या अभावी त्या साधनसंपत्तीचा पर्याप्त वापर होत नसल्याने या प्रदेशात कमी उत्पादकता, दारिद्र्य, बेकारी, उपासमार इत्यादी समस्या निर्माण झालेल्या आहेत. म्हणून या प्रश्नांची सोडवणूक करण्यासाठी दक्षिण आशियातील सात देशांनी एकत्रित येऊन सार्कची स्थापना केली आहे. सार्कच्या सभासद देशांना परस्पर आर्थिक सहकार्याच्या माध्यमातून व्यापार आणि आर्थिक क्षेत्रात संबंध निर्माण करण्यास मोठा वाव आहे.

सार्कच्या स्थापनेपूर्वी जागतिक बाजारपेठेत सार्कचे सभासद देश एकमेकांशी स्पर्धा करताना दिसून येत होते. उदाहरणार्थ, ताग वस्तूच्या विक्रीसाठी श्रीलंका आणि पाकिस्तानमध्ये तीव्र स्वरूपाची स्पर्धा सुरू होती. सार्कच्या स्थापनेमुळे ही स्पर्धा कमी झाल्याने त्या देशांना आपल्या व्यापारशर्ती सुधारण्याची संधी प्राप्त झाली आहे. तसेच सभासद देशात द्विपक्षी व्यापारी करार होऊन आंतरप्रादेशिक व्यापारात वाढ होण्यास मदत झाली आहे.

8.1.1 सार्कची उद्दिष्टे (Objectives of SAARC)

(1) दक्षिण आशियाई देशातील लोकांच्या आर्थिक व सामाजिक कल्याणात वाढ करून त्यांचा सांस्कृतिक विकास घडवून आणणे.

(2) सार्कच्या सभासद देशांत सामूहिक आत्मनिर्भरता वाढीस लावणे.

(3) दक्षिण आशियाई देशांमध्ये परस्पर सहकार्य वाढीस लावून सभासद देशांमध्ये जिव्हाळ्याचे आर्थिक व राजकीय संबंध प्रस्थापित करणे.

(4) दक्षिण आशियातील उपलब्ध असलेल्या नैसर्गिक व मानवी साधनसंपत्तीचा जास्तीतजास्त वापर करून देशांचा जलद आर्थिक विकास साध्य करणे.

(5) दक्षिण आशियाई देशात मुक्त प्रादेशिक व्यापाराचा विकास करणे.

(6) विकसनशील देशांमध्ये परस्पर सहकार्याचे संबंध वाढीस लावणे.

(7) सभासद देशांचा आर्थिक विकासाचा वेग वाढविण्यासाठी आर्थिक, सामाजिक, विज्ञान व तंत्रज्ञान क्षेत्रात प्रगती साध्य करणे.

थोडक्यात, दक्षिण आशियाई देशांमध्ये प्रादेशिक सहकार्याची भावना निर्माण करून सभासद देशांचा आर्थिक, सामाजिक व सांस्कृतिक विकास साध्य करून लोकांचे सामाजिक कल्याण साध्य करणे हे सार्कचे प्रमुख उद्दिष्ट आहे. हे उद्दिष्ट साध्य करण्यासाठी प्रादेशिक व्यापाराला चालना देण्यात आली आहे. सभासद देशांना तांत्रिक व संशोधनविषयक सहकार्य करून औद्योगिक व आर्थिक विकास साध्य करण्यावर 'सार्क' मध्ये भर देण्यात आला आहे. त्यासाठी 'सार्क' देशांनी आपल्या धोरणात उदारीकरणाला अधिक प्राधान्य देऊन जकाती व इतर व्यापारी निर्बंध कमी करण्यावर भर दिला पाहिजे. तसेच सभासद देशांनी परस्परांना कच्च्या मालाचा पुरवठा करण्यासाठी आणि उत्पादित मालाची विक्री करण्यासाठी सहकार्य केले पाहिजे. सर्व देशांनी आपल्या विभागाच्या व समाजाच्या हितासाठी आपापसामध्ये असणारे राजकीय मतभेद दूर ठेवले पाहिजेत. सभासद देशांनी प्रामुख्याने तांत्रिक, आर्थिक, पर्यावरणीय, माहिती-तंत्रज्ञान इत्यादी बाबतीत सहकार्य करून व दहशतवादी कारवायांना पायबंद घालण्यासाठी प्रयत्न केला पाहिजे.

सार्कचे बहुतेक सर्वच सभासद देश अल्पविकसित आणि विकसनशील असून त्यांनी जलद आर्थिक विकास साध्य करण्यासाठी नियोजित अर्थव्यवस्थेचा स्वीकार केलेला आहे. तसेच या सर्वच देशांवर पूर्वी ब्रिटिशांची सत्ता असल्याने त्या देशांचा विकास झालेला नाही. बहुतेक देशांनी संमिश्र अर्थव्यवस्थेचा स्वीकार केलेला आहे. या सर्वच देशांत कमी-अधिक प्रमाणात बेकारी, दारिद्र्य, उत्पन्न वाटपातील विषमता, लोकसंख्येचे प्रचंड प्रमाण, कृषिप्रधानता, शेतीची कमी उत्पादकता इत्यादी अल्पविकसित देशाची वैशिष्ट्ये दिसून येतात. म्हणून या सर्व प्रश्नांची सोडवणूक करण्यासाठी परस्पर सहकार्याची आवश्यकता असल्याने 'सार्क'ची स्थापना करण्यात आली आहे.

8.1.2 सार्कचे संघटन (Organization of SAARC)

सार्कचे संघटन चार पातळीवरून होत असते. सभासद देशांचे प्रमुख वर्षातून एकदा भेटतात. या सार्क परिषदेमध्ये महत्त्वाचे निर्णय घेतले जातात. तसेच सदस्य देशांच्या व्यापारमंत्र्यांची वर्षातून दोन वेळा भेट होत असते. विदेशी व्यापार सचिवांची स्थायी समिती स्थापन करण्यात आलेली असते. ही समिती मागील कार्यक्रमांचा आढावा घेऊन व नवीन योजना मंजूर करून त्यांची कार्यवाही करते. तसेच कार्यक्रमांमध्ये सुसूत्रता आणण्यासाठी तांत्रिक समिती कार्य करते. सार्कने कामकाजाच्या दृष्टीने एकूण अकरा समित्या स्थापन केल्या असून त्यामध्ये कृषी, दूरसंचार, दळणवळण, सांस्कृतिक व क्रीडा, आरोग्य व लोकसंख्या, ग्रामीण विकास, विज्ञान व तंत्रज्ञान, पर्यटन, महिला विकास इत्यादी प्रमुख समित्या आहेत.

सार्कच्या तांत्रिक समितीकडून संघटनेच्या वार्षिक कामकाजाचा आराखडा तयार केला जातो आणि सार्वजनिक हिताच्या दृष्टीने महत्त्वाच्या असणाऱ्या विषयांवर चर्चा घडवून आणली जाते. सार्क संघटनेत सामाजिक हिताला महत्त्व देण्यात आल्याने दारिद्र्यनिर्मूलन, साक्षरता प्रसार, महिला आणि बालकल्याण यांना महत्त्व देण्यात आले आहे. सार्कने सन 2001 ते 2010 हे दशक बालकल्याणासाठी राबविण्याचे ठरविले होते.

सार्कच्या सभासद देशांच्या प्रमुखांची वर्षातून एकदा बैठक आयोजित केली जाते. सार्कची पहिली बैठक सन 1985 मध्ये बांगलादेशाची राजधानी ढाका येथे भरली होती. दुसरी बैठक सन 1986 मध्ये बेंगळुरू, तिसरी बैठक सन 1987 मध्ये नेपाळची राजधानी काठमांडू, चौथी बैठक सन 1988 मध्ये इस्लामाबाद येथे भरली होती. पाचवी बैठक सन 1990 मध्ये माले येथे, सहावी परिषद कोलंबोला भरली होती. नंतरच्या काळात मात्र सार्कची बैठक प्रतिवर्षी आयोजित करण्याऐवजी दोन वर्षांतून एकदा भरविण्याचे ठरविण्यात आले. दहावी बैठक कोलंबो येथे सन 2001 मध्ये पार पडली. या बैठकीत सभासद देशांवर कायदेशीर बंधन घालण्यात आले आहे. भारतानेदेखील सार्क संघटनेतील द्विपक्षीय करारास इच्छुक असलेल्या नेपाळ, भूतान व श्रीलंकेशी करार केला आहे.

8.1.3 भारताचा सार्क देशांशी व्यापार (India's Trade with SAARC)

सार्कच्या सभासद देशांमध्ये व्यापार वाढावा म्हणून भारताने नेपाळ, बांगलादेश, भूतान व श्रीलंकेबरोबर द्विपक्षीय व्यापारी करार केले आहेत. सार्कच्या सभासद देशात भारत भौगोलिक व आर्थिकदृष्ट्या प्रगत असल्याने सार्कच्या व्यापारामध्ये भारताचा वाटा सर्वाधिक राहिला आहे. **(तक्ता क्र. 8.1 पुढील पानावर पाहा.)**

सार्कच्या सभासद देशांशी भारताचा आयात-निर्यातीसंबंधीच्या तक्ता क्र. 8.1 वरून पुढील काही निष्कर्ष काढता येतील :

(1) सन 1990-91 मध्ये भारतातून सार्कच्या सभासद देशांमध्ये 533.4 दशलक्ष अमेरिकन डॉलर्सची निर्यात झाली होती व त्या देशातून केलेल्या आयातीचे मूल्य 131.4 दशलक्ष अमेरिकन डॉलर्स होते आणि सार्क देशाबरोबरच्या व्यापारात 402.0 दशलक्ष अमेरिकन डॉलर्सची शिल्लक होती. नंतरच्या काळात भारताचा सार्क देशाशी असणारा व्यापार वाढत गेला असून सन 2004-05 मध्ये भारताची सार्क देशात झालेली निर्यात 4,300 दशलक्ष अमेरिकन डॉलर्स व आयात 905.2 दशलक्ष अमेरिकन डॉलर्सची होती आणि सार्क देशाबरोबरच्या व्यापारात 3,395.2 दशलक्ष डॉलर्सची शिल्लक होती. म्हणजेच सार्क देशांशी भारताचा व्यापार भारतासाठी अनुकूल राहिला आहे.

(2) भारतीय रिझर्व्ह बँकेच्या आकडेवारीनुसार, भारतातून सार्क देशात झालेल्या निर्यातीचे मूल्य 14,395 दशलक्ष अमेरिकन डॉलर्स आणि आयातमूल्य 2,604 दशलक्ष अमेरिकन डॉलर्स होते व भारताच्या सार्क देशांबरोबरच्या व्यापारात 12,155 दशलक्ष अमेरिकन डॉलर्सची शिल्लक होती.

(3) सार्कबरोबरच्या एकूण निर्यातीपैकी सर्वाधिक निर्यात बांगलादेशात झालेली आहे व त्यानंतर नेपाळ, श्रीलंका व पाकिस्तानचा क्रम लागतो. सन 1990-91 मध्ये एकूण निर्यातीपैकी 305.1 दशलक्ष अमेरिकन डॉलर्सची निर्यात बांगलादेशात झाली होती; ती सन 2004-05 मध्ये 1,586.2 दशलक्ष अमेरिकन डॉलर्सपर्यंत वाढली. नेपाळमध्ये केलेली निर्यात सन 1990-91 मध्ये 48.3 दशलक्ष अमेरिकन डॉलर्सची होती; ती सन 2004-05 मध्ये 728.5 दशलक्ष अमेरिकन डॉलर्सपर्यंत वाढली होती. श्रीलंकेला केलेल्या निर्यातीचे मूल्य सन 1990-91 मध्ये 13.9 दशलक्ष अमेरिकन डॉलर्सवरून सन 2004-05 मध्ये 353.8 दशलक्ष अमेरिकन डॉलर्सपर्यंत वाढले.

(4) भारताने सार्क देशातून केलेल्या आयातीचा विचार केल्यास आयातीमध्ये नेपाळ, श्रीलंका, पाकिस्तान या देशातून प्रामुख्याने आयात केली जाते. भारताने नेपाळमधून केलेल्या आयातीचे मूल्य सन 1990-91 मध्ये 45.4 दशलक्ष अमेरिकन डॉलर्स होते; ते सन 2004-05 मध्ये 340.0 दशलक्ष अमेरिकन डॉलर्सपर्यंत वाढले. श्रीलंकेतून केलेल्या आयातीचे मूल्य याच कालावधीत 20.5 दशलक्ष डॉलर्सवरून 364.3 दशलक्ष अमेरिकन डॉलर्सपर्यंत वाढले. पाकिस्तानातून केलेल्या आयातीचे मूल्य सन 1990-91 मध्ये 47.1 दशलक्ष अमेरिकन डॉलर्स होते; ते सन 2004-05 मध्ये 95.3 दशलक्ष अमेरिकन डॉलर्स होते. नेपाळमधून झालेल्या आयातीचे मूल्य सन 1990-91 मध्ये 17.4 दशलक्ष अमेरिकन डॉलर्सवरून सन 2004-05 मध्ये 54.9 दशलक्ष अमेरिकन डॉलर्सपर्यंत वाढले.

(5) भूतान आणि मालदीवबरोबरचा भारताचा आयात-निर्यात व्यापार अतिशय कमी असल्याचे स्पष्ट होते.

तक्ता क्र. 8.1 : भारताच्या सार्कच्या सदस्य-देशांशी असणारा व्यापार (दशलक्ष अमेरिकन डॉलर्समध्ये)

क्र.	देश	1990-91		1994-95		1997-98		1999-2000		2002-03		2004-05	
		निर्यात	आयात	निर्यात	आयात	निर्यात	आयात	निर्यात	आयात	निर्यात	आयात	निर्यात	आयात
1.	बांगलादेश	305.1	17.4	644.7	38.2	786.5	50.8	636.3	78.2	1,176.0	62.1	1,586.2	54.9
2.	भूतान	2.2	0.8	11.1	18.3	13.3	13.4	7.6	18.0	39.0	32.2	84.0	50.1
3.	मालदीव	5.9	0.0	15.4	0.2	8.7	0.2	7.3	0.4	31.6	0.3	42.5	0.6
4.	नेपाळ	48.3	45.4	120.1	36.6	170.0	95.2	151.2	188.6	350.4	281.8	728.5	340.0
5.	पाकिस्तान	41.0	47.1	57.2	52.7	143.2	44.4	92.9	68.2	206.2	44.8	505.4	95.3
6.	श्रीलंका	13.9	20.5	366.6	30.7	489.2	30.2	499.3	44.2	921.0	90.8	353.8	364.3
	एकूण	**533.4**	**131.4**	**1,215.0**	**176.7**	**1,610.9**	**234.3**	**1,394.6**	**397.7**	**2,724.1**	**512.0**	**4,300.4**	**905.2**

संदर्भ : *Handbook of Statistics of Indian Economy, RBI, 2004-05*

8.1.4 सार्कपुढील समस्या (Problems of SAARC)

प्रादेशिक सहकार्यातून सभासद देशांचा आर्थिक विकास साध्य करण्याच्या हेतूने दक्षिण आशियातील देशांनी एकत्रित येऊन सन 1985 मध्ये सार्कची स्थापना केली आहे. संघटनेची स्थापना होऊन तीस वर्षांचा कालावधी पूर्ण होऊनदेखील सार्कला परस्पर सहकार्यातून सभासद देशांचा आर्थिक विकास साध्य करण्यात अपयश आल्याचे दिसून येते. त्याची कारणे पुढीलप्रमाणे :

1. **सभासद देशांमधील परस्परसंबंध** : सार्कच्या सभासद देशांमध्ये परस्पर सहकार्याचे संबंध निर्माण झालेले नाहीत. सभासद देशात विश्वासाचे व सहकार्याचे वातावरण नसल्याने सार्कची प्रगती झाली नाही. सार्कच्या सभासद देशांपैकी भारत इतरांपेक्षा भौगोलिक, आर्थिक आणि लोकसंख्येच्या दृष्टीने प्रबळ आहे. प्रदेशाच्या एकूण भूभागापैकी 73 टक्के भूभाग आणि लोकसंख्येपैकी 77 टक्के लोकसंख्या भारताची आहे. सार्कच्या एकूण आयात-निर्यात व्यापारात भारताचा वाटा सर्वाधिक दिसून येतो. जर भारताचा सार्कमध्ये प्रभाव वाढला तर आपले महत्त्व कमी होईल अशी भीती सार्कच्या इतर सभासदांमध्ये निर्माण झालेली आहे. सार्कचे सर्वच देश भारताच्या शेजारील देश असल्याने भारताविषयी इतर सभासदांमध्ये असूया व तिरस्काराची भावना आहे. त्यामुळे श्रीलंका, पाकिस्तान व बांगलादेश या शेजारील देशातून भारतात अशांतता निर्माण करण्यासाठी आतंकवादी व घुसखोरी यांसारख्या कारवाया केल्या जातात. त्यामुळे सभासद देशात सहकार्य व विश्वासाचे संबंध निर्माण होऊ शकले नाहीत.

2. **पाकिस्तानच्या कारवाया** : भारत आणि पाकिस्तान या सभासद देशात त्यांच्या स्थापनेपासूनच सहकार्याचे संबंध राहिलेले नाहीत. उलट त्यांच्यात शत्रुत्वाचे संबंध आहेत. सन 1965 व 1971 चे युद्ध व कारगिल युद्धामुळे दोन देशातील संबंध बिघडले आहेत. त्यामुळे पाकिस्तान सार्कच्या प्रत्येक परिषदेत काश्मीरचा प्रश्न उपस्थित करून इतर सभासदांना आपल्याकडे वळविण्याचा प्रयत्न करत आहे. तसेच काश्मीर भागात घुसखोरी करून आणि आतंकवादी संघटनांना साहाय्य पुरवून भारताच्या अंतर्गत व्यवहारात हस्तक्षेप करत आहे. त्यामुळेच सार्कच्या या देशात सहकार्य आणि विश्वासाचे वातावरण निर्माण होऊ शकले नाही.

3. **व्यापारातील अडथळे** : सार्कचे सर्वच सभासद देश शेजारील देश असूनही त्यांच्यामध्ये व्यापारवाढीसाठी आवश्यक असणारे वातावरण दिसून येत नाही. सभासद देशांच्या करांच्या दरामध्ये तफावत आहे. भारत, पाकिस्तान आणि बांगलादेशात कराचे दर इतर देशांपेक्षा अधिक आहेत. तसेच कर्जाच्या सुविधा पुरेशा प्रमाणात उपलब्ध नाहीत. तसेच सभासद देशात आयात-निर्यातीच्या बाबतीत भेदनीतीचा वापर केला जातो. त्यामुळे परस्परसंबंध निर्माण होण्यास अडचणी निर्माण होतात.

4. **वाहतूक सुविधांचा अभाव** : सभासद-देशांमध्ये व्यापार वाढण्यासाठी वाहतूक आणि दळणवळणाच्या सुविधांचे जाळे निर्माण झाले पाहिजे. परंतु अशा सुविधा नसल्याने सार्क देशाच्या व्यापारात वाढ होत नाही.

5. **माहितीचा अभाव** : सार्कचे सर्वच सभासद देश एकमेकांचे शेजारील देश असूनदेखील त्यांच्यात निर्यातीची शक्यता, आयातीची आवश्यकता, देशांतर्गत धोरणे, व्यवसायातील गुंतवणुकीच्या संधी यासंबंधीची माहिती सहजपणे उपलब्ध होणे आवश्यक असते. परंतु अशी माहिती उपलब्ध नसल्याने व्यापारात वाढ होऊ शकत नाही.

6. **सहकार्य घेण्याच्या इच्छेचा अभाव** : भारताने कृषी, उद्योग, शिक्षण, कृषिमालावर प्रक्रिया उद्योग, माहिती व तंत्रज्ञान इत्यादी क्षेत्रात चांगली प्रगती केली आहे. भारत या सर्व बाबतीत सार्कच्या सभासद देशांना मदत व सहकार्य करू इच्छित आहे. परंतु पाकिस्तान, श्रीलंका व बांगलादेश या देशांची भारताकडून सहकार्य घेण्याची इच्छा नाही. कारण या तिन्ही देशांना भारताने विविध क्षेत्रात केलेली प्रगती सलत आहे. म्हणून ते भारताचे सहकार्य घेण्यास तयार नाहीत.

7. **घुसखोरी** : भारताच्या अंतर्गत व्यवस्थेत शांतता राहू नये यासाठी पाकिस्तानकडून काश्मीरमध्ये आतंकवादी कारवाई, बांगलादेशकडून पूर्वेकडील राज्यात होणारी घुसखोरी, श्रीलंकेकडून तमिळनाडूत होणाऱ्या सिंहली कारवाया यांमुळे भारताचे या शेजारील राष्ट्रांशी चांगले संबंध निर्माण होऊ शकले नाहीत.

सार्कच्या सभासद देशांमध्ये बहुपक्षी करारापेक्षा द्विपक्षी करारास महत्त्व दिले जाते. त्यामुळे सार्कच्या सर्व सभासद देशांत सहकार्य वाढू शकले नाही.

8.2 आंतरराष्ट्रीय नाणेनिधी (IMF)
INTERNATIONAL MONETARY FUND (IMF)

आंतरराष्ट्रीय नाणेनिधीची (IMF) स्थापना हा आंतरराष्ट्रीय जागतिक आर्थिक सहकार्याच्या वाटचालीमधील एक ऐतिहासिक टप्पा मानला जातो. आंतरराष्ट्रीय नाणेनिधीची स्थापना सन 1946 मध्ये करण्यात आली असून नाणेनिधीची प्रत्यक्ष कार्यवाही मार्च 1947 पासून सुरू झाली आहे.

दुसऱ्या महायुद्धापूर्वी जगातील बहुतेक सर्वच देशांत सुवर्ण परिमाण पद्धती अस्तित्वात होती. जागतिक महामंदी आणि दुसऱ्या महायुद्धाच्या काळात सुवर्ण परिमाण पद्धतीचे अस्तित्व संपुष्टात येऊन अपरिवर्तनीय कागदी चलन पद्धती अस्तित्वात आली आहे. सुवर्ण चलन पद्धती अस्तित्वात असताना विनिमय दरांना स्थैर्य प्राप्त झाले होते. मात्र, विनिमय दर स्थिर ठेवण्यासाठी सरकारला आपल्याकडे सोन्याचे साठे ठेवावे लागत होते. जर एखाद्या देशाच्या व्यवहारतोलात तूट निर्माण झाली तर ती भरून काढण्यासाठी सोन्याची निर्यात करावी लागत होती. सोन्याच्या निर्यातीमुळे देशातील एकूण चलनसंख्या कमी होऊन वस्तूच्या किमती कमी होत व त्याचा परिणाम अर्थव्यवस्थेतील गुंतवणूक कमी होऊन बेकारीत वाढ होत असे. याउलट, व्यवहारतोलात शिल्लक राहिल्यास सोन्याची आयात होऊन देशातील एकूण चलनसाठा वाढून किंमतपातळीत वाढ होत असे. थोडक्यात, सुवर्ण परिमाण पद्धतीत व्यवहारतोलाची समस्या निर्माण होऊन विनिमय दरातदेखील बदल होत असे.

दुसऱ्या महायुद्धानंतर सुवर्ण चलन पद्धती संपुष्टात येऊन कागदी चलन पद्धती अस्तित्वात आल्यामुळे भिन्न देशांतील चलनाचा विनिमय दर ठरविणे आणि तो स्थिर ठेवण्यासाठी स्वतंत्र अशा संस्थेची स्थापना करणे आवश्यक वाटू लागले. गरजू देशांना विदेशी चलनाचा पुरवठा करण्यासाठी आंतरराष्ट्रीय नाणेनिधीची स्थापना करण्यात आली आहे. जुलै 1944 मध्ये अमेरिकेतील न्यू हॅम्पशायर राज्यातील 'ब्रेटनवूड' येथे भरलेल्या जागतिक अर्थशास्त्रज्ञ आणि मुत्सद्दी यांच्या परिषदेत झालेल्या चर्चेतून आंतरराष्ट्रीय पातळीवरील दोन वित्तीय संस्थांची स्थापना करण्यात आली आहे, त्या दोन संस्था पुढीलप्रमाणे :

(1) आंतरराष्ट्रीय नाणेनिधी (International Monetary Fund – IMF)

(2) आंतरराष्ट्रीय पुनर्रचना विकास बँक किंवा जागतिक बँक

     (International Bank for Reconstruction and Development – IBRD)

या दोन संस्था संयुक्त राष्ट्रसंघाच्या दुय्यम संस्था म्हणून कार्य करीत आहेत. आंतरराष्ट्रीय नाणेनिधीची स्थापना सन 1946 मध्ये करण्यात आली असून निधीच्या कार्याला मार्च 1947 पासून प्रारंभ झाला आहे. स्थापनेच्या वेळी आंतरराष्ट्रीय नाणेनिधीचे 39 देश सदस्य होते. नंतरच्या काळात नाणेनिधीच्या सदस्यांची संख्या वाढत गेली आहे. 1983 साली नाणेनिधीचे 146 देश सभासद होते. नाणेनिधीचे मुख्य कार्यालय वॉशिंग्टन येथे आहे.

8.2.1 आंतरराष्ट्रीय नाणेनिधीची उद्दिष्टे (Objectives of IMF)

आंतरराष्ट्रीय नाणेनिधीच्या स्थापनेची मूलभूत उद्दिष्टे म्हणजे चलनाचे स्पर्धात्मक अवमूल्यन टाळणे आणि विनिमय नियंत्रण करणे, चलनाचे अवमूल्यन किंवा विनिमय नियंत्रणाचा वापर न करता व्यवहारतोलातील तूट कमी करणे, तसेच देशांतर्गत उत्पन्न आणि रोजगार पातळीत वाढ करणे ही होती. मूलतः नाणेनिधीच्या स्थापनेची पुढील तीन महत्त्वाची उद्दिष्टे सांगितली जातात :

(अ) प्रचलित विनिमय नियंत्रणे कमी करणे.

(ब) विनिमय दर स्थिर राखण्यासाठी प्रयत्न करणे.

(क) बहुपक्षीय व्यापारात वाढ करणे.

आंतरराष्ट्रीय नाणेनिधीच्या करारातील तिसऱ्या कलमामध्ये नाणेनिधीची पुढील उद्दिष्टे ठरविण्यात आली आहेत :

(1) सभासद देशांमध्ये आंतरराष्ट्रीय चलनविषयक सहकार्य वाढीस लावणे, त्यासाठी कायमस्वरूपी यंत्रणा निर्माण करून सभासद देशांच्या चलनविषयक समस्या सोडविण्यासाठी परस्परांमध्ये सहकार्य निर्माण करणे.

(2) आंतरराष्ट्रीय व्यापारात वाढ करणे हे नाणेनिधीच्या स्थापनेचे दुसरे महत्त्वाचे उद्दिष्ट आहे. सभासद राष्ट्रांमध्ये व्यापार वाढावा म्हणून द्विपक्षी करार (Bilateral Agreement) व बहुपक्षीय कराराच्या (Multilateral Agreement) तसेच व्यापारवाढीतून देशाचा आर्थिक विकास साध्य करून देशाच्या रोजगार पातळीत वाढ करणे.

(3) विनिमय दरात स्थैर्य प्रस्थापित करणे हे नाणेनिधीचे उद्दिष्ट आहे. प्रत्येक देशाचा चलनाचा विनिमय दर अमेरिकन डॉलरमध्ये निश्चित केला जातो. असा ठरलेला विनिमय दर स्थिर ठेवण्याचा प्रयत्न सदस्य-राष्ट्रांकडून केला जातो. जर एखाद्या देशाचा विनिमय दर घसरण्याची शक्यता असेल तर तो दर घसरू नये यासाठी नाणेनिधी त्या देशाला आवश्यक तेवढे विदेशी चलन उपलब्ध करून देते.

(4) सभासद देशांच्या व्यवहारतोलात असणारा असमतोल कमी करण्यासाठी नाणेनिधीकडून विदेशी चलन उधारीवर दिले जाते. कारण विनिमय नियंत्रणे लादल्यास व्यापारावर प्रतिकूल परिणाम होत असल्याने नियंत्रणाऐवजी सहकार्य करून व्यवहारतोलातील असमतोल कमी करण्याचा प्रयत्न नाणेनिधीकडून केला जातो.

(5) आंतरराष्ट्रीय व्यापारात वाढ घडवून आणण्यासाठी व्यापारावरील कृत्रिम नियंत्रणे (उदा., आयात जकाती, आयात परवाना, आयात कोटा निश्चित करणे यांसारखी नियंत्रणे) कमी करणे. कारण अशा नियंत्रणामुळे व्यापारावर प्रतिकूल परिणाम होतात.

(6) सभासद-राष्ट्रांना निधी उपलब्ध करून देऊन त्यांच्यात आत्मविश्वास निर्माण करणे, निर्बंध कमी करून व्यापार विकासाबरोबरच सदस्य-राष्ट्रांच्या आर्थिक विकासाला हातभार लावणे.

(7) व्यवहारतोलातील असमतोलाचा कालावधी आणि आकारमान कमीतकमी ठेवणे.

सभासद देशांत चलनप्रणाली विकसित करून देशाच्या व्यापारात वाढ घडवून आणणे हा नाणेनिधीच्या स्थापनेचा मुख्य उद्देश आहे.

8.2.2 आंतरराष्ट्रीय नाणेनिधीचे संघटन (Organisation of IMF)

आंतरराष्ट्रीय नाणेनिधीच्या व्यवस्थापन मंडळामध्ये (अ) प्रशासन मंडळ (ब) कार्यकारी संचालक मंडळ (क) व्यवस्थापकीय संचालक (ड) इतर कर्मचारी इत्यादींचा समावेश होतो. नाणेनिधीच्या एकूण भांडवलात अमेरिकेचा वाटा सर्वाधिक असल्याने निधीचे मुख्य कार्यालय अमेरिकेतील वॉशिंग्टन येथे आहे. प्रशासन मंडळ आणि कार्यकारी संचालक मंडळ ही नाणेनिधीची निर्णय घेणारी सर्वोच्च पातळीवरील बॉडी आहे. या मंडळाने घेतलेले सर्व निर्णय निधीच्या सर्व सभासद देशांवर बंधनकारक ठरतात.

1. प्रशासन मंडळ *(Board of Governers)* : प्रशासन मंडळ हे नाणेनिधीचे सर्वोच्च पातळीवरील मंडळ असून त्यात प्रत्येक देशाचा एक गव्हर्नर आणि एक पर्यायी गव्हर्नर नियुक्त केलेला असतो. सर्वसाधारणपणे सभासद देशांचे अर्थमंत्री किंवा मध्यवर्ती बँकेचे गव्हर्नर यांची नियुक्ती निधीच्या प्रशासन मंडळावर करण्यात येते. सभासद देशांकडून नियुक्त केलेल्या पर्यायी गव्हर्नरास प्रशासन मंडळाच्या सभेमध्ये भाग घेता येतो. मात्र, जेव्हा गव्हर्नर गैरहजर असतात तेव्हाच पर्यायी गव्हर्नरला आपले मत देण्याचा अधिकार प्राप्त होतो.

प्रशासन मंडळाची वर्षातून एकदा मिटिंग होते. त्यामध्ये वर्षभरातील निधीच्या घडामोडींवर चर्चा केली जाते. या मिटिंगमध्ये निधीच्या धोरणासंबंधी काही निर्णय घेतले जातात. ज्या सभासदांचा निधीमध्ये 25 टक्के हिस्सा आहे अशा प्रमुख सभासद देशांच्या प्रतिनिधींची गरज भासल्यास विशेष सभा आयोजित केली जाते. सर्व प्रकारचे महत्त्वाचे निर्णय घेण्याचा अधिकार कार्यकारी संचालक मंडळास देण्यात आलेला असतो. अशा महत्त्वाच्या निर्णयांमध्ये नाणेनिधीची संसाधने, विविध प्रकारचे चार्जेस आणि मानधन व इतर महत्त्वाच्या निर्णयांचा समावेश असतो.

2. **कार्यकारी संचालक मंडळ** (*Board of Executive Directors*) : नाणेनिधीचा दैनंदिन कारभार कार्यकारी संचालक मंडळामार्फत चालविला जातो. कार्यकारी संचालक मंडळामध्ये सध्या 21 सभासद आहेत. त्यापैकी पाच सभासद नाणेनिधीचा सर्वाधिक हिस्सा असलेल्या पाच मोठ्या देशाचे प्रतिनिधी असतात. राहिलेले सभासद नाणेनिधीच्या इतर सभासद देशांमधून दोन वर्षांसाठी क्षेत्रीय आधारावर निवडले जातात. कार्यकारी संचालक मंडळाचा प्रत्येक निर्वाचित सदस्य साहाय्यक सदस्यांची नियुक्ती करू शकतो. अशा नियुक्त सदस्यास कार्यकारी मंडळाच्या सभेत भाग घेता येतो. तसेच निवडलेल्या सदस्याच्या गैरहजेरीतच मतदान करता येते. सर्वाधिक कोटा असलेल्या पाच देशांमध्ये अमेरिका, इंग्लंड, पश्चिम जर्मनी, फ्रान्स व भारताचा समावेश आहे.

3. **व्यवस्थापकीय संचालक** (*Managing Directors*) : कार्यकारी संचालक मंडळाचा अध्यक्ष हाच व्यवस्थापकीय संचालक असतो. तोच नाणेनिधीचा प्रमुख असतो. कार्यकारी मंडळाची आठवड्यातून दोन ते तीन वेळा मिटिंग होते. त्यात नाणेनिधीपुढील समस्यांवर चर्चा केली जाते. कार्यकारी मंडळाच्या बैठकीमध्ये व्यवस्थापकीय संचालकास मतदानाचा अधिकार नसतो.

कार्यकारी मंडळ हे नाणेनिधीचे सर्वांत शक्तिशाली मंडळ असते. कारण या मंडळास नाणेनिधीच्या स्थापनेसंबंधीच्या करारात सर्व अधिकार दिलेले असतात. व्यवस्थापकीय संचालक कार्यकारी मंडळाचे पदसिद्ध अध्यक्ष असल्याने तेच नाणेनिधीच्या संघटन व प्रशासनास जबाबदार असतात.

4. **कर्मचारी वर्ग** (*Other Staff*) : नाणेनिधीचा दैनंदिन कारभार पाहण्यासाठी कर्मचारी वर्गाची नियुक्ती करण्यात येते. अशी नियुक्ती व्यवस्थापकीय संचालक व अधिकृत अधिकाऱ्यांमार्फत केली जाते.

8.2.3 आंतरराष्ट्रीय नाणेनिधीची कार्ये (Functions of IMF)

आंतरराष्ट्रीय नाणेनिधीची कार्ये पुढीलप्रमाणे :

1. **अल्पकालीन कर्जपुरवठा करणे** : आंतरराष्ट्रीय नाणेनिधी आपल्या सदस्य देशांना व्यवहारतोलातील तूट भरून काढण्यासाठी अल्प मुदतीचा कर्जपुरवठा करते. नाणेनिधीकडे सभासद देशांकडून त्यांच्या कोट्याच्या स्वरूपात बराचसा निधी जमा होतो. तसेच नाणेनिधी सदस्य देशात सोन्याची विक्री करून वित्तीय साधनसामग्री जमा करते; तसेच सदस्य देशाचे सरकार व मध्यवर्ती बँकेकडून कर्जरूपाने निधी जमा केला जातो.

नाणेनिधीच्या तरतुदीनुसार सभासद देश नाणेनिधीकडून कर्जरूपाने आवश्यक त्या देशाचे चलन खरेदी करू शकतो. असे कर्ज त्या देशाच्या नाणेनिधीकडे असलेल्या कोट्याच्या 125 टक्क्यांपर्यंत घेता येते. मात्र, एका वर्षात देशाला कोट्याच्या जास्तीतजास्त 25 टक्के एवढेच विदेशी चलनातील कर्ज घेता येते. असे विदेशी कर्ज घेताना सदस्य देशाला स्वदेशी चलन नाणेनिधीकडे जमा करावे लागते.

2. **व्यवहारतोलातील असमतोल कमी करणे** : सदस्य देशाच्या व्यवहारतोलात तूट असल्यास ती तूट भरून काढण्यासाठी नाणेनिधी त्या देशांना विदेशी चलनाच्या स्वरूपात कर्ज देते. मात्र, व्यवहारतोलातील असमतोल तात्पुरत्या स्वरूपाचा असला पाहिजे आणि तो अवर्षणामुळे उत्पादनात घट झाली असल्याने निर्माण झाला पाहिजे. जर व्यवहारतोलातील असमतोल सदस्य देशांनी चलनाचे अवमूल्यन केल्यामुळे निर्माण झाला असेल तर नाणेनिधीकडून आर्थिक मदत केली जात नाही.

3. **विनिमय दर स्थिर राखणे** : विनिमय दर स्थिर ठेवणे हे नाणेनिधीच्या स्थापनेचे प्रमुख उद्दिष्ट होते. त्यामुळे निधीच्या करारानुसार प्रत्येक सभासद राष्ट्राने आपल्या चलनाचे मूल्य सुवर्ण किंवा अमेरिकन डॉलरमध्ये निश्चित केले पाहिजे. त्याच्या पाठीमागील मुख्य उद्देश विनिमयाचे मूल्य स्थिर राखणे हा आहे. नाणेनिधी सभासद राष्ट्रांना प्रचलित विनिमय दरात एक टक्क्यापर्यंत वाढ किंवा घट करण्यास परवानगी देते.

विनिमय दरात असा बदल करण्यासाठी नाणेनिधीची पूर्व संमती घेणे आवश्यक असते. सन 1971 पासून नाणेनिधीने स्थिर विनिमय दराऐवजी तरत्या किंवा लवचीक विनिमय दर धोरणाचा स्वीकार केल्याने प्रत्येक देशाने आपल्या चलनाचे मूल्य सुवर्ण किंवा अमेरिकन डॉलरमध्ये ठरविले पाहिजे आणि ते स्थिर ठेवण्याचा प्रयत्न केला पाहिजे. नाणेनिधीचे विनिमय दर निश्चितीवर फारसे नियंत्रण राहिलेले नाही.

4. **तांत्रिक व आर्थिक मार्गदर्शन** : आंतरराष्ट्रीय नाणेनिधी आपल्या सदस्य देशांना तांत्रिक व आर्थिक सल्ला देण्याचे कार्य करते. असा सल्ला प्रामुख्याने चलनविषयक व वित्तीय धोरण ठरविण्याच्या दृष्टीने महत्त्वाचा असतो. ज्या देशापुढे व्यवहारतोलात सतत तुटीची समस्या असते अशा देशांना तांत्रिक सल्ला देते. नाणेनिधीमार्फत अल्पकालीन प्रशिक्षण वर्ग चालविले जातात. यामध्ये सदस्य-देशांच्या व्यक्तींना वित्तीय, चलनविषयक आणि व्यवहारतोलासंबंधीच्या समस्या दूर करण्यासंबंधीचे प्रशिक्षण दिले जाते.

5. **विदेशी चलनाचा साठा सांभाळणे** : आंतरराष्ट्रीय नाणेनिधीकडे सदस्य-राष्ट्रांकडून कोटा, मध्यवर्ती बँक व सरकारकडून घेतलेला हप्ता कर्जाच्या स्वरूपात विदेशी चलन जमा होत असते. अशा विदेशी चलनाचा सांभाळ करणे आणि त्या चलनाची सदस्य-राष्ट्रांमध्ये खरेदी-विक्री करणे हे नाणेनिधीचे महत्त्वाचे कार्य मानले जाते. अशा विदेशी चलनाच्या खरेदी-विक्रीतून गरजू सभासद देशांना विदेशी चलनात साहाय्य केले जाते.

वरील महत्त्वाच्या कार्यांबरोबरच सभासद देशाच्या चलनाचे बाह्य मूल्य स्थिर ठेवण्यासाठी यंत्रणा निर्माण करणे, सभासद देशाच्या उत्पादन आणि रोजगार पातळीत वाढ करण्यासाठी मदत करणे. ज्याप्रमाणे प्रत्येक देशाची मध्यवर्ती बँक देशातील व्यापारी बँकांकडून विविध प्रकारच्या ठेवी स्वीकारते व आवश्यकतेनुसार बँकांना मदत करते त्याचप्रमाणे आंतरराष्ट्रीय नाणेनिधी सभासद राष्ट्रांच्या मध्यवर्ती बँकेकडून त्या देशाचे चलन व सोने स्वीकारते आणि व्यवहारतोलात तूट आलेल्या देशांना अल्पकालीन कर्ज देऊन ती तूट भरून काढण्यासाठी मदत करते.

8.2.4 आंतरराष्ट्रीय नाणेनिधीचा कोटा (The IMF Quotas)

जेव्हा एखादा देश नाणेनिधीचा सदस्य बनतो तेव्हा त्या देशाने काही भांडवल-सदस्य वर्गणी म्हणून जमा केले पाहिजे, त्यास 'कोटा' असे म्हणतात. असा कोटा नाणेनिधी निश्चित करते. सभासद देशाच्या आर्थिक स्थितीवरून तो ठरविला जातो.

ठरवून दिलेल्या कोट्यापैकी काही भाग सोन्यात तर काही भाग स्वतःच्या चलनामध्ये नाणेनिधीकडे जमा केला जातो. कोट्याच्या प्रमाणात त्या देशाला मताचा अधिकार आणि नाणेनिधीकडून कर्ज/उचल घेण्याचा अधिकार दिला जातो.

नाणेनिधीच्या स्थापनेच्या वेळी विविध देशांचा कोटा निश्चित करण्यात आला होता. स्थापनेच्या वेळी (1946) अमेरिकेचा कोटा सर्वाधिक 1750 दशलक्ष अमेरिकन डॉलर तर आयर्लंडचा सर्वांत कमी एक दशलक्ष डॉलर एवढा होता. प्रत्येक सभासद देशाने आपल्या कोट्यापैकी 25 टक्के भाग सोने किंवा अमेरिकन डॉलर्सच्या स्वरूपात आणि राहिलेला 75 टक्के भाग त्या देशाने स्वतःच्या चलनामध्ये आपल्या मध्यवर्ती बँकेत नाणेनिधीच्या नावे जमा केला पाहिजे. नाणेनिधीच्या सर्वांत मोठ्या सदस्यांमध्ये अमेरिका, इंग्लंड, पश्चिम जर्मनी, फ्रान्स, भारत, जपान, कॅनडा, इटली इत्यादी देशांचा कोटा अधिक आहे.

पूर्वी नाणेनिधीच्या कोट्यामध्ये भारताचा पाचवा क्रमांक होता, तो नंतरच्या काळात आठवा झाला आहे. प्रत्येक देशाला आंतरराष्ट्रीय नाणेनिधीतून एका वर्षात आपल्या कोट्याच्या जास्तीतजास्त एक-चतुर्थांश एवढी उचल घेता येते. आपल्या कोट्यातील सुवर्णाच्या पोटी ही उचल घेतल्यास ती बिनशर्त स्वरूपाची असते. सभासद-देशाला व्यवहारतोलातील तूट भरून काढण्यासाठी तात्पुरत्या स्वरूपाचे किंवा अल्पकालीन कर्ज नाणेनिधीकडून घेता येते. मात्र, सदस्य-देश वारंवार उचल घेत असेल तर अशा कर्जावर विशिष्ट दराने फी आकारली जाते. जसजशी कर्जाची मुदत वाढते तसतशी फीची रक्कम वाढत जाते.

8.2.5 आंतरराष्ट्रीय नाणेनिधीचे यश (Achievements of IMF)

आंतरराष्ट्रीय नाणेनिधीने स्थापनेच्या वेळी ठरविलेली उद्दिष्टे साध्य करण्यात बरेच यश मिळविले आहे.

1. **विनिमय दरात स्थैर्य** : विनिमय दरात स्थैर्य प्राप्त करणे हे नाणेनिधीचे मूलभूत उद्दिष्ट होते. युद्धकाळात विनिमय दरात अस्थिरता निर्माण झाली होती, ती अस्थिरता कमी करण्यात निधीला बरेचसे यश प्राप्त झाले आहे. आंतरराष्ट्रीय नाणेनिधीच्या प्रणालीमध्ये स्थिर विनिमय दर म्हणजे त्यात कसल्याही प्रकारचा बदल न करणे असा त्याचा अर्थ नाही; तर स्थिरता आणि लवचीक विनिमय दरांच्या असणाऱ्या गुणांचे एकत्रीकरण करून विनिमय दराचे व्यवस्थापन

करणे याला महत्त्व आहे. विनिमय दरातील स्पर्धात्मक घसरण थांबविण्यासाठी नाणेनिधीने प्रत्येक सभासद-देशाने आपल्या चलनाचे मूल्य सुवर्ण किंवा डॉलरमध्ये व्यक्त करावे असे बंधन घातल्याने विनिमय दराला स्थैर्य निर्माण झाले आहे. व्यवहारतोलातील मूलभूत असमतोल कमी करण्यासाठी विनिमय दरात बदल करण्यास नाणेनिधीने परवानगी दिल्याची अनेक उदाहरणे आहेत.

2. व्यवहारतोलातील असंतुलनात सुधारणा : नाणेनिधीच्या स्थापनेपूर्वी व्यवहारतोलातील असमतोल कमी करण्यासाठी आयातीवर निर्बंध घालणे, आयात जकाती लादणे, आयात कोटा मर्यादित ठेवणे इत्यादींसारख्या विनिमय नियंत्रणाच्या साधनांचा वापर करण्यात येत होता. नाणेनिधीने या उपायाऐवजी व्यवहारतोलातील असमतोल कमी करण्यासाठी अल्पकालीन कर्जाची सुविधा निर्माण केली आहे. त्यामुळे व्यवहारतोलातील असमतोल कमी होण्यास मदत झाली आहे.

3. तांत्रिक सल्ला आणि मार्गदर्शन : आंतरराष्ट्रीय नाणेनिधी ही तांत्रिक व व्यावसायिक मार्गदर्शन करणारी संस्था म्हणून कार्य करते. या संस्थेत दैनंदिन व्यवहारातील घडामोडींवर चर्चा घडवून आणली जाते. सभासद-देशाचे वित्तीय धोरण व त्यांचा व्यवहारतोलावर होणारा संभाव्य परिणाम यांवर मार्गदर्शन करते.

4. व्यापाराचा विस्तार : आंतरराष्ट्रीय व्यापारात वाढ घडवून आणण्यामध्ये नाणेनिधीने महत्त्वाची भूमिका पार पाडली आहे. सभासद देशांना कर्ज उपलब्ध करून दिल्यामुळे आयातीवर निर्बंध घालून विनिमय नियंत्रण करण्याची आवश्यकता भासत नाही. नाणेनिधी सभासद-देशांच्या व्यवहारतोलातील तात्पुरती तूट भरून काढण्यासाठी मदत करते. तसेच नाणेनिधी विविध देशांचे चलन उपलब्ध करून देत असल्याने देशादेशांतील व्यापारात वाढ होऊन जागतिक व्यापारात वाढ झाली आहे.

5. बहुविध विनिमय दर : अलीकडच्या काळात नाणेनिधीने बहुविध विनिमय दर पद्धतीत सुलभता आणण्यात बरेच यश प्राप्त केले आहे. त्यामुळे सभासद-देशांना नाणेनिधीने वित्तीय मदत केली आहे.

6. धोरणात बदल : प्रारंभीच्या काळात नाणेनिधीकडून सभासद देशांना व्यवहारतोलातील असमतोल कमी करण्यासाठी केवळ अल्पकालीन कर्जाचा पुरवठा केला जात होता.

अलीकडच्या काळात नाणेनिधीने आपल्या धोरणात मूलभूत स्वरूपाचा बदल केला असून कर्जासंबंधी अधिक लवचीक धोरण स्वीकारले आहे. नाणेनिधी सभासद-देशांना विकास कार्यासाठीदेखील कर्ज देऊ लागल्याने नाणेनिधीने दिलेल्या कर्जामध्ये मोठ्या प्रमाणात वाढ झाली आहे.

7. आंतरराष्ट्रीय रोखता : सन 1967 पर्यंत अनेक सभासद-देशांपुढे रोखतेची समस्या निर्माण झाली होती. ही समस्या सोडविण्यासाठी नाणेनिधीने एक नवीन व्यवस्था निर्माण केली आहे. ती योजना 'विशेष आहरण अधिकार' (SDR) या नावाने ओळखली जाते. त्यामुळे आंतरराष्ट्रीय रोखतेची समस्या सुटण्यास मदत झाली आहे.

8. आर्थिक विकासाला मदत : अलीकडच्या काळात नाणेनिधीने विकसनशील देशांना कर्जपुरवठा करून त्या देशांच्या व्यवहारतोल आणि चलनव्यवस्थेला स्थैर्य प्रस्थापित होण्यासाठी मदत केली आहे. अल्प विकसित देश त्यांच्या विकास कार्यासाठीदेखील नाणेनिधीने सहकार्य करावे अशी अपेक्षा करू लागले आहेत. नाणेनिधी सदस्य-देशांना तांत्रिक सहकार्य करीत असल्याने त्यांच्या पुढील आव्हानांना सामोरे जाणे सहज शक्य झाले आहे. नाणेनिधीच्या तज्ज्ञ अधिकाऱ्यांमार्फत चलन, वित्तीय आणि विनिमय दर धोरणाची अंमलबजावणी करण्यासाठी मार्गदर्शन केले जाते.

1964 साली नाणेनिधीने वित्तीय धोरण विभाग स्थापन करून सदस्य-देशांसाठी वित्तीय धोरण, कर व्यवस्थापन, अंदाजपत्रक इत्यादींबाबत तज्ज्ञांकडून मार्गदर्शन करते. विकसनशील देशांच्या मध्यवर्ती बँकांना मार्गदर्शन करण्यासाठी नाणेनिधीने मध्यवर्ती बँक मार्गदर्शन सेवा केंद्राची स्थापना केली आहे. तसेच सभासद-देशांच्या प्रतिनिधींना तांत्रिक मार्गदर्शन करण्यासाठी मार्गदर्शन-केंद्र सुरू केले आहे. या सर्व उपायांमुळे आंतरराष्ट्रीय रोखतेची समस्या सुटण्यास मदत झाली आहे.

8.2.6 आंतरराष्ट्रीय नाणेनिधीचे दोष/अपयश (Short-comings of IMF)

आंतरराष्ट्रीय पातळीवरील चलनविषयक संस्था म्हणून नाणेनिधीने महत्त्वाची भूमिका पार पाडून निर्धारित केलेली उद्दिष्टे साध्य करण्याचा प्रयत्न केला आहे. नाणेनिधीने सभासद-देशांना व्यवहारतोलातील असमतोल कमी करण्यासाठी विविध देशांच्या चलनाच्या स्वरूपात कर्जपुरवठा केला आहे. त्याचा लाभ विकसनशील देशांबरोबरच विकसित देशांनादेखील झाला आहे. नाणेनिधीच्या स्थापनेमुळे आंतरराष्ट्रीय व्यापाराचा विस्तार होण्यास मदत झाली आहे.

तसेच रोखतेची समस्या सोडविण्यासाठी आपल्या कायद्यात दुरुस्ती करून विशेष आहरण अधिकाराची (Speical Drawing Right – SDR) निर्मिती केली आहे. नाणेनिधीने स्थापनेनंतरच्या काळात जरी उल्लेखनीय कामगिरी केली असली तरी नाणेनिधीच्या कार्यांत अनेक उणिवा राहिल्या आहेत.

नाणेनिधीच्या कार्यपद्धतीवर पुढील प्रकारची टीका करण्यात येते :

1. **मर्यादित कार्यक्षेत्र** : आंतरराष्ट्रीय नाणेनिधीकडून सभासद-देशांना केवळ व्यवहारतोलातील तात्पुरता असमतोल कमी करण्यासाठी अल्पकालीन कर्जपुरवठा केला जातो. युद्धखर्च भागविणे, जुन्या कर्जांची परतफेड, आयात-निर्यातीत वाढ व इतर समस्या सोडविण्यासाठी फारसी मदत केली जात नाही.

2. **अमेरिकेचा वाढता प्रभाव** : आंतरराष्ट्रीय नाणेनिधीमध्ये अमेरिका, इंग्लंड, पश्चिम जर्मनी, जपान, फ्रान्स यांचा वाटा अधिक असल्याने या देशांचा व प्रामुख्याने अमेरिकेचा नाणेनिधीवर अधिक प्रभाव दिसून येतो. नाणेनिधीचे बहुसंख्य सभासद अल्प विकसित व विकसनशील देश असूनदेखील त्यांचा निधीतील कोटा कमी असल्याने नाणेनिधीचा या देशांना फारसा लाभ होत नाही.

3. **अधिक व्याजदर** : नाणेनिधीकडून सभासद देशांना जो कर्जपुरवठा केला जातो त्या कर्जावरील व्याजाचा दर अधिक आहे. जेव्हा नाणेनिधी स्वतःच्या निधीतून कर्ज देते तेव्हा त्यावरील व्याजाचा दर 6.6 टक्के एवढा असतो. मात्र, नाणेनिधीने कर्जरूपाने उभारलेल्या निधीतून कर्जपुरवठा केला तर त्या कर्जावर 14.56 टक्के व्याजदर आकारल्याचे दिसून येते. असा व्याजदर विकसनशील राष्ट्रांना परवडणारा नाही.

4. **दुय्यम भूमिका** : आंतरराष्ट्रीय नाणेनिधी आंतरराष्ट्रीय चलनव्यवस्थेत प्रमुख भूमिका पार पाडण्याऐवजी दुय्यम भूमिका पार पाडीत आहे. कारण नाणेनिधीकडून सदस्य-राष्ट्रांना केवळ अल्पकालीन कर्जाचाच पुरवठा केला जातो. त्यामुळे उद्योगप्रधान देशाच्या दहा मध्यवर्ती बँक गटाने दीर्घकालीन कर्जपुरवठा करण्याचे धोरण स्वीकारले आहे. त्यामुळे त्या देशाची आंतरराष्ट्रीय चलनव्यवस्थेत प्रमुख भूमिका निर्माण झाली असून नाणेनिधीला दुय्यम भूमिका स्वीकारावी लागत आहे. या नवीन योजनेमुळे डॉलरचे महत्त्व कमी होऊन यूरो डॉलरचे महत्त्व वाढले आहे.

5. **विनिमय दरात अस्थिरता** : विनिमय दराचे स्थैर्य राखण्यात नाणेनिधीला अपयश आले आहे. निधीच्या मूळच्या करारात सदस्य-राष्ट्रांना प्रचलित विनिमय दरापेक्षा एक टक्का अधिक किंवा एक टक्का कमी दर आकारता येतो, यालाच 'व्यवस्थापित विनिमय दर' असे म्हणतात. परंतु सन 1971 नंतर अनेक सदस्य-देशांनी व्यवस्थापित बदलत्या विनिमय दर पद्धतीचा स्वीकार केला आहे. त्यामुळे विनिमय दर स्थिर ठेवण्यात निधीला अपयश आले आहे.

6. **विनिमय नियंत्रणे कमी करण्यात अपयश** : आंतरराष्ट्रीय व्यापारात वाढ घडवून आणण्यासाठी नाणेनिधीने विनिमय नियंत्रणे - उदाहरणार्थ, आयात-निर्यात जकात, निर्यात प्रोत्साहन, परवाना पद्धती नष्ट करण्यावर भर दिला आहे. परंतु नाणेनिधीला अशी नियंत्रणे कमी करण्यात फारसे यश लाभले नाही.

7. **अल्प विकसित व विकसनशील देशाला कमी मदत** : आंतरराष्ट्रीय नाणेनिधीवर प्रगत देशांचे वर्चस्व असल्याने नाणेनिधीचा लाभ प्रगत देशांनीच अधिक उठविला आहे. निधीचे बहुसंख्य सदस्य अल्प विकसित आणि विकसनशील देश असून त्यांना विकासासाठी मोठ्या प्रमाणात भांडवलाची आवश्यकता आहे. नाणेनिधीकडून अशा देशांना पुरेशी मदत मिळू न शकल्याने अशा देशांचा व्यवहारतोल सतत तुटीचा राहिला आहे. त्यामुळे विकसित व विकसनशील देशातील दरी वाढत गेली आहे.

8. **सदस्यांचा कोटा ठरविण्याची दोषपूर्ण पद्धती** : नाणेनिधीच्या सभासद-देशांचा कोटा ठरविण्याच्या पद्धतीस कोणताही शास्त्रीय आधार नाही. कोटा ठरविताना त्या देशाकडे असलेला सुवर्णाचा व डॉलरचा साठा आणि त्या देशाची व्यापाराची स्थिती इत्यादींना अधिक महत्त्व देण्यात आले आहे. त्यामुळे नाणेनिधीवर अमेरिका, इंग्लंड, पश्चिम जर्मनी, जपान व फ्रान्स या प्रगत देशाचेच वर्चस्व निर्माण झाले आहे. तसेच नाणेनिधी सदस्य राष्ट्रांच्या बाबतीत भेदभाव निर्माण करते. सन 1972 मध्ये जेव्हा डॉलर संकटात सापडला होता तेव्हा नाणेनिधीने अमेरिकेवर चलनाचे अवमूल्यन करण्यासाठी कसल्याही दबावाचा वापर केला नाही. याच काळात जर्मन मार्क आणि जपानच्या येनच्या बाबतीत लवचीक विनिमय दराचा अवलंब केला होता.

9. **फक्त अमेरिकेच्याच हिताचे रक्षण** : नाणेनिधीचे कार्यकारी मंडळ पूर्णपणे अमेरिकेच्या हिताचे रक्षण करण्याचा सतत प्रयत्न करते अशी टीका केली जाते. मागील दहा-बारा वर्षांच्या कालावधीत नाणेनिधीने ज्या सुधारणा केल्या आहेत त्या प्रामुख्याने अमेरिकेच्या व्यवहारतोलाची समस्या सोडविण्यासाठीच केल्या आहेत असे दिसून येते.

10. **चलन पद्धतीत स्थैर्य प्रस्थापित करण्यात अपयश** : आंतरराष्ट्रीय नाणेनिधीचे एक प्रमुख अपयश म्हणजे नाणेनिधीला चलन पद्धतीत स्थैर्य प्रस्थापित करण्यास आलेले अपयश होय. सध्याची नाणेनिधीची पद्धती ही 'सुवर्ण विनिमय पद्धती' ऐवजी 'डॉलर विनिमय पद्धती' ठरली असल्याची टीका केली जाते. कारण या पद्धतीत डॉलरला विशेष महत्त्व देण्यात आले आहे.

आंतरराष्ट्रीय नाणेनिधीच्या कार्यपद्धतीवर जरी वरील प्रकारची टीका करण्यात आली असली तरी नाणेनिधीमुळे आंतरराष्ट्रीय चलनविषयक सहकार्य निर्माण होण्यास मदत झाली आहे. तसेच नाणेनिधीमुळे जागतिक व्यापाराचा विस्तार होण्यास मदत झाली आहे हे नाकारता येणार नाही. देशाच्या मध्यवर्ती बँकेला देशाच्या चलनविषयक व व्यापारी बँकव्यवसायामध्ये महत्त्वाचे स्थान असते त्याचप्रमाणे महत्त्व नाणेनिधीला आंतरराष्ट्रीय चलनव्यवस्था व आंतरराष्टीय व्यापाराच्या बाबतीत प्राप्त झाले आहे. आंतरराष्ट्रीय नाणेनिधी निर्धारित केलेली उद्दिष्टे साध्य करून आंतरराष्ट्रीय आर्थिक व चलनविषयक सहकार्य प्रस्थापित करण्यात महत्त्वाची भूमिका पार पाडीत आहे.

8.2.7 आंतरराष्ट्रीय नाणेनिधी व भारत (The IMF and INDIA)

भारत हा आंतरराष्ट्रीय नाणेनिधीचा संस्थापक सदस्य-देश आहे. भारताने नाणेनिधीच्या करारावर 27 डिसेंबर, 1945 रोजी सही केली. सन 1970 पर्यंत नाणेनिधीच्या कोट्यामध्ये भारताचा पाचवा क्रमांक होता. त्यामुळे नाणेनिधीच्या कार्यकारी मंडळावर कायमस्वरूपी संचालक नियुक्त करण्याचा अधिकार भारतास प्राप्त झालेला होता. सन 1970 नंतर जपान, कॅनडा आणि इटलीचा भारतापेक्षा अधिकार वाढला आहे.

स्थापनेच्या वेळी भारतीय रुपयाचे सुवर्णातील मूल्य 0.268601 ग्रॅम किंवा 30.225 अमेरिकन सेंट निश्चित करण्यात आले होते. जेव्हा सन 1949 मध्ये भारतीय रुपयाचे अवमूल्यन करण्यात आले तेव्हा रुपयाचे सुवर्णातील मूल्य 0.1,86,621 ग्रॅम आणि डॉलरमधील मूल्य 21 अमेरिकन सेंटपर्यंत कमी झाले होते. त्यानंतर 1966 साली पुन्हा रुपयाचे अवमूल्यन करण्यात आल्याने रुपयाचे सुवर्ण आणि अमेरिकन डॉलरमधील मूल्य घसरले आहे.

भारत हा आंतरराष्ट्रीय नाणेनिधीचा संस्थापक सदस्य असल्याने नाणेनिधीचा एक महत्त्वाचा लाभार्थी मानला जातो. आतापर्यंत भारताची नियोजन काळातील आर्थिक नीती सार्वजनिक क्षेत्राला अधिक महत्त्वाची ठरली आहे. प्रारंभीच्या काळात भारताने उद्योगाच्या वाढीसाठी संरक्षित व्यापार धोरणाचा पुरस्कार केला होता. भारताचे हे धोरण नाणेनिधीच्या मुक्त व्यापार धोरण तत्त्वज्ञानाच्या विरोधी ठरले आहे.

भारताने समाजवादी समाजरचना निर्माण करण्याचे एक महत्त्वाचे उद्दिष्ट ठरविल्याने सार्वजनिक क्षेत्राला अधिक महत्त्व देण्यात आले आहे. अशा समाजवादी अर्थव्यवस्थेत विदेशी भांडवल गुंतवणुकीला परवानगी दिली जात नाही. औद्योगिक विकासासाठी मात्र विदेशी भांडवल गुंतवणुकीला महत्त्व देण्यात आले आहे.

नेहरूंच्या कालावधीत भारताच्या आर्थिक धोरणात परवाना पद्धतीस महत्त्वाचे स्थान प्राप्त झाले होते. भारताने आपल्या आर्थिक नियोजनात रशियन नियोजन पद्धतीचा स्वीकार केला होता. त्यामुळे भारताची अर्थव्यवस्था बंदिस्त बनली होती. अशा धोरणाचे नाणेनिधी आणि जागतिक बँकेने समर्थन केलेले नाही. त्यामुळेच जेव्हा-जेव्हा भारतात

विनिमय दराची समस्या निर्माण झाली तेव्हा-तेव्हा भारताच्या वरील धोरणात बदल करण्यासाठी नाणेनिधी व जागतिक बँकेने दबाव आणला आहे. सन १९६६ मध्ये जेव्हा भारतात व्यवहारतोलातील तुटीची समस्या निर्माण झाली तेव्हा जागतिक बँकेने आयात शिथिलीकरणासाठी आग्रह धरला होता.

सन 1970 पासून भारताच्या आर्थिक/व्यापारविषयक धोरणात बदल झाले आहेत. असे बदल शिथिलीकरणाच्या दिशेने सुरू झाले आहेत. सन 1975 च्या देशांतर्गत आणीबाणीच्या काळात श्रीमती इंदिरा गांधीवर समाजवादी धोरणाचा त्याग करून बाजार धोरणाचा स्वीकार करण्यासाठी दबाव आणण्यात आला होता. त्यामुळेच भारताने विदेशी, पाश्चिमात्य खाजगी भांडवल गुंतवणुकीला मुक्त प्रवेश द्यावा यासाठी नाणेनिधीने व जागतिक बँकेने सतत प्रयत्न केले आहेत.

मागील काही वर्षांत नाणेनिधी आणि जागतिक बँकेने आर्थिक उदारीकरण, कमीतकमी नियंत्रणाचा व मुक्त व्यापार धोरणाचा पुरस्कार करण्यावर भर दिला आहे. तसेच सार्वजनिक क्षेत्राचे महत्त्व कमी करून खाजगी क्षेत्राच्या विकासाला अधिक महत्त्व देण्यात आले आहे.

भारत हा नाणेनिधीच्या लाभार्थींपैकी एक महत्त्वाचा लाभार्थी मानला जातो. भारताने नाणेनिधीकडून वेळोवेळी मदत घेऊन त्याची परतफेड केली आहे. सन 1947 ते 1955 या कालावधीत भारताने व्यवहारतोलाची समस्या निर्माण झाल्याने दोन वेळा 100 दशलक्ष डॉलर्सचे कर्ज घेतले होते. तसेच 1957 ते 1975 या कालावधीत भारताने नाणेनिधीकडून आठ वेळा कर्ज घेतले होते. त्या कर्जाची एकूण रक्कम 1,764 दशलक्ष डॉलर्स होती. तसेच व्यवहार-तोलातील तूट भरून काढण्यासाठी नाणेनिधीने सवलतीच्या दराने 529.01 दशलक्ष डॉलर्सची उचल दिली होती.

सन 1979 मध्ये भारताने नाणेनिधीकडून 5.6 कोटी डॉलर्सचे कर्ज मंजूर करून घेतले होते. त्या कर्जाचे नाणेनिधीमध्ये असलेल्या भारताच्या कोट्याशी प्रमाण 291 टक्के होते. नाणेनिधीने दिलेल्या एकूण कर्जापैकी काही कर्ज स्वनिधीतून सवलतीच्या दराने, तर राहिलेले कर्ज अधिक व्याजदराने दिले होते. सवलतीच्या व्याजाचा दर 1 मे, 1982 पासून 6.25 टक्क्यांवरून 6.6 टक्क्यांपर्यंत तर कर्जाऊ निधीतील कर्जावरील व्याजदर 13.33 टक्क्यांवरून 14.56 टक्क्यांपर्यंत वाढला होता. घेतलेल्या कर्जाची परतफेड करण्याचा कालावधी चार ते दहा वर्षांचा होता, कर्जावरील व्याजाचा दर अधिक असल्याने भारतावरील कर्जाचा बोजा वाढत गेला आहे.

भारताला घेतलेल्या 5.6 कोटी अमेरिकन डॉलरची परतफेड करण्यासाठी 10 कोटी अमेरिकन डॉलर द्यावे लागले आहेत. तसेच असे कर्ज देताना नाणेनिधीने काही अटी घातल्यामुळे भारताला चलन व वित्तविषयक धोरणात, आयात-निर्यात धोरणात बदल करावा लागला आहे. त्यामुळे नाणेनिधीचा भारताच्या अंतर्गत आर्थिक धोरणातील हस्तक्षेप वाढत गेला आहे.

जेव्हा भारताला 1991 साली विदेशी चलनाचा तुटवडा निर्माण झाल्यामुळे आर्थिक समस्येला तोंड द्यावे लागले तेव्हा नाणेनिधी व जागतिक बँकेने कसल्याही प्रकारची सहानुभूती न दाखविता आपले दीर्घकालीन उद्दिष्ट साध्य केले आहे. आंतरराष्ट्रीय नाणेनिधीकडून कर्ज घेताना भारताला नाणेनिधीच्या सर्व अटी मान्य कराव्या लागल्या आहेत. भारताने आपल्या अर्थव्यवस्थेचे जागतिकीकरण केले पाहिजे व त्यासाठी जलद गतीने मुक्त अर्थव्यवस्थेचा स्वीकार केला पाहिजे. त्यामुळेच भारताला सन 1991 पासून आपल्या पारंपरिक धोरणात आमूलाग्र स्वरूपाचा बदल करावा लागला आहे.

सन 1991 पासून भारताने आंतरराष्ट्रीय नाणेनिधीने निर्देशित केल्याप्रमाणे आपल्या आर्थिक धोरणात बदल केला आहे. त्यामुळे भारताच्या व्यापार धोरणात शिथिलीकरण अधिक वेगाने झाले आहे. भारतीय अर्थव्यवस्थेच्या जागतिकीकरणाच्या होणाऱ्या वाटचालीत जुन्या पारंपरिक असलेल्या दारिद्र्य, आर्थिक विषमता, बेरोजगारी इत्यादी समस्यांकडे दुर्लक्ष करावे लागले आहे. भारतासारख्या विकसनशील देशांना स्वतःच्या भविष्यकालीन हितासाठी आपल्या धोरणात बदल करावा लागला आहे.

भारतासारख्या देशाला नाणेनिधीकडून किंवा जागतिक बँकेकडून कर्ज घ्यावे लागत असल्याने नाणेनिधीने घातलेल्या अटींचे पालन करण्याशिवाय पर्याय राहिलेला नाही. भारताने व्यवहारतोलाची समस्या सोडविण्यासाठी वेळोवेळी नाणेनिधीकडून कर्ज घेतले आहे. त्याचबरोबर नाणेनिधीचा सभासद असल्याने भारताला अनेक लाभ मिळाले आहेत.

भारत नाणेनिधीचा सभासद असल्याने आपोआपच भारताला जागतिक बँकेचेदेखील सभासदत्व मिळाले आहे. त्यामुळे भारताला आपल्या विकास योजना राबविण्यासाठी जागतिक बँकेचे कर्ज मिळू शकले आहे. तसेच नाणेनिधीकडून विविध प्रकारचे मार्गदर्शन लाभले आहे. नाणेनिधीने भारतीयांसाठी अल्पकालीन प्रशिक्षण कार्यक्रम राबविले आहेत. अशा प्रशिक्षण कार्यक्रमांतून चलनविषयक, वित्तीय बँकव्यवसाय, विनिमय नियंत्रण आणि व्यवहारतोल इत्यादी धोरणांसंबंधीचे प्रशिक्षण केंद्रीय बँकिंग सेवा विभागामार्फत दिले जाते. थोडक्यात, भारताला नाणेनिधीचा सभासद असल्याने अनेक लाभ प्राप्त झाले आहेत.

8.3 जागतिक बँक/आंतरराष्ट्रीय पुनर्निर्माण आणि विकास बँक (IBRD)

WORLD BANK OR INTERNATIONAL BANK FOR RECONSTRUCTION AND DEVELOPMENT (IBRD)

पहिल्या महायुद्धानंतर जागतिक महामंदीमुळे संपूर्ण जगातील आर्थिक वातावरण ढवळून निघाले. सन 1929 च्या महामंदीने जागतिक अर्थव्यवस्थेला प्रचंड धक्का दिला. महामंदीमुळे अनेक देशांच्या अर्थव्यवस्था कोलमडल्या. ज्या-ज्या राष्ट्रांत सुवर्ण चलन परिमाण पद्धती होती त्या-त्या राष्ट्रांना त्या पद्धतीचा त्याग करावा लागला. सन 1931 मध्ये सुवर्ण चलन परिमाण पद्धती कोलमडून पडल्यानंतर प्रत्येक राष्ट्राने आपापले स्वतंत्र चलनविषयक धोरण निश्चित केले. प्रत्येक राष्ट्राने निर्यात वाढविणे आणि आयातीवर बंधने घालण्याच्या दृष्टीने विविध उपाय व धोरणे स्वीकारली. परिणामी, जागतिक आर्थिक सहकार्य नष्ट झाले. दुसऱ्या महायुद्धाच्या काळात अनेक आर्थिक समस्या निर्माण झाल्या. महायुद्धामुळे अनेक अर्थव्यवस्थांची हानी झाल्याने पुनर्रचनेला प्राधान्य देणे आवश्यक होते. जागतिक अर्थव्यवस्थेतील बिघाड दुरुस्त करून विविध राष्ट्रांमध्ये आर्थिक सहकार्य प्रस्थापित करण्याची गरज निर्माण झाली. अमेरिका व इंग्लंड या राष्ट्रांनी त्या दिशेने प्रयत्न सुरू केले. त्या प्रयत्नांचाच एक भाग म्हणून जुलै 1944 मध्ये अमेरिकेतील न्यू हॅम्पशायर मधील ब्रेटनवुड्स येथे एक आंतरराष्ट्रीय परिषद भरविण्यात आली. परिषदेतील विचारविनिमयानंतर डिसेंबर 1945 मध्ये सर्व-संमतीने एक करार करण्यात आला. तो 'ब्रिटनवुड्स करार' या नावाने ओळखला जातो. या करारानुसार आंतरराष्ट्रीय नाणेनिधी आणि पुनर्निर्माण व विकासासाठी आंतरराष्ट्रीय बँक म्हणजेच जागतिक बँक या दोन संस्था स्थापण्याचा निर्णय घेण्यात आला. 27 डिसेंबर, 1945 रोजी पुनर्रचना आणि विकासासाठी आंतरराष्ट्रीय बँकेची स्थापना करण्यात आली. दुसऱ्या महायुद्धाचा परिणाम म्हणून युद्धात सहभागी झालेल्या देशांच्या अर्थव्यवस्थांची प्रचंड हानी झाली होती. युद्धात हानी झालेल्या अर्थव्यवस्थांची पुनर्बांधणी करणे आणि नव्यानेच स्वतंत्र झालेल्या अविकसित देशांच्या आर्थिक विकासाला मदत करण्याच्या हेतूने जागतिक बँकेची स्थापना झाली. जागतिक बँकेने जून 1946 पासून प्रत्यक्ष कार्याला सुरुवात केली. ज्या देशाला आंतरराष्ट्रीय नाणेनिधीचे सभासदत्व मिळते त्याला जागतिक बँकेचे सभासदत्व आपोआप प्राप्त होते.

8.3.1 जागतिक बँकेची उद्दिष्टे (Objectives of World Bank)

पुनर्निर्माण आणि विकासासाठी आंतरराष्ट्रीय बँक या जागतिक बँकेच्या नावावरूनच तिच्या स्थापनेमागील उद्दिष्टांची जाणीव होते. जागतिक बँकेच्या स्थापनेच्या वेळी केलेल्या करारातील कलम 1 मध्ये पुढील उद्दिष्टे निश्चित केलेली आहेत :

1. **अर्थव्यवस्थांची पुनर्उभारणी** : दुसऱ्या महायुद्धात सहभागी झालेल्या अनेक देशांच्या अर्थव्यवस्थांना हानी पोहोचली होती अथवा त्या उद्ध्वस्त झाल्या होत्या. सभासद असलेल्या आणि महायुद्धात उद्ध्वस्त झालेल्या देशांमधील उद्योग आणि व्यवसायाची पुनर्उभारणी करण्यासाठी मदत करणे हे जागतिक बँकेच्या स्थापनेमागील प्रमुख उद्दिष्ट होते.

2. **आर्थिक विकास** : सभासद-राष्ट्रांचा आर्थिक विकास साध्य करणे, त्यासाठी आवश्यक कर्जे अथवा मदत करून त्यांच्या आर्थिक विकासाची गती वाढविणे.

3. **दीर्घकालीन आंतरराष्ट्रीय व्यापारात वृद्धी** : कोणत्याही देशाच्या आर्थिक विकासासाठी आंतरराष्ट्रीय व्यापारात दीर्घकालीन वृद्धी घडवून आणणे आवश्यक असते. सभासद-राष्ट्रांच्या आंतरराष्ट्रीय व्यापाराला प्रोत्साहन देऊन त्यात वृद्धी घडवून आणणे आणि व्यवहारतोलात समतोल प्रस्थापित करण्यासाठी मदत करणे हे जागतिक बँकेचे आणखी एक महत्त्वाचे उद्दिष्ट होय. आंतरराष्ट्रीय व्यापारात वृद्धी घडवून आणण्यासाठी खाजगी भांडवलाची गुंतवणूक सभासद-राष्ट्रांमध्ये करण्यास प्रोत्साहन देण्याची जबाबदारी जागतिक बँकेवर सोपविण्यात आलेली होती.

4. **भांडवलाच्या आंतरराष्ट्रीय गुंतवणुकीला प्रेरणा देणे** : खाजगी गुंतवणूक करू इच्छिणाऱ्या बँकांना त्यांच्या भांडवलाला हमी देणे अथवा त्यांच्या गुंतवणुकीत सहभागी होणे आणि त्याद्वारे भांडवलाच्या आंतरराष्ट्रीय गुंतवणुकीला प्रोत्साहन अथवा प्रेरणा देणे हे जागतिक बँकेचे आणखी एक उद्दिष्ट निश्चित करण्यात आले होते. खाजगी भांडवल पुरेशा प्रमाणावर उपलब्ध झाले नाही तर जागतिक बँक स्व-निधीतून अथवा इतर मार्गांनी भांडवलाची उभारणी करून सभासद-राष्ट्रांना उत्पादन कार्यासाठी मदत करते.

5. **विकसनशील राष्ट्रांना आर्थिक मदत** : विकसनशील राष्ट्रांना त्यांचा विकास साध्य करण्यात अनंत अडचणी येतात. उदाहरणार्थ, भांडवल अथवा कर्जाची उपलब्धता, तंत्रज्ञान आयातीसाठी मदत इत्यादी. विकसनशील राष्ट्रांना त्यांच्या विकासासाठी वरील स्वरूपात मदत करणे हे जागतिक बँकेच्या स्थापनेमागील महत्त्वाचे उद्दिष्ट होय.

6. **शांतताकालीन अर्थव्यवस्थांच्या पुनर्स्थापनेस मदत** : महायुद्ध काळात अनेक शांतताकालीन उद्योगांचे युद्धसाहित्य निर्माण करणाऱ्या उद्योगात रूपांतर करण्यात आले. युद्धानंतरच्या काळात अशा उद्योगांच्या साहाय्याने जीवनावश्यक व उपभोग्य वस्तूंचे उत्पादन करण्यासाठी मोठ्या प्रमाणावर भांडवल गुंतवणूक करण्याची आवश्यकता होती. अशा उद्योगांचे परिवर्तन करून शांतताकालीन अर्थव्यवस्थांची स्थापना करण्यासाठी भांडवल पुरवठा करणे हे जागतिक बँकेच्या स्थापनेमागील एक उद्दिष्ट होते.

7. **पर्यावरणाचे संरक्षण** : सभासद देशांना आणि विशेषतः विकसनशील देशांना त्यांच्या पर्यावरणाचे संरक्षण करण्यासाठी वित्तीय मदत देणे हे एक जागतिक बँकेच्या स्थापनेचे उद्दिष्ट होते.

8.3.2 जागतिक बँकेची कार्ये (Functions of World Bank)

जागतिक बँक पुढीलप्रमाणे कार्य करते :

1. **सभासद-देशांना कर्जपुरवठा** : जागतिक बँक सभासद-देशांना प्रदत्त भांडवलाच्या 20 टक्क्यांपर्यंत कर्ज देण्याचे कार्य करते. कर्ज देण्यासाठी स्वनिधी कमी पडल्यास इतर देशांकडून कर्ज घेऊन सभासदांना कर्जपुरवठा करते. तसेच खाजगी गुंतवणूकदारांना गरजू सभासद देशांमध्ये गुंतवणूक करण्यास प्रेरणा देण्याबरोबरच त्यांच्या कर्जाला हमी देण्याचे कार्य जागतिक बँक करते. अशा प्रकारे सभासद-देशांना वेगवेगळ्या मार्गांनी कर्जपुरवठा करण्याचे कार्य जागतिक बँक करते. जागतिक बँक सभासद-देशांना सामान्यपणे मध्यम व दीर्घ मुदतीसाठी कर्जपुरवठा करते.

2. **तांत्रिक मदत व सेवा पुरविणे** : जागतिक बँक सभासद-देशांच्या अर्थव्यवस्थांची पाहणी करून तांत्रिक मदत देते. जागतिक बँक उद्योग, वाहतूक, नैसर्गिक साधनसंपत्ती इत्यादींच्या विकासाची शक्यता तपासून त्याबाबत तांत्रिक सल्ला व मार्गदर्शन करण्याचे कार्य करते. सभासद देशांमध्ये आपले तज्ज्ञ पाठवून तांत्रिक सेवा पुरविते.

3. **उद्देशानुसार कर्जपुरवठा** : सभासद-देश कोणत्या उद्देशासाठी कर्ज घेत आहे तो उद्देश तपासूनच जागतिक बँक कर्ज देण्याचे कार्य करते. विशेषतः शेती, ग्रामीण विकास, ऊर्जानिर्मिती, वाहतूक, दळणवळण इत्यादींसाठी एकूण कर्जाच्या जवळजवळ दोन-तृतीयांश कर्ज जागतिक बँक पुरविते. कर्ज दिल्यानंतर त्याचा वापर त्या उद्देशासाठीच केला जातो किंवा नाही यावर लक्ष ठेवण्याचेही कार्य करते.

4. **मार्गदर्शन व प्रशिक्षण** : जागतिक बँकेने वॉशिंग्टन येथे आर्थिक विकास संस्थेची स्थापना केलेली आहे. विकसनशील सभासद-देशांतील अधिकाऱ्यांना तेथे प्रशिक्षण देण्याचे कार्य जागतिक बँक करते. विकसनशील देशांना त्यांच्या आर्थिक विकासाच्या विविध समस्यांबाबत मार्गदर्शन करण्याचे कार्य वरील संस्थेमार्फत जागतिक बँक करते.

5. **परकीय चलनाची समस्या सोडविण्यास मदत** : जेव्हा सभासद-देशांपुढे परकीय चलनाची समस्या निर्माण होते तेव्हा तिची सोडवणूक करण्यासाठी मदत व सल्ला देण्याचे कार्य जागतिक बँकेला करावे लागते. विशेषतः विकसनशील देशांना ही समस्या सोडविण्यास जागतिक बँक मदत करते.

6. **आंतरराष्ट्रीय स्तरावरील तंटे मिटविणे** : विविध कारणांनी आंतरराष्ट्रीय स्तरावर सभासद-राष्ट्रांमध्ये जेव्हा तंटे व मतभेद निर्माण होतात तेव्हा ते सोडविण्यास मदत करणे अथवा मध्यस्थी करण्याचे कार्य जागतिक बँकेला करावे लागते. जागतिक शांतता आणि आंतरराष्ट्रीय व्यापारवृद्धीसाठी जागतिक बँकेचे हे कार्य महत्त्वाचे ठरते.

7. **वित्तीय महामंडळाची स्थापना करण्यास प्रोत्साहन** : जागतिक बँक सभासद-देशांमधील भांडवलाचा तेथील विकासासाठी वापर व्हावा म्हणून त्यांना वित्तीय महामंडळाची स्थापना करण्यासाठी प्रेरणा देण्याचे कार्य करते.

8.3.3 जागतिक बँकेची कामगिरी (Achievement of World Bank)

युरोप आणि आशिया खंडांतील देशांना दुसऱ्या महायुद्धाची झळ पोहोचली होती. विशेषतः जपान, जर्मनी, फ्रान्स, रशिया, इंग्लंड इत्यादी देशांच्या अर्थव्यवस्था मोठ्या प्रमाणावर उद्ध्वस्त झाल्या होत्या. त्यांच्या पुनर्निर्माणासाठी मोठ्या प्रमाणावर भांडवल पुरवठा करून त्या अर्थव्यवस्थांचा विकास घडवून आणण्यात जागतिक बँकेने मोलाची कामगिरी बजाविली आहे. शिवाय दक्षिण अमेरिका, आफ्रिका व आशिया खंडांतील विकसनशील देशांना जागतिक शांतता प्रस्थापित करण्याचा व त्यांच्या विकासाला मदत करण्याच्या हेतूने लक्षणीय कार्य केलेले आहे.

जागतिक बँकेची कामगिरी थोडक्यात पुढीलप्रमाणे सांगता येतील :

1. **उद्योगांच्या उभारणीसाठी मदत** : सभासद-देशांनी अस्तित्वातील उद्योगांच्या विस्तारासाठी व आधुनिकीकरणासाठी तसेच नवनवीन उद्योगांच्या उभारणीसाठी ज्या अनेकविध योजना राबविल्या त्यापैकी अनेक योजनांसाठी दीर्घ मुदतीचा कर्जपुरवठा उपलब्ध करून देण्याची महत्त्वपूर्ण कामगिरी पार पाडली आहे. त्यामुळे अनेक देशांच्या औद्योगिक विकासाला हातभार लागला आहे.

2. **शेतीविषयक सुधारणांसाठी कर्जपुरवठा** : विकसनशील सभासद-देशांच्या आर्थिक विकासासाठी तेथील शेती विकास प्रथम होणे आवश्यक ठरते. जागतिक बँकेने ही गरज ओळखून आधुनिक पद्धतीने शेती, सुधारित बी-बियाणे, रासायनिक खते, यांत्रिक अवजारे इत्यादींसाठी शेतीप्रधान अर्थव्यवस्थांना मोठ्या प्रमाणावर दीर्घ मुदतीचा भांडवल पुरवठा करण्याची कामगिरी पार पाडली आहे.

3. **वीजनिर्मिती आणि वीजपुरवठा प्रकल्पासाठी मदत** : वीजनिर्मिती व वीजपुरवठा प्रकल्प उभे करण्यासाठी मोठ्या प्रमाणावर आर्थिक मदत सभासद देशांना पुरविली आहे. तसेच अपारंपरिक ऊर्जास्रोतांचा शोध घेऊन त्यांचे प्रकल्प उभे करणे व कार्यान्वित करण्यासाठी जागतिक बँकेने भरघोस आर्थिक मदत केलेली आहे.

4. **दळणवळण व वाहतूक योजनासाठी आर्थिक साहाय्य** : रस्ते वाहतूक, रेल्वे वाहतूक आणि जलवाहतुकीच्या विविध योजनांची आखणी, व्यवहार्यता इत्यादींचा विचार करून त्यांना दीर्घ मुदतीची कर्जे जागतिक बँकेने उपलब्ध करून दिली आहेत. भारतातील वाहतूक व दळणवळण योजनांशी संबंधित अनेक योजनांना जागतिक बँकेने वित्तपुरवठा करून आर्थिक विकासाला हातभार लावला आहे.

5. **पाणीपुरवठा व मलनिस्सारणाच्या संदर्भातील कार्य** : शहरी व ग्रामीण भागातील पिण्याच्या पाणीपुरवठा योजनांसाठी जागतिक बँकेने सभासद-देशांना भरीव आर्थिक मदत केलेली आहे. विकसनशील देशांमध्ये विशेषतः ग्रामीण भागात पाणीपुरवठ्याच्या कठीण समस्या निर्माण झालेल्या आहेत. शहरी भागात वाढत्या लोकसंख्येमुळे मलनिस्सारणाच्या समस्या निर्माण झाल्या आहेत. या दृष्टीने जागतिक बँकेने विकसनशील देशांना पाणीपुरवठा व मलनिस्सारणाच्या विविध योजनांना मोठ्या प्रमाणावर कर्जपुरवठा केलेला आहे.

6. **पर्यावरण संवर्धन** : पर्यावरणाच्या संवर्धनासाठी जागतिक बँकेने जागतिक पर्यावरण सुविधा योजना सुरू केली आहे. या योजनेअंतर्गत जागतिक बँक सभासद-देशांना पर्यावरण संवर्धनासाठी तांत्रिक सहकार्य व मार्गदर्शन करते. विशेषतः विकसनशील देशांच्या पर्यावरण संरक्षण योजनांना अनुदान स्वरूपात आर्थिक मदत दिली जाते.

7. **तांत्रिक साहाय्यता समिती व आर्थिक दलांची स्थापना** : जागतिक बँकेने जागतिक आरोग्य संघटन, संयुक्त राष्ट्र शैक्षणिक, वैज्ञानिक व सांस्कृतिक संघटन, संयुक्त राष्ट्र आर्थिक विकास संघटन, खाद्य आणि कृषी संघटन इत्यादी स्वरूपातील साहाय्यता समित्या व आर्थिक दलाची स्थापना केलेली आहे. त्यांच्यामार्फत विकसनशील देशांना विकास योजना तयार करण्यास मदत व मार्गदर्शन करण्याची मोलाची कामगिरी बजावली आहे.

8. **संचयी कर्जात वृद्धी** : आफ्रिका, लॅटिन अमेरिका, आशिया, युरोप इत्यादी प्रदेशांतील देशांच्या विविध विकास योजना कार्यान्वित करण्यासाठी जागतिक बँकेने मोठ्या प्रमाणावर संचयी कर्जपुरवठा केलेला आहे. त्यामुळे त्या देशाच्या आर्थिक विकासाला चालना मिळण्यास मदत झाली आहे.

9. **विकसनशील देशांना कर्जपुरवठ्यात प्राधान्य** : जागतिक बँक सभासद-देशांना कर्ज वितरित करताना विकसनशील देशांच्या विकास प्रकल्पांना प्राधान्य देते. जागतिक बँकेने आतापर्यंत केलेल्या दीर्घ मुदतीच्या कर्जपुरवठ्यापैकी जवळजवळ तीन-चतुर्थांश कर्जपुरवठा आशिया, लॅटिन अमेरिका व आफ्रिका खंडांतील विकसनशील देशांना, तर उर्वरित एक-चतुर्थांश कर्जपुरवठा युरोपातील विकसित देशांना केलेला आहे. साहजिकच, जागतिक बँकेने विकसनशील देशांच्या आर्थिक विकासात मोलाची कामगिरी बजाविली आहे.

10. **विविध वित्तीय महामंडळे व विकास संघांची स्थापना** : आंतरराष्ट्रीय वित्तीय महामंडळ, आंतरराष्ट्रीय विकास संघ आणि बहुराष्ट्रीय गुंतवणूक हमी एजन्सी इत्यादींची स्थापना करून सभासद-देशांना जास्तीतजास्त वित्तपुरवठा उपलब्ध करून देण्यात भरीव कार्य पार पाडले आहे.

11. **जागतिक शांतता प्रस्थापित करण्यास हातभार** : पाणीवाटपाचे वाद, सीमावाद अथवा आंतरराष्ट्रीय पातळीवर विविध देशांमध्ये निर्माण होणारे तंटे, वादविवाद मिटविण्यासाठी मध्यस्थ म्हणून जागतिक बँकेने कार्य केलेले आहे. त्यामुळे जागतिक शांतता व विविध देशांमध्ये सौहार्दपूर्ण संबंध निर्माण होण्यास मदत झाली आहे.

भारताने पंचवार्षिक योजनांची अंमलबजावणी करण्यासाठी वेळोवेळी जागतिक बँकेची मदत घेतली आहे. सहाव्या पंचवार्षिक योजनेत जागतिक बँकेकडून 1,632 कोटी रुपयांची मदत घेतली. सन 1990-91 ते 2001-02 या कालावधीत ती 33,333 कोटी ₹; सन 2007-08 ते 2010-11 या काळात 45,171 कोटी रुपयांची मदत घेतली होती.

8.3.4 जागतिक बँकेच्या कार्यातील अपयश/दोष (Demerits of World Bank)

1. **आवश्यकतेपेक्षा कमी कर्जपुरवठा** : जागतिक बँकेकडून सभासद-देशाच्या विकास योजनासाठी आवश्यकतेपेक्षा कमी कर्जपुरवठा झालेला आहे. त्यामुळे विकसनशील राष्ट्रांना विकासाच्या योजना पूर्ण करण्यात अडथळे निर्माण होतात.

2. **व्याजदर जास्त** : जागतिक बँकेकडून दीर्घ मुदतीसाठी कर्जपुरवठा करताना इतरांपेक्षा जादा व्याजदर आकारला जातो. शिवाय कर्जमंजुरीच्या वेळी व्यवस्थापन खर्च व कमिशन स्वरूपात काही रक्कम घेतली जाते. परिणामी, जागतिक बँकेची कर्जे महाग वाटतात. जागतिक बँकेचा नफा मिळविणे हे उद्दिष्ट नसतानादेखील बँकेचा नफा सातत्याने वाढतच गेलेला दिसतो.

3. **पक्षपाती वर्तन** : जागतिक बँक राजकारणापासून अलिप्त तसेच निष्पक्षपाती संस्था असल्याचे मानले जाते. परंतु प्रत्यक्षात जागतिक बँकेचे वर्तन निष्पक्षपाती नाही. कर्जपुरवठा करताना देशादेशांमध्ये भेदभाव केला जातो. अमेरिका व युरोपातील काही विकसित देशांचा जागतिक बँकेच्या कारभारावर प्रभाव असल्याने तिचे वर्तन निष्पक्षपाती नाही.

4. **कर्जफेडीच्या कुवतीवर अवास्तव भर** : विकसनशील व गरीब देशांना कर्जपुरवठ्याची अधिकाधिक गरज असते. परंतु विकसित देशांच्या तुलनेने त्यांची कर्जफेडीची कुवत कमी असल्याने त्यांना पुरेसा कर्जपुरवठा जागतिक बँकेकडून उपलब्ध होत नाही. अर्थात, जागतिक बँक उत्पादक प्रकल्पांसाठी प्राधान्याने कर्जपुरवठा करते. अशा वेळी कर्जफेडीच्या कुवतीवर अवास्तव भर देणे अयोग्य ठरते.

5. **कर्जमंजुरीची प्रक्रिया किचकट** : जागतिक बँकेची कर्जमंजुरीची प्रक्रिया अधिक किचकट व वेळखाऊ आहे. सभासद देशांना अटींची पूर्तता करताना अधिक वेळ व पैसा खर्च करावा लागतो. कर्जपुरवठा होण्यास खूप विलंब होतो. प्रकल्पाचा खर्च वाढत जातो.

8.4   जागतिक व्यापार संघटना (WTO)
WORLD TRADE ORGANISATION (WTO)

जागतिक व्यापार संघटनेची (WTO) स्थापना 1 जानेवारी, 1995 रोजी करण्यात आली. जागतिक व्यापार संघटना हे गॅटचे विस्तारित रूप मानले जाते. गॅटच्या माराकश करारानुसार गॅटचे विसर्जन करण्यात येऊन जागतिक व्यापार संघटनेची स्थापना करण्यात आली आहे. गॅटच्या बहुतेक सर्वच सभासद देशांनी जागतिक व्यापार संघटनेचे सभासदत्व स्वीकारले आहे. भारत गॅटचा संस्थापक सदस्य असल्याने तो जागतिक व्यापार संघटनेचादेखील संस्थापक सदस्य बनला आहे.

जागतिक व्यापार संघटनेचे मुख्य कार्यालय स्वित्झर्लंडमधील जीनिव्हा येथे आहे. जागतिक व्यापार संघटनेच्या स्थापनेमुळे जागतिक अर्थव्यवस्था अधिक मजबूत होऊन जागतिक रोजगार, उत्पादन आणि व्यापारात वाढ होण्यास मदत होणार आहे. गॅटमध्ये फक्त वस्तूंचाच व्यापार होत होता. जागतिक व्यापार संघटनेमुळे वस्तूंबरोबरच सेवांचा व्यापारात समावेश करण्यात आल्याने जागतिक व्यापाराची व्याप्ती वाढण्यास मदत होणार आहे. जागतिक व्यापाराच्या सर्वसाधारण व्यवहाराचे मुख्य पद सर्वसामान्य मंडळाकडे असते तर जागतिक व्यापार संघटनेच्या कार्याला दिशा देण्याचे कार्य मंत्रिपरिषदेमार्फत होते. मंत्रिपरिषद वर्षातून दोनदा बोलावली जाते. जागतिक व्यापार संघटना ही नवीन आंतरराष्ट्रीय संस्था काही मूलभूत तत्त्वांवर आधारलेली आहे. प्रादेशिक व्यापार करार सोडून सर्व भागीदारांना दिल्या जाणाऱ्या वागणुकीत समानता असेल आणि परदेशी वस्तू, सेवा, भांडवल, व्यापारी चिन्ह आणि कायदेशीर अधिकारपत्रांना त्यांच्या देशात दिल्या जाणाऱ्या वागणुकीप्रमाणेच जागतिक व्यापार संघटनेमध्ये वागणूक दिली जाईल. जागतिक व्यापार संघटनेचे सर्वांत महत्त्वाचे उद्दिष्ट व्यापाराचे उदारीकरण करणे हे आहे. त्यामुळे वस्तू आणि सेवांच्या आंतरराष्ट्रीय प्रवाहावर कोणतेही निर्बंध असणार नाहीत. जागतिक व्यापार संघटनेच्या स्थापनेच्या वेळी जागतिक व्यापार संघटनेच्या सभासद-देशांची संख्या फक्त 77 होती; ती सन 1996 मध्ये 127 पर्यंत वाढली. सध्या ती 148 आहे.

8.4.1 जागतिक व्यापार संघटनेची उद्दिष्टे (Objectives of WTO)

मोरोक्कोतील माराकश येथे पार पडलेल्या गॅटच्या शेवटच्या परिषदेत जागतिक व्यापार संघटनेच्या स्थापनेची पुढील उद्दिष्टे निश्चित करण्यात आली आहेत :

(1) आंतरराष्ट्रीय व्यापारातील जकाती/प्रशुल्क आणि इतर निर्बंध कमी करणे, त्यासाठी आचारसंहिता तयार करणे.

(2) आंतरराष्ट्रीय व्यापाराच्या संदर्भात भेदभाव करणारे धोरण नाहीसे करणे.

(3) सभासद-देशातील लोकांच्या राहणीमान पातळीत वाढ करण्यासाठी रोजगार पातळीत वाढ करणे व त्याद्वारे लोकांच्या वास्तव उत्पन्नात वाढ करणे.

(4) विकसनशील देशांच्या आर्थिक विकासासाठी हातभार लावून त्यांच्या व्यापारात वाढ घडवून आणणे.

(5) जागतिक साधनसंपत्तीचा पर्याप्त वापर करून आर्थिक विकास साध्य करणे.

(6) आंतरराष्ट्रीय व्यापारात निर्माण झालेले कलह आणि तंटे मिटविण्यासाठी प्रयत्न करणे.

(7) राष्ट्रीय व्यापार धोरणावर देखरेख ठेवणे.

8.4.2 जागतिक व्यापार संघटनेतील करार (The WTO Agreements)

उरुग्वे येथील गॅटच्या परिषदेतील ठरावांनुसार, जागतिक व्यापार संघटनेची स्थापना करण्यात आली आहे. त्यामुळे गॅटमधील महत्त्वाचे करार जागतिक व्यापार संघटनेमध्येदेखील समाविष्ट करण्यात आले आहेत. जागतिक व्यापार संघटनेच्या सभासदांची मंत्रिपातळीवरील बैठक दोन वर्षांतून एकदा भरते.

जागतिक व्यापार संघटनेचे पुढील करार महत्त्वाचे आहेत :

(1) वस्तू व्यापारासंबंधीचा बहुपक्षी करार   (MAT)

(2) सेवा व्यापाराचा सर्वसाधारण करार   (GATS)

(3) बौद्धिक संपदासंबंधीचा व्यापार करार   (TRIPS)

(4) शेतीविषयक सहमती करार   (WTO Agreement on Agriculture)

भारतीय अर्थव्यवस्था कृषिप्रधान अर्थव्यवस्था असल्याने शेतीविषयक करार महत्त्वाचा आहे.

8.4.3 जागतिक व्यापार संघटनेचा भारतीय अर्थव्यवस्थेवरील परिणाम
(Effects of WTO on Indian Economy)

जागतिक व्यापार संघटनेच्या स्थापनेपासून भारताने जागतिकीकरणाच्या धोरणाचा स्वीकार केला आहे. त्यामुळे जागतिक व्यापार संघटनेच्या स्थापनेचे भारतीय अर्थव्यवस्थेवर कोणते परिणाम होतील याचा आढावा पुढील मुद्द्यांच्या साहाय्याने घेण्यात येतो :

1. **जागतिक व्यापार संघटना व भारतीय शेती** : भारत हा कृषिप्रधान देश आहे. भारताने जागतिक व्यापार संघटनेचे सभासदत्व स्वीकारल्याने जागतिकीकरणाचा भारतीय अर्थव्यवस्थेवर काय परिणाम होईल हा चर्चेचा प्रमुख विषय बनला आहे. सन 1994 पासून शेतीच्या जागतिकीकरणाची प्रक्रिया अधिक वेगाने सुरू झाली आहे. साहजिकच, शेतमालाच्या व्यापारात उदारीकरण आणले जात आहे. भारताने जागतिक व्यापार संघटनेच्या शेतीविषयक करारावर सही करून व्यापार संघटनेचे सभासदत्व स्वीकारले आहे. 1 जानेवारी, 1995 पासून शेतमालाच्या व्यापाराची सुयोग्य दिशेने वाटचाल सुरू होण्यासाठी व्यापारातील अडथळे कमी करणे हा करारामागील प्रमुख हेतू होता. हा करार स्वीकारल्यापासून अनेक प्रकारचे गैरसमज भारतात पसरविले जात आहेत. भारतीय शेतकऱ्यांच्या दृष्टीने हा करार घातक ठरेल, शेतकऱ्यांना दिल्या जाणाऱ्या अर्थसाहाय्यात मोठी कपात होईल, परकीय स्पर्धेपासून भारतीय शेतकऱ्यांचे संरक्षण करण्यासाठी आयात जकाती बसविता येणार नाहीत, भारतीय शेतमालाची निर्यात घटेल, भारतीय शेतकरी रसातळाला जाईल, भारतीय अर्थव्यवस्थेचा कणा असलेला शेतीव्यवसाय कोलमडेल इत्यादी भाकिते व्यक्त करण्यात आली होती. परंतु भारतात अजून तरी तसे घडल्याचे दिसून येत नाही व तसे घडणार नाही यासंबंधी पुढील काही बाबींवर प्रकाश टाकता येईल :

(अ) अर्थसाहाय्य कपातीची गरज नाही : भारतीय शेतीला दिले जाणारे अर्थसाहाय्य मोठ्या प्रमाणात कमी केले जाईल असा गैरसमज अनेकांच्या मनात घर करून बसला आहे, परंतु तो पूर्णपणे चुकीचा आहे. शेतीविषयक सहमती करारातील तरतुदींनुसार अर्थसाहाय्याची सीमारेषा विकसनशील देशांसाठी उत्पादन मूल्याच्या दहा टक्के निश्चित केली आहे. भारतात त्यापेक्षा कमी अर्थसाहाय्य (– 2.33%) दिले जाते. त्यामुळे भारतीय शेतकऱ्यांना दिले जाणारे अर्थसाहाय्य कमी करण्याची आवश्यकता नाही किंवा भारत सरकारवर तसे बंधनकारक नाही. भारतातील शेतकऱ्यांना दिले जाणारे सर्व प्रकारचे अर्थसाहाय्य काढून घेतले तर शेतकऱ्याला त्याचे उत्पन्न शाबूत राखण्यासाठी अर्थसाहाय्याचे उत्पादन सममूल्य किती पडते याचा सन 1982 ते 1987 या काळातील वार्षिक सरासरी अंदाज अशोक गुलाटी आणि ए. एन. शर्मा यांनी व्यक्त केला आहे. या अभ्यासानुसार, भारतात अर्थसाहाय्याचे उत्पादन सममूल्य – 2.33% असून चीन 34.17%; कोलंबिया 55.50%; पाकिस्तान 21.80% आहे. मात्र प्रगत देशांमध्ये रशिया 25%, अमेरिका 26.17%,

दक्षिण कोरिया 60.68%; तर जपानमध्ये ते सर्वाधिक 72.50% आहे. म्हणजेच भारतात सरकारकडून शेतकऱ्यांना अर्थसाहाय्य मिळत नाही. उलट शेतकऱ्यांवर कराचा बोजा लादला जातो. त्यामुळे कृषी अर्थसाहाय्यात कपात करण्याच्या तरतुदीला भारतीय शेतकऱ्यांनी घाबरण्याची आवश्यकता नाही.

(ब) स्वस्त शेतमाल आयातीपासून शेतकऱ्यांचे संरक्षण शक्य : विकसित देशात दिल्या जाणाऱ्या मोठ्या प्रमाणावरील अर्थसाहाय्यामुळे भारतीय बाजारपेठेत शेतमाल कमी किमतीला उपलब्ध होईल. या आयातीपासून शेतकऱ्यांचे संरक्षण करण्यासाठी सरकारला शेतमाल आयातीवर जकाती आकारता येतील. डॉ. गुलाटी यांनी केलेल्या पाहणीतून असे स्पष्ट होते की, भारताची सध्याची आयात जकात पातळी मार्च 2004 नंतर लागू होणाऱ्या बंधनात्मक जकात पातळीपेक्षा कमी आहे. महत्त्वाच्या 673 उत्पादनांपैकी 556 उत्पादनावरील अंतिम बंधनात्मक जकात दरापेक्षा 50 टक्क्यांनी कमी आहे. 29 उत्पादनाबाबत हा फरक 25 ते 50 टक्के आहे आणि 39 उत्पादनांबाबत तो 10 ते 25 टक्के आहे. 41 उत्पादनांच्या बाबतीत तो 10 ते 15 टक्क्यांपर्यंत फरक आहे. फक्त 8 उत्पादनांवरील (उदा., शीतपेये, दूध, चहा, मद्य) इत्यादींवरील जकात दर अंतिम बंधनात्मक जकात दरापेक्षा जास्त आहे.

भारत हा मूलतः कच्च्या मालावर 100 टक्के, प्रक्रिया शेतमालावर 150 टक्के आणि खाद्यतेलाच्या आयातीवर 300 टक्क्यांपर्यंत जकात आकारू शकतो. यावरून असे स्पष्ट होते की, शेतीविषयक सहमती करारातील अटींचे पालन करून विकसित देशांच्या स्वस्त शेतमालाच्या स्पर्धेपासून शेतकऱ्यांचे संरक्षण करू शकतो. व्यवहारतोलातील समस्या सोडविण्यासाठी कोटा, परवाना इत्यादी गुणात्मक बंधनांचा वापर करण्यास पूर्वी भारताला संमती होती; परंतु करारानुसार 825 वस्तूंवरील गुणात्मक निर्बंध भारताला काढावे लागणार आहेत. परंतु त्याऐवजी आयात जकातीचा पर्याय वापरून शेतकऱ्यांना संरक्षण देता येईल.

(क) शेतमालाच्या निर्यातीवरील परिणाम : भारतातून खाद्यतेले वगळता इतर शेतमालाची निर्यात वाढण्याची शक्यता अधिक आहे. कारण अनेक शेतमालाच्या आंतरराष्ट्रीय बाजारातील किमती भारतीय बाजारातील किमतीपेक्षा अधिक आहेत. भारत सरकारने शेतमाल निर्यातीवरील निर्बंध उठविल्यास भारतीय शेतमालास तो स्वस्त असल्याने जागतिक बाजारात अधिक मागणी येऊन अधिक किंमत मिळेल. भविष्यकाळातील वाटाघाटीमध्ये भारत विकसित देशातील अर्थसाहाय्य मर्यादा व जकात पातळी कमी करण्यास यशस्वी झाला तर भारताची शेतमालाची निर्यात मोठ्या प्रमाणात वाढेल.

जागतिकीकरणाच्या स्पर्धेत भारतीय कृषी उत्पादन टिकवायचे असेल तर शेतमालाचा दर्जा कायम उच्च प्रतीचा कसा राहील यासाठी प्रयत्न करावा लागेल. त्यासाठी फळे, भाजीपाला व इतर कृषी उत्पादनासाठी रासायनिक खते आणि कीटकनाशकांचा वापर कमीतकमी केला पाहिजे. त्याऐवजी जैविक तंत्रज्ञान आणि सेंद्रिय खतांचा वापर वाढविल्यास कृषी उत्पादनाचा दर्जा उंचावून जागतिक स्पर्धेत आपला शेतमाल टिकवून ठेवता येईल व त्यामुळे देशाची निर्यात वाढण्यास निश्चितच मदत होईल.

2. **भारतीय उद्योगावरील परिणाम** *(Effects on Indian Industry)* : भारताने आयातीवरील जकात कमी करावी, उपभोग्य वस्तूंच्या आयातीवरील नियंत्रणे उठवावीत, संख्यात्मक नियंत्रणे कमी करावीत यासाठी जागतिक व्यापार संघटना (WTO) सतत प्रयत्न करीत आहे. उरुग्वे करारानुसार भारताने भांडवली वस्तू, मध्यम वस्तू आणि औद्योगिक कच्च्या मालाच्या आयातीवरील जकात अधिक असेल तर ती 40 टक्क्यांपर्यंत कमी करण्याचे, जर जकातीचे दर 25 ते 40 टक्के असतील तर ते 25 टक्क्यांपर्यंत कमी करण्याचे आणि जर जकातीचे दर 25 टक्के असतील ते स्थिर ठेवण्याचे मान्य केले आहे. भारताने जकातीचे दर कमी करण्याचे मान्य केल्याने प्रतिवर्षी त्या दरात घट होत आहे. त्यामुळे भारतीय उद्योगांना विदेशी वस्तूंशी स्पर्धा करावी लागते. 'Confederation of Indian Industry' या शिखर संस्थेने भांडवली वस्तू जकातविरहित असण्यास असंमती दर्शविली आहे. त्यामुळे भारतातील एतद्देशीय भांडवली उद्योग क्षेत्राला 5,000 कोटी रुपयांची विदेशी मागणी गमवावी लागली आहे. तसेच अशा देशी भांडवली वस्तूंचे उत्पादन करणाऱ्या उद्योगांना उत्पादन शुल्क, विक्रीकर, जकात आणि उलाढाल कर भरावे लागत आहेत. त्यामुळे एकूण उद्योग क्षेत्रास आर्थिक संकटाचा सामना

करावा लागत आहे. या आर्थिक संकटाचा सामना कारखानदारी, उद्योग आणि बॉयलरचे उत्पादन करणाऱ्या उद्योगांना करावा लागत आहे. जकात कमी केल्यामुळे व विदेशी स्वस्त वस्तूंची मोठ्या प्रमाणात आयात वाढल्याने भारतीय उद्योग क्षेत्रात आर्थिक मंदीची परिस्थिती निर्माण झाली आहे.

भारतात कृषी उत्पादने, सुती कापड, औद्योगिक उत्पादने अशा 2,700 वस्तूंवर कोटा, आयात-निर्यात परवाना यांसारखे निर्बंध लादले जात असल्याची तक्रार ऑस्ट्रेलिया, न्यूझीलंड, स्वित्झर्लंड, युरोपियन आर्थिक समुदाय (EEC) यांनी जागतिक व्यापार संघटनेकडे केली आहे. मार्च 2003 मध्ये भारताने सर्व प्रकारचे आयात निर्बंध उठविल्याने तसेच प्रगत देशातून स्वस्त वस्तूंचा ओघ मोठ्या प्रमाणात वाढल्याने भारतीय उद्योगांच्या विकासाला खीळ बसली आहे.

3. **भारतात जुन्या मोटारगाड्यांच्या आयातीचा परिणाम** *(Impact of Import of Second-Hand Cars in India)* : भारत सरकारने इतर देशांतून जुन्या मोटारकारच्या आयातीला परवानगी दिल्याने भारतातील वाहन उद्योगावर (Indian Automobile Industry) मोठा परिणाम झाला आहे. राज्यसभा सदस्य राहुल बजाज यांनी सरकारचे हे धोरण राष्ट्रविरोधी व भारताविरोधी असल्याची प्रतिक्रिया नोंदविली आहे. जागतिक पातळीवर असा अनुभव आलेला आहे की, ज्या देशांनी जुन्या मोटारगाड्या आयात करण्याचे धोरण स्वीकारले त्या देशातील वाहन उद्योगावर अनिष्ट परिणाम झालेला आहे. उदाहरणार्थ, जपानच्या वापरातील कारच्या आयातीमुळे न्यूझीलंडच्या वाहन उद्योगावर परिणाम झालेला आहे. त्यामुळेच भारतातील बहुराष्ट्रीय कंपन्यांचे कार्यकारी अधिकारी श्री. रिचर्ड स्वानो आणि जनरल मोटार्सच्या व्यवस्थापकीय संचालकांनीदेखील आयात केल्या जाणाऱ्या जुन्या मोटारगाड्यांवरील आयात जकात 100 टक्के वाढविण्याचे सुचविले आहे. त्याचप्रमाणे वापरलेल्या कारखानदारी अवजारांची आयात केल्यासदेखील भारतातील भांडवली वस्तूंच्या/अवजारांच्या उत्पादन व्यवसायावर परिणाम होण्याची शक्यता आहे.

4. **चायनीज वस्तूंच्या आयातीचा परिणाम** *(Effects of Import of Chines Goods)* : मागील काही वर्षांत भारतीय बाजारपेठेत चायनीज वस्तूंचा ओघ मोठ्या प्रमाणात वाढलेला आहे. यामध्ये बॅटरी सेल, लायटर्स, लॉक्स, कारमधील स्टीरिओ, वीज बचत करणारे बल्ब, व्हीसीडी प्लेअर्स, घड्याळे, फॅन्स, इलेक्ट्रिक ओव्हन आणि मोठ्या प्रमाणातील उपभोग्य वस्तूंची आयात होत आहे. भारताप्रमाणेच चीनदेखील जागतिक व्यापार संघटनेचा सभासद असल्याने चिनी वस्तूंची मुक्त आयातीबरोबरच नेपाळ मार्गाने चोरटी आयात होते. त्यामुळे भारतातील उपभोग्य वस्तूंचे उत्पादन करणाऱ्या उद्योगांवर अनिष्ट परिणाम झालेला आहे. म्हणून चायनीज वस्तूंच्या आयातीपासून भारतीय उद्योगाचे संरक्षण करण्यासाठी आयात वस्तूंवर जकाती आकारल्या पाहिजेत.

5. **जागतिक व्यापार संघटनेचा लघुउद्योगावरील परिणाम** *(Impact of WTO on SSI Units)* : जागतिक व्यापार संघटना उद्योगाचे आकारमान विचारात घेऊन भेदभाव करू शकत नाही. त्यामुळे लघुउद्योगांसाठी उत्पादन राखीव करणे आणि लघुउद्योगांना मदत करणे यांसारखे उपाय काढून घेतल्यास या उद्योगांना देशातील मोठ्या उद्योगाबरोबरच इतर देशांतून आयात होणाऱ्या स्वस्त किमतीच्या उत्पादनांशी स्पर्धा करावी लागणार आहे. त्यामुळे लघुउद्योगांना आपली बाजारपेठ गमवावी लागण्याची भीती व्यक्त होत आहे. त्यामुळे आजारी लघुउद्योगांच्या संख्येत वाढ होऊन अनेक उद्योग बंद पडण्याच्या मार्गावर आहेत. देशाच्या एकूण कारखानदारी वस्तू उत्पादनापैकी 40 टक्के उत्पादन, एकूण औद्योगिक रोजगारांपैकी 50 टक्के रोजगार आणि निर्यातीत 33 टक्के हिस्सा असलेला लघुउद्योग व्यवसाय जागतिकीकरणामुळे संकटात सापडला आहे. चिनी वस्तूंच्या आयातीच्या स्पर्धेत टिकून राहणे भारतीय उद्योगांना अशक्य आहे. कारण चीनने भारतीय बाजारपेठ काबीज करण्यासाठी डंपिंगचा (Dumping) वापर केलेला आहे.

चीनमधून आलेल्या वस्तूंच्या आयातीमुळे भारतातील उपभोग्य वस्तू उत्पादनावर - उदाहरणार्थ, आइस्क्रीम, अगरबत्ती उत्पादन, फळ प्रक्रिया, मिनरल वॉटर इत्यादी उद्योगांवरदेखील प्रतिकूल परिणाम झाला आहे. भारतातील बहुराष्ट्रीय कंपन्यांनी स्वीकारलेल्या धोरणामुळे लघुउद्योगांचे बाजारातून उच्चाटन होण्याची शक्यता आहे.

6. **साखर उद्योगावरचे संकट** : साखर उद्योग हा शेतमालावर प्रक्रिया करणारा एक महत्त्वाचा उद्योग आहे. परंतु जागतिकीकरणामुळे हा उद्योग 31 ऑगस्ट, 1998 रोजी परवानामुक्त करून खाजगी साखर कारखान्यांना साखर उत्पादनाचे परवाने देण्यात आले आहेत. पूर्वी स्थापन झालेल्या साखर कारखान्यात पुरेशा प्रमाणात ऊस उपलब्ध नसताना नवीन साखर कारखाने स्थापन झाल्यामुळे आजारी साखर कारखान्यांची संख्या वाढत गेली आहे.

7. **पेटंटचा धोका** : उरुग्वे करारानुसार बौद्धिक मालमत्तेचा हक्क शेतीलाही लागू करण्यात आला. त्यामुळे अप्रगत राष्ट्रांनी शेकडो वर्षे संपादन केलेले ज्ञान आणि नैसर्गिक विविधता यांचा फायदा घेऊन बहुराष्ट्रीय कंपन्यांनी त्यांच्यावर आपली मक्तेदारी निर्माण केली. बासमती तांदूळ, नीम, हळद इत्यादींचे पेटंट घेण्याच्या प्रयत्नातून हेच सिद्ध झाले आहे. अमेरिकेतील मिसिसिपी विद्यापीठातील वैद्यकीय केंद्राने सन 1996 मध्ये हळदीचे पेटंट मिळविले. त्यापूर्वी कडुनिंबाचे पेटंट देण्यात आले. राईसटेक कंपनीला सन 1997 मध्ये बासमती तांदळाचे पेटंट मिळाले. भारताने केलेल्या प्रयत्नामुळे हळद आणि कडुनिंबाचे पेटंट पुन्हा भारताला मिळाले असून बासमती तांदळाचे पेटंट मिळविण्यासाठी भारताचे प्रयत्न चालू आहेत.

8. **बहुराष्ट्रीय कंपन्यांचा मुक्त प्रवेश** : डंकेल प्रस्तावातील ट्रिम्सच्या (TRIMS) तरतुदींमुळे बहुराष्ट्रीय कंपन्यांना अविकसित देशांत मोकळे रान मिळाले आहे. या कंपन्यांना शेकडो एकर जमीन देण्यासाठी विशेष आर्थिक क्षेत्राची निर्मिती करण्यात येत आहे. त्यासाठी कमाल जमीनधारणा कायदाही शिथिल करण्यात आला आहे.

उदाहरणार्थ, मॅक्सवर्थ ऑर्चिड्स इंडिया लिमिटेड या विदेशी कंपनीला मध्य प्रदेश सरकारने चंबळच्या खोऱ्यातील तीस हजार हेक्टर पडीक जमीन दिली. या जमिनीच्या विकासात्मक येणाऱ्या खर्चांपैकी 25 टक्के अनुदान व 50 टक्के सवलतीच्या दराने कर्जरूपाने दिली जाणार होती. वीजनिर्मिती क्षेत्रातदेखील बहुराष्ट्रीय कंपन्या आल्याने वीजदरात वाढ होऊन त्याची झळ सर्वसामान्य शेतकरी व नागरिकांना सहन करावी लागेल.

9. **निर्यातप्रवण विकास** : जागतिकीकरणामुळे निर्यातप्रवण विकासाला महत्त्व प्राप्त झाले, परंतु शेतकऱ्यांनी निर्यातीसाठी मागणी असलेल्या रोखीच्या पिकांचे मोठ्या प्रमाणात उत्पादन घेतल्यास देशातील अन्नधान्य पिकाखालील क्षेत्र कमी होऊन अन्नधान्य उत्पादन कमी होईल. त्यामुळे अन्नधान्यांच्या किमतीत मोठ्या प्रमाणात वाढ होईल.

अशा प्रकारे जागतिकीकरणाच्या परिणामांचा चिकित्सक अभ्यास केल्यास जागतिकीकरण हा वसाहतवादाचा नवीन अवतार आहे हे लक्षात येते. ज्याप्रमाणे अठराव्या व एकोणिसाव्या शतकात ब्रिटिश, डच व फ्रेंच कंपन्यांनी साध्य केले तेच एकविसाव्या शतकात बहुराष्ट्रीय कंपन्या जागतिक आर्थिक संस्थांच्या संगनमताने साध्य करण्याचा प्रयत्न करीत आहेत. अविकसित देशातील नैसर्गिक संपत्तीचा आपल्या फायद्यासाठी अनिर्बंध वापर करणे हा त्या कंपन्यांचा मुख्य हेतू आहे. पूर्वी गरीब देशासंबंधी ब्रिटनचा जो दृष्टिकोन होता तोच दृष्टिकोन सध्या अमेरिकेचा आहे. आज अमेरिकेत उच्च शिक्षण घेतलेले तरुण स्वदेशाची अवहेलना करीत आहेत. जागतिकीकरणाच्या नावाखाली देशाची अर्थव्यवस्था बहुराष्ट्रीय कंपन्याच्या वर्चस्वाखाली आणण्यापेक्षा देश ज्ञान-विज्ञानाने समृद्ध केला तरच देशाचा स्वावलंबी आर्थिक विकास होऊ शकेल.

8.5 ब्रिक्स (BRICS)

BRICS – INTRODUCTION AND FUNCTIONS

8.5.1 ब्रिक्सची स्थापना (Establishment of BRICS)

फोर्टालझा येथे भरलेल्या ब्रिक्स देशांच्या सहाव्या संमेलनात 15-16 जुलै, 2014 रोजी ब्रिक्स न्यू डेव्हलपमेंट बँकेची स्थापना करण्यात आली. या बँकेच्या स्थापनेसाठी ब्रिक्स देशांचे राष्ट्रप्रमुख एकत्र आले होते. यामध्ये चीनचे राष्ट्राध्यक्ष जिनपिंग, रशियाचे सर्वेसर्वा पुतीन, दक्षिण आफ्रिकेचे जेकब झुमा, ब्राझीलच्या डिल्मा बाझेक आणि भारताचे पंतप्रधान

नरेंद्र मोदी व त्यांच्यासोबत भारताचे शिष्टमंडळही गेले होते. या संमेलनात ब्रिक्स बँकेच्या स्थापनेची घोषणा करण्यात आली. संमेलनामध्ये ब्रिक्स बँकेचे मुख्य कार्यालय चीनच्या शांघाय शहरात राहील आणि बँकेचे पहिले अध्यक्ष भारतीय राहतील असे नमूद करण्यात आले होते. बँकेचे प्रत्यक्ष कामकाज सन 2016 पासून सुरू होणार आहे. सुरुवातीस बँकेचे भागभांडवल 50 अब्ज अमेरिकन डॉलर्स असेल व ते बँकेच्या पाच सभासदांनी प्रत्येकी 10 अब्ज डॉलर्सप्रमाणे पुरविलेले असेल. नंतरच्या काळात भागभांडवल 100 अब्ज डॉलर्सपर्यंत वाढविण्यात येईल.

ब्राझील, रशिया, इंडिया, चीन आणि दक्षिण आफ्रिका या पाच देशांच्या नावातील आद्याक्षर घेऊन ब्रिक्स संघटना स्थापन करण्यात आली. ब्रिक्स बँकेच्या स्थापनेच्या वेळीच राखीव आकस्मिक निधीसाठी (Contigent Reserve Arrangement) 100 अब्ज डॉलर्सची तरतूद करण्यात आली असून त्यापैकी सर्वाधिक 41 अब्ज डॉलर्सचे योगदान चीनने दिले आहेत. ब्राझील, भारत आणि रशिया या सभासद देशांचे प्रत्येकी 18 अब्ज डॉलर्सचे व दक्षिण आफ्रिकेचे योगदान 5 अब्ज डॉलरचे आहे. भविष्यात आकस्मिक निधीला इतर विकसनशील देशांकडून भरीव योगदान मिळेल. या देशामध्ये प्रामुख्याने इराण, इंडोनेशिया, मलेशिया व तुर्कस्तान या देशांचा समावेश राहील. ब्रिक्सच्या सर्व सभासदांना समान मताधिकार देण्यात आलेला असून भविष्यात जरी नवीन देश ब्रिक्सचे सभासद झाले तरी संस्थापक सभासदाचा हिस्सा 55 टक्क्यांपेक्षा कमी होणार नाही याची दक्षता घेण्यात आली आहे. ब्रिक्स बँकेच्या बोर्ड ऑफ गव्हर्नर्सचे प्रथम पदाधिकारी म्हणून रशिया आणि बोर्ड ऑफ डायरेक्टर्सकरिता प्रथम पदाधिकारी ब्राझीलचा राहील.

ब्रिक्स बँकेच्या स्थापनेपूर्वी ब्रिक्सच्या सभासद देशांच्या प्रमुखांची पाच संमेलने भरलेली होती. त्यामुळे बँकेच्या स्थापनेसाठी जून 2009 पासूनच प्रयत्न चालू होते. जी वीस देशांच्या सन 2001 मध्ये भरलेल्या संमेलनात प्रख्यात अर्थतज्ज्ञ जिम-ओ-नील यांनी आपल्या लघुप्रबंधात विकसनशील देशांच्या आर्थिक प्रगतीचा आढावा घेताना ब्राझील, रशिया, भारत व चीन या देशांचा ब्रिक्स गट तयार होऊ शकतो आणि तो जागतिक अर्थकारण व राजकारणावर प्रभाव वाढवू शकतो अशी कल्पना मांडली होती. मात्र ते कोणी फारसे गांभीर्याने घेतले नाही. सन 2001 मध्ये चीन हा जागतिक व्यापार संघटनेचा सदस्य बनल्याने चीनच्या जागतिक व्यापारात मोठ्या प्रमाणात वाढ झाली. त्याचप्रमाणे पुतीन रशियाचे अध्यक्ष झाल्याने जागतिक स्तरावर तेलाच्या किमतीत मोठी वाढ झाली. रशियन अर्थव्यवस्थेची भरभराट झाली. याच दरम्यान भारताने स्वीकारलेल्या उदारीकरणाच्या धोरणामुळे देशातील लोकांची क्रयशक्ती वाढली. अशाच प्रकारचे वातावरण कमी-अधिक प्रमाणात ब्राझीलमध्ये होते. त्यामुळे एकविसाव्या शतकाच्या प्रारंभी हे चारही देश नव्या आर्थिक शक्तीच्या रूपाने उदयास आले. त्यामुळे नंतरच्या काळात या चारही देशांचे प्रतिनिधी एकत्र येऊन सन 2009 मध्ये ब्रिकची स्थापना करण्यात आली. नंतर सन 2011 च्या संमेलनात दक्षिण आफ्रिकेला ब्रिकचे सदस्यत्व दिल्याने ब्रिकचा विस्तार होऊन ब्रिक्स बँक अस्तित्वात आली.

ब्रिक्स बँक ही 'ब्रिक्स न्यू डेव्हलपमेंट बँक' या नावाने ओळखली जाते. बँकेच्या स्थापनेच्या वेळी ठरल्याप्रमाणे बँकेचे पहिले अध्यक्ष म्हणून कुडापूर वामन कामत (के. व्ही. कामत) यांची नेमणूक नुकतीच करण्यात आली आहे. 68 वर्षांचे कामत हे भारतातील एक यशस्वी बँकर म्हणून ओळखले जातात. त्यांनी आशियाई विकास बँकेत काम केले असल्याने त्यांना भारतासह चीन, इंडोनेशिया, फिलिपिन्स, बांगलादेश, व्हिएतनाम यांसारख्या आशियातील देशातल्या कामाचा अनुभव आहे. त्यांनी आय.सी.आय.सी.आय. बँकेत नवीन तंत्रज्ञानाचा वापर करून त्या बँकेला नावारूपाला आणले. आता ती भारतातील दुसऱ्या क्रमांकाची बँक म्हणून ओळखली जाते. त्यामुळे कामत यांच्या ब्रिक्स बँकेवरील नियुक्तीचे भारतीय बँकिंग व्यवस्थेने आणि भारतीय उद्योगसंस्थेच्या संघटनांनी स्वागत केले आहे. कामत हे एक यशस्वी बँकर आहेत. त्यांनी आशियाई विकास बँकेत (ADB) काम केलेले असल्याने त्या बँकेतील कामाच्या अनुभवाचा फायदा ब्रिक्स बँकेचे काम करताना त्यांना मिळू शकेल. पंतप्रधान नरेंद्र मोदी यांच्या अर्थकारणात, त्यांच्या परराष्ट्र धोरणांना आणि चीन, ब्राझील, रशिया व दक्षिण आफ्रिका या देशांशी आर्थिक संबंध निर्माण करण्याला विशेष स्थान आहे.

8.5.2 ब्रिक्सची कार्ये (Functions of BRICS)

सध्या आंतरराष्ट्रीय स्तरावर आंतरराष्ट्रीय नाणेनिधी (IMF), जागतिक बँक (World Bank) आणि आशियाई विकास बँक (ADB) या तीन बँका कार्यरत आहेत. त्या तुलनेत नव्यानेच स्थापन करण्यात आलेली ब्रिक्स न्यू डेव्हलपमेंट बँक आकाराने जरी लहान असली तरी भविष्यात ती वरील तीन संस्थांना एक चांगला पर्याय निर्माण होऊ शकेल. कारण ब्रिक्सच्या सभासद देशांनी जागतिक भूभागापैकी एक-चतुर्थांश भूभाग व्यापला असून जागतिक लोकसंख्येपैकी पन्नास टक्के लोकसंख्या या देशात वास्तव्य करत आहे. तसेच सभासद देशांचे स्थूल देशांतर्गत उत्पादन 35 ट्रिलियन डॉलर्स आहे. त्यामुळे जागतिक विकसित देशांनादेखील ब्रिक्सच्या एकत्रित शक्तीकडे दुर्लक्ष करता येणार नाही.

ब्रिक्स बँकेच्या स्थापनेची महत्त्वाची कार्ये किंवा उद्दिष्टे पुढीलप्रमाणे :

(1) ब्रिक्स न्यू डेव्हलपमेंट बँक सभासद देशांबरोबरच इतर देशांना पायाभूत क्षेत्रातील रस्तेबांधणी, ऊर्जा प्रकल्पाच्या उभारणीसाठी मदत करणार आहे. भारतातदेखील विविध पायाभूत सुविधांच्या निर्मितीसाठी प्रतिवर्षी 150 अब्ज डॉलर्सची आवश्यकता भासते. ही गरज भागविण्यासाठी भारत आंतरराष्ट्रीय नाणेनिधी किंवा जागतिक बँकेकडे हात पसरणार नाही. त्याऐवजी ब्रिक्स बँकेची मदत घेतली जाईल असे भारत सरकारने जाहीर केले आहे.

(2) ब्रिक्स न्यू डेव्हलपमेंट बँकेकडे आकस्मिक निधीच्या स्वरूपात 100 अब्ज डॉलर्स सभासद देशांनी जमा केले आहेत. तसेच सभासद देशाचे चलन बँकेकडे सहजपणे उपलब्ध होत असल्याने या देशांना आयात-निर्यात व्यापार वाढविणे शक्य होणार आहे. त्यामुळे भारतालाही व्यापारातील चालू खात्यावरील तूट कमी करण्यास मदत होईल.

(3) भारत आणि चीनबरोबरच जर्जर झालेल्या रशियालादेखील आर्थिक संकटातून बाहेर पडण्यास ब्रिक्स बँकेची मदत होईल.

(4) ब्रिक्सच्या सभासद देशांतील विविध प्रकल्पांना बँकेकडून अर्थसाहाय्य केले जाणार आहे. त्यामुळे त्या देशांच्या आर्थिक विकासाला चालना मिळणार आहे. एकीकडे जागतिक बँक आणि आंतरराष्ट्रीय नाणेनिधीकडून या देशांना अर्थसाहाय्य करताना अनेकदा विचार केला जातो. आता ब्रिक्स बँकेच्या स्थापनेमुळे या देशाची आर्थिक चणचण दूर होणार आहे.

(5) परकीय चलनाचा साठा वाढविणे आणि सदस्य देशांना कर्जपुरवठा करण्याच्या उद्देशाने ब्रिक्स बँकेची स्थापना करण्यात आलेली आहे. त्यामुळे या बँकेबरोबर काम करण्याची तयारी जागतिक बँकेने दर्शविली आहे. सभासद देशांचा आर्थिक विकासदर वाढविण्याच्या दृष्टीने ब्रिक्स बँकेची भूमिका महत्त्वाची ठरणार आहे.

(6) ब्रिक्स बँक जागतिक बँकेच्या धर्तीवरच काम करेल; मात्र बँकेचे कार्यक्षेत्र पाच सभासद देशांपुरतेच मर्यादित राहील.

प्रश्नावली

लघुत्तरी प्रश्न

1. सार्कची उद्दिष्टे स्पष्ट करा.
2. सार्कचे संघटन स्पष्ट करा.
3. सार्कच्या समस्या स्पष्ट करा.

4. आंतरराष्ट्रीय नाणेनिधीची (IMF) उद्दिष्टे सांगा.

5. आंतरराष्ट्रीय नाणेनिधीची कार्ये स्पष्ट करा.

6. जागतिक बँकेची कार्ये स्पष्ट करा.

7. जागतिक व्यापार संघटनेची (WTO) कार्ये स्पष्ट करा.

8. जागतिक व्यापार संघटनेची उद्दिष्टे स्पष्ट करा.

9. ब्रिक्सची (BRICS) कार्ये स्पष्ट करा.

👍 दीर्घोत्तरी प्रश्न

1. सार्कची उद्दिष्टे, कार्ये आणि यशापयशाची चर्चा करा.

2. आंतरराष्ट्रीय नाणेनिधीची उद्दिष्टे, कार्ये आणि कामगिरी स्पष्ट करा.

3. जागतिक व्यापार संघटनेच्या स्थापनेची उद्दिष्टे सांगून भारतीय अर्थव्यवस्थेवरील परिणाम स्पष्ट करा.

4. जागतिक बँकेची उद्दिष्टे सांगून कामगिरी स्पष्ट करा.

👍 टीपा लिहा.

1. जागतिक व्यापार संघटना

2. आंतरराष्ट्रीय नाणेनिधीची कार्ये

3. सार्कची उद्दिष्टे

4. जागतिक बँकेची कार्ये

5. ब्रिक्स (BRICS).

❀ ❀

संदर्भ ग्रंथ
REFERENCES

- Agrawal A. N. : Indian Economy, Problems of Development and Planning
- Agrawal M. R. : Regional Economic Co-operation in South Asia
- Datt & Mahajan : Indian Economy, 69th Revised Edition, 2014-15
- Datt & Sundharam : Indian Economy, 2004
- Gupta K. R. : International Economics
- Hajela T. N. : Monetary Economics
- Jhingan M. L. : International Economics
- Mehata J. K. : Economic Development
- Mithani D. M. : International Economics
- – Government of India : Economic Survey
- – World Bank : Human Development Report
- – World Bank : World Development Report, 1980 & 2001
- डॉ. देसाई व भालेराव : भारतीय अर्थव्यवस्था
- डॉ. आर. के. दातीर आणि इतर : भारतीय अर्थव्यवस्था
- डॉ. आर. के. दातीर आणि इतर : आंतरराष्ट्रीय अर्थशास्त्र

Notes :